MỆNH LÝ

HOÀN TOÀN KHOA HỌC

Đằng Sơn

In lần thứ nhất 2011

Mệnh lý hoàn toàn khoa học

Soạn giả: Đằng Sơn

Khoa học - Mệnh lý học

Thực hiện 2003-2005

In lần thứ nhất 2011

Hình bìa: Sự ứng hợp giữa Hà Đồ với mô hình tổng hợp của âm dương (hai vòng tròn đậm lạt) và ngũ hành (5 cặp số từ 1 đến 10).

ISBN: 9781467950008

Last Science Publishing
San Jose, California 95112, USA

Mục lục

LỜI NÓI ĐẦU

Từ lúc bắt đầu vào mệnh lý bằng cách tự học qua sách vở năm mười mấy tuổi tôi luôn luôn có những thắc mắc như "Tại sao lại có 12 con giáp?", "Tại sao Tí thuộc thủy, Sửu thuộc thổ, Dần Mão thuộc mộc...?", "Ngũ hành thực tế là gì? Tại sao chỉ có 5 hành, mà không phải là 6, là 7?" vân vân và vân vân. Tôi bỏ mệnh lý khi chưa đến hai mươi tuổi, cũng vì chẳng thấy ai bàn đến những vấn đề mà tôi nghĩ là cơ sở hết sức trọng yếu này.

Mười mấy năm sau, khi tôi trở lại nghiên cứu mệnh lý ở tuổi đã quá ba mươi thì những câu hỏi trên cũng trở về ám ảnh. Nhưng lần này thay vì mong chờ người khác trả lời hộ, nhờ có cái tự tin của một người đã được huấn luyện phương pháp nghiên cứu của khoa học tây phương, tôi bắt đầu tiến hành công việc truy nguyên những vấn đề cơ sở của mệnh lý.

Nhìn lại, năm bảy năm đầu của công cuộc này tôi chỉ đạt những thành quả hết sức khiêm nhượng. May sao giữa thập niên 90 tôi được công ty đặc phái sang Đài Loan ngay giữa lúc hòn đảo này đang trải qua một phong trào trăm hoa đua nở của mệnh lý nói chung và Tử Vi nói riêng. Cơ duyên đó giúp tôi có cái nhìn toàn diện hơn về mệnh lý, bắt đầu có câu trả lời khả dĩ cho một số vấn đề cơ sở.

Bây giờ, ở tuổi gần 60, tôi đã nhận ra một điều là dù hăng say khám phá bao nhiêu, với khả năng giới hạn của một con người những gì tôi tìm ra sẽ không thể nào thoát khỏi cái giá trị khiêm nhượng đã định sẵn của chúng. Lại nghĩ mọi công trình nghiên cứu của nhân loại đều có tính tiệm tiến, tôi đã bạo gan thu thập những bài viết liên hệ đến cơ sở mệnh lý làm thành quyển sách này. Khi thu thập, tôi cố ý bao gồm luôn một số bài đã được đăng trước đây trong sách khác hoặc trên mạng, mục tiêu của tôi là giúp các độc giả vì lý do nào đó chỉ biết đến sách này mà không biết đến các sách khác hoặc các bài viết khác của tôi vẫn có thể nắm vững các điểm cơ sở mà tôi muốn trình bày.

Sai lầm là bản chất của con người, nên chắc chắn sách này chứa đựng nhiều điểm sai lầm. Rất mong các bậc cao minh tận tình chỉ giáo.

Nếu quyển sách này đóng góp được một phần nhỏ bé nào đó cho những bước tiến tương lai của mệnh lý hoặc tạo được hứng khởi cho một vài người nào đó trong các thế hệ sau thì coi như tâm nguyện của tôi đã được hoàn thành.

Tháng 7, năm 2011
San Jose, California, Hoa Kỳ
Đằng Sơn

Chương 1

Giá trị và giới hạn của mệnh lý học

Giải tỏa vài vấn nạn liên quan đến mệnh lý

Mệnh lý bao gồm các môn nghiên cứu những tương quan giữa vũ trụ và tâm lý, họa phúc của con người. Mệnh lý đã phát triển mạnh mẽ từ mấy ngàn năm trước, khi khoa học còn ở trạng thái hết sức phôi thai. Áp dụng thực tế của mệnh lý có rất nhiều như bói dịch, tử vi, tử bình, nhâm độn, địa lý, tướng mặt v.v... của đông phương; chiêm tinh, bói bài (Tarot và bài thường), chỉ tay v.v... của tây phương.

Nhiều người cho rằng mệnh lý hoàn toàn phản khoa học. Sách này hiển nhiên đi ngược lại quan điểm đó; vì vậy trước khi vào đề thiết tưởng cần giải tỏa vài vấn nạn quen thuộc, bằng không một số độc giả có thể cho rằng soạn giả đã sai lầm từ căn bản hoặc tệ hơn là hoang tưởng, điên khùng.

Vấn nạn 1: Mệnh lý cho ta những lời đoán mài mại đúng với mọi người, như "có hy vọng thành công" chẳng hạn. Dù thành công hay thất bại, câu này vẫn đúng.

<u>Giải đáp</u>: Mọi ngành học đều có giới hạn của nó. Có trường hợp biết chắc chắn, có trường hợp không thể biết chắc chắn, có trường hợp chỉ có lời giải "mài mại" mà thôi. Như y khoa chẳng hạn. Trước khi mổ một ca khẩn cấp có thể bác sĩ chỉ dám nói với ta rằng "xác xuất thành công là 60%". Vì ta đã tin y khoa là một khoa học nên mặc dù không thỏa mãn, ta vẫn miễn cưỡng chấp nhận câu trả lời này. Giả như ta không tin y khoa là một khoa học, ta sẽ thấy câu trả lời này "mài mại, đúng với mọi người".

Sự thật là, cũng tương tự y khoa, có khi mệnh lý chỉ cho ta lời đoán "mài mại". Chẳng hạn lời đoán "anh có hy vọng thành công" có thể diễn giải là xác xuất thành công trong khoảng 55%-65%. Có khi nó cho ta những lời khá xác quyết. Chẳng hạn lời đoán "Anh phải coi chừng kẻo sạt nghiệp trong đại hạn này" nghĩa là xác xuất sạt nghiệp trong đại hạn này rất cao. Tóm lại không thể chỉ chọn ra những trường hợp mệnh lý chỉ có lời đoán "mài mại" rồi lấy đó mà kết luận nó vô giá trị.

Nhưng liên hệ với vấn nạn 1 lại có vấn nạn 2, tiếp theo đây.

Vấn nạn 2: Những lời xác quyết của mệnh lý khi đúng khi sai. Cứ đoán đại theo xác xuất cũng đạt tỷ số đúng sai tương tự.

<u>Giải đáp</u>: Vấn nạn này chỉ có thể giải đáp bằng thống kê. Tiếc là cho đến bây giờ vẫn chưa có những cuộc thống kê quy mô và thỏa tiêu chuẩn khoa học để xác định giá trị của mệnh lý. Vì thiếu thống kê, ta không thể nói "Cứ đoán đại theo xác xuất cũng đạt tỷ số đúng sai tương tự," mà chỉ có thể nói

rằng -dưới nhãn quan của khoa học- độ chính xác của những lời xác quyết trong mệnh lý vẫn còn là một câu hỏi chưa được trả lời thỏa đáng.

Nhìn từ góc cạnh khác, vì chưa được kiểm chứng bằng thống kê nên mệnh lý chưa thể được coi là một ngành khoa học theo đúng nghĩa của nó. Nhưng chính vì vậy mà khảo sát mệnh lý bằng nhãn quan khoa học là một nhu cầu khẩn yếu. Nhu cầu này là nguồn hứng khởi dẫn đến loạt bài "mệnh lý hoàn toàn khoa học".

Vấn nạn 3: Mệnh lý phải được đánh giá bằng khả năng đoán số mạng; và ta biết rằng nhiều ông bà thầy giỏi nhất nước chẳng đoán được số mạng của chính họ. Xem số cho chính mình còn không xong thì làm sao đòi xem số cho người khác?

Giải đáp: Thực ra ta chẳng biết trong những ông bà thầy giỏi nhất, số người không đoán được số mạng của chính họ chiếm bao nhiêu phần trăm. Vì vấn đề lại quy về thực tế là thiếu thống kê, xin xem lời giải đáp vấn nạn 2 ở trên.

Thế nhưng cần phân biệt giá trị của một ngành khoa học và khả năng của người áp dụng nó. Một lần nữa xin lấy thí dụ y khoa. Rất nhiều ông bà bác sĩ không chữa được bệnh cho chính mình, nhưng sự kiện này không làm y khoa "phản khoa học".

Bể học mênh mông, mà thời gian và khả năng của con người thì giới hạn. Vì biết thế nên ta không đòi hỏi các bác sĩ hễ bị bệnh phải biết tự chữa lấy. Vậy thì tại sao ta lại đòi hỏi các ông bà thầy bói phải tiên đoán đúng tương lai của chính họ?

Vấn nạn 4: Lấy thí dụ khoa Tử Vi. Sinh cùng năm tháng ngày giờ tất có cùng lá số tử vi. Nghĩa là theo khoa Tử Vi hai người sinh cùng năm tháng ngày giờ phải có số mệnh giống nhau. Nhưng chẳng cần thống kê cũng biết đời sống của họ phải khác nhau.

Giải đáp: Vấn đề này đã được bàn cãi từ nghìn xưa. Nhiều nhà khai sáng ra môn Tử Vi đã nhìn nhận rằng hai người sinh cùng năm tháng ngày giờ đời sống có thể khác hẳn nhau. Vì vậy những lời đoán của tử vi phải hiểu theo nghĩa "lý tính và xác xuất", nghĩa là tính chất của mỗi lời đoán trong tử vi đều có hai phần, phần lý tính và phần xác xuất. Một thí dụ: "Có vợ đẹp" là một lý tính, nên chỉ đoán "số anh có vợ đẹp" chẳng hạn thì vẫn còn thiếu sót, phải luận thêm xác xuất cao hoặc thấp nữa mới đầy đủ.

Điểm đáng tiếc là ngay trong giới nghiên cứu tử vi vẫn có một số người nặng nặc cho rằng lá số tử vi thế nào thì cuộc đời phải như vậy nên mới khiến giới bàng quan hiểu lầm. Soạn giả sẽ trở lại vấn đề này sau, nhưng cần nhấn mạnh lại là *Tử Vi không hề nói hai người sinh cùng năm tháng ngày giờ phải có số mệnh giống nhau. Nó chỉ nói rằng nếu không có thêm dữ kiện nào khác để phân biệt thì -khi xét các lý tính trong phạm trù của khoa tử vi- hai người có lá số giống nhau sẽ có xác xuất giống nhau cho các lý tính này.* Hiển nhiên, nếu có thêm dữ kiện để phân biệt, thì lời giải của bài toán phối hợp lý tính và xác xuất phải biến đổi khác đi.

Vấn nạn 5: Các khoa mệnh lý dựa trên thiên văn, như chiêm tinh tây phương chẳng hạn, dùng vị trí các thiên thể để suy ra số mệnh con người. Thật là vô lý! Tại sao những hành tinh ở quá xa xôi lại có thể ảnh hưởng đến vận mệnh con người?

Giải đáp: Khoa chiêm tinh có vẻ vô lý nếu chúng ta suy nghĩ theo luật "nhân quả duy vật" của khoa học tây phương (xem thêm đề mục "tại sao vật lý cổ điển lên án mệnh lý?" cũng trong bài này).

Trong loạt bài này soạn giả sẽ lập luận rằng mệnh lý được đặt trên nền tảng của luật tương ứng, và đây là một luật tất yếu mà mọi ngành khoa học đều phải thỏa. Trong mệnh lý, luật tương ứng có thể phát biểu ngắn gọn như sau "vì X và Y tương ứng với nhau, ta có thể khảo sát X rồi từ đó suy ra tính chất của Y". Một khi đã chấp nhận luật tương ứng, ta sẽ thấy khoa chiêm tinh, cũng như các khoa mệnh lý khác liên hệ đến thiên văn, không có gì là phi lý cả.

Vấn nạn 6: Đa số khoa học gia coi mệnh lý là phản khoa học. Khoa học gia đại biểu tầng lớp trí thức cao cấp nhất của nhân loại. Chẳng lẽ đa số khoa học gia đều sai cả?

Giải đáp: Quả đúng là khi bài này được viết, hầu hết các khoa học gia đều coi mệnh lý là "phản khoa học". Nhưng các khoa học gia cũng nhiều lúc lên án nhau là "phản khoa học", hoặc "sai lầm", "thiếu sót". Thí dụ điển hình là khoa vật lý. Hơn nửa thế kỷ trước đây xảy ra một cuộc tranh luận vô cùng kịch liệt giữa hai trường phái vật lý cổ điển (classical physics) và trường phái vật lý lượng tử (quantum physics). Hai kiện tướng lúc đầu là Einstein (cổ điển) và Bohr (lượng tử) đều đã qua đời, nhưng cuộc tranh luận dành đúng sai giữa những người kế tục họ vẫn tiếp diễn sôi nổi cho đến ngày hôm nay.

Soạn giả sẽ trở lại cuộc tranh luận ấy ở phần sau bài này. Hiện tại xin nhấn mạnh là cả hai trường phái vật lý cổ điển và lượng tử cùng phát xuất từ một nguồn là khoa vật lý thực nghiệm nguyên thủy và cùng dựa trên một số nền tảng tương tự vậy mà còn tranh nhau anh sai tôi đúng. Nên "khoa học" nói mệnh lý "phản khoa học" không có nghĩa mệnh lý chắc chắn phản khoa học.

Tại sao vật lý cổ điển lên án mệnh lý?

Vật lý cổ điển dựa trên quan điểm "nhân quả duy vật", theo đó mọi diễn biến đều là kết quả của một hoặc nhiều nguyên nhân theo đúng các quy luật khoa học đã được kiểm chứng. Thí dụ nguyên nhân khiến trái táo từ không trung rớt xuống đất là lực hấp dẫn của trái đất. Lực này đã được Newton khám phá vào hạ bán thế kỷ 17. Nền tảng hiện tại của mệnh lý cũng là nhân quả, nhưng là một loại nhân quả "siêu nhiên", khó lòng kiểm chứng bằng vật lý cổ điển.

Theo mệnh lý, sự kiện một người làm ác ngày hôm nay và sự kiện người ấy bị xe đụng mười năm sau có thể là nhân quả, sự kiện cá nhân này được hưởng cảnh giàu sang trong khi cá nhân kia nghèo túng cũng có thể là nhân quả (nhân khác nhau được gây ra từ trước khi sinh ra đời dẫn đến quả là hoàn cảnh sống khác nhau). Loại nhân quả siêu nhiên này vật lý cổ điển không thể chấp nhận được, nên gọi là "phản khoa học".

Quan điểm khác biệt dẫn đến phương pháp khác biệt. Trong khi mục đích của vật lý cổ điển là diễn giải hiện tượng càng ngày càng chính xác hơn bằng cách kiện toàn phương pháp, dụng cụ đo đạc các thực thể có liên hệ tương đối dễ thấy (tương quan giữa hình dạng một chiếc xe và vận tốc tối đa có thể đạt được chẳng hạn), thì mệnh lý lại đi tìm mối tương quan giữa những dữ kiện, sự vật mà khoa học cho là không hề có liên quan gì cả (tương quan giữa năm tháng ngày giờ sinh của một cậu bé và khả năng tài chánh của cậu bé ấy hai mươi năm sau chẳng hạn).

Một mục đích của mệnh lý là tìm ra lời giải cho bài toán họa phúc tương lai của con người, chuyện ấy các khoa học gia cổ điển có nằm mơ cũng không dám nghĩ đến. Đã coi khoa học là kiến thức tối thượng, họ cho rằng chuyện gì khoa học không thể làm được thì không ngành nào khác có thể làm được. Từ đó họ kết luận mệnh lý là nhảm nhí, láo khoét. Những thành công to lớn đạt được trong vài thế kỷ qua khiến vật lý cổ điển đạt vị trí thượng đẳng trong kho tàng trí thức của loài người. Mệnh lý yếu thế, bị đẩy dần vào bóng tối. Những người tin mệnh lý bị coi là dị đoan mê tín.

Vật lý lượng tử và hy vọng hồi sinh của mệnh lý

Nhưng đời có những diễn biến không ai ngờ nổi. Đầu thế kỷ 20 đánh dấu sự xuất hiện của vật lý lượng tử (quantum physics, đã nói trên). Vật lý lượng tử là một bước tiến lớn của khoa học, nhưng nó đưa đến những kết quả và hệ luận hoàn toàn trái ngược với vật lý cổ điển.

Sau đây là hai hệ luận đáng chú ý nhất của vật lý lượng tử:

1. Vạn vật trong vũ trụ, bất luận khoảng cách, đều có sẵn liên quan với nhau.

2. Nguyên nhân và tác dụng tại chỗ không chắc là bản chất của các hiện tượng. Nói một cách khác, nguyên nhân quan sát được không chắc là nguyên nhân thật sự của các hiện tượng trên cuộc đời.

(Chú thích: Hai hệ luận trên vẫn vắng bóng trong nhiều sách giáo khoa vật lý vì những bước tiến lớn nhất của vật lý lượng tử cũng chỉ mới đạt được trong mấy mươi năm gần đây và nhiều sách giáo khoa vẫn giữ thái độ thận trọng với đề tài "nóng bỏng" này nên chưa chịu cập nhật. Quan trọng nhất là định lý vạn vật tương quan -định lý Bell- được khám phá bởi John Stewart Bell, một khoa học gia người Ái Nhĩ Lan, vào năm 1964. Vì tính chất quá tổng quát, định lý Bell bị chìm vào quên lãng, không ai buồn để ý

xem đúng hay sai. Phải đợi đến năm 1973, định lý Bell mới được John F. Clauser, Michael A. Horne, Abner Shimony và Richard A. Holt kiểm chứng tại đại học Berkeley. Lần kiểm chứng thứ hai là năm 1984, Alain Aspect của đại học Paris, với những phương tiện, dụng cụ tối tân nhất. Các độc giả có hứng thú xin đọc thêm "Quantum reality - Beyond the new physics", Nick Herbert, 1987.

(Viết thêm năm 2011: Các độc giả muốn biết thêm những dữ liệu mới hơn nữa thì có thể đọc "The age of entanglement", Louisa Gilder, 2008).

Theo hệ luận 1, không có một sự vật gì trong vũ trụ đứng độc lập, mà tất cả đều dính líu với nhau bằng những quan hệ khác biệt (mạnh, yếu, có điều kiện, vô điều kiện). Khoa học chưa hệ thống hóa được các quan hệ này, nhưng biết rằng chúng hiện hữu.

(Tình cờ làm sao, hệ luận 1 phù hợp với quan điểm "vạn vật đồng nhất thể" của Đông phương, chính là một trong những nền tảng căn bản của mệnh lý, sẽ được bàn kỹ hơn trong một bài khác.)

Để hiểu rõ hệ luận 2 ta trở lại thí dụ trái táo rơi xuống đất đã nhắc đến ở trên. Vật lý cổ điển cho rằng sức hút của trái đất là nguyên nhân. Theo hệ luận 2 sức hút của trái đất chỉ là một cách giải thích bằng hiện tượng quan sát được, và cách giải thích ấy không chắc phản ảnh sự thật. Tóm lại, nếu quả thật có nguyên nhân khiến trái táo rơi, nguyên nhân ấy không chắc là sức hút của trái đất.

Một thí dụ có thể giúp độc giả thấy rõ tầm quan trọng của hai hệ luận của vật lý lượng tử đối với khoa mệnh lý. Lấy trường hợp một người nam sinh ra ở Mỹ và một người nữ sinh ra ở Pháp. Mặc dù nguồn gốc khác biệt và không gian cách trở, hệ luận thứ nhất cho thấy hai người vẫn có liên quan với nhau. Hãy tạm chưa cần biết mối liên quan ấy mạnh hay yếu. Giả sử vì một tình cờ nào đó, người nữ và người nam gặp nhau trên một chuyến xe lửa ở Việt Nam, nói chuyện thấy ý hợp tâm đầu rồi yêu nhau. Tại sao họ yêu nhau? Trường phái cũ sẽ giải thích là khung cảnh phù hợp, hai bên cùng cô đơn, tình cờ gặp nhau đúng lúc, v.v...

Trường phái mới, trái lại, (vì hệ luận 2) không cấm chúng ta tin rằng sự kiện hai người yêu nhau là kết quả của một liên quan có sẵn; còn khung cảnh thơ mộng, tâm trạng cô đơn của họ chỉ là một phần của hiện tượng tại chỗ, không chắc đã là nguyên nhân. Đi xa hơn, nếu lập luận rằng chính mối liên quan có sẵn đã xui khiến hai người gặp nhau để rồi yêu nhau thì chắc chắn sẽ bị trường phái cũ coi là 'nhảm nhí', còn đối với trường phái mới chỉ là 'bất khả tư nghị'.

Vật lý cổ điển là kẻ địch của mệnh lý (tuy nhiên, xin xem thêm phần phụ lục). Vật lý lượng tử đả phá vật lý cổ điển, nên mặc dù chưa chính thức lên tiếng ủng hộ nó đã vô tình trở thành đồng minh của mệnh lý. Nhưng hiện tại trường phái cổ điển còn mạnh nhờ vào dư hưởng của Einstein, trong khi nhiều khoa học gia thuộc trường phái lượng tử lại chưa dám "theo mới, theo mới không chút do dự". Đó là lý do tại sao từ phía các khoa học gia ta vẫn chỉ nghe những lời đả phá, và chưa có ai chính thức lên tiếng bênh vực mệnh lý.

Điểm cần ghi nhận là, tối thiểu dưới nhãn quan của trường phái lượng tử, mệnh lý không thể bị khẳng định là "phản khoa học". Riêng soạn giả tin rằng trong vòng nửa thế kỷ nữa mệnh lý sẽ trở thành một bộ môn mới của khoa học. Nếu thế nghiên cứu mệnh lý ở thời điểm này là đã đi một bước tiền phong, mở đường cho khoa học của tương lai.

Vấn nạn xác xuất của khoa học

Với giả thử rằng vũ trụ là một bộ máy vận chuyển theo những quy luật tất yếu dẫn đến những kết quả tất yếu, các khoa học gia thuộc trường phái vật lý cổ điển không chấp nhận xác xuất như một ngành của khoa học. Họ cho rằng xác xuất chỉ là một biện pháp thực tế mà người ta bị bắt buộc phải tạm thời áp dụng, và sẽ có một ngày khoa học tìm ra lời giải chính xác cho tất cả mọi bài toán hiện còn phải lệ thuộc vào môn xác xuất (*).

Không ngờ xác xuất đã trở thành cơ sở nền tảng của trường phái lượng tử, một thế lực khoa học mới xuất hiện trong thế kỷ 20 nhưng đã làm lung lay chỗ đứng của khuynh hướng cổ điển bằng những thành công vĩ đại trong việc diễn giải và tiên đoán nhiều hiện tượng vi lý hóa (vật lý và hóa học ở phạm trù nguyên tử) vốn nằm ngoài tầm tay của các nhà vật lý cổ điển.

Nói ngắn gọn, xác xuất đã trở thành vấn nạn lớn nhất của vật lý nói riêng và khoa học nói chung. Theo một giai thoại thì Einstein, vị nguyên soái xứng đáng của trường phái cổ điển, có lần bày tỏ sự bất bình của mình với trường phái khoa học lượng tử (đặt nền tảng trên xác xuất) bằng câu nhận xét "Thượng đế không thảy xí ngầu". Tức thì Bohr, nguyên soái của trường phái lượng tử, đốp chát ngay "Thượng đế không cần lời chỉ dẫn của ông".

Năm 1935, trong một đại hội quy tụ những khoa học gia lừng danh nhất thế giới, Einstein lên diễn đàn trình bày một thí dụ giả tưởng mà ông nghĩ sẽ chứng minh được sự sai lầm của trường phái lượng tử. (Thí dụ này về sau được gọi là "EPR paradox", nghịch lý EPR). Không ngờ Bohr nhanh trí nghĩ ra một lập luận chứng minh ngược lại rằng chính thí dụ của Einstein đã có những lỗ hổng, và vì thế vô giá trị. Einstein bị mất mặt trước đám đông, từ đấy uy tín giảm dần. Theo truyền thuyết, suốt những năm cuối cùng Einstein làm việc như một người điên, ngày đêm cố tìm ra cái khiếm khuyết ẩn tàng trong trường phái lượng tử. Nhưng trời phụ lòng người, nhà khoa học vĩ đại nhất của thế kỷ 20 đã ôm mối hận lìa bỏ cõi đời giữa lúc trường phái lượng tử trở thành khuynh hướng chỉ đạo của khoa học thế giới.

Nhưng ngay đến hiện tại cuộc chiến đấu vẫn còn tiếp diễn bởi các hậu duệ của hai phe, bởi mặc dù giải quyết được nhiều vấn đề, trường phái lượng tử vẫn gặp một số bế tắc nên chưa thể dứt điểm đối phương. Khi sách này được viết, một số khoa học gia đang nỗ lực tìm kiếm một thuyết phối hợp tinh hoa của hai trường phái, với hy vọng thống nhất khoa học trở về một mối.

(Riêng soạn giả cho rằng xác xuất vẫn là lời giải thiếu sót. Các độc giả có hứng thú xin tìm đọc hai quyển sách viết bằng Anh ngữ: "The End of Probability and the New Meaning of Quantum Physics" và/hoặc "Symmetry and the End of Probability", có bán trên mạng ở amazon.com)

Ba quan điểm số mệnh
Tiền đề của mệnh lý là thuyết số mệnh.

Một cách khái quát thuyết số mệnh cho rằng có thể dựa vào một số yếu tố đã biết trong quá khứ hoặc hiện tại để đoán tương lai. Như tất cả mọi vấn đề nhân văn, "số mệnh" nằm trong phạm trù "kiến thức có thể phủ nhận" nên mỗi người tùy tâm tư, hoàn cảnh mà có quan điểm khác nhau. Ta có thể phân biệt ba quan điểm chính:

1. Phi số mệnh: Cho rằng tương lai không được định sẵn, nên không thể nào đoán trước tương lai của con người.

2. Số mệnh tuyệt đối: Cho rằng tương lai của con người đã được định sẵn cả, không thay đổi được. Ngay cả những diễn biến tâm lý, tưởng là do con người chủ động, cũng đều là "số mạng". Thí dụ: Ông A đang là người ác độc bỗng một ngày trở nên hiền từ. Theo thuyết số mệnh tuyệt đối, chính sự thay đổi tích cực này cũng là một phần của số mệnh.

Như vậy theo số mệnh tuyệt đối, con người là một sinh vật hoàn toàn thụ động; mọi hành vi, suy nghĩ, tâm lý, thành bại, khổ đau, hạnh phúc từ lúc sinh ra cho đến khi trở về lòng đất đều đã được quy định từ trước.

(Lầm lẫn thông thường của nhiều người là đồng hóa khái niệm tổng quát của "số mệnh" với quan điểm "số mệnh tuyệt đối" vừa kể.)

3. Số mệnh tương đối: Cho rằng tương lai của con người được định bằng một bài toán xác xuất, nghĩa là "có thể" mà không "chắc chắn" xảy ra. Nên mặc dù có "số giàu" thường là người giàu, "số sống lâu" thường sống lâu, nhưng có trường hợp "số giàu" mà vẫn nghèo, số "sống lâu" mà vẫn chết yếu. Nói một cách khác, quan điểm này cho rằng con người có số mạng, nhưng số mạng ấy không cố định trăm phần trăm, mà tùy trường hợp sẽ biến đổi nhiều hoặc ít.

Ba quan điểm số mệnh dưới nhãn quan khoa học
Như đã nói trên, theo vật lý cổ điển tất cả mọi diễn biến trong vũ trụ đều là tất yếu, không thể xảy ra khác được. Áp dụng vào con người, ta suy ra sự xuất hiện của mỗi một cá nhân trên cuộc đời đều là tất yếu; hình dạng, tính tình của mỗi một cá nhân đều là tất yếu; và tất cả mọi diễn biến trong đời sống của cá nhân đó từ lúc lọt lòng mẹ đến khi xuôi tay nhắm mắt, được chôn cất mai táng ra sao cũng đều là tất yếu!

Các độc giả tinh ý hẳn đã nhận ra rằng đây chính là quan điểm số mạng tuyệt đối! (xem thêm phần phụ lục.)

Ta suy ra:

Kết quả 1: Số mạng tuyệt đối chính là một hệ luận của vật lý cổ điển!

Điểm ly kỳ là các khoa học gia cổ điển đều chống lại thuyết số mệnh, coi thuyết số mệnh là "dị đoan, phản khoa học". Thế mới biết con người quả là một sinh vật đầy mâu thuẫn.

Nay hãy xét khoa học lượng tử.

Khoa học lượng tử cũng cho rằng vũ trụ là một bộ máy tinh vi liên tục vận chuyển theo những quy luật bất biến. Nhưng những quy luật bất biến này có ý nghĩa xác xuất. Nghĩa là trong vũ trụ không có kết quả tất yếu, chỉ có kết quả với xác xuất cao và xác xuất thấp. Áp dụng vào con người, sự xuất hiện của mỗi một cá nhân trên cuộc đời là kết quả của xác xuất; hình dạng, tính tình của mỗi một cá nhân cũng là kết quả của xác xuất; và tất cả mọi diễn biến trong đời sống của cá nhân đó từ lúc lọt lòng mẹ đến khi xuôi tay nhắm mắt, được chôn cất mai táng ra sao cũng đều là kết quả của xác xuất.

Tóm lại nếu nắm vững mọi dữ kiện liên hệ thì vẫn không thể biết trăm phần trăm mọi diễn biến chưa xảy ra trong đời sống, nhưng có thể tiên đoán đến một xác xuất cao nào đó, như 90% chẳng hạn.

Các độc giả tinh ý hẳn đã nhận ra rằng đây chính là quan điểm số mạng tương đối!

Ta suy ra:

Kết quả 2: Số mạng tương đối là một hệ luận của khoa học lượng tử.

Vì vật lý cổ điển dẫn đến quan điểm "số mệnh tuyệt đối" (kết quả 1), khoa học lượng tử dẫn đến "số mệnh tương đối" (kết quả 2); ta kết luận quan điểm "phi số mệnh" -thường được tưởng lầm là đại diện khoa học nhưng thực ra phản lại cả hai trường phái- là phản khoa học.

Còn hai quan điểm "số mệnh tuyệt đối" và "số mệnh tương đối" vì là hệ luận của hai trường phái khoa học còn trong vòng tranh cãi nên chưa thể kết luận ai đúng ai sai, nhưng hiển nhiên cả hai quan điểm này đều phù hợp với khoa học hiện đại.

Đây là điểm quan trọng nhất vì nó cho phép ta tự tin, để bắt đầu cuộc khảo sát mệnh lý như một ngành khoa học.

Giới hạn của mệnh lý học

Vì mọi ngành khoa học đều có giới hạn, một khi chấp nhận rằng mệnh lý có thể là một ngành khoa học rồi ta phải bàn đến giới hạn của mệnh lý.

Thử xét trường hợp một nữ sinh viên quen thân với ba thanh niên A, B, C, thấy đều xứng đáng nên phân vân không biết lấy ai. Giả thử biết hết tất cả mọi điều cần biết (ngay cả tiền kiếp của mọi nhân vật liên quan, nếu quả có tiền kiếp) ta vẫn không thể nói chắc nữ sinh viên ấy sẽ lấy ai, mà chỉ có thể kết luận xác xuất cô sẽ lấy anh A là 80%, lấy anh B là 12%, lấy anh C là 8%. Và rất có thể anh C, với xác xuất nhỏ nhất, lại là người được cô chọn làm chồng trong khi anh A, với xác xuất áp đảo 80%, đành ôm mối tình đau khổ.

Tóm lại "số mệnh" không như một cuốn phim đã quay sẵn đang chiếu ra mà như một cuốn phim đang quay. Tình tiết thường thay đổi chút ít, và trong vài trường hợp đặc biệt có thể thay đổi hoàn toàn.

Đó là chưa kể mỗi khoa số mệnh lại có thêm giới hạn riêng. Lấy khoa tử vi làm thí dụ. Khoa này dựa trên 5 biến số là năm, tháng, ngày, giờ, và phái tính. Tạm bỏ qua những lá số trùng trong thủy nhị cục thì có 60 năm (tính cả can chi), 12 tháng, 30 ngày, 12 giờ, 2 phái tính (nam nữ); tổng cộng thành $60 \times 12 \times 30 \times 12 \times 2 = 518,400$ tức khoảng nửa triệu trường hợp. Lấy tổng số người trên thế giới là 6 tỷ thấy ngay bình quân có hơn 12,000 người có cùng lá số, nghĩa là có khoảng 12,000 người "có số" giống như tổng thống Mỹ.

Hiển nhiên 12,000 người ấy không có quyền lực ngang hàng với tổng thống Mỹ.

Thế nên có cùng lá số tử vi không có nghĩa là đời sống sẽ giống nhau, mà chỉ có nghĩa là đời sống sẽ có một số điểm tương đồng quan trọng. Đây chính là cái "lý tính" mà ta đã nói đến ở đầu bài này.

Thế nên một trong 12,000 người có cùng lá số tử vi với tổng thống Mỹ có thể chỉ là một anh du đãng trong một xóm nghèo. Nhưng ta có thể đoán anh là một tay du đãng có quyền uy. Các năm thuận lợi của anh cũng là các năm thuận lợi của tổng thống Mỹ. Năm anh du đãng bị đối thủ bắn chết tất phải là năm bất thuận lợi cho tổng thống Mỹ (nhưng không nhất thiết là năm tổng thống Mỹ phải chết) v.v... Ta nói cuộc đời của anh du đãng kể trên mặc dầu không giống hệt, nhưng có cùng lý tính với cuộc đời của tổng thống Mỹ.

Tử vi chỉ là một thí dụ. Độc giả có thể tự lập luận để thấy rằng các khoa số mệnh khác cũng có giới hạn tương tự, nghĩa là chỉ có thể luận ra lý tính của đời sống, mà không thể khẳng định chi tiết của đời sống.

Số mệnh và vai trò tích cực của con người

Xác xuất là một biến số vô cùng to lớn trong đời sống của con người. Mỗi khi có sự chọn lựa là một lần ta đương đầu với xác xuất.

Thử xét lại trường hợp cô sinh viên phải chọn lựa giữa ba thanh niên A xác xuất 80%, B xác xuất 12%, C xác xuất 8%. Giả sử anh A là kẻ lừa đảo biết đóng vở kịch khéo léo nên lấy được lòng cô, anh B tương tự nhưng không đóng kịch hay bằng anh A, còn anh C mới là người lý tưởng nhất. Dĩ nhiên tất cả những điều này cô sinh viên đều không biết.

Tại sao anh A (dối trá) lại có xác xuất cao nhất, anh C (lý tưởng) xác xuất thấp nhất? Ta có thể giải thích rằng "số mạng" đã định cho cô sinh viên có một cuộc hôn nhân đầy đau khổ.

Rồi không hiểu vì lý do nào đó cô đi ngược lại xác xuất, chọn anh C.

Khi chọn ngược như vậy, cô C đã vô tình cải đổi cuộc đời (và số mạng) của mình. Thay vì trở thành nạn nhân của một cuộc hôn nhân đau khổ, cô sẽ được hưởng hạnh phúc gia đình với người chồng lý tưởng.

Đưa thí dụ trên cốt để nhấn mạnh rằng con người có thể cải đổi số mạng. Nhưng có mấy người đi ngược với xác xuất như cô sinh viên vừa kể? Hiếm lắm.

Nên cải đổi số mệnh là việc rất khó làm, "vượt trên số mạng" là ngoại lệ hiếm hoi của vài siêu nhân, còn hầu hết chúng ta sẽ sống hết cuộc đời như nô lệ của những xác xuất cao mà số mệnh đã định sẵn. Do đó số mệnh học, nếu được nghiên cứu đúng đắn, có thể tiên đoán gần đúng đời sống của hầu hết chúng ta.

San José ngày 17 tháng 9, 2004
Đằng Sơn

PHỤ LỤC
Tại sao dám nói vật lý cổ điển bắt buộc dẫn đến số mệnh tuyệt đối?

Thử xét trường hợp giả định là một ông mù (không có khả năng thần giao cách cảm) ngồi trước một đồng tiền. Vì mù, ông không biết đồng tiền xấp hay ngửa. Bỗng một người thách "nếu ông đoán đúng đồng tiền xấp hay ngửa tôi sẽ tặng ông 500 đô la". Ông già mù vì muốn được 500 đô la nên phải chọn giữa xấp và ngửa. Câu hỏi: Ông sẽ đoán đúng hay sai?

Lời giải bình thường là "50 phần trăm đúng, 50 phần trăm sai", một ứng dụng căn bản của khoa xác xuất. Nhưng soạn giả dám nói rằng theo vật lý cổ điển thì ta có thể khẳng định "Ông mù sẽ đoán đúng!" hoặc "Ông mù sẽ đoán sai!" một khi khoa học đạt sự tiến bộ cần thiết.

Tại sao dám quy điều ấy cho vật lý cổ điển? Xin phân tích dữ kiện:

1. Trạng thái xấp hay ngửa của đồng tiền là một dữ kiện khoa học đã biết (ông mù không biết, nhưng những người sáng mắt quanh ông, và dụng cụ đo chính xác của các khoa học gia chắc chắn xác định được dữ kiện này).

2. Như vậy muốn khẳng định ông mù sẽ đoán đúng hay sai, chỉ cần (và cũng chẳng có cách nào khác hơn là) xác định trước câu trả lời của ông sẽ là "xấp" hay "ngửa", rồi so sánh với đồng tiền trước mặt. Vì ông mù không hề biết đồng tiền xấp hay ngửa, muốn suy ra lời đoán của ông bắt buộc phải dựa vào một số dữ kiện khác.

Những dữ kiện khác có thể là ảnh hưởng của nhiệt độ trong căn phòng đối với tâm thần của ông mù, tâm lý của ông mù, lòng tham của ông mù, nỗi hồ nghi là người thách sẽ nuốt lời nếu ông đoán đúng v.v... Ta hãy chiều ý các nhà vật lý cổ điển, giả thử trường hợp khoa học đã đạt trình độ tối cao, thành công trong việc phối hợp những dữ kiện hết sức phức tạp này để suy ra lời đoán của ông mù.

Một khi đã biết lời đoán của ông mù có thể dùng nó cộng với những suy luận khác làm dữ kiện để tiếp tục suy trước những gì sẽ xảy ra sau đó. Cứ tiếp mãi, tiếp mãi như vậy, vì mọi điều suy đoán không là xác xuất, mà chắc chắn sẽ xảy ra, ngay trong phút giây ông mù còn phân vân chưa biết nên đoán đồng tiền "xấp" hay "ngửa" khoa học đã suy ra hết mọi diễn biến sẽ xảy ra trong đời ông.

Thế không phải số mệnh tuyệt đối là gì?

Cho nên, chấp nhận vật lý cổ điển tức là chấp nhận số mệnh tuyệt đối vậy.

Chương 2

Thế nào là "mệnh lý hoàn toàn khoa học"?

Lời đầu: Một số quan điểm trong bài này đã được trình bày trong sách "Tử Vi hoàn toàn khoa học" tập 1 (TVHTKH1). Soạn giả xin ghi lại để tiện lợi cho các độc giả chưa đọc sách trên. Các độc giả đã đọc TVHTKH1 xin tự nhiên bỏ qua những đoạn đã biết.

Ba điều kiện của khoa học

Một ngành học chỉ có thể được gọi là "khoa học" khi nó thỏa ba điều kiện chính.

Điều kiện 1: Phải là một hệ suy luận không tự mâu thuẫn khởi từ một số tiền đề.

Điều kiện 2: Phải có thể kiểm chứng được bằng kết quả thực tế.

Điều kiện 3: Phải phù hợp với kết quả thực tế.

Sau đây ta sẽ đào sâu từng điều kiện một.

Điều kiện 1: Tiền đề dẫn đến kết quả

Mọi ngành khoa học đều khởi từ một số tiền đề. Nói nôm na tiền đề là giả thuyết. Vì là giả thuyết, ta có thể tùy ý đặt ra bất cứ tiền đề gì, miễn là không gây mâu thuẫn tại chỗ. Thí dụ: Ba luật cơ động học của Newton là tiền đề của vật lý Newton, còn gọi là vật lý tiền Einstein.

Có tiền đề rồi, bước tới là suy luận để ra một số kết quả. Suy luận dĩ nhiên phải có lô gích. Tóm lại, diễn trình của phương pháp khoa học là:

Tiền đề + suy luận lô gích => Kết quả

Điều kiện 2: Kết quả phải kiểm chứng được

Nếu ta phối hợp ba luật cơ động học của Newton với luật vạn vật hấp dẫn (cũng do Newton khám phá ra) thì có thể tính ra vị trí, vận tốc, gia tốc v.v… của rất nhiều loại động tử (nghĩa là vật thể chuyển động), từ chiếc xe đạp giản dị đến các hệ thống thiên thể phức tạp trong vũ trụ. Vì đa số những kết quả này có thể kiểm chứng được bằng các dụng cụ đo đạc, vật lý Newton thỏa tiêu chuẩn thứ hai của khoa học.

Có những kết quả thỏa điều kiện 1 mà không thỏa điều kiện 2. Thí dụ: Ông A khai triển thuyết "thiên nhân hợp nhất", dẫn đến kết quả như sau: "Nếu hơn 6 tỷ người trên thế giới đều thương yêu nhau thì tự nhiên mọi thiên tai sẽ chấm dứt". Kết quả này có thể thỏa điều kiện 1, nhưng không thỏa điều kiện 2 của khoa học vì không thể kiểm chứng được (chẳng bao giờ có chuyện mọi người trên thế giới đều yêu thương nhau để dẫn đến kết quả cho ta kiểm chứng). Bởi vậy thuyết của ông A không phải là một thuyết khoa học.

Điều kiện 3: Kết quả phải phù hợp với thực tế
Sau nhiều kiểm chứng, người ta kết luận rằng vật lý Newton phù hợp với đa số hiện tượng thực tế. Tóm lại, vật lý Newton thỏa cả ba điều kiện của khoa học. Đó là lý do tại sao nó được coi là một khoa học.

Phạm vi áp dụng của khoa học
Vì "đa số" không phải là "tất cả", thí dụ trên của vật lý Newton cho ta thấy rằng một ngành khoa học không nhất thiết phải cho kết quả đúng (tức phù hợp với thực tế) trong mọi trường hợp. Tổng quát hơn, mỗi ngành khoa học đều có một phạm vi áp dụng đặc thù. Hiển nhiên ta không thể áp dụng một khoa học ngoài phạm vi áp dụng của nó, vì kết quả chắc chắc sẽ không phù hợp với thực tế.

Nhưng xác định phạm vi áp dụng của khoa học chẳng phải là chuyện dễ làm, nên lỗi lầm thông thường của ngay cả các khoa học gia lập thuyết là tổng quát hóa tối đa thuyết của mình. Như trong trường hợp vật lý Newton, đã có lúc người ta cho rằng thuyết này đúng cho mọi hiện tượng vật lý. Đến đầu thế kỷ 20 nhờ hai thuyết mới là thuyết tương đối (của Einstein) và thuyết lượng tử (của Planck, Bohr, Heinsenberg, Schrodinger và nhiều người nữa) giải quyết được nhiều bế tắc của vật lý Newton, người ta mới hiểu rằng khoa này không đúng cho tất cả mọi trường hợp. Nhưng thuyết tương đối và thuyết lượng tử lại mâu thuẫn nhau nên khi bài này được viết mỗi thuyết vẫn bị giới hạn trong một phạm vi áp dụng riêng của nó.

Tại sao mệnh lý chưa phải là một khoa học?
Mệnh lý cũng khởi từ một số tiền đề (thuyết tứ nguyên tố, ngũ hành, âm dương v.v...) rồi được phát triển ra thành những ứng dụng khác nhau. Vấn đề là mọi ngành mệnh lý đều có những lỗ hổng to lớn không thể khỏa lấp bằng lý luận, nói một cách lạc quan hơn là những lỗ hổng này chưa được bồi đắp thỏa đáng bằng lý luận. Lấy thí dụ khoa Tử Vi. Tiền đề của khoa này được tin là hai thuyết âm dương và ngũ hành. Vấn đề là có rất nhiều "cách", tức là tổ hợp tinh tú, của tử vi chẳng ai hiểu được đặt trên lý nào, chỉ là trước bày nay theo mà thôi. Mọi khoa mệnh lý đều có rất nhiều những lỗ hổng như vậy, nên ta có thể nói một cách tổng quát rằng tối thiểu cho tới hiện tại mệnh lý vẫn chưa thỏa điều kiện 1 của khoa học.

Thế nhưng, theo thiển ý, đây chẳng phải là một bế tắc chẳng thể vượt qua. Trái lại, nó là một cơ hội cho những người được huấn luyện trong môi trường khoa học mà vẫn tin rằng mệnh lý có một giá trị nào đó. Riêng cá nhân soạn giả cho rằng mệnh lý sẽ là một ngành khoa học lớn của tương lai. Đây là lý do và nguồn hứng khởi dẫn đến loạt bài "mệnh lý hoàn toàn khoa học".

Mệnh lý thỏa điều kiện 2, nói đúng hơn là ta có thể làm cho mệnh lý thỏa điều kiện 2 bằng cách loại ra những kết quả "mài mại, có thể đúng với mọi người", chỉ giữ những kết quả kiểm chứng được bằng thực tế. Chẳng hạn một ông thầy đoán anh A: 1. Là người tốt 2. Có xác xuất cao sẽ giàu to trong vòng 3 năm; khi khảo sát bằng khoa học ta chỉ việc bỏ qua lời đoán 1 (vì nó có tính "mài mại") và giữ lời đoán 2 để kiểm chứng (vì "giàu to" là một lý tính khả dĩ xác định được). Vấn đề nằm ở điều kiện 3. Có nhiều người cho rằng mệnh lý chẳng đoán được gì cả (gọi là phái "nghi ngờ"), lại có nhiều người cho rằng mệnh lý đoán mọi sự "bách phát bách trúng" (gọi là phái "tin tưởng"). Sở dĩ có hai hiện tượng cực đoan này là vì con người hết sức chủ quan khi định giá sự việc. Nếu ta đã thuộc phái "nghi ngờ" ta sẽ coi những lần đoán đúng là tình cờ và những lần đoán sai là chứng cớ mới, củng cố thêm sự nghi ngờ của ta. Nếu ta đã thuộc phái "tin tưởng", khi bị đoán sai ta sẽ cho rằng "người đoán sai nhưng mệnh lý không sai", và ghi nhận những lần đoán đúng như bằng cớ mới, củng cố thêm niềm tin của ta.

Những kết luận theo kiểu "ông thấy gà bà thấy vịt" như vậy khiến mệnh lý không thể nào thỏa điều kiện 3 của khoa học. Nhưng, một lần nữa, đây không phải là một bế tắc không thể giải quyết. Trong loạt bài này soạn giả sẽ lập luận rằng muốn xác định giá trị của mệnh lý bằng kết quả thực tế, ta phải dùng phương pháp thống kê.

Tại sao viết "mệnh lý hoàn toàn khoa học"?

Một số độc giả có thể hỏi "Nhưng người không tin mệnh lý sẽ mãi mãi không tin, người tin mệnh lý sẽ mãi mãi tin, thì viết 'mệnh lý hoàn toàn khoa học' để làm gì?" Trước khi trả lời xin đưa nhận xét rằng hiện nay mỗi ngành mệnh lý đều có tối thiểu vài trường phái khác nhau, trong đó có những trường phái hoàn toàn mâu thuẫn nhau. Cứ đà này với thời gian số trường phái hiển nhiên sẽ tăng chứ không giảm. Dẫu yêu mệnh lý bao nhiêu đi nữa, người ta cũng chỉ có 24 tiếng một ngày, nên phải chọn trường phái để học. Nhưng chọn ai và bỏ ai đây, khi mọi trường phái đều tuyên bố rằng chỉ có mình đúng còn người khác chắc chắn sai? Nếu không áp dụng phương pháp khoa học để loại bớt những trường phái chắc chắn sai thì khi số trường phái trở thành quá nhiều phải giải quyết làm sao?

Vì lý do đó, soạn giả xin nhấn mạnh rằng "mệnh lý hoàn toàn khoa học" không phải là một ý kiến lập dị, mà là một nỗ lực đã đến lúc phải có. Dĩ nhiên, nỗ lực này chẳng thể nào được hoàn thành bởi một hay vài cá nhân. Soạn giả chỉ là một kẻ đi trước dọn đường mà thôi. Vấn đề nào có lời giải sẽ thưa là có lời giải. Vấn đề nào không có lời giải sẽ thưa ngay là bế tắc. Điểm chính là mọi vấn đề sẽ được trình bày bằng ngôn ngữ và lập luận của khoa học (thay vì viện lẽ "thánh nhân đã nói vậy") nên người đi sau dễ thẩm xét giá trị, và nếu người đi sau có ý kiến mới thì cũng có một cái nền sẵn để đóng góp vào, giúp mệnh lý liên tục tiến bộ như mọi ngành khoa học khác.

Nhưng có thể nào ngay từ căn bản mệnh lý đã mâu thuẫn với khoa học không? Vấn đề này phải đặt ra, vì nếu quả mệnh lý và khoa học đã mâu thuẫn nhau từ căn bản thì chính cái tựa của loạt bài này đã tự mâu thuẫn rồi. Bởi vậy trước khi đi tới ta lại phải lùi một bước để trả lời câu hỏi tưởng là hiển nhiên "mệnh lý có thể là khoa học hay không?"

Mệnh lý có thể là khoa học không?
(Phần lập luận sau đây đã xuất hiện trong tập 1 của bộ sách "Tử Vi hoàn toàn khoa học".)

Theo khoa học tây phương, mọi hiện tượng trong vũ trụ đều tuân theo luật "nhân quả trực tiếp", nghĩa là một hiện tượng chỉ có thể xảy ra khi có một "lực" nào đó tác dụng, và lực này phải đo được bằng phương pháp khoa học. Cũng theo khoa học tây phương, trong vũ trụ chỉ có 4 lực căn bản:

-Lực vạn vật hấp dẫn, gọi tắt là lực hấp dẫn (gravitational force).
-Lực điện từ (electromagnetic force).
-Lực nguyên tử mạnh, gọi tắt là lực mạnh (strong nuclear force hoặc là strong force).
-Lực nguyên tử yếu, gọi tắt là lực yếu (weak nuclear force hoặc là weak force).

Vài thí dụ của luật "nhân quả trực tiếp":
-Trái đất quay quanh mặt trời do tác dụng của lực hấp dẫn.
-La bàn quay đúng hướng nhờ lực điện từ.
-Bom nguyên tử tàn phá kinh khủng vì nó phóng thích lực mạnh.
-Các chất như uranium, plutonium có tính phóng xạ do ảnh hưởng của lực yếu.

Gần đây, một số nhà nghiên cứu mệnh lý đông cũng như tây phương cố giải thích rằng nền tảng của mệnh lý là lực hấp dẫn và lực điện từ. Theo ý kiến của soạn giả, lối giải thích này không thỏa đáng; bởi mặc dù mọi thiên thể đều có lực hấp dẫn và lực điện từ, hai lực này đều giảm rất nhanh với khoảng cách. Nếu lực hấp dẫn và lực điện từ quả là cái "nhân" của số mệnh thì –dựa theo dữ kiện khoa học- ta sẽ phải kết luận ảnh hưởng của ngũ tinh (Kim tinh Venus, Mộc tinh Jupiter, Thủy tinh Mercury, Hỏa tinh Mars, Thổ tinh Saturn) không đáng kể so với trái đất, mặt trời, và mặt trăng.

Vấn đề là nếu bỏ ngũ tinh đi thì nhiều khoa mệnh lý sẽ sai lầm hết sức đáng kể. Mặt khác theo luật "nhân quả trực tiếp" của khoa học thì "lực" là tác nhân duy nhất của mọi hiện tượng, nên phủ nhận vai trò của lực có khác nào nhìn nhận rằng mệnh lý phản khoa học? Đây là một vấn đề hết sức to lớn, một bế tắc phải được giải quyết, bằng không mệnh lý sẽ không thể nào thoát khỏi vị trí "huyền học" của nó để trở thành một môn khoa học.

Có thể nào mệnh lý không dựa trên "lực" mà vẫn là một khoa học được không? Để trả lời câu hỏi này, soạn giả xin nhấn mạnh rằng thực ra "lực" không phải là nền tảng tất yếu của khoa học. Nó được nghĩ là tất yếu chỉ vì các hiện tượng liên quan đến lực là đối tượng dễ khảo sát bằng phương pháp hiện đại của khoa học. Xét một cách rốt ráo, khoa học không gì khác hơn là một hệ lý luận chặt chẽ. Hệ lý luận ấy dĩ nhiên phải bắt đầu bằng một số tiền đề.

Tiền đề của mệnh lý: Luật "Vạn vật đồng nhất thể" và lý "Tương ứng"
Có một tiền đề ít được để ý, đó là "vạn vật phải tuân theo một quy luật chung". Tiền đề này rất hiển nhiên vì nếu vạn vật không tuân theo một quy luật chung thì các hiện tượng sẽ xảy ra một cách hỗn loạn, và khoa học sẽ chỉ còn là một danh từ vô nghĩa.

Các độc giả tinh ý sẽ nhận ra rằng tiền đề này chỉ là một dạng khác của tiền đề "vạn vật đồng nhất thể" của triết học Á đông. Mệnh lý, một sản phẩm của Á đông, tất nhiên thỏa tiền đề "vạn vật đồng nhất thể" (VVĐNT).

Vì con người là một đơn vị hiện hữu, toàn thể vũ trụ cũng là một đơn vị hiện hữu; cả hai đều phải thỏa VVĐNT; mà đã thỏa VVĐNT thì hai bên phải "tương ứng" với nhau.

Nhưng thế nào là "tương ứng"? Cách giải thích giản dị nhất là đưa thí dụ. Một mạch điện và một hệ thống nước rõ ràng là hai thực thể không có liên hệ "nhân quả trực tiếp" với nhau, nhưng lại có liên hệ "tương ứng" vì điện thế V của mạch điện tương ứng với khác biệt áp suất Delta(p), điện lượng q của mạch điện tương ứng với lưu lượng (cũng ký hiệu là q) của hệ thống nước vân vân... Nhờ đó mặc dù mạch điện và hệ thống nước là hai thực thể khác nhau, ta có thể sử dụng các luật đã biết của ngành điện để suy ra hoàn cảnh của hệ thống nước, và ngược lại.

Lấy thí dụ khoa tử vi. Khoa này sử dụng năm tháng ngày giờ để luận mệnh không phải vì năm tháng ngày giờ "gây ra" vận mệnh con người, mà vì năm tháng ngày giờ giúp ta xác định hoàn cảnh địa lý và thiên văn trong phút giây con người ra đời. Hoàn cảnh địa lý và thiên văn cũng không "gây ra" vận mệnh con người. Chúng chỉ là những dữ kiện của vũ trụ ứng với lúc con người ra đời. "Ứng" đây nghĩa là "tương ứng". Theo luật VVĐNT mỗi hoàn cảnh của vũ trụ phải tương ứng với một loại người, một loại diễn trình trong đời sống. Bởi vậy việc tử vi xử dụng các yếu tố địa lý, thiên văn để suy ra vận mệnh con người cũng khoa học y như sử dụng tính chất của mạch điện để suy ra tính chất của hệ thống nước vậy.

Suy diễn rộng hơn, mọi ngành mệnh lý –kể cả mệnh lý tây phương- đều đặt nền tảng trên luật "vạn vật đồng nhất thể" và đều lấy lý "tương ứng" làm căn bản suy luận.

Âm dương, ngũ hành, tứ nguyên tố
Mục đích chính của khoa học là giản dị hóa vấn đề bằng cách giảm thiểu biến số. Bắt đầu với lý tương ứng mà ta đã chấp nhận như một tiền đề ở phần trên, ta đặt câu hỏi "Có thể quy những hiện tượng phức tạp của cuộc

đời vào vài biến số hay không?" Câu hỏi này đã được tiền nhân của chúng ta trả lời với ba thuyết: Âm dương, ngũ hành, và tứ nguyên tố.

Thuyết âm dương: Mặc dù phân biệt âm dương là một hiện tượng tự nhiên trong nhiều văn hóa, chỉ có thuyết âm dương của Á đông đã hệ thống hóa sự phân biệt này một cách tương đối chặt chẽ. Thuyết âm dương có hai "biến số" căn bản và âm và dương, nhưng quen thuộc hơn có lẽ là 8 thực thể do âm dương tạo thành, gọi là bát quái: Càn Khảm Cấn Chấn Tốn Ly Khôn Đoài. Soạn giả sẽ bàn thêm về âm dương và bát quái khi đến lúc.

Thuyết ngũ hành: Cũng bắt nguồn ở Á đông, thuyết ngũ hành có 5 "biến số" căn bản là Kim Mộc Thủy Hỏa Thổ.

Tứ nguyên tố (còn gọi là tứ đại): Có tài liệu cho rằng tứ nguyên tố bắt nguồn từ vùng Mêsôpôtamia, lại có tài liệu cho rằng thuyết này bắt nguồn từ Ấn Độ. Theo thuyết tứ nguyên tố, bài toán mệnh lý có bốn "biến số" là đất nước gió lửa.

Áp dụng chính yếu của thuyết tứ nguyên tố là khoa chiêm tinh tây phương mà tiếng Anh gọi là Astrology. Ở Á đông, hai thuyết âm dương và ngũ hành thường được áp dụng trong dạng phối hợp, gọi là thuyết âm dương ngũ hành. Các khoa mệnh lý như Tử Vi, Tử Bình, bói nạp giáp, phong thủy (địa lý) vân vân... đều là ứng dụng của thuyết âm dương ngũ hành.

Cả ba thuyết ngũ hành, tứ nguyên tố, và âm dương sẽ được lần lượt khảo sát trong sách này; dĩ nhiên bằng phương pháp khoa học.

San José ngày 24 tháng 9, 2004
Đằng Sơn

Chương 3

Phải khoa học hóa mệnh lý như thế nào?

Tính ưu việt của khoa học và thực trạng lạc hậu của mệnh lý

Trong hai chương trước soạn giả đã lập luận rằng mệnh lý hội đủ các đặc tính của một ngành khoa học, nhưng nhận ra tính khoa học tiềm ẩn trong mệnh lý không làm cho mệnh lý biến ngay thành một phần của tri thức khoa học mà chỉ là bước đầu trong công cuộc khoa học hóa mệnh lý.

Đi từ thực trạng huyền học của mệnh lý đến cái đích khoa học là một công cuộc cải cách; muốn cải cách một hoàn cảnh đã tồn tại lâu đời ta phải bắt đầu bằng cách nhận diện rạch ròi những khó khăn trở ngại, rồi từ đó suy ra phương thức khắc phục. Điểm bắt đầu hợp lý và giản dị nhất là đi trở lùi về lịch sử để làm việc ôn cố tri tân.

Khởi từ lúc văn minh loài người hình thành, đã có một thời gian rất dài mệnh lý được coi là một phần của tri thức chính thống. Ở Á đông ngày xưa, kiến thức được quy về 4 chữ "nho y lý số", và các tiêu chuẩn trí thức cao cấp nhất là trên thông thiên văn, dưới đạt địa lý, giữa hiểu nhân sự ("thượng thông thiên văn, hạ đạt địa lý, trung tri nhân sự") đều bao hàm mệnh lý. Ở tây phương trước đây, các nhà thiên văn học cũng thường là chiêm tinh gia; như ông Kepler nổi tiếng với ba định luật diễn tả quỹ đạo và vận tốc của các hành tinh quanh mặt trời là một điển hình.

Hạ bán thế kỷ 17, khi khoa học bắt đầu chiếm ưu thế trong các hệ tri thức của nhân loại nhờ vật lý Newton thì cũng là lúc các khoa nghiên khảo mệnh lý (gọi chung là mệnh lý học) bắt đầu bị đẩy lùi vào bóng tối, không còn được coi là kiến thức chính thống nữa. Hơn ba thế kỷ đã trôi qua, khi bài này được viết, tình hình chung đại khái vẫn thế. Nếu hỏi giới khoa học nghĩ gì về mệnh lý, e rằng câu trả lời phổ thông nhất là "mê tín dị đoan", và câu trả lời lịch sự nhất vẫn mang nặng tính chất hồ nghi.

Tại sao mệnh lý bị coi là mê tín, tại sao giá trị của mệnh lý bị giới khoa học hồ nghi? Xin thưa đây chỉ giản dị là một trường hợp "cạnh tranh thích ứng sinh tồn" giữa hai đối thủ là khoa học và huyền học. Với phương pháp và thủ tục hiệu quả của riêng nó, suốt mấy trăm năm nay khoa học đã liên tiếp đạt những thành tựu xuất chúng. Các bộ môn huyền học (bao gồm mệnh lý) vì không điều chỉnh để thích nghi với hoàn cảnh nên lâm vào cảnh lạc hậu. Giữa sự ưu việt và sự lạc hậu, người khôn ngoan nên chọn cái nào? Thiết tưởng câu trả lời quá hiển nhiên; thế nên đa số giới trí thức chọn khoa học. Mà đã chọn khoa học thì nhẹ cũng phải hồ nghi giá trị của mệnh lý, nặng tất coi mệnh lý là nhảm nhí.

Nhưng chi tiết hơn thì những lý do nào khiến mệnh lý lạc hậu đến nỗi mang tiếng "mê tín dị đoan"? Theo thiển ý, có 4 lý do chính:
1. Khuynh hướng thần thánh hóa cổ nhân.
2. Phương pháp luận lỗi thời (thiếu khả năng thích nghi).
3. Đánh giá mệnh lý quá cao.
4. Thiếu khả năng và thủ tục truyền đạt kiến thức.
Sau đây xin trình bày từng lý do một và đề nghị phương thức giải quyết.

Đề nghị 1: Bỏ lệ xưng tụng 'thánh nhân'!

Khi nghiên cứu mệnh lý, ta hay gặp hai chữ "thánh nhân"; như Chu Văn Vương, Chu Công, Khổng Tử là "thánh nhân" của dịch lý; các ông Thiệu Khang Tiết, Dã Hạc là "thánh nhân" của bói dịch v.v... "Thánh nhân" đây được hiểu là "đỉnh cao trí tuệ". Thánh nhân "phán" điều gì ta phải coi là điều ấy đúng. Dám đặt câu hỏi về một điều thánh nhân đã phán là hành động phạm thượng không thể tha thứ được. Trọng thánh nhân được coi là một đức tính phải có của người học mệnh lý, không chỉ vì "tiên học lễ hậu học văn" mà còn vì niềm tin rằng đây là điều kiện để có cảm ứng tốt đẹp giúp cho sự tiến bộ trên đường học tập.

Khác với mệnh lý, khoa học không có một thánh nhân nào cả. Xét hai khoa học gia đứng hàng đầu lịch sử là Newton và Einstein là rõ. Ông Newton tìm ra quy luật "vạn vật hấp dẫn" giải thích được đủ loại chuyển động, từ động tác rơi của một chiếc lá vàng nhỏ bé đến vận trình của các thiên thể vĩ đại; phát kiến ấy tự cổ chí kim dễ ai sánh kịp? Nhưng ông Einstein thay vì coi ông Newton là thánh nhân lại hồ nghi là thuyết của ông (Newton) còn thiếu sót. Thái độ "phạm thượng" này không những chẳng làm hại ông Einstein hoặc khiến khoa học ngừng trệ, mà dẫn đến hai thuyết Biệt Tương Đối và Tổng Tương Đối (Special Relativity and General Relativity).

Đó chưa phải là đoạn kết của câu chuyện. Trong thập niên 1920, khi ông Einstein đã đạt vị trí cao nhất trong giới khoa học, nhân loại lại chứng kiến một cuộc cách mạng mới, tức cuộc cách mạng của vật lý lượng tử. Lịch sử khoa học ghi rõ từ năm 1927 trở đi, người phản đối vật lý lượng tử dữ dội nhất chính là ông Einstein. Nhưng nhờ sự lãnh đạo của Neils Bohr, phái lượng tử đã thành công trong việc xiển dương những lý thuyết của họ, với kết quả (ngoài ý muốn) là ông Einstein bị đẩy từ thế tiền phong vào vị trí lạc hậu.

Giả như ông Einstein coi ông Newton là thánh nhân thì có lẽ đến ngày hôm nay nhân loại vẫn chẳng có hai thuyết Tương Đối, và chúng ta vẫn nhai lại những gì ông Newton khám phá ra hơn 300 năm trước. Giả như Neils Bohr và những người tin tưởng ông coi Einstein là thánh nhân thì vật lý lượng tử có lẽ đã không thể thành hình rõ nét để dẫn đến cuộc cách mạng điện tử, giúp máy điện toán trở thành phổ thông rồi kích khởi cuộc cách mạng truyền thông của ngày hôm nay.

Các dữ kiện có thật trăm phần trăm trên đây là minh chứng hùng hồn rằng nhiều bước tiến của khoa học xảy ra được chính vì khoa học không có "thánh nhân". Không có thánh nhân nên chẳng có ai để tôn thờ, nương dựa; phải tự đốt đuốc mà đi thành thử chẳng thể lập lại cái cũ, như thế mới có thể tìm ra con đường mới lạ cho riêng mình. Cái lý này phật Thích Ca đã giải thích rõ trước khi ngài nhập niết bàn, trong thiền học có công án "phùng phật sát phật" đại khái cũng là lý ấy.

Nhìn trở lại trường hợp mệnh lý, khuynh hướng thần thánh hóa người xưa đã vô hình chung biến thành một trở ngại vô cùng to lớn, khiến mệnh lý ngày nay thay vì tiến bộ lại có phần thoái hóa so với ngày xưa. So với văn minh khoa học hiện đại, thực trạng của mệnh lý lại càng thảm hại, nói là như đom đóm so với mặt trăng chẳng phải là quá đáng. Mà cũng dễ hiểu. Thần thánh hóa người xưa thì thành tựu cao tột cũng không thể vượt quá việc diễn giải những kiến thức cũ của họ thay vì phát triển những tư duy mới. Không có tư duy mới thì dĩ nhiên không tiến bộ, mà mình không tiến trong khi người ta tiến thì bảo sao không bị tụt lại, lẽo đẽo sau lưng người ta?

Thế nên (mặc dù có thể bị lên án "phản truyền thống") soạn giả xin nhấn mạnh rằng đòi hỏi đầu tiên trong công cuộc khoa học hóa mệnh lý là chấm dứt thói quen thần thánh hóa người xưa. Dĩ nhiên, bởi mọi cái tồn tại lâu đời đều phải có một giá trị nào đó, ta phải biết quý trọng và chịu học hỏi, nghiên ngẫm những gì được người xưa truyền lại. Nhưng đồng thời ta phải giữ thái độ hồ nghi, luôn luôn đặt câu hỏi về giá trị của những gì người xưa để lại cho ta bởi dù siêu việt bao nhiêu thì, một khi đã bỏ thói "thần thánh hóa", người xưa vẫn chỉ là con người, tức là họ có thể phạm sai lầm.

Đề nghị 2: Khoa học hóa phương pháp luận của mệnh lý

Một lý do khiến khoa học vượt thắng nhiều hệ tri thức khác (kể cả triết học) là vì nó có một phương pháp đặc thù, nay được gọi là 'phương pháp khoa học'. Phương pháp khoa học đã được bàn trong một bài trước đây nên lần này chỉ xin nêu ưu điểm chính của nó. Ưu điểm này có thể bao gồm trong bốn chữ "khả năng đãi lọc"!

Để thấy tại sao "khả năng đãi lọc" là một ưu điểm lớn của khoa học hãy xét trường hợp tiêu biểu là có 2 thuyết được đặt ra để giải thích cùng một hiện tượng. Hiện tượng được giải thích dĩ nhiên phù hợp với cả hai thuyết nên không thể dùng nó để đãi lọc xem thuyết nào sai. Gặp hoàn cảnh này, thủ tục đương nhiên của khoa học là suy luận thêm một bước nữa để ra hai kết quả có thể kiểm chứng được của thuyết [1] và thuyết [2] mà ta sẽ gọi lần lượt là X' và X''. Ta biểu diễn hoàn cảnh này như sau:

[1] => X'
[2] => X''

Kế đó thực hiện thí nghiệm kiểm chứng, nếu kết quả là X' thì thuyết [1] tồn tại, thuyết [2] bị đãi lọc (tức là bị bác bỏ); ngược lại nếu kết quả là X'' thì thuyết [2] tồn tại, thuyết [1] bị bác bỏ.

Giả sử X' được chứng nghiệm, nhờ vậy thuyết [1] tồn tại. Sau đó có người lập ra thuyết [3] và thuyết này cũng cho kết quả X' thì người ta lại phải suy ra hai kết quả có thể kiểm chứng được:

[1] => Y'
[3] => Y'''

rồi xét kết quả (Y' hay là Y'''), dựa vào đó kết luận thuyết nào nên giữ, thuyết nào phải bỏ, cứ thế cứ thế...

Mà cũng không cần phải đợi đến khi có nhiều thuyết cạnh tranh nhau thì diễn trình đãi lọc nói trên mới xảy ra. Giả như ngày kia có khoa học gia suy được rằng nếu thuyết [1] đúng thì nó phải cho kết quả Z'. Kiểm chứng được kết quả Z' thì thuyết [1] tiếp tục tồn tại. Kết quả phản lại Z' người ta buộc lòng phải kết luận rằng thuyết [1] còn khiếm khuyết *(xem chú 1)*.

Với thủ tục đãi lọc này, các thuyết tồn tại trong khoa học không có tính chất "chắc chắn đúng" mà chỉ có tính chất "tạm thời được coi là đúng". Sau nhiều cuộc chứng nghiệm, có một số thuyết bị bỏ hẳn để thay bằng thuyết mới, nhưng cũng có một số thuyết được người đời sau bổ khuyết, trở thành hoàn bị hơn và tiếp tục tồn tại với giá trị cao hơn lúc mới được phát minh.

Có thể nói mà không sợ quá lời rằng thủ tục đãi lọc diễn tả ở trên chính là tác nhân dẫn đến sự tiến bộ liên tục của khoa học.

Quay lại mệnh lý, trên lý thuyết thì chuyện đãi lọc cũng có đấy, nhưng ta chẳng thấy một thủ tục nào tạm gọi là hữu hiệu. Vấn đề này có thể thấy rõ hơn qua một thí dụ có thật lấy từ khoa Tử Vi.

Nô 53-62	Di 63-72	Tật 73-82	Tài 83-92		Nô 43-52	Di 53-62	Tật 63-72	Tài 73-82
Quan 43-52	Dương Nam mộc tam cục		Tử 93-102		Quan 33-42	Dương Nam mộc tam cục		Tử 83-92
Điền 33-42			Phối 103-112		Điền 23-32			Phối 93-102
Phúc 23-32	Phụ mẫu 13-22	Mệnh 3-12	Bào 113-122		Phúc 13-22	Phụ mẫu 3-12	Mệnh 113-122	Bào 103-112

Hình 1A: Đại hạn cho dương nam mộc tam cục theo "Tử Vi đầu số toàn tập" (đa số theo).

Hình 1B: Đại hạn cho dương nam mộc tam cục theo "Tử Vi đầu số toàn thư" (thiểu số theo).

Giới nghiên cứu tử vi đều biết Tử Vi có hai cách khởi đại hạn. Cách thứ nhất là khởi đại hạn ở mệnh. Giả như nam mệnh sinh năm dương (gọi là "dương nam") mệnh lại cư ở vị trí ứng với mộc tam cục; tất vận hạn của mười năm từ 3 đến 12 tuổi ứng với cung an mệnh, sau đó cứ đi theo chiều thuận mỗi cung ứng mười năm (hình 1A)

Cách thứ hai là khởi đại hạn ở huynh đệ hoặc phụ mẫu. Cũng dương nam, mộc tam cục như trên thì đại hạn 3-12 tuổi ứng với cung phụ mẫu, rồi sau có cũng thuận hành mỗi cung ứng với mười năm (hình 2A). Hai cách khởi đại hạn này sai biệt nhau đúng mười năm. Mười năm là một thời gian khá dài so với đời sống của con người nên chẳng phải là chuyện nhỏ. Vậy thì ai đúng ai sai? Mặc dù trên thực tế cách thứ nhất có số người theo đông đảo hơn hẳn cách thứ hai, câu trả lời hiện tại vẫn là "ai giữ ý kiến người nấy".

Có độc giả sẽ thắc mắc hỏi: "Tại sao lại 'ai giữ ý kiến người nấy'? Tại sao không làm một cuộc thí nghiệm để giải quyết vấn đề có vẻ tương đối giản dị này?"

Loại câu hỏi này đã được đặt ra khá nhiều lần khi có các cuộc tranh luận đúng sai giữa các thuyết mệnh lý khác nhau. Theo kinh nghiệm của soạn giả, khi bị đặt câu hỏi thường thường hai phe chống đối nhau đều đồng ý là sự khác biệt chỉ có thể giải quyết được bằng cách chứng nghiệm. Nhưng khi vào chi tiết, chứng nghiệm như thế nào thì mọi sự đồng ý đều chấm dứt.

Sở dĩ có sự bất đồng ý về phương pháp chứng nghiệm là vì giới mệnh lý và giới khoa học có một khác biệt hết sức cơ bản. Trong khoa học, chứng nghiệm là đòi hỏi đương nhiên nên việc chứng nghiệm có phương pháp rõ rệt, với những quy luật được phát triển và đãi lọc lâu đời; các phe chống đối nhau đều hiểu điều đó. Ta có thể ví thủ tục chứng nghiệm của khoa học như một môn thể thao có luật chơi rõ rệt. Người thua dù không phục đối phương cũng vẫn bị trọng tài chiếu theo các luật chơi đã định mà loại ra khỏi đấu trường. Mệnh lý vì chưa từng đặt ra vấn đề đãi lọc một cách nghiêm chỉnh, nên chỉ bạ đâu đãi lọc đấy theo tiêu chuẩn cá nhân tùy hứng mà thôi.

Mà đã gọi là cá nhân tùy hứng thì phải trở lại vấn đề "thánh nhân" đã nói đến ở phần trên bài này. Muốn thực lòng chịu chứng nghiệm thì phải dám có thái độ hồ nghi đối với những cái mình học của người xưa. Nên còn giữ thái độ thần thánh hóa người xưa thì có chứng nghiệm chăng nữa cũng chỉ là hình thức, bởi nếu kết quả chứng nghiệm không được như ý muốn thì sẽ phải khống chế, biện hộ cho "thánh nhân", vậy thì làm sao đãi lọc cái sai được?

Cho là thoát được cửa ải "thánh nhân" (tức là chịu chấp nhận bác bỏ cái sai, ngay trường hợp đó là cái do người xưa truyền lại) thì vẫn còn một cửa ải nữa, lần này là kỹ thuật. Thủ tục đãi lọc của khoa học vốn chẳng giản dị. Ngay cả các kỹ sư được huấn luyện 4 năm ở đại học, khi làm thí nghiệm đãi lọc giả thuyết còn gặp nhiều lúng túng phải bỏ nhiều công phu tham khảo sách vở chuyên môn; nói gì đến giới mệnh lý, tối thiểu trong hiện tại đa số thiên về nhân văn hơn kỹ thuật; làm sao có thể tin là đa số có khả năng để tiến hành thủ tục đãi lọc một cách đúng đắn? *(chú 2)*.

Giải thích như trên không phải là coi thường giới nghiên cứu mệnh lý, mà là trình bày một thực trạng cần được điều chỉnh. Theo thiển ý, chỉ có cách điều chỉnh duy nhất là học hỏi nghiêm chỉnh phương pháp đãi lọc của khoa học, rồi tùy trường hợp mà áp dụng nó vào các ngành mệnh lý cho phù hợp. Soạn giả hiểu rằng chuyện này chỉ có thể xảy ra khi mệnh lý đã được chấp nhận là một khoa học, có lẽ phải vài mươi năm nữa.

Đề nghị 3: Đặt lại giá trị của mệnh lý

Trong làng mệnh lý có nhiều nhân vật, kể cả một số cao thủ, thật tâm cho rằng mệnh lý có khả năng tuyệt đối. Như trường hợp khoa tử vi chẳng hạn, một số không nhỏ người nghiên cứu cho rằng "cuộc đời được in trên lá số", tức là lá số nói tương lai ra sao thì sự thật phải diễn ra y hệt như vậy; họ bảo nếu sự thật xảy ra khác với lời đoán là vì lấy lá số sai hoặc vì 'thầy' tài nghệ còn kém mà thôi.

Sự thật là, có nhiều cặp sinh đôi cùng năm tháng ngày giờ sinh và phái tính nên có cùng lá số tử vi mà đời sống khác nhau (thành tựu khác nhau, lập gia đình khác năm, người đông con người ít con v.v…) Nhưng nếu đưa bằng cớ này ra, thì ta thường được trả lời rằng các cặp sinh đôi phải luận theo công thức khác.

Chuyện những người không có liên hệ máu mủ có đời sống khác nhau mặc dù sinh cùng năm tháng ngày giờ cùng bảo sanh viện cũng chẳng hiếm. Nếu ta đưa vấn đề này ra thì thường được bảo rằng vì ông A vẫn ở nơi sinh quán, trong khi ông B xuất ngoại nên đời sống dĩ nhiên phải khác v.v…

Tóm lược lại các luận điểm kể trên:

1. Lá số ra sao cuộc đời phải như vậy.
2. Sinh đôi cùng năm tháng ngày giờ và phái tính đời sống có thể khác.
3. Không liên hệ máu mủ, nhưng sinh cùng giờ cùng phái tính cùng địa điểm, hoàn cảnh khác nhau đời sống có thể khác.

Chỉ cần nhìn thoáng qua cũng thấy ngay là hai điểm 2 và 3 mâu thuẫn với điểm 1. Vậy mà có khá nhiều người nghiên cứu tử vi, tài tử cũng như chuyên nghiệp, tin cả 3 điểm cùng một lúc; thế mới là kỳ.

Soạn giả cho rằng đây là một loại hiện tượng 'lỗ hổng tâm lý', tức tâm lý thiếu lô gích về một mặt đặc thù nào đó. Mỗi lỗ hổng tâm lý thường phải có một nguyên ủy sâu xa. Theo thiển ý, nguyên ủy sâu xa của hiện tượng lỗ hổng tâm lý đã kể là ngay từ lúc mới học người ta đã lỡ cho mệnh lý một giá trị quá cao, nên về sau dù hoàn cảnh mâu thuẫn thế nào cũng phải biện hộ cho giá trị quá cao đó. (Loại hiện tượng tâm lý này không hiếm trong tình trường; như anh A mê cô B quá độ thì dù cô B lầm lỗi đến bao nhiêu, anh A vẫn cố tìm lý lẽ để biện hộ cho cô cho bằng được.)

Muốn vượt thắng những lỗ hổng tâm lý loại này hoặc tương tự, chỉ có một cách, đó là áp dụng luận lý khoa học.

Một khi chấp thuận luận lý khoa học là tiêu chuẩn rồi, ta sẽ thấy nhu cầu bắt buộc là phải loại ngay các trường hợp mâu thuẫn. Và trong diễn trình loại bỏ mâu thuẫn, soạn giả chắc chắn rằng một kết quả tìm được sẽ là: Mệnh lý không có tính tuyệt đối!

Có độc giả sẽ hỏi "Tại sao ông dám nói thế? Biết đâu đời này có số mệnh tuyệt đối thì sao?" Xin trả lời rằng "mệnh lý" không phải là "số mệnh" mà là ngành học nhắm mục đích diễn tả số mệnh. "Mệnh lý" và "số mệnh" khác nhau như hình vẽ quả cam và quả cam vậy. Nên chuyện có số mệnh tuyệt đối hay không chẳng dính líu gì đến tính thiếu tuyệt đối của mệnh lý.

Từ cái nhìn toán học, giả như ta diễn tả "số mệnh" bằng một hàm số S, và liệt kê ra tất cả những yếu tố có thể là biến số thì rất có thể năm tháng ngày giờ sinh là những biến số quan trọng nhất y như khoa Tử Vi đã giả sử. Nhưng vì không có quy luật nào bảo ta rằng năm tháng ngày giờ sinh là những biến số duy nhất, nên để đầy đủ ta ký hiệu hàm số S như sau:

$$S(\text{năm, tháng, ngày, giờ, } X_1, X_2, X_3, \ldots, X_n)$$

Tức là ngoài năm, tháng, ngày, giờ sinh ra, S còn lệ thuộc vào n biến số mà ta ký hiệu là X_1 đến X_n; và rất có thể thứ tự ra đời trong trường hợp sinh đôi và hoàn cảnh sống là hai trong những biến số đó *(chú 3)*.

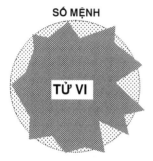

Hình 2: Số mệnh có thể là hình tròn hoàn hảo, nhưng hình tròn này đòi hỏi nhiều biến số mới diễn tả được. Tử Vi chỉ dựa trên vài biến số nên dù đạt tột đỉnh nó cũng chỉ như một hình đa giác méo mó, mô phỏng phần nào của hình tròn số mệnh mà thôi.

Điểm chính yếu là, thuyết cho rằng năm tháng ngày giờ sinh định 100% cuộc sống con người không thể đứng vững được khi so sánh với dữ kiện thực tế (anh em sinh đôi, hai người khác đời cùng lá số v.v...). Nghĩa là Tử Vi không thể đúng 100%, nên nó chỉ có giá trị xác xuất mà thôi. Mà đã công nhận tử vi chỉ có giá trị xác xuất thì phải bác bỏ ngay thuyết cho rằng đời sống con người đã được in rành rành trên lá số.

Mặc dù trên đây chỉ nói đến khoa tử vi, ta có thể lý luận y hệt cho mọi ngành mệnh lý khác. Tóm lại, một khi chấp nhận luận lý khoa học thì phải đặt lại giá trị của mệnh lý, cho nó một vị trí khiêm nhường hơn nhưng đúng đắn và hợp lý hơn *(chú 4)*.

Đề nghị 4: Chọn toán học làm ngôn ngữ của mệnh lý

Là người học mệnh lý từ sách vở, chúng ta phải nhìn nhận một thực tế là các sách giáo khoa mệnh lý thiếu tính cập nhật. Ngôn ngữ trong các sách này còn bị ám ảnh bởi cái sợ thiên nhiên, quỷ thần của người xưa nên có nhiều tính huyền học hơn là khoa học. Các phần đòi hỏi tính toán thì đa số xử dụng các phương pháp thô sơ đã lỗi thời của người xưa thay vì các phép mới mẻ hơn, tiện lợi hơn mà toán học khám phá ra sau này. Nói chung là lạc hậu, đi sau thời đại quá xa. Khuyết điểm này cần phải được tu sửa điều chỉnh thì mới mong một ngày nào đó mệnh lý có vị trí của một ngành khoa học.

Theo thiển ý, chỉ có một cách điều chỉnh hợp lý là xử dụng ngôn ngữ của khoa học, tức là diễn tả mệnh lý bằng toán học. Đây chính là ngôn ngữ mà soạn giả đã chọn lựa khi viết loại bài này cũng như các đề tài khác liên quan đến mệnh lý.

Tại sao chọn toán học làm ngôn ngữ để diễn tả mệnh lý? Thưa, vì toán học là một ngôn ngữ chính xác, và lịch sử khoa học đã chứng minh là nó hết sức hữu hiệu trong việc truyền đạt ý tưởng xuyên qua nhiều thế hệ. Nhờ toán học, người đời nay có thể đọc các sách khoa học viết từ mấy trăm, thậm chí cả ngàn năm trước mà không sợ hiểu lầm như trường hợp chúng ta đọc các sách mệnh lý cổ xưa (viết bằng chữ Hán cổ, với một số từ mà ngay người Trung Hoa thời nay cũng chẳng hiểu nghĩa gì). Hơn nữa, toán học lại là một khí cụ rất tiện lợi cho sự suy diễn khoa học, giúp ta có thể tìm ra những kết quả mới từ kiến thức cũ, điểm này lịch sử có dẫy đầy chứng minh thiết tưởng chẳng cần viết ra dài dòng làm gì.

Nhưng lựa chọn toán học thì phải tuân theo đòi hỏi chính xác của toán học. Vì đòi hỏi chính xác, toán học có quy luật trình bày riêng của nó. Khi mở một quyển giáo khoa vật lý dạy thuyết Tương Đối chẳng hạn, ta thấy cốt tủy những điều được giảng dạy là suy luận hiện đại, và nếu so sánh ta sẽ thấy khá nhiều khác biệt so với những gì Einstein đã viết ngày xưa, mặc dù Einstein là người khám phá ra thuyết tương đối. Ấy bởi vì ngay cả thuyết tương đối cũng không dừng lại với Einstein, mà đã được liên tục khai triển, mở rộng, điều chỉnh bởi các thế hệ đi sau ông để thành kiến thức cập nhật.

Đây chính là phương cách mà soạn giả đã chọn để trình bày vấn đề trong loạt bài này, tức là xử dụng lý luận cập nhật nhất, khoa học nhất, hiện đại nhất, thay vì lập lại những gì người xưa đã viết. Các độc giả đã quen với lối trình bày của các sách mệnh lý cổ có thể thấy hơi khó chịu, nhưng soạn giả tin rằng lần hồi ngay cả các độc giả này cũng thấy cái ưu điểm của lối trình bày vấn đề bằng ngôn ngữ của khoa học cập nhật. Riêng các độc giả thuộc thế hệ trẻ hoặc được huấn luyện trong môi trường kỹ thuật thì chắc chắn sẽ thấy lối trình bày này dễ hiểu hơn các sách mệnh lý cổ rất nhiều.

Dĩ nhiên đời này không có gì hoàn hảo. Ngôn ngữ của khoa học có ưu điểm là chính xác, dễ truyền đạt kiến thức kỹ thuật một cách hoàn hảo; nhưng nó cũng là một ngôn ngữ rất nhàm chán so với tiêu chuẩn thường ngày của chúng ta. Khi bài này được viết, quyển "Tử Vi Hoàn Toàn Khoa Học" tập 1 đã ra đời được hơn nửa năm. Một số phản ứng của một số độc giả có thể tóm gọn vào các tĩnh từ "khô khan, nhạt nhẽo". Điều này dễ hiểu, vì sách ấy viết bằng ngôn ngữ khoa học. Cần thêm rằng đây là một sự lựa chọn cố ý của soạn giả để đặt một nền móng khoa học cho khoa Tử Vi, với sự hiểu biết rằng khoa học chẳng phải là chỗ dụng võ của thi phú, văn chương.

San José ngày 2 tháng 9, 2005
Đằng Sơn

CHÚ THÍCH

(1) Đây chính là diễn trình dẫn đến hai thuyết tương đối của Einstein cũng như thuyết vật lý lượng tử. Trước khi có hai thuyết tương đối của Einstein, các khoa học gia đã có một số kết quả thí nghiệm không giải thích được bằng vật lý Newton. Trước khi có vật lý lượng tử, các khoa học gia đã có một số kết quả thí nghiệm không thể giải thích được bằng vật lý cổ điển.

(2) Xét cách đãi lọc mà ta hay thấy trong làng Tử Vi chẳng hạn. Ông thầy tin cách X là "đại phú", gặp khách hàng có cách X mà không giàu sụ ông vẫn có vài cách biện hộ, như "chắc là giờ lấy sai" hoặc "đây là ngoại lệ hiếm hoi vì…" v.v… Kết quả là với ông thầy, cách X vẫn là cách "đại phú"; tức là tưởng đãi lọc mà chẳng có đãi lọc gì cả.

(3) Nhiều trường phái Tử Vi cho rằng hoàn cảnh đã nằm trong lá số, tức là hoàn cảnh đã bao hàm trong năm tháng ngày giờ sinh; nhưng đây chỉ là một niềm tin, và là một niềm tin đi ngược lại thực tế. Sở dĩ dám nói thế vì chỉ cần xét hồ sơ của bất cứ nhà bảo sanh nào, từ cỡ trung trở lên, chúng ta có thể chứng thực là có rất nhiều trường hợp sinh cùng năm tháng ngày giờ mà hoàn cảnh hoàn toàn khác nhau.

(4) Sau khi đã nhìn nhận rằng mỗi một khoa mệnh lý đều có giới hạn của riêng nó, câu hỏi tự nhiên là "Có thể cải tiến độ chính xác của việc đoán mệnh bằng cách phối hợp kết quả của nhiều khoa mệnh lý khác nhau hay không?" Câu trả lời, tối thiểu trên lý thuyết là "Được!" Nhưng muốn phối hợp hiệu quả thì phải phối hợp một cách có phương pháp, mà đã bàn đến phương pháp thì đương nhiên phải nói đến phương pháp khoa học.

Chương 4

Vài tương tự và bất đồng kỳ diệu giữa hai ngành lý số đông tây

LỜI ĐẦU: Để bắt đầu việc khảo sát "mệnh lý hoàn toàn khoa học" một cách nhẹ nhàng, thích hợp với độc giả mọi trình độ, xin giới thiệu lại một bài đã đăng năm 1993 và đã được sửa chữa lại để phản ảnh những suy nghĩ mới của soạn giả. Bài này xử dụng một số thuật ngữ như thiếu âm, thiếu dương, thái âm, thái dương, hậu thiên bát quái vân vân... mà không giải thích rõ ràng, nhưng xin các độc giả chưa quen thuộc với mệnh lý đừng lo ngại, vì tất cả các thuật ngữ này sẽ lần lượt được luận rõ trong loạt bài này.

Mặc dù có nhiều tính khảo sát hơn là nghiên cứu, bài này chứa đựng hai kết quả hết sức quan trọng về mặt khoa học: Một là, tại sao thuyết tứ nguyên tố không thể dung nạp liên hệ một chiều; hai là, tại sao khoa chiêm tinh tây phương không thể đoán được số mệnh con người.

Những vấn đề được giải đáp trong bài này

1. Tại sao địa bàn thập nhị chi (đông phương) và tinh bàn (tây phương) cùng có 12 cung?

2. Tam hợp và xung chiếu có phải là đặc thù của lý số đông phương không?

3. Hai thuyết ngũ hành (đông phương) và tứ nguyên tố (tây phương) có liên hệ thế nào?

4. Tại sao ngũ hành dùng lý sinh-khắc, tứ nguyên tố dùng lý hợp-xung?

5. Tại sao khoa chiêm tinh tây phương không thể tiên đoán vận mệnh con người.

6. Tại sao thuyết ngũ hành không thể thay thế thuyết tứ nguyên tố?

Đặc thù của Á Đông: Âm dương và ngũ hành

Tinh hoa mệnh lý đông phương có thể quy về hai thuyết chính: Âm dương và ngũ hành, thường được phối hợp khi áp dụng vào việc đoán số mệnh, tạo thành thuyết âm dương ngũ hành *(chú 1)*.

"Âm dương" chỉ là tên gọi cho dễ nhớ. Thuyết âm dương dựa vào giả thuyết là vạn vật bắt đầu bằng vô cực, tức là không có gì cả. Vô cực vì một lý do nào đó mất quân bình, dẫn đến diễn trình phân hóa như sau: Vô cực sinh thái cực, thái cực sinh lưỡng nghi, lưỡng nghi sinh tứ tượng, tứ tượng sinh bát quái, bát quái sinh vạn vật.

Biểu tượng của vô cực là một vòng tròn hoàn toàn trống rỗng.

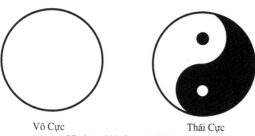

Vô Cực   Thái Cực
Hình 1: Vô Cực và Thái Cực

Biểu tượng của thái cực là một vòng tròn chứa hai vùng đen trắng, trong vùng trắng có một chấm đen, trong vùng đen có một chấm trắng. Vùng đen là trạng thái tiền sinh của âm, vùng trắng là trạng thái tiền sinh của dương, chấm đen là trạng thái tiền sinh của thiếu âm, chấm trắng là trạng thái tiền sinh của thiếu dương. Đường cong biểu tượng trạng thái còn hỗn độn của âm dương, chấm đen trong vùng trắng biểu tượng trong dương đã chứa sẵn âm, chấm trắng trong vùng đen biểu tượng trong âm đã chứa sẵn dương.

Lưỡng nghi là âm dương đã thành hình, dương biểu tượng là một vạch liền, âm biểu tượng là một vạch đứt đoạn ở giữa.

Dương   Âm

Hình 2: Lưỡng Nghi

Tứ tượng biểu tượng bằng hai vạch xếp chồng lên nhau: Hai dương là thái dương, hai âm là thái âm, dương dưới âm trên là thiếu dương, âm dưới dương trên là thiếu âm, tổng cộng là 2×2 = 4 trường hợp.

Về thứ tự của Thiếu Âm và Thiếu Dương, có hai thuyết ngược nhau. *(Trong một bài khác sau này soạn giả sẽ chứng minh tại sao trên lý thuyết trường sở thì cách an bài trong hình 3 mới đúng. Nhưng vì thứ tự của tứ tượng hiện chưa có ứng dụng thực tế nào cả, nên theo hình 3 hoặc ngược lại không có ảnh hưởng quan trọng.)*

Thái Dương   Thiếu Âm   Thái Âm   Thiếu Dương

Hình 3: Tứ Tượng (theo sách này)

Bắt đầu bằng tứ tượng, thêm một vạch nữa (hai trường hợp âm dương), tức là tổng cộng 3 vạch, ta có 2×2×2= 8 quái, theo thứ tự hậu thiên là Càn, Khảm, Cấn, Chấn, Tốn, Li, Khôn, Đoài.

Chồng mỗi lần hai quái lên nhau ta có tổng cộng (2×2×2) × (2×2×2) = 8×8 = 64 trường hợp, gọi là 64 quẻ dịch. Mỗi quẻ dịch như vậy có 3×2 = 6 vạch âm hoặc dương, gọi là 6 hào. Nối kết ý nghĩa của các hào, các quẻ với những biến chuyển, trì trệ trong thiên hạ, hiện tại hoặc tương lai, là một mục đích của môn mệnh lý gọi là dịch lý.

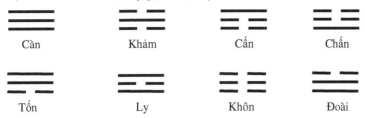

Càn   Khảm   Cấn   Chấn

Tốn   Ly   Khôn   Đoài

Hình 4: Bát quái (xếp theo thứ tự hậu thiên)

Những điều viết trên đây chỉ là để chia sẻ vài điểm căn bản với độc giả, vì tây phương không có môn mệnh lý nào tương tự dịch lý để chúng ta làm công việc so sánh.

Nhưng thuyết ngũ hành thì khác. Nó có đồng bạn thân thiết là thuyết tứ nguyên tố của tây phương.

Ngũ hành, tứ nguyên tố, và thập nhị cung

Ngũ hành là 5 hành kim mộc thủy hỏa thổ. Theo thuyết ngũ hành, tất cả vạn vật trong vũ trụ đều có thể coi là có tính chất -hoặc đơn thuần, hoặc phối hợp- của 5 hành nói trên.

Tương tự, theo thuyết tứ nguyên tố, vạn vật trong vũ trụ đều mang tính chất -hoặc đơn thuần, hoặc tổng hợp- của 4 yếu tố đất, nước, gió, lửa *(chú 2)*.

Vì con người là một phần của vũ trụ, theo thuyết ngũ hành mỗi cá nhân trong tập thể nhân loại là một kết hợp khác nhau của kim, mộc, thủy, hỏa thổ. Thuyết tứ nguyên tố cũng lập luận tương tự, với 4 yếu tố là đất nước gió, lửa.

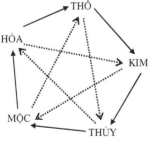

Hình 5: Vòng sinh khắc của ngũ hành (ngoài là vòng sinh, trong là vòng khắc)

Mấu chốt của ngũ hành là chu kỳ sinh khắc. Chu kỳ sinh là: Thổ sinh kim, kim sinh thủy, thủy sinh mộc, mộc sinh hỏa, hỏa sinh thổ. Chu kỳ khắc là: Thổ khắc thủy, thủy khắc hỏa, hỏa khắc kim, kim khắc mộc, mộc khắc thổ. Lấy thủy làm thí dụ. Thủy sinh mộc, khắc hỏa, được kim sinh, bị thổ khắc. Sinh mộc nên làm lợi cho mộc, làm lợi cho mộc thì mình có thể bị tốn lực, nhưng có sự tự nguyện nên không kể là xấu. Khắc hỏa nên nếu đối địch thì thắng hỏa, nếu hai bên thân nhau thì gây hại cho hỏa, mà không chắc có lợi cho mình. Được kim sinh nên hễ gặp kim dễ có lợi. Bị thổ khắc nên gặp thổ là phải chịu phần thua kém, thất bại.

Khá tương tự với mấu chốt sinh khắc của ngũ hành, mấu chốt của tứ nguyên tố là hợp xung, như sau: Nước và đất hợp nhau, xung với lửa và gió; ngược lại lửa và gió hợp nhau, xung với đất và nước. Hợp nhau thì tốt, xung nhau thì không tốt.

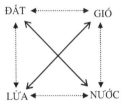

Hình 6: Tính hợp xung của tứ nguyên tố
(đường chéo là hợp, vòng ngoài là xung)

(Tại sao ngũ hành thì sinh khắc mà tứ nguyên tố lại hợp xung? Đây là một vấn đề hết sức kỳ thú, sẽ được giải đáp ở cuối bài này.)

Như vậy có thể nói ngũ hành và tứ nguyên tố là những quy tắc giúp con người hiểu mối tương quan xấu tốt khi có sự phối hợp giữa hai hoặc nhiều đối tượng. Những đối tượng ấy được đông phương biểu thị bằng một biểu đồ 12 cung, gọi là 12 cung địa bàn; theo lần lượt Tý, Sửu, Dần, Mão, Thìn, Tỵ, Ngọ, Mùi, Thân, Dậu, Tuất, và Hợi.

Kỳ diệu làm sao, tây phương cũng có 12 cung. Điểm khác là tên của các cung này được đặt theo vị trí thiên văn của 12 chùm sao có thật. Viết theo Anh ngữ 12 chùm sao này theo thứ tự là Aries (Dương Cưu), Taurus (Kim Ngưu), Gemini (Song Nam), Cancer (Bắc Giải), Leo (Hải Sư), Virgo (Xử Nữ), Libra (Thiên Xứng), Scorpio (Hổ Cáp), Sagittarius (Nhân Mã), Capricorn (Miên Dương), Aquarius (Bảo Bình), và Pisces (Song Ngư).

Ta sẽ gọi bản đồ vẽ 12 cung tây phương là tinh bàn, để phân biệt với địa bàn của đông phương.

Qua những điều vừa trình bày về ngũ hành, tứ nguyên tố, và thập nhị cung, rõ ràng thuyết ngũ hành của đông phương và thuyết tứ nguyên tố của tây phương có rất nhiều điểm tương tự như nhau.

Tính tuần hoàn: Nền tảng chung của ngũ hành và tứ nguyên tố?

Một nền tảng của mệnh lý đông phương là tính tuần hoàn của vạn vật nói chung, và của 5 hành khí nói riêng. Như sẽ giải thích trong bài "địa bàn", diễn trình tuần hoàn của ngũ hành được diễn tả bằng 12 giai đoạn:

1-Trường sinh (sinh ra)

2-Mộc dục (còn yếu đuối, ví như đứa bé cần tắm rửa)

3-Quan đới (đã phát triển phần nào, ví như đứa bé đã đến tuổi biết đội mũ)

4-Lâm quan (đã phát triển mạnh, ví như người thành tài ra làm quan)

5-Đế vượng (phát triển tột bực, ví như đã đủ sức phò vua)

6-Suy (đã yếu, ví như cơ thể suy nhược)

7-Bệnh (yếu hơn nữa, ví như cơ thể bệnh hoạn)

8-Tử (tận kiệt, ví như người chết)

9-Mộ (trở về chốn thâu tàng, ví như xác chết đã chôn xuống đất, trở về cát bụi)

10-Tuyệt (tinh hoa mất hẳn)

11-Thai (bắt đầu kết tinh, ví như bào thai vừa được tạo ra trong bụng mẹ)

12-Dưỡng (chờ thành hình, ví như bào thai được nuôi dưỡng trong bụng mẹ, chờ lúc được sinh ra)

Rồi chu kỳ lại liên tục với Trường sinh, mộc dục, quan đới, lâm quan v.v... cứ thế tiếp mãi không ngừng.

Trong 12 giai đoạn của chu kỳ, có ba giai đoạn mà hành khí biến đổi nhiều nhất -nói theo danh từ toán học là đạo hàm của đường biểu diễn hành khí có điểm cực đại hoặc cực tiểu- là trường sinh, đế vượng, và mộ; gọi tắt là sinh vượng mộ. Theo quan điểm mệnh lý đông phương, nơi biến đổi nhiều nhất là nơi quan trọng nhất. Sinh vượng mộ do đó là ba giai đoạn chính yếu đại diện cho hành khí, các giai đoạn khác chỉ là chuyển tiếp, phụ thuộc.

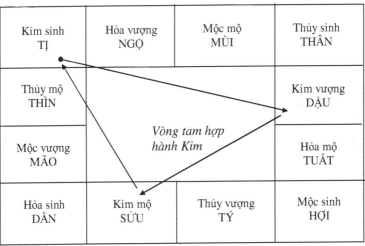

Hình 7: Địa bàn gồm 4 nhóm tam hợp
đại diện 4 hành Kim Mộc Thủy Hỏa

Trên địa bàn (đông phương) cung sinh của bốn hành kim, thủy, mộc, hỏa là tỵ, thân, hợi, tý. Đi thuận chiều đồng hồ cho hành kim ta có: Trường sinh (tỵ), mộc dục (ngọ), quan đới (mùi), lâm quan (thân), đế vượng (dậu), suy (tuất), bệnh (hợi), tử (tý), mộ (sửu), tuyệt (dần), thai (mão), dưỡng (thìn). Như vậy ba cung sinh vượng mộ của hành kim là tỵ, dậu, sửu. Tương tự 3 cung sinh vượng mộ của hành thủy là thân tý thìn, của hành mộc là hợi mão mùi, của hành hỏa là dần ngọ tuất *(chú 3)*. Các cặp ba tỵ dậu sửu, thân tý thìn, hợi mão mùi, dần ngọ tuất vì cùng mang một hành nên hợp nhau, gọi là tam hợp *(chú 4, 5)*.

Chú ý rằng phép tính vòng trường sinh chỉ dùng 4 hành Kim Mộc Thủy Hỏa, còn hành Thổ phải thêm vào sau bằng lý luận khác. Ta sẽ trở lại vấn đề khá phức tạp này sau.

Theo thuyết tứ nguyên tố, bốn nguyên tố đất nước gió lửa cũng có ba trạng thái, gọi là Cardinal, Fixed, và Mutable. Để dễ so sánh, ta đặt cung đầu tiên (Aries) ở góc dưới bên phải (xem hình 8).

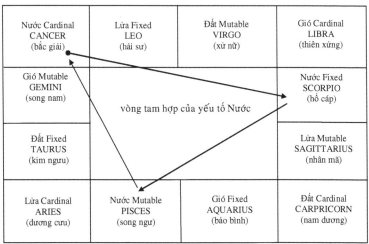

Hình 8: Tinh bàn gồm 4 nhóm tam hợp
đại diện 4 yếu tố Đất Nước Gió Lửa

Các cung cùng yếu tố cũng được coi là hợp với nhau. Nên Aries, Leo, Sagittarius hợp nhau vì cùng là lửa; Cancer, Scorpio, Pisces hợp nhau vì cùng là nước; Libra, Aquarius, Gemini hợp nhau vì cùng là gió; Capricorn, Taurus, Virgo hợp nhau vì cùng là đất.

Hẳn các độc giả tinh ý đã thấy rõ sự cấu tạo thành từng cặp ba như vậy hoàn toàn y hệt cấu tạo tam hợp của mệnh lý Á đông.

Trong ba trạng thái, Cardinal được coi là mang nhiều yếu tính của nguyên tố hơn cả, Fixed cố định hơn cả, và Mutable dễ thay đổi hơn cả. Dĩ nhiên cách thể hiện và cường độ mạnh yếu của những tính chất vừa kể cũng tùy nguyên tố mà rất khác nhau.

Làm một cuộc so sánh chớp nhoáng, ta thấy Cardinal, Fixed, Mutable chính là Sinh, Vượng, Mộ! Cardinal mới ra đời nên phô bày sức sống nguyên thủy của Sinh, Fixed đã đạt mức chín mùi ổn định của Vượng, và Mutable biến đổi bất thường chính là biểu hiệu của tàn khí ở nơi mộ địa. Tính chất Sinh Vượng Mộ của Cardinal, Fixed, và Mutable càng rõ ràng hơn nữa khi ta xét từng nguyên tố.

LỬA: Giống nhau ở tham vọng, muốn việc chóng thành. Đặc tính của Aries (Cardinal) là tiền phong, liều lĩnh, nhiều năng lực nhưng hay đổi mục tiêu, ví như ngọn lửa mới, xông xáo, luôn luôn tìm chỗ để lan rộng ra; của Leo (Fixed) là nhất chí tham vọng, thích sự kính nể, ví như ngọn lửa đã cháy lớn đến mức ổn định, cố duy trì uy lực của mình; của Sagittarius (Mutable) là mơ ước cao vời nhưng bất định, ví như ngọn lửa còn nóng nhưng sắp tàn rụi, thỉnh thoảng cháy bùng lên rồi lại âm ỉ xuống.

NƯỚC: Giống nhau ở tính lãng mạn. Đặc tính của Cancer (Cardinal) là bề ngoài cứng cỏi nhưng bên trong yếu đuối, ví như nước mới rời nguồn, bắn tung mạnh mẽ nhưng rốt cuộc vẫn phải tìm một nơi chốn bình yên phù hợp hơn với bản chất của mình; của Scorpio (Fixed) là bề mặt bình thường mà bên trong tiềm tàng sự tàn nhẫn, ví như nước đã ổn định ở sông dài hồ lớn, hiền hòa yên tĩnh mà nguy hiểm khó lường; của Pisces (Mutable) là dịu dàng mà hay thay đổi, ví như dòng nước yếu mùa hè dưới con rạch nhỏ đầy sỏi đá, tùy địa thế, hoàn cảnh mà đổi hướng để tiếp tục luân lưu.

ĐẤT: Giống nhau ở tính thực tế. Đặc tính của Carpricorn (Cardinal) là vừa thực tế vừa tham vọng, ví như đất phù sa muốn trở thành rắn chắc nhưng đồng thời vẫn xâm lấn, phát triển; của Taurus (Fixed) là quý trọng và nỗ lực đạt những giá trị trong tầm tay với, không phiêu lưu mạo hiểm, ví như đất đã thành vùng cố định; của Virgo (Mutable) là thực tế, nhưng vẫn mở cửa cho những cuộc phiêu lưu kỳ thú hiếm hoi, ví như đất ở nơi có nền tảng không vững, tuy rắn chắc mà có thể dời đổi, sụp lở bất cứ lúc nào.

GIÓ: Giống nhau ở tính hời hợt, không xem việc gì là quá quan trọng. Đặc tính của Libra (Cardinal) là phân vân bất định, ví như gió mới thành hình chưa biết nên thổi hướng nào cho đúng; của Aquarius (Fixed) là tư tưởng ý nghĩ khác lạ, muốn đổi thay hoàn cảnh chung quanh, nhưng ít khi thực hiện lý tưởng theo đuổi và rốt cuộc thường chọn đời sống hết sức cá nhân, ví như gió đã thành luồng, có khả năng uốn lách nhanh nhẹn, vượt bay ra trước, nhưng ít khi thành bão để đủ sức tạo thay đổi, chỉ tìm được vui thú cho mình; của Gemini (Mutable) là ý muốn thay đổi bất thường, ví như gió đến chỗ kẹt, phải phân tán thành nhiều luồng khác biệt.

37

Tóm lại, từ ngũ hành và tứ nguyên tố đã có nhiều điểm tương tự, đến thập nhị cung và tam hợp hành thì đông phương và tây phương gần như giống hệt nhau.

Địa bàn và tinh bàn: Tình cờ cùng có 12 cung!

Địa bàn (đông phương) và tinh bàn (tây phương) đều có 12 cung, và đều có 4 nhóm tam hợp. Tinh bàn lại được tin là có trước nên rất dễ tưởng rằng Á đông đã lấy 12 cung hoàng đạo của tinh bàn rồi đổi lại thành thập nhị chi của địa bàn.

Nhưng những nhà nghiên cứu gần đây đã đào được một số cổ vật thuộc đời nhà Thương (1500 đến 1300 trước tây lịch) trên có dấu tích cho thấy thời ấy đã có thập nhị chi (Tý Sửu Dần Mão Thìn Tỵ Ngọ Mùi Thân Dậu Tuất Hợi) và thập thiên can (Giáp Ất Bính Đinh Mậu Kỷ Canh Tân Nhâm Quý), hợp thành lục thập hoa giáp (Giáp Tý, Ất Sửu v.v...). Cũng theo chứng cớ của khoa cổ học, khoảng thời gian đó chưa có sự giao lưu giữa đông tây, nên có thể tin thập nhị chi là một phát kiến độc lập của người Á đông, và sự trùng hợp với 12 cung tây phương chỉ kết quả của một tình cờ tự nhiên.

Chọn vòng tròn để làm tinh bàn và địa bàn là hiện tượng tự nhiên vì cả hai đều biểu diễn phương hướng. Khi đã chọn vòng tròn rồi thì sẽ suy ra tổng số phương phải là bội số của 6 để thỏa hai đòi hỏi tương đương là xung chiếu và tam hợp (xin xem thêm bài "địa bàn"). Ngoài ra khi đạt đến văn minh nông nghiệp con người phải chú ý đến sự vận hành của mặt trăng, nên 12 cung cũng là một lựa chọn tự nhiên vì 12 vừa là bội số của 6 vừa là số lần trăng tròn mỗi năm.

(Soạn giả có giả thuyết rằng thuyết tứ nguyên tố của chiêm tinh tây phương là một kết quả đến sau, được suy ra từ 12 cung và đòi hỏi tam hợp. Tứ nguyên tố là giải đáp ổn thỏa vì 12 chia cho 3 vừa tròn được 4. Đòi hỏi xung chiếu được thỏa bằng cách cho các cung xung chiếu là "hợp" với nhau.)

Ngũ hành được phát triển dựa trên tứ nguyên tố

Lý số đông phương bắt đầu từ truyền thuyết Hà Đồ, theo đó vua Phục Hy dựa theo biểu đồ có in trên người con long mã trồi từ sông lên mà đặt ra mệnh lý. Đã gọi là truyền thuyết thì không thể biết thời gian đích xác, nhưng sử Trung Hoa đã bắt đầu có chi tiết từ thế kỷ 27 trước tây lịch, cộng thêm một số đời vua trước đó, ta có thể đoán đại khái thời điểm của Hà Đồ (bất luận có thật là dấu tích trên người long mã hay không) trễ lắm cũng phải là khoảng ba ngàn năm trước Tây lịch.

Vắn tắt, Hà Đồ gồm 5 cặp số: (1,6), (2,7), (3,8), (4,9), (5,10). (Theo truyền thuyết, các số lẻ 1,3,5,7,9 được biểu hiện trên người con long mã bằng những chấm nhạt, trong khi các số chẵn 2,4,6,8,10 bằng những chấm đậm. Đậm được gọi là âm, nhạt được gọi là dương, khái niệm âm dương ra đời từ đó).

Cần nhấn mạnh là Hà Đồ có đủ 10 số từ 1 đến 10. Mười số này là khởi điểm gợi ý dẫn đến thuyết ngũ hành (xem bài "nền tảng khoa học của ngũ hành và tứ nguyên tố").

Phải chờ thêm hơn một ngàn năm nữa, đến đời Hán thuyết ngũ hành mới thành hình rồi được phát triển để có đầy đủ tính chất sinh khắc như ta thấy ngày hôm nay. Khi ngũ hành ra đời, tứ nguyên tố đã đạt mức cực thịnh ở Trung Đông, truyền sang tận Ấn Độ là nơi Phật giáo phát nguồn.

Ta vẫn có quyền tin ngũ hành và tứ nguyên tố là hai thuyết hoàn toàn độc lập, nhưng những tương tự quá gần gũi khiến nhiều học giả (kể cả học giả Trung Hoa) đồng ý với giả thuyết sau:

1. Thuyết ngũ hành được gợi ý từ những thuyết dựa trên hệ thống thập phân (dựa trên số 10) đã được người Trung Hoa xử dụng từ thời cổ đại.

2. Thuyết ngũ hành được hoàn thành do sự thái dụng thuyết tứ nguyên tố của mệnh lý Tây Phương *(chú 7)*.

Gọi là thái dụng vì ngũ hành mặc dù tương tự tứ nguyên tố, nhưng vẫn có những khác biệt hết sức quan trọng. Nếu không phân giải kỹ lưỡng mà vội vàng phối hợp hai thuyết thì rất khó lòng tránh khỏi sai lầm.

Chẳng hạn một người sinh giữa tháng 2 dương lịch (Aquarius), âm lịch nhằm đầu tháng 1 (tức tháng Dần). Theo mệnh lý Tây Phương, ta kết luận người ấy hợp với những người sinh giữa tháng 8 (Leo) vì Aquarius là gió hợp với Leo là lửa. (Cần mở một dấu ngoặc là tuổi Aquarius vẫn hợp nhất với hai tuổi Libra và Gemini vì cùng là gió, sự thích hợp với Leo ở mức thấp hơn). Đối chiếu âm lịch ta thấy tuổi Leo ấy năm ấy ứng với tháng 7 âm lịch, tức là tháng Thân. Nhìn địa bàn ta sẽ ngạc nhiên thấy rằng Dần Thân không sinh cho nhau, mà còn khắc nhau nữa!

Lý do có sự mâu thuẫn ấy là ngũ hành dựa trên 5 yếu tố, trong khi tứ nguyên tố chỉ dựa trên 4, nên không thể lấy kết quả của ngũ hành áp dụng thẳng vào những trường hợp có vẻ tương tự của tứ nguyên tố, hoặc ngược lại. Một thí dụ sẽ cho ta thấy rõ ngay. Cả hai hệ thống thập phân (dựa trên số 10) và nhị phân (binary, dựa trên số 2) đều có số 100. Nhưng trong hệ thống thập phân 100 là một trăm, mà trong hệ thống nhị phân 100 chỉ là bốn, tức một phần hai mươi lăm của một trăm, khác hẳn!

Nhưng nếu quả ngũ hành là kết quả thái dụng của tứ nguyên tố, thì tại sao các nhà mệnh lý Á Đông không bắt đầu bằng thuyết tứ nguyên tố có sẵn rồi phát triển thêm ra mà cực nhọc với ngũ hành làm gì? Phải chăng chỉ là tự ái hoặc mặc cảm của kẻ theo sau người khác, người có 4 thì mình phải làm 5? Soạn giả cho rằng không phải như thế.

Trước khi tứ nguyên tố được truyền sang từ trung đông, Á đông đã có sẵn hệ thống ngũ hành sơ khai, thí dụ hiển nhiên là trong quyển sách y học cổ "hoàng đế nội kinh" đã có nói đến ngũ vị. Hẳn các nhà lý số Á đông thời ấy đã nhìn thấy tứ nguyên tố có cái hay ứng dụng được, nhưng đồng thời có cái dở phải tránh. Thế nên họ không bỏ ngũ hành, mà chỉ thái dụng tinh hoa của tứ nguyên tố để thuyết ngũ hành tiến bộ hơn lên.

Nhưng vì đời vốn không hoàn hảo, nên thái dụng được tinh hoa không có nghĩa ngũ hành đã hơn tứ nguyên tố về mọi phương diện, như quý độc giả sẽ thấy sau đây.

Tính hợp xung của tứ nguyên tố là tất yếu khoa học

Chúng ta hãy bắt đầu với thuyết tứ nguyên tố bằng cách chấp nhận rằng 4 nguyên tố đất nước gió lửa đều ngang bằng nhau. Đây là nguyên lý bình đẳng, một nguyên lý tự nhiên nên dễ dàng chấp nhận như một tiền đề, nhưng không thể chứng minh được.

Khi các nguyên tố phối hợp, ta có những tương quan như sau:
-Đồng dạng (thí dụ A và A)
-Hợp (phối hợp thuận lợi, không trở ngại)
-Xung (phối hợp gặp trở ngại)
-Sinh (A sinh B là A làm lợi cho B)
-Khắc (C khắc D thì C thắng D)

Ta có hai nhận xét: Thứ nhất hợp-xung, sinh-khắc là những cặp đôi; không thể nào có hợp mà không có xung; không thể nào có sinh mà không có khắc; ngược lại cũng thế. Thứ hai hợp-xung là tương quan 2 chiều (A hợp B thì B cũng hợp A), sinh-khắc là tương quan 1 chiều (C khắc D thì D bị khắc, chứ không thể nào khắc C được).

Tạm gọi 4 nguyên tố là A, B, C, D và đặt ở bốn góc một hình vuông. Hãy giả thử A sinh B, vì nguyên lý bình đẳng ta bắt buộc phải có B sinh C, C sinh D, D sinh A.

Vì đã có sinh phải có khắc. Chỉ còn hai cặp A-C, B-D. Giả sử A khắc C, ta có kết quả:
-C sinh 1 (D), được 1 sinh (B), bị 1 khắc (A)
-A sinh 1 (B), được 1 sinh (D), khắc 1 (C)

Hiển nhiên lối xếp đặt này đã phạm nguyên lý bình đẳng. Tương tự, tất cả mọi lối xếp sinh-khắc khác cũng phạm nguyên lý bình đẳng (độc giả có thể sắp xếp những lối khác để thấy kết quả).

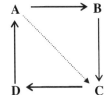

Hình 9a: Chiều khắc giả định của tứ nguyên tố (đường chéo) phạm nguyên lý bình đẳng vì A chỉ khắc người, C chỉ bị người khắc.

Như vậy với tứ nguyên tố không thể có tương quan sinh-khắc, chỉ còn lại tương quan hợp xung. Hai cách sắp xếp sau đây đều thỏa mọi đòi hỏi đã đặt ra:

Cách 1: A hợp B hợp D, xung C; B hợp A hợp C, xung D v.v...

Cách 2: A xung B xung D, hợp A; B xung A xung C, hợp C v.v...

Theo cách 1 ta có A và C có điểm giống nhau (cùng hợp với B và D) nhưng lại xung nhau.

Theo cách 2 ta có A và C có điểm giống nhau (cùng xung với B và D) và hợp với nhau.

Xét tận lẽ thì cả hai cách đều có thể xảy ra, nhưng hiển nhiên cách 2 hợp lý hơn cách 1. Vì chỉ có thể chọn một trong hai cách, ta phải chọn cách 2.

CÁCH 1   CÁCH 2

Hình 9b: Hai cách xếp hợp xung cùng thỏa nguyên lý bình đẳng

Trên tinh bàn theo thứ tự khởi từ Aries ta tách 12 tuổi thành 3 nhóm tùy theo đặc tính Cardinal, Fixed, và Mutable.

Nhóm Cardinal bắt đầu bằng lửa (Aries), kế tiếp là nước (Cancer), rồi gió (Libra) và đất (Carpricorn).

Nhóm Fixed bắt đầu bằng đất (Taurus), kế tiếp là lửa (Leo), rồi đến nước (Scorpio) và gió (Aquarius).

Nhóm Mutable bắt đầu bằng gió (Gemini), kế tiếp là đất (Virgo), rồi đến lửa (Saggitarius) và nước (Pisces).

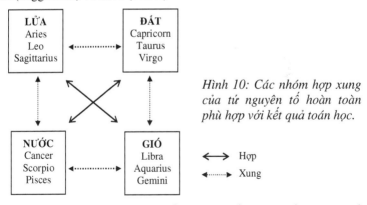

Hình 10: Các nhóm hợp xung của tứ nguyên tố hoàn toàn phù hợp với kết quả toán học.

Ta nhận xét rằng cả ba nhóm đều có tính tuần hoàn giống nhau. Nếu bắt đầu bằng Lửa thứ tự sẽ là Lửa Nước Gió Đất. Thay Lửa = A, Nước = B,

Gió = C, Đất = D, cách 2 kể trên cho ta kết quả là Lửa Gió hợp nhau, Đất Nước hợp nhau, và Lửa Gió cùng xung với Đất Nước. Vì đặc tính tuần hoàn đã định, chọn một trong ba nguyên tố còn lại cũng cho kết quả y hệt.

So sánh với kết quả của khoa chiêm tinh tây phương ta quả nhiên thấy lửa (Aries, Leo, Saggitarius) hợp với gió (Libra, Aquarius, Gemini); đất (Carpricorn, Taurus, Virgo) hợp với nước (Cancer, Scorpio, Pisces), và lửa gió xung với đất nước.

Ngũ hành: Bỏ hợp-xung, lựa sinh-khắc

Nay hãy bàn về ngũ hành. Với 5 hành vẫn chưa đủ chỗ để có mặt cả 4 tương quan hợp-xung, sinh-khắc; chỉ có thể lựa hoặc hợp-xung, hoặc sinh-khắc. Nếu lựa hợp-xung, có 2 cách sắp xếp cùng thỏa nguyên lý bình đẳng:

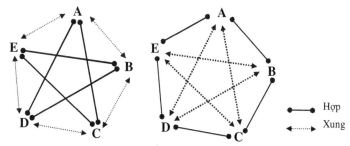

Hình 11: Hai cách xếp hợp xung cho ngũ hành
(cùng thỏa nguyên lý bình đẳng)

Các độc giả tinh ý sẽ nhận ra rằng hai cách xếp này thực ra chỉ là một (đổi ký hiệu thì xung sẽ thành hợp, hợp thành xung). Xét thêm tương quan đồng dạng, mỗi hành sẽ kể như có ba hợp, hai xung, không được quân bằng như thuyết tứ nguyên tố gồm hai hợp, hai xung.

Như vậy nếu chọn lựa hợp xung thì ngũ hành chưa chắc đã là một sự cải tiến so với tứ nguyên tố. Hẳn các nhà tiền phong của thuyết ngũ hành đã thấy điều đó nên thay vì hợp-xung đã chọn sinh-khắc làm nền tảng.

Tứ nguyên tố không thể tiên đoán tương lai

Quan trọng hơn nữa có lẽ các nhà lý số tiền phong Á đông đã nhìn ra một khuyết điểm vô cùng to lớn sau đây của thuyết tứ nguyên tố.

Muốn đoán vận mạng phải có yếu tố để xác quyết kết quả. Nếu phối hợp thân thiện phải biết ai lợi ai thất, kình địch gặp mặt phải biết ai thắng ai thua. Tứ nguyên tố cho biết hợp xung, nhưng hợp chưa chắc là lợi (gặp nhiều người hợp tính chưa chắc cuộc đời đã khá), xung chưa chắc là hại (gặp nhiều kẻ xung có khi lại chiến thắng tất cả, tạo nên sự nghiệp hiển hách).

Cách đoán vận mạng của tứ nguyên tố là xét sự chuyển động của các thiên thể từ cung này sang cung khác (mỗi cung ứng với một vị trí của trái đất trong vũ trụ). Vì hai cung kế tiếp trên tinh bàn luôn luôn xung nhau, mỗi lần đổi cung là một lần tương quan xung-hợp hoàn toàn thay đổi. Đang từ xung đổi sang hợp thì đoán là "có thể sẽ tốt", đang từ hợp đổi sang xung thì "có thể sẽ xấu". Nhiều thiên thể đổi từ xung sang hợp thì "rất nhiều dấu hiệu cho thấy sẽ có thay đổi tốt", tùy tính chất của hành tinh chuyển cung mà đoán là thay đổi tốt về việc gì, trường hợp "thay đổi xấu" cũng tương tự.

Hợp xung chỉ là yếu tố phụ thuộc trong việc quyết định thành bại, nên không có gì đáng ngạc nhiên là chiêm tinh học tây phương đã không đạt thành công đáng kể nào trong việc tiên đoán vận mạng con người.

Đây chính là lý do khiến mọi lời tiên đoán thành thật của mệnh lý tây phương đều có tính chất mài mại như những lời khuyên vô thưởng vô phạt, nếu xác quyết mà đúng thì cũng chỉ là vì người đoán tình cờ có giác quan thứ sáu.

Ngắn gọn, mọi khoa mệnh lý dựa trên tứ nguyên tố đều không có khả năng tiên đoán tương lai.

Tứ Nguyên Tố và Ngũ Hành đều có ưu khuyết điểm

Điểm cách mạng của ngũ hành là bỏ hợp-xung mà chọn sinh-khắc, với kết quả là hai chu kỳ sinh khắc đã được bàn đến trước đây. Sự lựa chọn này đã giúp thuyết ngũ hành tiên đoán vận mạng với mức thành công mà chắc chắn thuyết tứ nguyên tố sẽ không bao giờ đạt nổi.

Nhưng vì bỏ tương quan hợp-xung, ngũ hành đã không giữ được một tinh hoa vô cùng quan trọng của tứ nguyên tố. Cuộc đời không phải chỉ có hơn thua thắng bại, mà còn có những tình cảm rất bình thường nhưng vô cùng cần thiết. Tương quan sinh-khắc là tương quan cực đoan, tương quan hợp xung là tương quan nhỏ nhẹ. Nên trong địa hạt tâm lý, áp dụng ngũ hành giúp người xem vận mệnh nhìn ra những tâm lý thầm kín, khiến kẻ đối diện nghe thấy phải giật mình thán phục, trong khi áp dụng tứ nguyên tố sẽ thấy bất cứ ai, ngay cả những kẻ cùng hung cực ác, đều có một số mơ ước nho nhỏ hết sức con người.

Lòng người như một đại dương, có chỗ bình thản, có chỗ sóng to. Ngũ hành tả vùng bão động để người ta đề phòng hoặc khắc phục, tứ nguyên tố tả nơi trầm lặng để người ta hiểu cái đẹp của biển khơi. Đành rằng hiểm nguy cần biết, nhưng nếu chỉ biết chỗ hiểm mà không biết chỗ hiền thì quả là thiếu sót vô cùng đáng tiếc.

Khi nghe một ông thầy đoán mệnh bằng lý ngũ hành, người ta đăm đăm sợ hãi, khi nghe một anh bạn đoán tâm lý của mình bằng chiêm tinh học tây phương, cô gái đối diện mim cười thích thú. Chiêm tinh học tây phương dĩ nhiên là một ứng dụng của tứ nguyên tố. Đó, độc giả đã thấy, nếu không có tứ nguyên tố thì cuộc đời đã giảm phần thi vị mất rồi.

CHÚ THÍCH

(1) Nhiều người cho rằng ngũ hành không phải là một thuyết độc lập, mà sinh ra từ thuyết âm dương. Sự liên quan khá mật thiết giữa thuyết âm dương và thuyết ngũ hành sẽ được trình bày trong một số bài sau này. Đặc biệt, soạn giả sẽ chứng minh rằng –trên nền tảng khoa học- ngũ hành là một phép tính gần đúng của thuyết âm dương.

(2) Soạn giả cố ý dùng các danh từ kim mộc thủy hỏa thổ cho ngũ hành, đất nước gió lửa cho tứ nguyên tố để phân biệt hai hệ thống, vì các danh từ nói trên được xử dụng như biểu tượng với ý nghĩa khác nhau (thổ của ngũ hành có điểm khác đất của tứ nguyên tố, hỏa có phần khác lửa, thủy có phần khác nước).

(3) Thổ không có mặt, vì được coi là ẩn tàng ở trung cung, tức là cung lớn ở chính giữa địa bàn.

(4) Chẳng hạn khi thầy bói coi tuổi vợ chồng, bảo "cô này tuổi sửu hợp ông kia tuổi ty", ấy là đã dùng luật tam hợp ty dậu sửu. Sự thực vấn đề hợp khắc trong đời sống phức tạp hơn nhiều, xem tam hợp tuổi chưa đủ.

(5) Dần Thân Ty Hợi là 4 cung sinh, nên được coi là tứ sinh; Thìn Tuất Sửu Mùi là 4 cung mộ, gọi là tứ mộ; Tý Ngọ Mão Dậu là bốn cung vượng, thường gọi là tứ chính. Hai điểm rất đáng chú ý: Thứ nhất Tý Ngọ Mão Dậu đồng thời là bại địa của 4 hành Mộc, Kim, Hỏa, Thủy nên còn có tên khác là "tứ bại", hoặc "tứ đào hoa địa". Dần Thân Ty Hợi đồng thời là cung biến của 4 hành Thủy, Hỏa, Mộc, Kim nên còn được gọi là "tứ mã địa" (Mã là con ngựa, biểu tượng sự thay đổi).

(6) Lưu ý là ngũ hành tính của các cung trong địa bàn dùng làm lá số tử vi là địa bàn lộc vị, ghi hành khí mạnh nhất, khác với địa bàn hành khí ghi hành khí biến đổi nhiều nhất.

(7) Theo sách "Âm dương ngũ hành nhập môn", Bạch Vân Sơn Nhân, nxb Vũ Lăng, Đài Bắc, Đài Loan, 1983 (Hán văn)

(8) Lưu ý rằng vì có hai chu kỳ trọn vẹn, mọi tương quan của ngũ hành đều tự động quân bình: Đồng dạng tự quân bình vì không sinh không khắc, được sinh quân bình với sinh cho hành khác, bị khắc quân bình với khắc hành khác.

San Jose Hoa Kỳ ngày 8 tháng 10, 1993
viết lại tại Đài Loan, Giáng Sinh 1998
sửa chữa ngày 1 tháng 10, 2004
Đằng Sơn

Chương 5

Cơ sở toán học của ngũ hành và tứ nguyên tố

Những vấn đề được đề cập hoặc giải đáp trong bài này:

1. Vũ trụ bốn chiều và 5 nhóm độc lập.

2. Nền tảng số học của thuyết âm dương ngũ hành.

3. Nguồn gốc các biểu số của năm hành Kim Mộc Thủy Hỏa Thổ.

4. Nền tảng toán học của hai vòng sinh khắc và sự thiếu cân xứng do hành thổ gây ra.

5. Tứ nguyên tố: Lời giải khác (thuyết ngũ hành) của cùng một bài toán số mệnh.

6. Tính chất khác biệt của 4 chiều vũ trụ.

7. Tại sao hành Thổ ứng với thời gian?

8. Tại sao thuyết ngũ hành đã hàm sẵn sai số?

9. Tại sao thuyết tứ nguyên tố không thể tiên tri số mệnh?

10. So sánh ưu và khuyết điểm của hai thuyết ngũ hành và tứ nguyên tố.

11. Tại sao âm dương là mô hình toán học chính xác hơn ngũ hành và tứ nguyên tố.

12. Tại sao vẫn cần hai thuyết ngũ hành và tứ nguyên tố?

Vài lời mở đầu

Thuyết ngũ hành đã đạt tình trạng hoàn chỉnh từ hơn hai nghìn năm trước, khi ngôn ngữ toán học còn ở tình trạng phôi thai, vì thế những nền tảng được truyền lại mang rất nhiều tính chất huyền hoặc. Một số người theo khoa học tây phương không hiểu gì về những kiến thức thâm sâu của các bậc tiền nhân liền dựa vào tính huyền hoặc đó để đả phá, nặng nặc bảo tất cả những người tin vào thuyết ngũ hành là mê tín dị đoan. Thật là đáng tiếc.

Soạn giả vốn cũng được huấn luyện trong môi trường tây học nên cảm thấy mình có bổn phận làm chiếc gạch nối, cố diễn giải cái tinh hoa của thời trước bằng ngôn ngữ của khoa học thời nay. Mong rằng như vậy sẽ góp phần giữ kho tàng văn minh của loài người được liên tục, thay vì chỉ là phá bỏ cái cũ để thay bằng những cái mới chưa chắc hay hơn. Nếu có phạm sai lầm mong được các bậc cao minh bốn phương chỉ giáo.

Ngũ hành và âm dương

Ngũ hành và âm dương là hai thuyết được các nhà số mệnh học Á Đông xử dụng rất nhiều. Thuyết ngũ hành dựa trên năm yếu tố có tương quan sinh khắc là Kim Mộc Thủy Hỏa Thổ; thuyết Âm Dương dựa trên hai yếu tố nền tảng vừa đối nghịch vừa dung dưỡng nhau là âm và dương.

Nhiều mệnh lý gia Việt Nam cho rằng ngũ hành là một kết quả của thuyết âm dương, nhưng giới học giả Trung Hoa hầu hết đồng ý đây là hai thuyết hoàn toàn độc lập, chỉ vì thường được phối hợp khi áp dụng mà tạo thành ấn tượng rằng thuyết này sinh ra từ thuyết kia (chú 1).

Ở đây soạn giả yêu cầu độc giả tạm chấp nhận một luận đề hết sức quan trọng (đã được nhắc tới trong loạt bài "Tử Vi hoàn toàn khoa học"), rằng thuyết ngũ hành là một phép tính gần đúng của thuyết âm dương. Luận đề này cần thiết để khai triển thuyết ngũ hành, nhưng lý thuyết lại rất dài dòng nhiêu khê nên phần dẫn chứng xin khất lại trong một bài sau.

Ngũ hành và tứ nguyên tố

Trong khi Á đông xử dụng ngũ hành (Kim Mộc Thủy Hỏa Thổ) để giải các bài toán số mạng, thì ở tây phương các nhà lý số lại xử dụng tứ nguyên tố (đất nước gió lửa). Trong bài "Vài tương tự và bất đồng kỳ diệu giữa hai ngành lý số đông tây" chúng ta đã thấy về mặt ứng dụng hai nền tảng này có sở trường khác nhau. Sở trường của ngũ hành là tiên đoán họa phúc, sở trường của tứ nguyên tố là nhận diện khuynh hướng tâm lý. Nhưng về mặt cơ sở toán học thì sao? Ngũ hành và tứ nguyên tố hoàn toàn khác biệt hay là có những điểm tương đồng? Ở phần sau bài này chúng ta sẽ tìm lời đáp cho câu hỏi ấy.

Vài điều kiện của các mô hình vũ trụ

Xét từ căn bản toán học thì:

-Muốn xác định một điểm hiển nhiên phải cần một điểm. Điểm là biểu tượng toán học của vũ trụ có zero chiều.

-Muốn xác định một đường thẳng phải cần 2 điểm độc lập (không trùng nhau). Đường thẳng là biểu tượng toán học của vũ trụ một chiều.

Hình 1: Muốn xác định vũ trụ n chiều phải cần n+1 điểm độc lập

-Muốn xác định một mặt phẳng phải cần 3 điểm độc lập (không thẳng hàng, nghĩa là mỗi điểm đều nằm ngoài đường thẳng định bởi hai điểm còn lại). Mặt phẳng là biểu tượng toán học của vũ trụ hai chiều.

-Muốn xác định một không gian phải cần 4 điểm độc lập (mỗi điểm đều nằm ngoài mặt phẳng định bởi ba điểm còn lại). Không gian là biểu tượng toán học của vũ trụ ba chiều.

Suy rộng ra, muốn xác định một vũ trụ n chiều phải cần n+1 điểm độc lập.

Bình thường khi nói "vũ trụ" chúng ta muốn nói cái vũ trụ hiện hữu, tức cái vũ trụ mà chúng ta đang sống và có thể khảo sát bằng phương pháp khoa học. Vũ trụ này gồm có:

-Ba chiều không gian (ngang, dọc, cao hoặc x, y, z theo danh từ toán học).

-Một chiều thời gian (thường ký hiệu là t).

Tổng cộng là 4 chiều, nên muốn xác định vũ trụ này cần phải có 4+1 = 5 điểm độc lập!

Thuyết âm dương ngũ hành

Tóm lại muốn xác định các hiện hữu trong vũ trụ, chúng ta cần 5 điểm độc lập. Chỉ việc thay chữ "điểm" bằng chữ "hành" là ta được ngũ hành. Từ đó có thể thấy số 5 của thuyết ngũ hành không phải là một chọn lựa tùy hứng, mà hoàn toàn tương ứng với đặc tính của vũ trụ.

Trước khi tiếp tục xin nhắc lại rằng trong sách này soạn giả sẽ chứng minh thuyết ngũ hành là bài giải gần đúng của thuyết âm dương. Nghĩa là thuyết âm dương mới là mô hình tối hậu của mệnh lý. Bởi vậy, khi khai triển thuyết ngũ hành ta phải lưu tâm chú ý, kẻo kết quả mâu thuẫn với thuyết âm dương thì hỏng hết cả.

Vấn đề cơ bản là thuyết âm dương dựa trên số 2, không dính líu gì với số 5 của thuyết ngũ hành. Để giải quyết vấn đề này, thay vì bắt đầu bài toán ngũ hành với số 5 ta bắt đầu với một bội số chung của số 2 và số 5.

Các số 10, 20, 30, 40 v.v... đều là bội số chung của 2 và 5, nhưng khoa học có một nguyên lý hết sức thâm sâu gọi là "dao cạo Occam". Nguyên lý này bảo ta rằng khi lập thuyết khoa học ta phải chọn mô hình giản dị nhất. Do đó ta phải chọn bội số nhỏ nhất của 2 và 5, tức là số 10!

Chọn số 10 làm khởi điểm tức là đã chấp nhận sự có mặt của thuyết âm dương. Nói cách khác, trong mệnh lý không có thuyết ngũ hành thuần túy, chỉ có thuyết ngũ hành bao hàm sẵn tính âm dương. Tên đầy đủ của thuyết này là "thuyết âm dương ngũ hành", nhưng con người có khuynh hướng tóm lược, nên có khi gọi nó bằng danh từ gọn hơn là "thuyết ngũ hành", với sự hiểu ngầm rằng "thuyết ngũ hành" đồng thời thỏa đòi hỏi của thuyết âm dương.

Phép nghịch đảo và vòng tròn cuộc đời

Như đã trình bày trong một bài trước, nền tảng khoa học của mệnh lý là luật tương ứng (một kết quả của đại định luật "Vạn vật đồng nhất thể".)

Một phát kiến tuyệt vời của toán học là phép tương đương. Theo đó mọi tập hợp không thể khảo sát trực tiếp có thể khảo sát gián tiếp bằng cách tìm ra một tập hợp tương đương, khảo sát tập hợp tương đương đó, rồi xử dụng những tương quan giữa hai tập hợp để suy ra tính chất của tập hợp ban đầu.

Nhưng phép tương đương không gì khác hơn là luật tương ứng được diễn tả bằng toán học; thế nên ta sẽ thấy phép tương đương hiện hữu khắp nơi trong loạt bài "mệnh lý hoàn toàn khoa học".

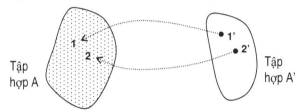

Hình 2: Thay vì khảo sát tập hợp A một cách trực tiếp, ta tìm một tập hợp A' tương ứng với A nhưng dễ khảo sát hơn, rồi suy ngược kết quả cho tập hợp A. Đây là phép biến đổi thông thường của toán học.

Nay trở lại đề tài ngũ hành. Những đặc tính nhiều vô tận của đời sống có thể biểu tượng hóa bằng những điểm hình học nhiều vô tận nằm trên một đường thẳng. Ưu điểm của đường thẳng là hai đầu không chấm dứt của nó có thể coi như biểu tượng hợp lý của vô cực, cõi mà chúng ta không biết.

Nhưng tính chất vô tận của đường thẳng lại gây ra hai vấn đề nan giải: Thứ nhất không thể nào định tọa độ của mọi điểm trên đường thẳng nếu không xử dụng số âm (chú 2); thứ hai con người không có khả năng khảo sát các hiện tượng ở vô cực nên sẽ không thể khảo sát "đường thẳng cuộc đời" một cách toàn vẹn.

Các bạn từng học lớp 12 (đệ nhất) ban B ở Việt Nam trước 1975 hoặc đã học các courses về phép biến đổi trong mặt phẳng tạp (complex plane) hẳn đều biết rằng hình tròn và đường thẳng là hai tập hợp tương đương. Phép nghịch đảo (inverse transformation) sẽ biến một hình tròn thành một đường thẳng và ngược lại.

Chúng ta sẽ không đi vào những chi tiết toán học phức tạp mà chỉ nhấn mạnh rằng thay vì khảo sát đường thẳng biểu diễn cuộc đời ta có thể khảo sát vòng tròn tương đương của nó. Các bạn không quen thuộc với toán học có thể thấy tính tương đương giữa vòng tròn và đường thẳng qua hình 3. Vẽ đường nối một điểm M' bất kỳ trên đường thẳng và đỉnh O của vòng tròn, đường này sẽ cắt vòng tròn ở điểm M. M là điểm tương đương (trên vòng tròn) của M' (trên đường thẳng).

Mỗi điểm trên đường thẳng đều có một điểm tương đương trên vòng tròn. Nhưng đặc biệt hai điểm trừ vô cực (vô cực phía bên trái của đường thẳng) và cộng vô cực (vô cực phía bên phải của đường thẳng) có chung điểm tương đương là đỉnh O của vòng tròn. Như vậy bằng phép nghịch đảo, ta đã biến hai điểm vô hạn không thể khảo sát của đường thẳng (cộng và trừ vô cực) thành một điểm tương đương hữu hạn có thể khảo sát trên vòng tròn (đỉnh O).

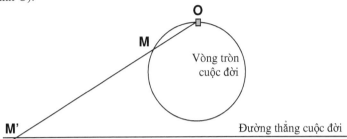

Hình 3: Đường thẳng cuộc đời và vòng tròn tương đương của nó

Ở trên ta đã biết muốn biểu diễn vũ trụ phải cần 5 nhóm độc lập, nhưng phải bắt đầu với số 10=5×2 để đồng thời thỏa đòi hỏi của thuyết âm dương. Số 10 cũng chính là số căn bản của hệ thống thập phân, nên ta sẽ dùng hệ thống thập phân để khảo sát ngũ hành. Đây là một điểm hết sức may mắn, vì hệ thống thập phân là hệ thống số dễ khảo sát hơn hết.

Lý số của ngũ hành

Nhớ rằng khoa lý số được phát minh khi người ta chưa biết đến số zéro, chỉ có tập hợp số nguyên bắt đầu từ 1 trở đi, nên -để tôn trọng truyền thống- ta chia chu vi vòng tròn thành 10 cung bằng nhau rồi đặt những số dương theo thứ tự 1, 2, 3 v.v... cho đến 10 (tức là dùng số 10 thay cho số zéro).

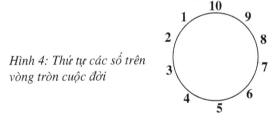

Hình 4: Thứ tự các số trên vòng tròn cuộc đời

Đặc điểm của cách chia này là tính tuần hoàn. Sau khi đi qua số 10, ta thấy số 11 sẽ cùng chỗ với số 1, số 12 cùng chỗ với số 2, số 13 cùng chỗ với số 3... tóm lại tất cả mọi số có cùng hàng đơn vị đều tương đương nhau, vì chỉ ứng với một điểm duy nhất trên vòng tròn cuộc đời. Nhờ vậy bài toán lý số được giản dị hóa, và ta chỉ cần xử dụng các ký hiệu từ 1 đến 10 để định chỗ các điểm cần khảo sát trên vòng tròn cuộc đời là đủ (xem hình 4).

Định nghĩa một phép cộng đặc biệt trong tập hợp số nguyên dương, theo đó các số chia chẵn cho 10 (chẳng hạn như 20, 1970 v.v...) đều coi là 10, các số còn lại chỉ tính hàng đơn vị (chẳng hạn số 201 coi là 1; số 573 coi là

3) ta thấy phép cộng này được bao hàm trong tập hợp các số nguyên từ 1 đến 10, có nghĩa lấy bất cứ hai số nào cộng với nhau kết quả nhất định phải nằm trong giới hạn 1 và 10, không bao giờ thoát ra ngoài được. Từ đây trở đi, ta gọi phép cộng đặc biệt này là phép "cộng đơn vị".

Số 10 vì thế là số lớn nhất, không có số nào lớn hơn nó nữa; chính là biểu hiệu hợp lý của vô cực. Vì điểm cao nhất của vòng tròn tương đương là điểm biến của vô cực, ta đặt nó là vị trí của số 10. Những số còn lại được phân phối theo thứ tự. Theo thông lệ toán học tây phương, soạn giả chọn thứ tự ngược chiều kim đồng hồ; nhưng quý độc giả có thể tự kiểm chứng lại những lý luận tiếp theo đây để thấy là nếu chọn thứ tự thuận chiều kim đồng hồ cũng sẽ được kết quả y hệt.

Đời là cõi hữu hạn. Ngay cả những kẻ chọc trời khuấy nước, tài nghệ siêu quần xuất chúng cũng không thoát nổi cái vòng sinh lão bệnh tử. Dù có muốn tin cuộc đời là tốt đẹp đi nữa chúng ta ai cũng cảm rằng nếu được cái vô hạn thì vẫn hay hơn. Vô cực là biểu tượng của sự vô hạn, nên vô cực chính là đại diện của sự tốt đẹp.

Phép cộng đơn vị là biểu tượng của sự kết hợp. Xét các hàng ngang ta thấy:

1 + 9 = 10
2 + 8 = 10
3 + 7 = 10
4 + 6 = 10

Nói một cách khác sự kết hợp giữa các cặp số (1,9), (2, 8), (3, 7), (4, 6) đều tạo thành biểu tượng vô cực (số 10). Ta suy ra:

Kết luận 1: Chắc chắn phải có một loại tương quan tốt đẹp nào đó giữa 1-9, giữa 2-8, giữa 3-7, và giữa 4-6.

Tiếp tục áp dụng phép cộng đơn vị:

1 + 5 = 6 nhưng đồng thời 6 + 5 = 1
2 + 5 = 7 nhưng đồng thời 7 + 5 = 2
3 + 5 = 8 nhưng đồng thời 8 + 5 = 3
4 + 5 = 9 nhưng đồng thời 9 + 5 = 4
5 + 5 = 10 nhưng đồng thời 10 + 5 = 5

Tất cả những bài toán này có thể tóm lược dưới dạng tổng quát:

a + 5 = b và b + 5 = a

Với kết quả:

a - b = b - a

và tối hậu:

a = b

Phát biểu "a tương đương b qua trung số 5", ta có năm cặp số tương đương là 1-6, 2-7, 3-8, 4-9, 5-10. Tương đương có nghĩa là đồng loại. Do đó ta có thể coi tập hợp các số từ 1 đến 10 như biểu tượng của 5 yếu tố:

A (1 và 6)
B (2 và 7)
C (3 và 8)
D (4 và 9)
E (5 và 10)
Ta suy ra:

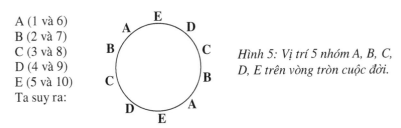

Hình 5: Vị trí 5 nhóm A, B, C, D, E trên vòng tròn cuộc đời.

Kết luận 2: Vũ trụ có thể biểu diễn bằng 5 nhóm A, B, C, D, E. Biểu số của A là 1 và 6, của B là 2 và 7, của C là 3 và 8, của D là 4 và 9, của E là 5 và 10.

Phối hợp kết luận 1 và 2 ta có:

Kết luận 3: A và D liên quan tốt đẹp vì 1 thuộc A liên quan tốt đẹp với 9 thuộc D, ngoài ra 4 thuộc D liên quan tốt đẹp với 6 thuộc A.

Kết luận 4: B và C liên quan tốt đẹp vì 2 thuộc B liên quan tốt đẹp với 8 thuộc C, ngoài ra 3 thuộc C liên quan tốt đẹp với 7 thuộc B.

Tương quan "sinh" giữa các yếu tố

Muốn luận ra sự tương quan giữa 5 yếu tố ABCDE, tưởng tượng trạng thái tuyệt đối tĩnh lặng. Biểu tượng của tĩnh lặng là vô cực, tức số 10. Vô cực giao động sinh ra vạn vật. Nhớ rằng trong tập hợp toán học của chúng ta chỉ có phép cộng mà không có phép trừ, nên mọi giao động đều là sự tăng gia. Theo lẽ liên tục của toán học, giao động nhỏ dễ sinh hơn giao động lớn.

Giao động nhỏ nhất có cường độ +1 sinh trước.

Nhưng một khi +1 đã xuất hiện thì đồng thời phải có +9 (tức là -1 theo ký hiệu mới của toán học) để tổng cộng vẫn là 10. Như vậy có thể nói rằng +1 đã "sinh" ra +9.

Tương tự ta có các cặp tương quan sau đây (đều cộng lại thành 10):

+2 "sinh" +8

+3 "sinh" +7.

+4 "sinh" +6.

+5 "sinh" +5, tức là sinh ra chính nó.

A được biểu tượng bằng hai số (1, 6). Ta gọi (1, 6) là biểu số của A. Nhận xét rằng 1 + 6 = 7.

B có biểu số là (2, 7), cộng lại thành 9.

C có biểu số là (3, 8), cộng lại thành 11 (tức là 1).

D có biểu số là (4, 9), cộng lại thành 13 (tức là 3).

E có biểu số là (5, 10), cộng lại thành 15 (tức là 5).

(Chú ý: Về mặt hình học, hai yếu tố sinh ra nhau tạo thành một hình chữ nhật nội tiếp trong vòng tròn cuộc đời).

Nếu xét hai yếu tố A và D riêng rẽ từng biểu số ta thấy +1 (A) sinh +9 (D), ngược lại +4 (D) sinh +6 (A). Mặc dù những kết quả này phù hợp với

51

kết luận 1, chúng không có giá trị thực dụng (tuy vậy, xin xem thêm "Tứ nguyên tố: Một cách giải khác của vòng tròn cuộc đời" ở cuối bài này).

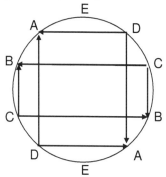

Hình 6: Tương quan sinh
suy ra từ lý số
D sinh A
C sinh B

Nhưng vì các biểu số không thể xuất hiện riêng rẽ, cách hợp lý hơn là kết hợp các biểu số rồi tính toán lại. Vì hai biểu số của D cộng lại thành 3, của A thành 7, ta kết luận D sinh A.

Lý luận tương tự ta có C (biểu số cộng thành 1) sinh B (biểu số cộng thành 9.) Còn E thì đứng riêng rẽ một mình.

Kết luận 5: Năm yếu tố ABCDE là biểu tượng của hai loại giao động. CDE là giao động khởi từ vô cực. A và B theo thứ tự là hai giao động phụ thuộc sinh ra từ D và C.

Ta gọi đây là những "giao động nguyên thủy" chỉ xảy ra khi 5 yếu tố mới thành hình từ vô cực. Nhưng sau khi 5 yếu tố đã thành hình rồi thì sao?

Trước hết các hiện tượng D sinh A và C sinh B vẫn tiếp tục xảy ra, vì tương quan tốt đẹp đã có sẵn giữa các phần tử của hai cặp yếu tố này. Nhưng muốn thế thì C và D cũng phải được sinh ra, bằng không thì đến một lúc sẽ kiệt quệ. Ngược lại A và B phải sinh ra các yếu tố khác, bằng không sẽ tràn ngập vũ trụ. E cũng không thể đứng riêng, vì nếu đứng riêng thì coi như chỉ có 4 yếu tố mà thôi.

Nói cách khác, mỗi yếu tố đều phải sinh và được sinh thì vũ trụ mới có thể tiếp tục luân lưu không ngừng trệ. Chi tiết hơn, mỗi yếu tố phải sinh ra một yếu tố, và được một yếu tố khác sinh.

Nhận xét rằng E không thể sinh A (vì A đã được D sinh), cũng không thể sinh B (vì B đã được C sinh). Vậy E chỉ có thể sinh C hoặc D.

Vì E không có liên quan số học với C hoặc D ta phải tìm lời giải từ vòng tròn cuộc đời; và vì hai nửa trên và dưới của vòng tròn này tương đương nhau, ta chỉ cần xét một nửa thôi.

Vạn vật bắt đầu từ vô cực. E đại diện vô cực (10 là vô cực, 5 là trung bình) nên vòng sinh phải bắt đầu từ E. Trên vòng tròn cuộc đời E và D ở kế cận nhau, trong khi E và C bị D xen vào giữa. Vì nguyên lý "dao cạo Occam" đòi hỏi ta chọn trường hợp giản dị nhất, từ tương quan vị trí ta kết luận E sinh D.

A chỉ có thể sinh C hoặc E. Nhưng nếu A sinh E thì không có yếu tố nào sinh ra C; vì thế A phải sinh C. Kế tiếp độc giả có thể tự chứng minh rằng B chỉ có một cách duy nhất là sinh E.

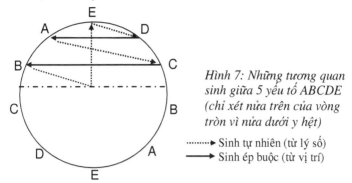

Hình 7: Những tương quan sinh giữa 5 yếu tố ABCDE (chỉ xét nửa trên của vòng tròn vì nửa dưới y hệt)

┄┄┄► Sinh tự nhiên (từ lý số)
───► Sinh ép buộc (từ vị trí)

Tóm lược lại: E sinh D (vừa suy ra), D sinh A (từ tương quan số học đã biết), A sinh C (vừa suy ra), C sinh B (từ tương quan số học đã biết), và B sinh E (vừa suy ra). Vòng tương sinh do đó có thứ tự EDACBE.

Bước kế tiếp là thay 5 ký hiệu bằng 5 biểu tượng quen thuộc Kim Mộc Thủy Hỏa Thổ của thuyết ngũ hành, sẽ được bàn tiếp sau đây.

Ngũ hành

ABCDE chỉ là các ký hiệu trừu tượng. Muốn ứng dụng kết quả vừa tìm được vào đời sống, ta phải tìm 5 biểu tượng có đặc tính dễ hiểu và dễ được người khác đồng ý. Xét từ thiên nhiên ta thấy đất, nước, lửa, kim loại là 4 biểu tượng hợp lý. Biểu tượng thứ 5 thì sao? Ta hãy liệt kê hết những ứng viên còn lại: Đá, thảo mộc, gió, mưa, ánh nắng, sấm sét. Ta bỏ đá vì đá có thể coi như cùng loại với đất, bỏ mưa vì mưa coi như cùng loại với nước, bỏ nắng và sấm sét vì nắng và sấm sét coi như cùng loại với lửa; chỉ còn lại gió và thảo mộc. Nhưng nếu chọn gió thì có một vấn đề: Đất, nước, lửa, kim loại; cái nào sinh ra gió? Thật khó trả lời. Thảo mộc được chọn chỉ vì ta dễ "cảm" những liên quan giữa nó và bốn biểu tượng kia hơn.

Soạn giả sẽ không đi thêm vào phần lý luận chi tiết, mà chỉ tóm gọn rằng kim loại, thảo mộc, nước, lửa, đất không phải chỉ vì tình cờ mà được các nhà lý số tiền phong chọn làm 5 biểu tượng của mọi vật chất, tức là ngũ hành Kim Mộc Thủy Hỏa Thổ.

Vòng tương sinh và liên quan giữa ngũ hành với Hà Đồ

Vấn đề kế tiếp là luận ra sự tương ứng giữa Kim Mộc Thủy Hỏa Thổ và 5 ký hiệu ABCDE.

Biểu số của E là (5, 10). Số 10 đại diện vô cực; chúng ta không biết gì về vô cực nên không thể kết luận gì thêm. Nhưng số 5 chính là số trung bình của các số 1, 2, 3, 4, 6, 7, 8, 9. Như vậy biểu tượng tương ứng với ký hiệu E phải có đặc tính "trung bình". Xét ngũ hành thì Kim là biểu tượng của chất rắn mạnh, Mộc là biểu tượng của chất rắn yếu, Hỏa là biểu tượng của sự cường bạo, Thủy là biểu tượng của sự mềm dẻo. Tóm lại chỉ có Thổ là thỏa đặc tính "trung bình", nên ta gọi E là "Thổ".

Vòng tương sinh của ngũ hành như chúng ta đã biết là Thổ Kim Thủy Mộc Hỏa Thổ (Thổ sinh Kim, Kim sinh Thủy, Thủy sinh Mộc, Mộc sinh Hỏa, Hỏa sinh Thổ). Bằng cách so sánh đơn giản với các kết quả đã tìm ra ở trên ta được:

-Thổ là E

-Kim là D

-Thủy là A

-Mộc là C

-Hỏa là B.

Xếp các biểu số vào chỗ tương ứng ta có:

Biểu số của Thổ là (5, 10), của Kim là (4, 9), của Thủy là (1, 6), của Mộc là (3, 8), của Hỏa là (2, 7).

Kỳ diệu làm sao, kết quả này hoàn toàn phù hợp với sự phân phối biểu số của năm hành trên Hà Đồ, tức một đồ biểu số được coi là nền tảng của mọi ngành lý số Á Đông (xem hình 8).

Hình 8: Hà Đồ sau khi định vị ngũ hành và biểu số

Ta sẽ bàn thêm về tương quan giữa ngũ hành với Hà đồ trong một bài khác sau này.

Vòng ngũ hành tương khắc

Đời này nếu vạn vật chỉ "sinh" nhau thì đã không có những cảnh làm bất lợi cho nhau, nên được làm lợi (được "sinh") thì cũng bị làm hại (bị "khắc"), đã "sinh" yếu tố này thì phải "khắc" yếu tố khác. "Khắc" vì thế là một yếu tố quyết định thành bại vô cùng quan trọng.

Ngũ hành đã có vòng tương sinh thì phải có vòng tương khắc.

Bắt đầu bằng vòng tương sinh (xem hình 8) ta chọn Thổ làm thí dụ. Thổ không thể khắc Kim vì đã sinh Kim, không thể khắc Hỏa vì đã được Hỏa sinh; nên chỉ có thể khắc Mộc hoặc khắc Thủy.

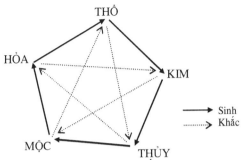

*Hình 9: Hai vòng sinh khắc của ngũ hành
(vòng sinh hình ngũ giác bên ngoài, vòng
khắc hình ngôi sao bên trong)*

Để chọn giữa Mộc và Thủy, ta xét vòng tròn cuộc đời. Vì hai nửa trên dưới tương đương ta chỉ cần xét nửa trên là đủ. Vì nguyên lý dao cạo Occam ta phải chọn hoàn cảnh giản dị nhất. Ta thấy Thổ và Thủy ở cạnh nhau, trong khi Thổ và Mộc bị Kim xen vào giữa; hiển nhiên Thổ khắc Thủy là hoàn cảnh giản dị hơn Thổ khắc Kim, do đó ta phải chọn Thổ khắc Thủy.

Xem lại hình 9. Nếu cho Thổ là vị trí 1 tất Thủy là vị trí 3, cách nhau một hành. Các nhóm khắc khác cũng phải theo luật này để thỏa lý cân xứng. Từ đó suy ra:

Thổ khắc Thủy (đã biết)
Thủy khắc Hỏa
Hỏa khắc Kim
Kim khắc Mộc
Mộc khắc Thổ.

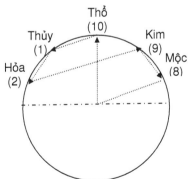

*Hình 10:Thiết lập thứ tự khắc
của ngũ hành bằng nửa trên
vòng tròn cuộc đời.*

········➤ Chiều khắc

Ta cũng có thể dùng các tượng đã chọn để luận ra cùng kết quả, như sau:

Giả sử Thổ khắc Mộc. Dùng phép tương đương ta thấy Hỏa phải khắc Thủy và Mộc phải khắc Kim. Hỏa biểu tượng lửa khắc Thủy biểu tượng nước là vô lý, Mộc biểu tượng gỗ khắc Kim biểu tượng kim loại cũng vô lý không kém. Bằng phép phản chứng ta kết luận Thổ không thể khắc Mộc, mà Thổ đã không khắc Mộc thì chỉ còn cách duy nhất là khắc Thủy. Kiểm soát lại bằng phép tương đương ta có Thủy khắc Hỏa và Kim khắc Mộc, rất hợp lý.

Liên tục dùng phép tương đương cho các trường hợp còn lại ta được vòng tương khắc: Thổ Thủy Hỏa Kim Thủy Thổ (Thổ khắc Thủy, Thủy khắc Hỏa, Hỏa khắc Kim, Kim khắc Mộc, Mộc khắc Thổ). Độc giả có thể thấy là kết quả này hoàn toàn giống hệt quan điểm lý số hiện hành.

Luận thêm về vòng tương sinh của ngũ hành:

Trở lại 5 ký hiệu dẫn đến thuyết ngũ hành. Lưu ý rằng mặc dù cùng là "sinh" cả, nhưng có đến 3 loại "sinh" khác nhau:

1. D sinh A (4+9=3 sinh 1+6=7, tức Kim sinh Thủy) và C sinh B (8+3=1 sinh 2+7=9, tức Mộc sinh Hỏa) là phép sinh tự nhiên, suy ra từ khuynh hướng trở về sự quân bình của vũ trụ (sinh và được sinh cộng lại thành 10, ứng với trạng thái lý tưởng của vô cực).

2. E sinh D (5+10=5 sinh 4+9=3, tức Thổ sinh Kim) là phép sinh suy ra từ tương quan vị trí trên vòng tròn cuộc đời, hợp lý nhưng không có tính tự nhiên như kết quả 1.

3. B sinh E (2+7=9 sinh 5+10=5, tức Hỏa sinh Thổ) là phép sinh suy ra từ kết quả 2.

4. A sinh C (1+6=7 sinh 3+8=1, tức Thủy sinh Mộc) cũng là phép sinh suy ra từ kết quả 2.

Từ đó có thể thấy 5 hành không hoàn toàn tương đương nhau trong phép "sinh". Đặc biệt Thổ (yếu tố E) có hai điểm đặc biệt: Cái lý Thổ sinh ra Kim là kết quả 2, cái lý Hỏa sinh ra Thổ là kết quả 3; đều không phải là phép sinh tự nhiên.

Vậy thì có thể tìm một lời giải cân đối hơn cho bài toán cuộc đời không?

Tứ nguyên tố: Một lời giải "cân đối" hơn ngũ hành

Yếu tố E chỉ có tương quan tốt đẹp với chính nó (5+5 là cách duy nhất để có số 10 hoàn hảo), cố nối kết nó với 4 yếu tố còn lại thì gây quá nhiều rắc rối; cách giải quyết đơn giản nhất là quên nó đi. Coi như nó không có liên quan gì đến cuộc đời cả.

Ta còn lại 4 yếu tố ABCD. Như đã chứng minh trong bài "vài tương tự và bất đồng kỳ diệu giữa hai ngành lý số đông tây", với 4 yếu tố thì khái niệm sinh khắc không thể xử dụng được. Nhưng hai điều sau đây vẫn đúng:

D và A liên quan tốt đẹp.

B và C liên quan tốt đẹp.

Nên có thể phát biểu "A hợp D và B hợp C". Nhưng đã có "hợp" thì phải có "xung" (trái với hợp). Nếu xếp AD hợp nhau vào một nhóm, BC hợp nhau vào một nhóm khác, thì hiển nhiên phải kết luận nhóm AD xung nhóm BC. Chi tiết hơn:

A hợp D xung B, xung C.
D hợp A xung B, xung C.
B hợp C, xung A, xung D.
C hợp B, xung A, xung D.

Và dĩ nhiên mỗi yếu tố đều hòa (kể như hợp) với chính nó.

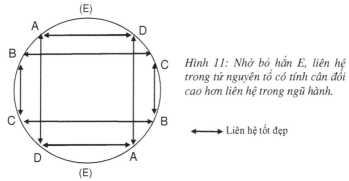

Hình 11: Nhờ bỏ hẳn E, liên hệ trong tứ nguyên tố có tính cân đối cao hơn liên hệ trong ngũ hành.

◄────► Liên hệ tốt đẹp

Kỳ diệu làm sao, đây chính là lập luận của thuyết tứ nguyên tố, với 4 yếu tố là đất nước gió lửa. Đất nước hợp nhau đứng vào nhóm thứ nhất, gió lửa hợp nhau đứng vào nhóm thứ hai. Nhóm "đất nước" xung nhóm "gió lửa", và ngược lại.

Ta suy ra kết luận sau đây:

Kết luận 6: Ngũ hành và tứ nguyên tố là hai cách giải khác nhau của cùng một bài toán lý số.

Ngũ hành là một trong hai nền tảng của lý số Á đông (nền tảng kia là thuyết âm dương). Địa bàn thập nhị chi là một áp dụng của ngũ hành: Tý (Thủy), Sửu (Thổ), Dần (Mộc), Mão (Mộc), Thìn (Thổ), Tỵ (Hỏa), Ngọ (hỏa), Mùi (Thổ), Thân (Kim), Dậu (Kim), Tuất (Thổ), Hợi (Thủy). Thổ chiếm tổng cộng 4 vị trí, trong khi mỗi hành kia chỉ chiếm 2 vị trí thôi. Nhìn chung địa bàn có sự cân xứng, nhưng là sự cân xứng bất bình đẳng giữa Thổ và 4 hành còn lại. Điều này dễ hiểu khi ta nhớ lại rằng trong cách giải bài toán ngũ hành, Thổ là hành phải chịu nhiều sự "thiếu tự nhiên" hơn hết (xem hình 12).

Tính bất bình đẳng của hành Thổ đã gây ra rất nhiều vấn đề phiền toái mà liên quan giữa 4 chi Thìn Tuất Sửu Mùi và cách khởi vòng Trường Sinh cho cục Thổ của Tử Vi Đẩu Số chỉ là hai thí dụ.

Tứ nguyên tố là nền tảng của khoa chiêm tinh tây phương, mà ta thường gọi là "tử vi tây phương". Trên "tinh bàn" ta có 12 biểu tượng lấy tên của 12 chòm sao, theo thứ tự là Aries (lửa), Taurus (đất), Gemini (gió), Cancer (nước), Leo (lửa), Virgo (đất), Libra (gió), Scorpio (nước), Sagittarius (lửa), Capricorn (đất), Aquarius (gió), Pisces (nước).

HỎA Tỵ	HỎA Ngọ	THỔ Mùi	KIM Thân
THỔ Thìn			KIM Dậu
MỘC Mão			THỔ Tuất
MỘC Dần	THỔ Sửu	THỦY Tí	THỦY Hợi

Hình 12: Vị trí của ngũ hành trên địa bàn không được cân xứng vì riêng một mình hành thổ đã chiếm mất 4 cung.

NƯỚC Cancer (bắc giải)	LỬA Leo (hải sư)	ĐẤT Virgo (xử nữ)	GIÓ Libra (thiên xứng)
GIÓ Gemini (song nam)			NƯỚC Scorpio (hổ cáp)
ĐẤT Taurus (kim ngưu)			LỬA Sagittarius (nhân mã)
LỬA Aries (dương cưu)	NƯỚC Pisces (song ngư)	GIÓ Aquarius (bảo bình)	ĐẤT Carpricorn (nam dương)

Hình 13: Tứ nguyên tố Đất Nước Gió Lửa phân phối rất cân xứng trên tinh bàn (mỗi yếu tố chiếm đúng 3 cung)

58

Ta thấy sự xếp đặt của 4 nguyên tố đất nước gió lửa rất cân xứng, mỗi yếu tố luôn luôn xung với hai yếu tố bên cạnh, và hợp với yếu tố đối xứng với nó qua trung tâm của tinh bàn (xem hình 13).

Nhưng để đạt sự cân xứng đẹp mắt ấy các nhà lý số Tây Phương đã phải trả một giá rất đắt. Tứ nguyên tố không thể dùng lẽ "sinh khắc", mà chỉ có thể dùng lẽ "hợp xung", vì thế nó không có khả năng tiên đoán vận mệnh con người, như đã chứng minh trong bài "vài tương tự và bất đồng kỳ diệu giữa hai ngành lý số đông tây".

Tóm lại ngũ hành và tứ nguyên tố không phải là hai chân lý mà chỉ là hai cách giải giản lược của bài toán cuộc đời phức tạp. Cả hai đều có những khuyết điểm cần được thấu hiểu thì khi áp dụng mới mong tránh khỏi sai lầm.

Nhìn kỹ lại 4 chiều của vũ trụ

Ta đã biết vũ trụ gồm 4 chiều là ba chiều không gian và một chiều thời gian.

Vì vật chất có thể di chuyển trái phải, tới lui, lên xuống trong không gian; nhưng chỉ có thể đi tới trong thời gian, ta kết luận chiều thời gian có đặc tính căn bản khác với 3 chiều của không gian.

Xét kỹ hơn 3 chiều không gian trên trái đất thì hai chiều ngang dọc không khác gì nhau, nhưng chiều cao là chiều của trọng lực nên đi lên khó hơn đi xuống.

Tóm lại vũ trụ của chúng ta (tức hoàn cảnh trên trái đất) gồm có 2 chiều không gian bình đẳng (x, y), một chiều không gian bất bình đẳng (z), và một chiều thời gian cố định (t).

Có độc giả sẽ thắc mắc: "Nhưng hoàn cảnh của các nơi mà ảnh hưởng của trọng lực không đáng kể thì sao?". Câu trả lời phức tạp hơn, nhưng đại để ta vẫn có kết quả tương tự, nghĩa là hai chiều không gian tương đương, một chiều không gian không tương đương, và một chiều thời gian. Để khỏi ra ngoài đề tài hiện tại, soạn giả sẽ chứng minh luận điểm này trong một bài khác.

Tại sao thuyết ngũ hành đã chứa sẵn sai số?

Số 10 bất biến (tự cộng hoặc tự nhân đều cho lại số 10) tượng trưng khi vũ trụ chưa thành hình và khi vũ trụ đã chấm dứt.

Số 5 giao động giữa 5 và 10 (tự cộng cho 5 và 10, tự nhân chỉ cho số 5), nhưng lại có thêm hai đặc điểm. Thứ nhất số 5 có thể tách ra thành (2, 3) là hai số sinh của vạn vật. Thứ hai nếu (2, 3) thay vì biến đổi lại trở về hợp với nhau thành 5 thì sự sinh chấm dứt, tức là sự hủy diệt bắt đầu.

Vì thế số 5 ứng với giai đoạn chuyển tiếp, khi vũ trụ sắp thành hình và khi vũ trụ sắp chấm dứt.

Hai số 5 và 10 do đó ứng với sự sinh thành và hủy diệt của vạn vật. (Ta sẽ bàn vấn đề này kỹ hơn trong một dịp khác).

Sinh diệt là một diễn trình. Diễn trình chỉ có thể xảy ra khi có thời gian. Do đó (5, 10) đại biểu chiều thời gian trong vũ trụ của chúng ta. Ta đã biết nó ứng với hành Thổ trong thuyết ngũ hành.

Thổ đại diện thời gian, mà thời gian thì trải khắp mặt địa bàn; do đó tạm đặt vào 4 góc Thìn Tuất Sửu Mùi thì biểu diễn được phần nào tính "cùng khắp" của Thổ, nhưng không thể nào tránh khỏi sai số. Đây chỉ là một trong nhiều vấn nạn của hành Thổ mà soạn giả sẽ đào sâu hơn trong một dịp khác. Thứ nữa ngũ hành giả sử vạn vật chỉ có liên hệ sinh, khắc. Đây hiển nhiên là một giả sử thiếu sót. Ngoài ra khi luận sinh khắc ngũ hành phải coi thổ bình đẳng với bốn hành còn lại, thêm một nguồn nữa của sai số.

Vì dựa trên sinh khắc ngũ hành có khả năng xác quyết, nhưng người nghiên cứu cần lưu ý rằng sự xác quyết ấy đã chứa sẵn sai số.

Tại sao thuyết tứ nguyên tố không thể tiên tri số mệnh?

Như đã chứng minh trong bài "những tương tự và bất đồng kỳ diệu giữa hai ngành lý số đông tây", thuyết tứ nguyên tố buộc lòng giả sử rằng vạn vật chỉ có tương quan hợp hoặc tương quan xung. Nhưng hợp không đủ đưa đến kết quả tốt, xung không đủ đưa đến kết quả xấu. Thí dụ 1: Ta ham chơi nên hợp với người cũng ham chơi. Hai bên gặp nhau ý hợp tâm đầu suốt ngày lo ăn nhậu trà dư tửu hậu chẳng làm ăn gì cả. Kết cuộc tốt hay xấu tưởng quá rõ ràng. Thí dụ 2: Ta xung với vợ ta nên bị vợ chửi là "đồ vô dụng". Ta giật mình nhận ra mình quả nhiên kém cỏi, chịu khó chuyên cần học hỏi, trở thành hữu dụng.

vân vân và vân vân.

Vì thế không có gì đáng ngạc nhiên là khoa chiêm tinh Tây phương (dựa trên tứ nguyên tố) chưa đạt thành công nào đáng kể trong việc tiên đoán vận mạng con người.

So sánh ưu khuyết điểm của ngũ hành và tứ nguyên tố

Có thể ví thuyết ngũ hành như một cuốn phim nhiều diễn biến, nhưng phẩm chất không hoàn hảo (vì giả sử năm hành bình đẳng trong luật sinh khắc), vận tốc máy quay và chiếu lại không đều (vì đã phạm sai số trong cách biểu diễn hành Thổ, đại biểu thời gian).

Có thể ví thuyết tứ nguyên tố như một cuốn phim trong đó các nhân vật chỉ nói nhiều hơn làm, nên người xem không thể biết chuyện gì sẽ xảy ra, nhưng lại hiểu khá rõ bản chất của các nhân vật. Thời điểm mà khoa chiêm tinh chú ý đến là lúc con người mới ra đời. Vượt thắng bản chất rất khó khăn nên con người -ngay cả những người tưởng mình là ngoại lệ- thường chỉ liên tục biểu lộ hoặc che dấu cái bản chất tiềm ẩn từ lúc mới sinh ra. Do đó khoa chiêm tinh đã đạt thành công đáng kể trong việc đoán tâm lý con người, bất chấp tuổi tác và địa vị xã hội.

(Tiếc rằng nhiều người xem lẫn người nhờ xem cứ tưởng đã đoán được tâm lý thì phải đoán được mọi thứ khác, mới gây ra hoàn cảnh gượng ép cố

dùng khoa chiêm tinh tây phương để tiên tri số mệnh. Ở Hoa Kỳ thỉnh thoảng soạn giả gặp một tờ báo, trên có lời tiên đoán cho mười hai tuổi tây phương, dưới có lời ghi chú "predictions for entertainment only" -lời tiên đoán để giải trí mà thôi- nghĩ thấy thật tội nghiệp cho chiêm tinh gia nào bỏ công xét vị trí các hành tinh rồi trân trọng ghi ra những lời đoán ấy).

Với một cuốn phim vận tốc quay và chiếu không đều, hình ảnh lại vặn vẹo sẵn thì mọi thứ đều trở thành hỗn độn, rối mắt, nhiều khi trông gà hóa cuốc. Xem nó ta chỉ ghi nhận được những "xen" thật rõ nét. Nên mặc dầu có thể biết những nét chính của cuốn phim, ta dễ bỏ sót những tình tiết li ti nhưng đầy xúc động; và nếu chẳng may gặp cuốn phim không có "xen" nào rõ nét ta sẽ chẳng ghi nhận được gì cả. Đó là khuyết điểm của ngũ hành.

Nếu gặp kẻ anh hùng ông thầy bát tự (một khoa hoàn toàn dựa trên ngũ hành) có thể xác quyết "Anh đang phải đối phó với nhiều khó khăn to lớn, nhưng 5 năm sau sẽ tạo thành sự nghiệp". Ông thầy đoán đúng hay sai khoan nói, tối thiểu lời đoán của ông có nền tảng vì luận được thua, thành bại chính là sở trường của bài toán ngũ hành sinh khắc. Ngược lại bà thầy chiêm tinh thì chỉ có thể cho những lời mài mại, vô thưởng vô phạt. Nếu xác quyết thì chỉ là võ đoán, vì bài toán tứ nguyên tố hợp xung không hề có khả năng đó.

Nhưng nếu gặp một người có đời sống rất bình thường ông thầy bát tự sẽ chẳng tìm ra gì để nói, trong khi bà thầy chiêm tinh có thể bàn một cách khá chính xác từ A đến Z về quan điểm sống của anh, về những người nào anh hợp hoặc không hợp, về những gì anh nên làm để gìn giữ gia đình hạnh phúc, vân vân... Bởi tâm lý đa dạng, bao gồm cả tâm lý bình thường, chính là sở trường của tứ nguyên tố.

Tóm lại hai thuyết ngũ hành và tứ nguyên tố có sở trường sở đoản khác nhau.

Thế tại sao vẫn cần ngũ hành và tứ nguyên tố?

Như một số độc giả có lẽ đã đoán ra, kết luận tối hậu của loạt bài này là "Thuyết âm dương là mô hình vũ trụ chính xác nhất!" Câu hỏi là nếu thuyết âm dương là mô hình chính xác nhất của vũ trụ thì tại sao không bỏ ngũ hành và tứ nguyên tố, chỉ giữ lại thuyết âm dương thôi?

Thực tế là sự chính xác luôn luôn phải trả băng sự phức tạp. Ngũ hành và tứ nguyên tố thiếu chính xác hơn âm dương, nhưng nhờ thế lại đơn giản hơn, và trong rất nhiều trường hợp vẫn đạt đủ mức chính xác cần thiết cho vấn đề cần khảo sát.

Nên sau khi xét hết lợi hại, ta có thể đoán rằng ngũ hành và tứ nguyên tố -với tất cả mọi khuyết điểm và thiếu sót- sẽ có chỗ đứng riêng biệt vững chắc và lâu dài trong các khoa nghiên cứu hoạ phúc và tâm lý tiên thiên của con người./

CHÚ THÍCH

(1) Quan điểm này được trình bày trong rất nhiều sách xuất bản gần đây, chẳng hạn các quyển "Đường Tống âm dương ngũ hành luận tập" (La Quế Thành, Văn Nguyên Thư Cục, Đài Bắc, 1992), "Âm dương ngũ hành nhập môn" (Bạch Vân Sơn Nhân, Vũ Lăng Thư Cục, Đài Bắc, 1983).

(2) Tập hợp số dương bắt đầu bằng zéro (đúng hơn là số 1, vì số zéro cũng là một khái niệm toán học về sau này). Nhưng đặt zéro bất kỳ ở đâu thì phải dùng số âm để định tọa độ những điểm nằm bên trái nó. Các nhà lý số tiền phong chưa biết đến khái niệm số âm nên không thể khảo sát đường thẳng được.

San Jose 1995, một đêm cuối năm Giáp Tuất
Viết lại tại tỉnh Tân Trúc, Đài Loan, Giáng Sinh 1998
Sửa lại và thêm bớt ở San Jose, ngày 15 tháng 10, 2004
Đằng Sơn

Chương 6

Cơ sở khoa học của địa bàn

Lời đầu: Bài này đã xuất hiện gần như nguyên văn trong sách "Tử Vi hoàn toàn khoa học" tập 1 (TVHTKH1). Các độc giả đã đọc TVHTKH1 xin tự nhiên bỏ qua những đoạn đã biết.

Những vấn đề được giải đáp trong bài này:
1. Tại sao địa bàn có 12 cung?
2. Tại sao Tý Dần Thìn Ngọ Thân Tuất thuộc dương, Sửu Mão Tỵ Mùi Dậu Hợi thuộc âm?
3. Tại sao Kim Mộc Thủy Hỏa mỗi hành 2 cung, riêng Thổ lại chiếm 4 cung?
4. Tại sao đất là biểu tượng hợp lý của Thổ?
5. Nền tảng khoa học của tam hợp và xung chiếu (tam phương tứ chính)
6. Cái lý của nhị hợp và lục hại.
7. Tại sao lại xử dụng âm lịch để bị rắc rối vì tháng nhuận?
8. Tương quan tuyệt diệu giữa địa bàn và giờ, tháng.
9. Tại sao giờ bắt đầu ở Tý, tháng bắt đầu ở Dần?
10. Sự khác biệt giữa hai địa bàn của bắc và nam bán cầu.

Mười hai con giáp
"Mười hai con giáp" đã trở thành kiến thức quen thuộc trong đời sống hàng ngày của người Việt chúng ta. Câu nói châm biếm "Mười hai con giáp không giống con nào" là một thí dụ tiêu biểu.
"Mười hai con giáp" đây ám chỉ 12 địa chi, theo thứ tự:
Tý cầm tinh con chuột (có nghĩa con chuột là biểu tượng của Tý)
Sửu cầm tinh con trâu
Dần cầm tinh con cọp
Mão cầm tinh con mèo
Thìn cầm tinh con rồng
Tỵ cầm tinh con rắn
Ngọ cầm tinh con ngựa
Mùi cầm tinh con dê
Thân cầm tinh con khỉ
Dậu cầm tinh con gà
Tuất cầm tinh con chó
Hợi cầm tinh con heo
Cần chú ý rằng Các nước Trung Hoa, Đài Loan, Nhật Bản, Đại Hàn đều dùng con thỏ làm cầm tinh của Mão; chỉ nước Việt ta dùng con mèo. Theo

thiển ý, sự lựa chọn này của tổ tiên chúng ta có một ý nghĩa hết sức thâm sâu. Nói cách khác, lựa con mèo hợp lý hơn lựa con thỏ. Tại sao vậy? Để khỏi lạc đề yêu cầu các độc giả tò mò đọc thêm phần phụ lục ở cuối bài.

Trở lại vấn đề hiện tại. Trong các kỳ trước chúng ta đã biết đa số các khoa mệnh lý Á đông được đặt trên nền tảng tổng hợp của hai thuyết âm dương và ngũ hành. Nền tảng tổng hợp này thường được gọi bằng tên chung là thuyết "âm dương ngũ hành". Số 10 là biểu số (tức con số tiêu biểu) của thuyết âm dương ngũ hành vì 10 bằng 5×2, và số 5 đại biểu thuyết ngũ hành, số 2 đại biểu thuyết âm dương.

Con số chủ yếu của thập nhị địa chi dĩ nhiên là 12. Phân tích ra thì 12 bằng 3×4 hoặc 3×2×2, tức là phù hợp với tính nhị phân (dựa trên số 2) của thuyết âm dương, nhưng rõ ràng chẳng dính líu gì đến số 5 là biểu số của thuyết ngũ hành. Từ sự trái cựa giữa số 12 và số 5, ta có thể đoán 12 chi là nguồn của nhiều vấn đề nhức đầu trong bài toán mệnh lý.

Vậy thì tại sao các nhà mệnh lý ngày xưa lại đặt ra 12 chi? Xét trên quan điểm khoa học thì đây là một vấn nạn có tính cơ sở, cần được giải quyết thỏa đáng.

Địa bàn thập nhị chi

(Sau đây là những kiến thức căn bản cần biết về mười hai chi. Tạm thời yêu cầu độc giả công nhận. Soạn giả sẽ lần lượt giải thích từng đề tài một trong loạt bài này.)

TÝ (âm) - Hỏa Tháng Tư LẬP HẠ can Bính, Mậu quái TỐN	NGỌ (dương) - Hỏa Tháng Năm HẠ Can Đinh, Kỷ LY – phương NAM	MÙI (âm) - Thổ Tháng Sáu can: (không có) (KHÔN)	THÂN (dương) - Kim Tháng Bảy LẬP THU can Canh quái KHÔN
THÌN (dương) - Thổ tháng Ba can (không có) (TỐN)			DẬU (âm) - Kim tháng Tám THU can Tân ĐOÀI – phương Tây
MÃO (âm) - Mộc tháng Hai XUÂN can Ất CHẤN phương ĐÔNG			TUẤT (dương) - Thổ tháng Chín can (không có) (CÀN)
DẦN (dương)- Mộc Tháng Giêng L.XUÂN can Giáp quái CẤN	SỬU (âm) - Thổ tháng Chạp (12) can (không có) (CẤN)	TÍ (dương) - Thủy tháng Một (11) ĐÔNG can Quý KHẢM – phương BẮC	HỢI (âm) - Thủy tháng Mười L.ĐÔNG can Nhâm quái CÀN

Hình 1: Mười hai cung địa bàn (12 chi)

Thực ra 12 chi là tên đọc theo thứ tự của 12 vị trí trên một đồ biểu gọi là địa bàn. Thông thường địa bàn được vẽ thành hình vuông, với 4 chi Dần Thân Tỵ Hợi chiếm 4 góc. Mười hai địa chi lại phân theo: Phương hướng (Đông Tây Nam Bắc): Tý là chính bắc, Ngọ là chính nam, Mão là chính đông, Dậu là chính tây. Các phương hướng còn lại cứ điền theo đúng thứ tự. Ngũ hành (Kim Mộc Thủy Hỏa Thổ): Hợi Tý thuộc thủy, Dần Mão thuộc Mộc, Tỵ Ngọ thuộc hỏa, Thân Dậu thuộc kim, Thìn Tuất Sửu Mùi thuộc thổ. Như vậy 4 hành Kim Mộc Thủy Hỏa mỗi hành chiếm hai cung, riêng hành Thổ chiếm 4 cung.

Bát quái: Theo thứ tự của hậu thiên bát quái (tức Càn Khảm Cấn Chấn Tốn Ly Khôn Đoài), cứ hai quái ứng với ba địa chi, như sau:

-Ba chi Tuất Hợi Tý thuộc hai quái Càn Khảm.

-Sửu Dần Mão thuộc Cấn Chấn.

-Thìn Tỵ Ngọ thuộc Tốn Ly.

-Mùi Thân Dậu thuộc Khôn Đoài.

Tiêu chuẩn cơ bản: Phương hướng

Tại sao khi thiết lập địa bàn người xưa không chọn 10 chi cho hợp với số 10 của thuyết âm dương ngũ hành; hoặc 6 chi, 18 chi, 24 chi vân vân... mà chọn 12 chi?

Câu hỏi nghe cắc cớ; nhưng rất cần phải trả lời để chứng tỏ rằng con số 12 không phải là một lựa chọn tùy hứng, mà có lý do chính đáng của nó. "Chính đáng" đây nghĩa là thỏa đòi hỏi hợp lý và độc nhất của khoa học.

Ta bắt đầu với tiền đề: "Vị trí và vận mạng con người có liên quan mật thiết với nhau" (chú 1). Nhớ rằng đây chỉ là một tiền đề; nên như mọi tiền đề không ai có thể chứng minh nó là đúng hay sai, và giá trị tối hậu của nó sẽ được quyết định bởi độ chính xác của những kết quả mà nó dẫn tới (chú 2).

Cần nói rõ mọi trong vũ trụ không có vị trí tuyệt đối mà chỉ có vị trí tương đối. Muốn định vị trí tương đối phải chọn trước một điểm hoặc một hệ thống điểm làm chuẩn. Chúng ta có những chuẩn điểm sau:

-Mặt đất.

-Phần còn lại của vũ trụ.

Cách tự nhiên nhất để định vị trí trên trái đất là xử dụng vĩ tuyến và kinh tuyến. Nhưng vì trái đất và nhiều thiên thể khác tiếp tục di động không ngừng, sau khi định vị trí trên mặt đất lại phải làm thêm nhiều bài toán thiên văn phức tạp nữa mới biết vị trí ấy so với phần còn lại của vũ trụ như thế nào.

Độc giả có thể đoán là nếu muốn đạt đến tận cùng thì bài toán vị trí sẽ hết sức khó giải. Một phương pháp của khoa học là giản lược, nghĩa là bỏ những yếu tố được tin là phụ thuộc để biến bài toán từ phức tạp trở thành tương đối giản dị mà vẫn đạt độ chính xác cần thiết.

Để giản lược cách định nơi sinh, ta nhận xét rằng trái đất chỉ là một phần tử hết sức nhỏ bé trong vũ trụ mông mênh vô tận. Vị trí chính xác trên mặt đất vì thế đối với toàn thể vũ trụ chẳng có ý nghĩa gì cả, chỉ phương hướng mới quan trọng mà thôi.

Mấu chốt vì thế gồm cả trong hai chữ "phương hướng".

Các vị trí tương đương trên vòng tròn phương hướng

Giả sử ta có hai chiếc Mercedes 1 và 2 đậu ở trước nhà và sau nhà. Nếu ta hoán vị (đổi chỗ), cho chiếc Mercedes 1 đậu ở sau nhà và chiếc 2 đậu ở trước nhà thì hoàn cảnh vẫn là: Một mercedes trước, một mercedes sau. Ấy bởi vì hai chiếc mercedes là hai đơn vị tương đương.

Nhưng nếu ta có chiếc mercedes đậu ở trước nhà và chiếc xe đạp ở sau nhà rồi hoán vị thì hoàn cảnh sẽ khác hẳn. Ấy bởi vì mercedes và xe đạp không tương đương nhau.

Tóm lại muốn biết hai đơn vị có tương đương hay không chỉ cần hoán vị rồi so sánh hoàn cảnh trước và sau khi hoán vị: Giống nhau thì tương đương, khác nhau thì không tương đương.

Vẽ một vòng tròn trên mặt địa cầu. Mỗi điểm trên vòng tròn này đại diện một phương, nên ta gọi nó là vòng tròn phương hướng.

Xét hai điểm A và A' đối xứng qua tâm vòng tròn, ta có AA' = đường kính. Nếu hoán vị 2 điểm này ta vẫn có AA' = đường kính. Nghĩa là khoảng cách AA' không thay đổi sau khi đã hoán vị. Ta phát biểu A và A' là 2 điểm tương đương trên vòng tròn phương hướng.

Xét 3 đỉnh của tam giác đều ABC nội tiếp trong vòng tròn phương hướng, ta có AB=BC=CA. Dù hoán vị thế nào đi nữa hệ thức này vẫn đúng. Ta phát biểu ABC là 3 điểm tương đương trên vòng tròn phương hướng.

Xét 4 đỉnh của hình vuông nội tiếp MNPQ, ta có:

MN = NP = PQ = QM = a   (1)

MP = NQ = 1.414a   (2)

Thử hoán vị MN, hình vuông sẽ có thứ tự mới là NMPQ. Các hệ thức trở thành:

MN = MP = PQ = NQ = a   (3)

NP = QM = 1.414a   (4)

Sau khi hoán vị MN và PQ vẫn bằng a, nhưng NP và QM từ a tăng lên thành 1.414a, MP và NQ từ 1.414a giảm xuống thành a. Hoàn cảnh rõ ràng đã thay đổi, do đó 4 đỉnh của hình vuông nội tiếp không phải là một nhóm tương đương.

Bằng cách chứng minh tương tự; các đỉnh của ngũ giác, lục giác, thất giác v.v... đều không phải là các nhóm điểm tương đương.

Ta cũng có thể xét tính tương đương với nhận xét rằng mỗi nhóm điểm chỉ có thể tương đương với chính nó hoặc với hình phản chiếu của nó (ta tương đương với chính ta và hình của ta trong gương).

Hai đầu đường kính AA' hoán vị thành A'A. Ta thấy A'A chính là hình phản chiếu của AA', kết luận A và A' là hai điểm tương đương.

Ba đỉnh tam giác nội tiếp ABC chỉ có 3 cách hoán vị sau đây:

1. Hoán vị AB, thành BAC.
2. Hoán vị AC, thành CBA.
3. Hoán vị BC, thành ACB.

Nhưng BAC=CBA=ACB=CBA; mà CBA thì chính là hình phản chiếu của nhóm nguyên thủy ABC.

Kết luận 3 đỉnh của tam giác đều nội tiếp là một nhóm tương đương.

Hình vuông nội tiếp MNPQ có 6 cách hoán vị sau đây:

1. Hoán vị MN, thành NMPQ.
2. Hoán vị MP, thành PNMQ.
3. Hoán vị MQ, thành QNPM.
4. Hoán vị NP, thành MPNQ.
5. Hoán vị NQ, thành MQPN.
6. Hoán vị PQ, thành MNQP.

Hình phản chiếu của nhóm nguyên thủy MNPQ là QPNM. Trong 6 nhóm hoán vị chỉ có PNMQ và MQPN tương đương QPNM. Ta kết luận 4 đỉnh của hình vuông nội tiếp không phải là một nhóm tương đương.

Vân vân và vân vân.

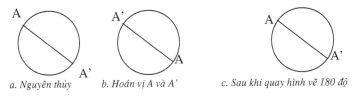

a. Nguyên thủy   *b. Hoán vị A và A'*   *c. Sau khi quay hình vẽ 180 độ*

Hình 2: Tính tương đương của hai điểm A và A' ở hai đầu đường kính

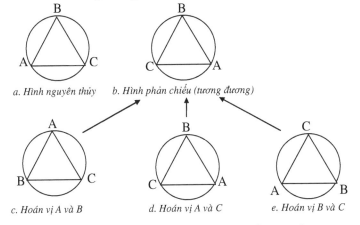

a. Hình nguyên thủy   *b. Hình phản chiếu (tương đương)*

c. Hoán vị A và B   *d. Hoán vị A và C*   *e. Hoán vị B và C*

Hình 3: Tính tương đương của tam giác đều nội tiếp ABC
(ba trường hợp c, d, e chính là trường hợp b)

Tóm lại trên vòng tròn chỉ có hai nhóm điểm tương đương: Nhóm thứ nhất là hai đầu của một đường kính, nhóm thứ hai là ba đỉnh của một tam giác đều nội tiếp.

Ý nghĩa hình học của các nhóm tương đương:
Phương của điểm A được đại diện bằng vectơ AO, với O là tâm của vòng tròn phương hướng.

Lực vũ trụ đến từ mọi hướng. Nhưng A đại diện một phương, nên lực vũ trụ phải đi qua tâm vòng tròn phương hướng, ta gọi là lực F(A). Vũ trụ mông mênh nên không thiên vị phương hướng, do đó nếu gọi A' là điểm đối xứng của A qua tâm vòng tròn phương hướng và chọn chiều hướng tâm là chiều dương ta được:

F(A) = F(A') = F   (5)

Nghĩa là lực vũ trụ trên hai điểm A, A' có cùng cường độ. Nói cách khác A và A' nhận hai lực tương đương từ vũ trụ.

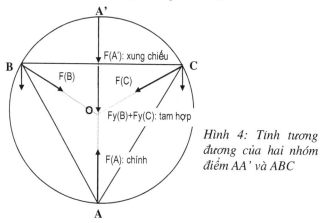

Hình 4: Tính tương đương của hai nhóm điểm AA' và ABC

Nay xét tam giác đều nội tiếp ABC. Vẫn chọn chiều hướng tâm là chiều dương, gọi F(B) và F(C) là lực vũ trụ tác dụng trên hai điểm B, C. Vẫn dùng luật bất thiên vị của lực vũ trụ, ta có:

F(A) = F(B) = F(C) = F   (6)

Tổng lực tác dụng trên B và C chiếu vào phương OA:

Fy(B)+ Fy(C) =F(B) cos60+F(C) cos60 = 2F cos60 = F (7)

So sánh (5) và (7) ta thấy B và C phối hợp trở thành tương đương với A trên phương OA. Nói cách khác lực vũ trụ ở B và C hợp lại trở thành tương đương với lực vũ trụ ở A.

Vì thế nếu xét riêng điểm A thì:

A tương đương với A' và đồng thời tương đương với B+C.

Đây là một kết quả lý thú. Trước hết nó khẳng định lại kết luận trước đây của chúng ta rằng AA' và ABC là hai nhóm tương đương. Thứ hai nó cho ta biết đối với A thì lực vũ trụ ở B hoặc C nếu đứng riêng chỉ bằng phân nửa lực ở A'.

Ta gọi A' là điểm xung chiếu, và BC là hai điểm tam hợp của A.

Điểm A chịu sự tác dụng của các lực:

F(A) là lực chính.

F(A') là lực xung, tương đương và ngược chiều với F(A).

Fy(B)+Fy(C) là lực tam hợp, cộng lại tương đương và ngược chiều với F(A).

Áp dụng phép tương đương vào mặt đất ở bắc bán cầu

Tương đương là liên hệ hai chiều. Chỉ có hai loại tương quan hai chiều là hợp và xung (trái với hợp). Xét về lực vũ trụ thì A' hợp với A vì có tác dụng y hệt như A, B+C cũng vậy.

Nhưng nếu xét một vòng tròn phương hướng ở bắc bán cầu ta thấy bắc nam là hai đầu của một đường kính. Nam là hướng của xích đạo đại diện lửa, bắc là hướng của bắc cực đại diện nước. Nước lửa là hai tính chất nghịch nhau, nên hai phương nam bắc hiển nhiên xung đột nhau.

Tóm lại hai phương nam bắc hợp nhau về bản chất (vũ trụ tính), nhưng xung nhau về thực tế ngay trên mặt đất, tạo thành một hoàn cảnh mâu thuẫn, tùy trường hợp mà chối chọi hoặc bổ khuyết cho nhau.

Bắc nam được gọi là hai phương xung chiếu. Suy diễn rộng ra, tất cả các phương xung chiếu đều có tính chất tương tự.

Coi phương nam là đỉnh của một tam giác đều, thì hai đỉnh kia tất là hai phương hợp với phương nam, tạo thành một nhóm tam hợp. Tương tự phương bắc cũng có hai phương tam hợp. Tổng cộng thành 6 phương tạm gọi theo thứ tự thuận chiều kim đồng hồ là B1, N3, B2, N1, B3, N2 (B tượng trưng bắc; N tượng trưng nam; các số 1, 2, 3 tượng trưng cộng hưởng tam hợp).

Tại sao địa bàn có 12 cung

Bắc lạnh, nam nóng thì đông và tây hiển nhiên phải là nhiệt độ trung bình. Có nóng, lạnh mà thiếu trung bình thì mô hình toán học vẫn còn thiếu sót, do đó phải thêm hai phương đông và tây. Nhưng thêm đông tây rồi thì phải thêm bốn phương tương ứng nữa để thỏa cộng hưởng tam hợp; tức là thêm tổng cộng sáu phương, tạm gọi theo thứ tự thuận chiều kim đồng hồ là Đ1, T3, Đ2, T1, Đ3, T2 (Đ tượng trưng đông; T tượng trưng tây; các số 1, 2, 3 tượng trưng cộng hưởng tam hợp). Tổng cộng thành 12 phương!

Bàn cho cùng lẽ thì 12, 24, 36, 48 v.v... tức mọi bội số của 12 đều thỏa các điều kiện đòi hỏi. Nhưng trong khoa học có một nguyên lý rất thâm sâu gọi là "dao cạo Occam", theo đó mọi yếu tố phức tạp đều phải được cắt bỏ khi lập thuyết, chỉ lưu lại cái gì không thể cắt mà thôi.

Trong trường hợp địa bàn, nguyên lý Occam có thể diễn giải như sau: "Thêm càng thêm nhiều phương thì bài toán số mạng càng phức tạp. Vì không có khả năng bao hàm các yếu tố hậu thiên chủ yếu (hoàn cảnh sống của con người) bài toán số mạng chỉ có thể đạt kết quả gần đúng, phức tạp thêm chưa chắc đúng hơn, trái lại có thể trở thành quá rắc rối rồi càng sai thêm nữa."

Vì thế ta phải chọn bội số nhỏ nhất của 12, tức số 12!

Ở đầu bài ta đã đặt câu hỏi "Vì con số 12 trái cựa với biểu số 5 của thuyết ngũ hành; tại sao người xưa lại đặt ra 12 chi?" Giờ thì ta có câu trả lời. Con số 12 là đáp số tất yếu của bài toán phương vị, nên bài toán số mệnh buộc lòng phải có 12 chi; muốn tránh cũng không được.

Lý âm dương của 12 phương hướng

Sáu phương B1, B2, B3, N1, N2, N3 được hình thành từ phân biệt bắc nam, trong khi Đ1, Đ2, Đ3, T1, T2, T3 từ phân biệt đông tây. Phân biệt bắc nam là phân biệt cực đoan (bắc lạnh nam nóng), phân biệt đông tây là phân biệt bình hòa (nhiệt độ tương đương). Suy diễn từ nguyên lý "nguồn gốc khác nhau dẫn đến kết quả khác nhau" ta kết luận hai nhóm [B1, B2, B3, N1, N2, N3] và [Đ1, Đ2, Đ3, T1, T2, T3] có đặc tính cơ bản khác nhau.

Kế đến ta áp dụng thuyết âm dương. Bắc nam vì có khác biệt nhiệt độ nên phù hợp với tính dương, đông tây vì bình hòa nhiệt độ nên hợp với tính âm. B1, B2, B3, N1, N2, N3 sinh ra từ tính dương nên là sáu phương dương. Đ1, Đ2, Đ3, T1, T2, T3 là sáu phương âm vì lý do tương tự.

Phối hợp tất cả lại, bắt đầu bằng B1 ta có tổng cộng 12 phương âm dương xen kẽ nhau theo chiều kim đồng hồ: B1, T2, N3, Đ1, B2, T3, N1, Đ2, B3, T1, N2, Đ3.

Cuối cùng gọi phương B1 là cung Tý, tiếp theo bởi Sửu, Dần, Mão, Thìn, Tỵ, Ngọ, Mùi, Thân, Dậu, Tuất, Hợi; ta có 12 cung quen thuộc của địa bàn!

Tóm lại:

1. Chỉ có hai cộng hưởng quan trọng giữa các phương trên địa bàn là cộng hưởng xung chiếu và cộng hưởng tam hợp. Vì thế muốn biết tường tận ảnh hưởng của một phương phải xét thêm ba phương nữa là phương xung chiếu và hai phương tam hợp của nó, tổng cộng thành bốn phương.

2. Địa bàn có 12 cung vì phải như vậy mới đủ diễn tả cộng hưởng xung chiếu và cộng hưởng tam hợp của bốn phương đông tây nam bắc.

3. Tý, Dần, Thìn, Ngọ, Thân, Tuất vì nguồn gốc dương (bắc nam khác biệt nhiệt độ, có tính cực đoan) nên là 6 cung dương. Sửu, Mão, Tỵ, Mùi, Dậu, Hợi vì nguồn gốc âm (đông tây nhiệt độ tương đương, có tính bình hòa) nên là sáu cung âm.

Luật tam phương tứ chính của khoa Tử Vi

Nhân đây xin mở dấu ngoặc về một luật quan trọng mà người xem tử vi không thể nào không biết; đó là luật "tam phương tứ chính". Theo luật này, muốn xét ảnh hưởng của một cung phải xét thêm cung xung chiếu và hai cung tam hợp của nó, cộng lại thành 4 cung. Nguyên nhân tại sao trước giờ chưa thấy ai nói đến. Nay với những kết quả kể trên ta thấy tam phương tứ chính là những phương vị tương đương nhau, nên xét chung với nhau là hợp lý.

Liên quan giữa 12 cung và thời gian tại bắc bán cầu

Những điều sắp trình bày chỉ ứng với các địa điểm thuộc bắc bán cầu không quá gần xích đạo hoặc bắc cực. Kết quả cho các địa điểm còn lại có thể suy ra bằng lý luận tương tự, soạn giả sẽ trở lại khi đến lúc.

Mười hai cung và thời gian trong một ngày

Gọi M là điểm trên vòng tròn phương hướng gần mặt trời nhất. Có thể thấy rằng khi trái đất quay quanh chính nó M sẽ di chuyển trên vòng tròn phương hướng theo chiều kim đồng hồ, và khi trái đất quay trọn một vòng điểm M sẽ trở về chỗ cũ (4). Như vậy vòng tròn phương hướng chính là một mặt đồng hồ với M là kim chỉ giờ!

Nửa đêm phương gần mặt trời nhất là Tý (bắc), giữa trưa phương gần mặt trời nhất là Ngọ (nam), nên để giản tiện ta thử chọn M = giờ = Tý lúc nửa đêm và M = giờ = Ngọ lúc giữa trưa. Xét thêm ta thấy nửa đêm là lúc nhiệt độ thấp nhất, quả ứng hợp với phương Tý (bắc); giữa trưa là lúc nhiệt độ cao nhất, quả ứng hợp với phương Ngọ (nam). Như vậy sự lựa chọn của chúng ta rất hợp lý. Những giờ còn lại cứ điền vào cho phù hợp.

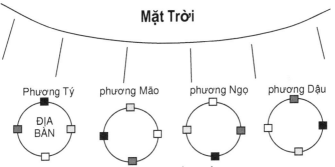

Hình 5: Địa bàn chính là một đồng hồ chỉ giờ với các phương Tý, Mão, Ngọ, Dậu lần lượt hướng về phía mặt trời.

Tóm lại:

1. Mười hai cung địa bàn chính là 12 phương thay phiên nhau hướng về phía mặt trời, tương ứng hợp lý với 12 giờ (ta) trong một ngày. Bất luận năm tháng, cung Tý luôn luôn ứng với nửa đêm, các cung còn lại theo thứ

71

tự Sửu Dần Mão Thìn Tỵ Ngọ Mùi Thân Dậu Tuất Hợi thuận chiều kim đồng hồ.

2. Thứ tự thuận chiều kim đồng hồ của địa bàn không phải là một quy ước mà chính là phản ảnh thực tế chiều đi tới của thời gian. Vì thời gian chỉ đi tới mà không đi lùi, di chuyển theo kim đồng hồ trên địa bàn là thuận lý, ngược lại là nghịch lý.

Độ sai của địa bàn và cách sửa sai

Địa bàn định như trên có lý tính đúng nhưng vẫn chưa thể xử dụng như một đồng hồ chỉ giờ vì quá thiếu chính xác (tương đối chinh xác ở gần bắc cực, càng xa bắc cực độ chính xác càng giảm).

Để sửa sai ta vẫn giữ các lý tính đã suy được, nhưng thay vì cho địa bàn nằm bám trên mặt đất, ta coi như nó nằm trên một mặt phẳng song song với vòng xích đạo. Với thay đổi này địa bàn trở thành một đồng hồ chính xác, có giá trị cho toàn thể bắc bán cầu.

Nam bán cầu là một vấn đề khác, chúng ta sẽ bàn sau.

Hình 6: Hoàn cảnh của địa bàn ứng với điểm X vào giờ Thân

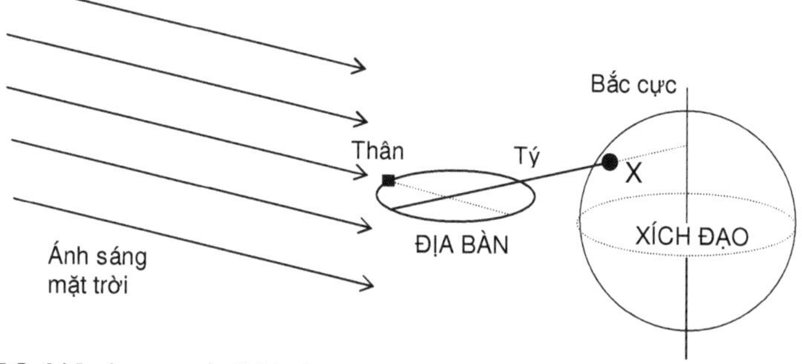

Mười hai cung và thời gian trong một năm

Quỹ đạo của trái đất quanh mặt trời là một hình ellipse có tâm sai rất nhỏ nên có thể coi như một hình tròn. Nếu chia quỹ đạo gần như hình tròn này thành 12 vị trí đều nhau thì cứ khoảng một phần mười hai của một năm trái đất sẽ đến một vị trí mới.

Ta muốn tìm một phương pháp hợp lý để ghi lại mười hai vị trí này trên vòng tròn phương hướng. Vòng tròn phương hướng được vẽ trên mặt đất nên mỗi 12 giờ đã xoay trọn một vòng; vì vậy muốn ghi lại vị trí của trái đất trên quỹ đạo quanh mặt trời ta phải chọn một giờ bất kỳ nhưng cố định, thí dụ giờ Tý. Kế đó ta chọn một hướng X cũng bất kỳ trong vũ trụ. Phương nào trên vòng tròn địa bàn trùng với hướng này thì phương đó đại biểu vị trí của trái đất.

72

(Người xưa tưởng là vũ trụ xoay quanh trái đất nên dùng địa bàn để ghi vị trí của vũ trụ; nhưng sự sai lầm này vẫn dẫn đến kết quả đúng vì mọi chuyển động đều là tương đối.)

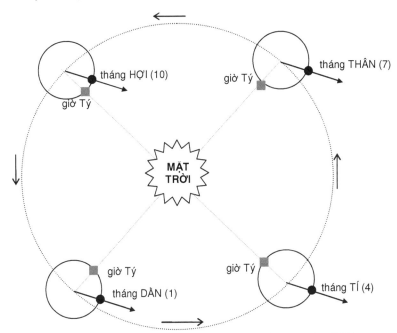

Hình 7: Tháng là hướng của địa bàn so với vũ trụ ở giờ Tý
(chú ý rằng giờ là hướng của địa bàn so với mặt trời)

Giả sử vị trí 1 của trái đất trùng với phương Tý, ta có thể thấy vị trí 2 sẽ trùng với phương Sửu, vị trí 3 phương Dần... chấm dứt ở vị trí 12 là phương Hợi, rồi lại tiếp tục chu kỳ mới ở phương Tý v.v... Như vậy chúng ta đã đạt mục đích là đại diện 12 vị trí của trái đất bằng 12 phương trên vòng tròn phương hướng.

Khác biệt giữa giờ và tháng

Như ta đã thấy ở trên, tính tuần hoàn của giờ và tháng cùng được đại biểu bằng 12 phương theo thứ tự thuận lý, nhưng có một khác biệt quan trọng: Mười hai phương đại biểu giờ lấy một điểm trong vũ trụ (mặt trời) làm chuẩn, trong khi đó mười hai phương đại biểu tháng lấy một hướng trong vũ trụ làm chuẩn.

Mười hai phương và 12 cung địa bàn

73

Mười hai phương chỉ là 12 điểm trên vòng tròn phương hướng, nên tính đến tận lẽ thì chúng chỉ có thể đại biểu 12 thời điểm trong một ngày và 12 thời điểm trong một năm. Muốn giải bài toán lý số đương nhiên phải khai triển rộng ra để bao gồm tất cả mọi thời điểm trong một ngày và trong một năm. Nhưng khai triển như thế nào? Cách đơn giản nhất là chia vòng tròn phương hướng ra 12 cung đều nhau. Vì mỗi cung đại diện một chuỗi điểm liên tục nhau ta có thể áp dụng phương pháp đã trình bày ở đầu bài này để chứng minh rằng luật cộng hưởng xung chiếu và cộng hưởng tam hợp vẫn có thể áp dụng hoàn hảo. Thay vì 12 điểm trên vòng tròn phương hướng bây giờ ta có 12 cung địa bàn theo thứ tự thuận chiều kim đồng hồ với tên gọi giữ nguyên như cũ: Tý Sửu Dần Mão Thìn Tỵ Ngọ Mùi Thân Dậu Tuất Hợi.

Tương quan giữa 12 cung và thời gian trong một ngày rất đơn giản: Mỗi cung ứng với một giờ.

Tương quan giữa 12 cung với thời gian trong một năm cũng tương tự nếu xử dụng 12 tháng dương lịch hoặc 24 tiết khí (chú 5).

Tháng nhuận và chu kỳ của mặt trăng

Nhưng nếu chọn tiết khí là đã bỏ quên mặt trăng, một thiên thể vô cùng quan trọng trong đời sống của nhân loại (chú 6).

Với mặt trăng là yếu tố mới, ta ghi nhận ba chu kỳ tuần hoàn:

-Chu kỳ thứ nhất (ngắn nhất) là một ngày, tức một vòng quay của trái đất quanh chính nó.

-Chu kỳ thứ hai là một tháng âm lịch, tức một vòng quay của mặt trăng quanh trái đất.

-Chu kỳ thứ ba (dài nhất) là một năm, tức một vòng quay của trái đất quanh mặt trời.

Hai chữ "tuần hoàn" có nghĩa nôm na là lập lại.

Trước hết xét chu kỳ thứ nhất (ngày). Khi quay quanh chính nó trái đất cũng đồng thời quay quanh mặt trời, nên nếu cứ theo lẽ bình thường mà chọn mỗi ngày (tức một chu kỳ) là đúng một vòng quay thì lúc bắt đầu của mỗi ngày sẽ có khi là buổi sáng, có khi là giữa trưa, có khi là lúc mặt trời lặn, có khi là giữa khuya v.v... tóm lại chẳng có vẻ gì là "tuần hoàn" cả. Các nhà thiên văn vì thế phải chọn 1+ 1/(365.24) vòng quay của trái đất quanh chính nó là một ngày cốt cho tính tuần hoàn được thỏa.

Tiếp đến xét chu kỳ thứ hai (tháng). Mỗi vòng quay của mặt trăng quanh trái đất mất 29.53 ngày. Nhưng nếu chọn 29.53 ngày là đúng một tháng thì nếu giả sử một tháng bắt đầu vào giữa khuya, tháng kế tiếp sẽ phải bắt đầu vào giữa trưa, tức là cũng phạm tiêu chuẩn "tuần hoàn". Các nhà thiên văn á đông chọn 29 hoặc 30 ngày là một tháng âm lịch chính là một cách điều chỉnh gần đúng để tiêu chuẩn tuần hoàn được thỏa.

Cuối cùng xét chu kỳ thứ ba (năm). Mỗi vòng quay của trái đất quanh mặt trời mất 365.24 ngày. Để thỏa tiêu chuẩn tuần hoàn của ngày các nhà làm lịch tây phương đã chọn 365 ngày là một năm, rồi cứ bốn năm lại có một năm nhuận 366 ngày. Nếu chỉ coi mặt trời và trái đất là quan trọng thì cách tính này khá ổn thỏa; nhưng nếu thêm yếu tố mặt trăng thì lại không ổn vì sẽ có đầu năm nhằm ngày trăng tròn, có đầu năm nhằm ngày trăng khuyết v.v... tức là vẫn phạm tiêu chuẩn tuần hoàn.

Nên muốn thỏa tiêu chuẩn tuần hoàn chỉ có cách định hai loại năm khác nhau: Năm thường có 12 tháng, năm nhuận có 13 tháng. Chính là phương pháp của các nhà làm lịch á đông.

Ta đã biết 12 cung địa bàn biểu tượng một chu kỳ của trái đất quanh mặt trời. Để thỏa nhu cầu tuần hoàn, chu kỳ ấy phải là một năm tính theo âm lịch, bao hàm 12 hoặc 13 tháng.

Năm có 12 tháng thì hiển nhiên mỗi cung một tháng.

Năm có 13 tháng phức tạp hơn vì có một tháng dư (tháng nhuận). Tháng nhuận là một vấn đề rất nhức đầu của khoa Tử Vi.

Vị trí của các tháng trên 12 cung

Tính tháng nhuận riêng ra thì một năm còn lại 12 tháng ứng với 12 cung. Vì tháng giêng là tháng đầu năm ta có khuynh hướng muốn đặt nó vào cung Tý, tức cung đầu tiên của thập nhị chi. Nhưng Tý không thích hợp vì tượng trưng sự lạnh lẽo, ứng với lúc mùa đông đang cực thịnh. Sửu không ổn vì là cung âm, trong khi tháng giêng vạn vật hồi sinh nên có đặc tính đột phá của dương! Vì thế tháng giêng phải an vào cung dương kế tiếp Sửu, tức là cung Dần! Các tháng còn lại cứ theo thứ tự: Tháng 2 cung Mão, tháng 3 cung Thìn, tháng 4 cung Tỵ v.v...

Nay hãy bàn về tháng nhuận.

Nhớ rằng 12 cung thực ra chỉ là 12 điểm. Vòng cung ứng với một tháng âm lịch luôn luôn nhỏ hơn 1/12 của vòng tròn nên không thể nào có chuyện một tháng âm lịch chia ra hai phần, một phần ở cung này, một phần ở cung kia.

Vì vậy tháng nhuận phải hoàn toàn nằm trong một cung, chung với một tháng khác! Và vì đây là hậu quả của một phép tính không hoàn toàn đúng, chỉ có thể kết luận là nó nằm giữa một trong hai cung gần nhất. Thí dụ: Tháng 5 nhuận có thể nằm chung cung với tháng 5 là tháng đi trước nó, cũng có thể nằm chung cung với tháng 6 là tháng đi sau nó.

Nên nếu gặp tháng nhuận trong khi giải một bài toán số mạng không dựa vào tiết khí (như việc định tháng để lập lá số Tử Vi), cách hay nhất là tính cả hai trường hợp rồi xử dụng thêm những dữ kiện khác để giữ lại một trường hợp thôi.

CHÚ THÍCH:

(1) Không nhất thiết là tương quan nhân quả. Tóm lại chúng ta không hề nói vị trí nơi sinh là nguyên nhân tạo ra vận mạng con người.

(2) Thí dụ điển hình của toán học là định đề Euclid "Từ một điểm ở ngoài một đường thẳng có thể kẻ một đường thẳng song song với đường thẳng đó, và chỉ một mà thôi!" Định đề Euclid là nền tảng của hình học cổ điển, nhưng không thể nào chứng minh là đúng hay sai.

(3) Ở bắc bán cầu thì phương bắc ứng với nhiệt độ thấp, phương nam ứng với nhiệt độ cao; nam bán cầu ngược lại.

(4) Thực ra là một vòng cộng với 1/(365.24) vòng.

(5) Mười hai tháng dương lịch và 24 tiết khí hoàn toàn dựa trên vị trí tương đối của trái đất so với mặt trời (không hề lý tới vị trí của mặt trăng). Tiết khí được xử dụng trong khoa tử bình (tức bát tự), một phép đoán mệnh hoàn toàn dựa trên lý sinh khắc của ngũ hành.

(6) Mặt trăng ảnh hưởng mạnh mẽ đến nhiều sinh hoạt của loài người. Nghề nông và nghề chài lưới là hai thí dụ tiêu biểu. Đó là chưa kể vai trò hết sức quan trọng của nó trong những sinh hoạt tình cảm của thanh niên nam nữ ở tuổi hò hẹn yêu đương.

Bắt đầu viết tại California tháng 7, 1995
viết xong tại tỉnh Đông Quan, Quảng Đông,
lục địa Trung Hoa tháng 4, 1997
sửa lại ngày 29 tháng 10, 2004
Đằng Sơn

PHỤ LỤC 1: ĐỊA BÀN Ở NAM BÁN CẦU

Giờ: Nam bán cầu và bắc bán cầu giống nhau.

Tháng: Vì mặt phẳng xích đạo và chiều ánh sáng mặt trời khác biệt nhau 21.5 độ, mùa ở bắc bán cầu và nam bán cầu sai nhau 6 tháng.

-Mùa xuân ở bắc bán cầu là mùa thu ở nam bán cầu.

-Mùa hạ ở bắc bán cầu là mùa đông ở nam bán cầu.

-Mùa thu ở bắc bán cầu là mùa xuân ở nam bán cầu.

-Mùa đông ở bắc bán cầu là mùa hạ ở nam bán cầu.

Bởi vậy địa bàn của nam bán cầu cũng phải khác 6 tháng, nghĩa là cung Dần ứng với tháng 7, cung Mão ứng với tháng 8, vân vân...

Nhưng từ khác biệt 6 tháng lại sinh ra vấn đề năm.

Năm: Âm lịch được làm cho bắc bán cầu nên khi ta nói tháng 7 năm Mậu Ngọ chẳng hạn, phải hiểu đây là năm Mậu Ngọ ở bắc bán cầu. Nam bán cầu thì sao? Tháng 7 nam bán cầu bước vào mùa xuân. Ta đã biết mùa xuân là lúc bắt đầu của vòng tuần hoàn năm, như vậy khi bắc bán cầu bước vào mùa thu năm Mậu Ngọ thì nam bán cầu bắt đầu mùa xuân của năm nào?

Nếu nam bán cầu đi sau bắc bán cầu 6 tháng câu trả lời cũng là "Mậu Ngọ". Nhưng nếu nam bán cầu đi trước bắc bán cầu 6 tháng thì câu trả lời lại là "Kỷ Mùi" (năm kế tiếp theo Mậu Ngọ).

Đây là một vấn đề chỉ có thể giải quyết bằng cách chứng nghiệm, mong sẽ trở thành rõ ràng hơn trong mấy mươi năm tới.

Phương hướng: Bắc và nam bán cầu có những tương phản sau đây:

-Ở bắc bán cầu phương bắc ứng với bắc cực nên là phương của Khảm, của mùa đông. Ở nam bán cầu phương bắc ứng với xích đạo nên là phương của Ly, của mùa hạ.

-Ở bắc bán cầu phương nam ứng với xích đạo nên là phương của Ly, của mùa hạ. Ở nam bán cầu phương nam ứng với nam cực nên là phương của Khảm, của mùa đông.

Đến đây ta đã có đủ dữ kiện cần thiết để lập địa bàn cho nam bán cầu.

TỴ (âm) - Hỏa tháng Mười L.HẠ can Bính, Mậu quái TỐN	NGỌ (dương) - Hỏa tháng Một (11) HẠ can Đinh, Kỷ LY – phương BẮC	MÙI (âm) - Thổ tháng Chạp (12) can: (không có) (KHÔN)	THÂN (dương) - Kim tháng Giêng L.THU can Canh quái KHÔN
THÌN (dương) - Thổ tháng Chín can (không có) (TỐN)			DẬU (âm) - Kim tháng Hai THU can Tân ĐOÀI – phương Tây
MÃO (âm) - Mộc tháng Tám XUÂN can Ất CHẤN phương ĐÔNG			TUẤT (dương) - Thổ tháng Ba can (không có) (CÀN)
DẦN (dương)- Mộc Tháng Bảy L.XUÂN can Giáp quái CẤN	SỬU (âm) - Thổ tháng Sáu can (không có) (CẤN)	TÍ (dương) - Thủy tháng Năm ĐÔNG can Quý KHẢM – phương NAM	HỢI (âm) - Thủy tháng Tư L.ĐÔNG can Nhâm quái CÀN

Hình A1: Mười hai cung địa bàn ở nam bán cầu (vì cố giữ chiều kim đồng hồ là thuận lý nên hai phương đông tây ở vị trái ngược)

Nếu dùng phương pháp tương tự như bắc bán cầu, tất địa bàn cho nam bán cầu sẽ đi ngược chiều kim đồng hồ, trở thành quá phức tạp cho người nghiên cứu. Nên để giản dị ta sẽ dùng hình phản chiếu của nó để ép cho chiều thuận lý vẫn là chiều kim đồng hồ. Với sự chọn lựa này hai phương đông tây sẽ nằm ngược vị trí, nhìn không hợp mắt nhưng không tạo thành vấn đề đáng kể.

(Sự khác biệt về tháng giữa nam và bắc bán cầu tạo ra một số vấn đề khác cho những khoa dựa trên địa bàn như Tử Vi chẳng hạn. Sẽ được đào sâu hơn trong bộ "Tử Vi hoàn toàn khoa học", cùng soạn giả).

PHỤ LỤC 2: XÍCH ĐẠO VÀ CÁC VÙNG LÂN CẬN

Bắc và nam bán cầu cách nhau 6 tháng. Xích Đạo ở giữa trở thành một vấn đề vô cùng nan giải. Nói theo danh từ toán học vòng xích đạo là một "singular curve", tức một đường cong trên đó bài toán địa bàn trở thành bất định, không thể tìm lời giải thỏa đáng bằng phương pháp thuần túy khoa học.

Nhưng soạn giả tin rằng mọi hiện tượng bình thường trong vũ trụ đều có tính nhị nguyên, nghĩa là nếu tổng cộng có ba hiện tượng, với hai hiện tượng xuất hiện nhiều nhất đã trái ngược nhau, thì hiện tượng thứ ba, nếu ít xuất hiện, sẽ phải giống như một trong hai hiên tượng có sẵn. Áp dụng vào trường hợp xích đạo, soạn giả cho rằng xích đạo phải tuân theo một trong hai địa bàn, bắc hoặc nam bán cầu, mà không có một địa bàn đúng cho riêng nó.

Và vì văn minh của loài người đã phát triển mạnh nhất ở bắc bán cầu, soạn giả cho rằng bắc bán cầu là ảnh hưởng áp đảo. Tóm lại nên dùng địa bàn của bắc bán cầu cho xích đạo, và ngay cả những vùng lân cận ở phía nam, có lẽ đến tận vòng đai Tropic of Carpricorn.

Chỉ là ý kiến cá nhân, độc giả thử chứng nghiệm xem sao.

PHỤ LỤC 3:
Lý âm dương của 12 địa chi và vấn nạn Thỏ Mèo

Muốn theo đúng lý của âm dương, địa bàn phải có 6 chi âm 6 chi dương, và âm dương phải xen kẽ nhau để tránh cảnh âm hoặc dương hội tụ cùng chỗ. Quả nhiên ta thấy Tý thuộc dương, Sửu âm, Dần dương, Mão âm, Thìn dương, Tỵ âm, Ngọ dương, Mùi âm, Thân dương, Dậu âm, Tuất dương, và Hợi âm. Điểm lý thú là tính âm dương của 12 chi đã được người xưa (2) bài trí rất hệ thống qua các cầm tinh thành từng cặp liên tiếp nhau:

Tý Sửu (cầm tinh chuột và trâu): Chuột và trâu cùng chăm chỉ nhưng tương phản nhau vì chuột nhanh trí, trâu chậm trí. Do đó Tý dương Sửu âm.

Dần Mão (cầm tinh cọp và mèo): Cọp và mèo là hai giống tương cận nhưng lại tương phản nhau vì cọp hung hăng còn mèo hiền dịu. Do đó Dần dương Mão âm.

Thìn Tỵ (cầm tinh rồng và rắn): Rồng và rắn là hai giống tương cận nhưng lại tương phản nhau vì rồng phun nước làm mưa giúp người, rắn phun nọc độc hại người. Do đó Thìn dương Tỵ âm.

Ngọ Mùi (cầm tinh ngựa và dê): Ngựa và dê cùng là gia súc nuôi ngoài trời nhưng tương phản nhau vì ngựa thần tốc dê trì chậm. Do đó Ngọ dương Mùi âm.

Thân Dậu (cầm tinh khỉ và gà): Khỉ và gà cùng vô hại ít công nhưng tương phản nhau vì khỉ hiếu động gà hiếu tĩnh. Do đó Thân dương Dậu âm.

Tuất Hợi (cầm tinh chó và heo): Chó và heo cùng là gia súc nhưng tương phản nhau vì chó tích cực heo tiêu cực. Do đó Tuất dương Hợi âm.

Có một dữ kiện rất ly kỳ cần ghi nhận về tuổi Mão. Các nước khác ở Á Đông (Trung Hoa, Đài Loan, Nhật, Đại Hàn) đều chọn Thỏ làm cầm tinh của Mão, duy nhất Việt Nam chọn Mèo. Có thể biện luận rằng cọp hung hăng trong khi thỏ nhát cáy (nhát như thỏ đế) hoặc cọp mạnh mẽ thỏ yếu đuối nên cọp dương thỏ âm. Nhưng lập luận này không vững vì Mão ứng với lúc mặt trời mọc (giờ Mão), tức là một thời điểm huy hoàng trong ngày. Con thỏ chẳng có nét gì huy hoàng cả, trong khi –như các bạn nuôi mèo đều biết rõ- con mèo được người thích nuôi vì nó có nét quý phái. Hơn nữa, tính mèo rất kiêu kỳ, tự coi mình như ông vua bà chúa trong nhà, chủ ra lệnh chưa chắc nó đã nghe theo. Tóm lại, chọn Mèo làm cầm tinh cho Mão hợp lý hơn chọn Thỏ.

Xin chấm dứt với một giai thoại tương đối mới. Trong thập niên 1980's ca nhạc sĩ Al Stewart có một bản nhạc thời danh tên là "The Year of the Cat" (năm con Mèo), tiết tấu lôi cuốn, lời lẽ thần tình. Hiển nhiên ông đã theo phe người Việt coi con mèo là cầm tinh năm Mão, vì nếu không tên bản nhạc phải là "The Year of the Rabbit". Có thể nói rằng nhờ bản nhạc này, Mèo đã thắng Thỏ một keo rất lớn trong cuộc chiến "cầm tinh".

San José 22 tháng 10, 2004
Đằng Sơn

79

Chương 7
Lý âm dương ngũ hành của thiên can và địa chi

Tính thời không hợp nhất của mệnh lý Á đông

Trong loạt bài này, thỉnh thoảng soạn giả sẽ so sánh mệnh lý với khoa học hiện đại. Kỳ này xin giới thiệu quan điểm "thời không hợp nhất."

Sự bùng vỡ của khoa học tây phương bắt đầu ở hạ bán thế kỷ 17 với một phương pháp khảo sát đầy cách mạng tính, nay được mệnh danh là "vật lý Newton" (Newtonian physics). Những thành công tột bực của vật lý Newton đã là kiến thức phổ thông nên chẳng cần nhắc lại cho dài dòng. Điểm oái oăm là sự thành công tột bực này vô tình tạo ra một bế tắc kéo dài mấy trăm năm. Ấy bởi vì vật lý Newton có một giả sử hết sức quan trọng, rằng thời gian và không gian không dính líu gì đến nhau.

TỴ (âm) - Hỏa Tháng Tư LẬP HẠ can Bính, Mậu quái TỐN	NGỌ (dương) - Hỏa Tháng Năm HẠ Can Đinh, Kỷ LY – phương NAM	MÙI (âm) - Thổ Tháng Sáu can: (không có) (KHÔN)	THÂN (dương) - Kim Tháng Bảy LẬP THU can Canh quái KHÔN
THÌN (dương) - Thổ tháng Ba can (không có) (TỐN)			DẬU (âm) - Kim tháng Tám THU can Tân ĐOÀI – phương Tây
MÃO (âm) - Mộc tháng Hai XUÂN can Ất CHẤN phương ĐÔNG			TUẤT (dương) - Thổ tháng Chín can (không có) (CÀN)
DẦN (dương)- Mộc Tháng Giêng L.XUÂN can Giáp quái CẤN	SỬU (âm) - Thổ tháng Chạp (12) can (không có) (CẤN)	TÍ (dương) - Thủy tháng Một (11) ĐÔNG can Quý KHẢM – phương BẮC	HỢI (âm) - Thủy tháng Mười L.ĐÔNG can Nhâm quái CÀN

Hình 1: Mười hai cung địa bàn (12 chi)

Đến đầu thế kỷ 20, nhờ thuyết tương đối của Einstein người ta nhận ra rằng muốn tránh mâu thuẫn nội tại thì phải chấp nhận thời gian và không gian là hai thực thể có liên hệ hỗ tương, không thể tách rời ra được. Cuộc cách mạng này dẫn đến quan điểm "thời không hợp nhất," một nền tảng căn bản của vật lý Einstein (Einsteinian physics). Theo quan điểm "thời không hợp nhất" thời gian cũng có lý tính tương tự như không gian. Khỏi cần nói cũng đoán được là quan điểm "thời không hợp nhất" đã tạo chấn động cực mạnh khi nó được giới thiệu với làng khoa học thế giới.

Ly kỳ làm sao trong mệnh lý Á Đông tính "thời không hợp nhất" đã được giả sử ngay từ nguyên thủy, như có thể thấy rõ qua cấu trúc của địa bàn. Xét cung Tí chẳng hạn. Cung này vừa đại biểu không gian (phương bắc) vừa đại biểu thời gian (hoặc năm hoặc tháng hoặc ngày hoặc giờ Tí). Tương tự, cung Sửu vừa đại biểu phương đông bắc thiên bắc vừa đại biểu hoặc năm hoặc tháng hoặc ngày hoặc giờ Sửu, v.v... *(xem hình 1)*.

Đây chỉ là một trong nhiều dữ kiện cho thấy mệnh lý không chỉ là một trò chơi tầm phào, mà đã đi trước những phát kiến vĩ đại nhất của khoa học tây phương. Đây cũng là một lý do tại sao loạt bài này được đặt tên "mệnh lý hoàn toàn khoa học."

Lý tính "thời gian" của hành thổ

Nếu ta gọi kích thước của một thực thể trong ba chiều không gian là X, Y, Z và trong chiều thời gian là T và chọn đơn vị là vận tốc ánh sáng thì theo vật lý Newton tất cả mọi quan sát viên đều cùng lúc thấy thực thể này thỏa đẳng thức sau:

$$X^2 + Y^2 + Z^2 = \text{Hằng số} \qquad (1)$$

Thời gian T hoàn toàn vắng bóng trong đẳng thức (1) vì vật lý Newton giả sử rằng thời gian và không gian hoàn toàn độc lập với nhau. Nhưng theo vật lý Einstein thì phải nối kết thời gian và không gian với nhau theo đẳng thức dưới đây:

$$X^2 + Y^2 + Z^2 - T^2 = \text{Hằng số} \qquad (2)$$

Nhận xét rằng trong vật lý Einstein (đẳng thức 2) ba chiều không gian đều có dấu cộng ở phía trước, riêng chiều thời gian có dấu trừ. Từ đó có thể thấy rằng chiều thời gian, mặc dù có tính tương đương với 3 chiều không gian, vẫn có điểm đặc thù của nó.

Nay trở về mệnh lý. Trong bài "cơ sở toán học của ngũ hành và tứ nguyên tố" ta đã biết rằng:

1-Muốn biểu diễn n chiều của thời gian hoặc không gian ta cần n+1 nhóm điểm.

2-Ngũ hành (5 nhóm điểm) là lời giải của bài toán cho vũ trụ mà chúng ta ta đang sống. Vũ trụ ấy có 3 chiều không gian và 1 chiều thời gian tổng cộng thành 4 chiều (n= 4).

Cũng qua bài "cơ sở toán học của ngũ hành và tứ nguyên tố" ta biết hành thổ với 2 biểu số (5, 10) có tính trung bình của bốn hành còn lại qua số 5, và với số 10 nó có thêm tính chất của vô cực, được định nghĩa là nguồn gốc và điểm chấm dứt của mọi hiện hữu. Rõ ràng hơn, hành thổ đại biểu khởi điểm và chung điểm của mọi hiện hữu. Nhưng trong ba chiều không gian và một chiều thời gian thì chiều nào vừa chứa khởi điểm vừa chứa chung điểm của mọi hiện hữu? Câu trả lời hiển nhiên là "thời gian" vì những hiện hữu và hủy diệt có thể xảy ra ở các chiều không gian khác nhau, nhưng mỗi một hiện hữu mỗi một hủy diệt nhất định phải nằm trong thời gian vì thời gian chỉ có một chiều duy nhất.

Tóm lại, hành thổ tương ứng với thời gian!

Với những kiến thức trên đây, giờ chúng ta có thể đi vào đề tài chính của bài này, tức lý âm dương ngũ hành của thiên can và địa chi.

Thập thiên can và tính ngũ hành của chúng

Lại cũng từ bài "cơ sở toán học của ngũ hành và tứ nguyên tố" ta đã biết nền tảng của mệnh lý phải dựa trên 5 nhóm để diễn tả 4 chiều thời không, và mỗi nhóm phải có 2 yếu tố để thỏa cái lý chẵn của thuyết âm dương. *(Cái lý chẵn của thuyết âm dương rất hiển nhiên nên tạm thời yêu cầu độc giả chấp nhận như một kết quả đúng. Soạn giả sẽ trở lại sau này khi luận Hà Đồ và Lạc Thư).*

Tóm lại, nền tảng của mệnh lý phải dựa trên 5×2=10 yếu tố! Mười yếu tố này được gọi là thập thiên can. Thập thiên can được đặt tên theo thứ tự là: Giáp Ất Bính Đinh Mậu Kỷ Canh Tân Nhâm Quý. Đây là một thứ tự hết sức căn bản. Các độc giả yêu mệnh lý nên học thuộc lòng.

Có thể thấy trong cái lý thành lập của thập thiên can chỉ cần có sự hiện diện của lý âm dương mà không cần có sự hiện diện của lý ngũ hành *(chú 1)*. Nhưng vì ngũ hành là một phép tính tương đối giản dị, dĩ nhiên ta muốn áp dụng nó để khảo sát thập thiên can. Muốn thế ta phải xếp ngũ hành vào thập thiên can theo cách tự nhiên nhất.

Cách tự nhiên nhất (gọi là "thuận lý" nhất) để định tính ngũ hành cho thập thiên can là đặt nó thành 5 cặp dương-âm tức là dương trước âm sau, mỗi cặp sinh ra cặp kế tiếp.

Mỗi cặp sinh ra cặp kế tiếp thì dễ hiểu rồi, nhưng tại sao trong mỗi cặp lại xếp dương trước âm sau? Xin trả lời đây là một lý căn bản của thuyết âm dương (lý "dương trước âm sau"). Tạm thời yêu cầu độc giả chấp nhận, soạn giả sẽ trở lại cũng trong loạt bài này khi luận đến thuyết âm dương.

Vì thổ ứng với trung ương ta kết luận ngay hai can trung ương phải thuộc thổ. Nói cách khác Mậu Kỷ thuộc thổ. Chi tiết hơn Mậu thuộc dương thổ, Kỷ thuộc âm thổ. Các hành còn lại chỉ việc điền vào theo chỗ trống cho thuận vòng sinh của ngũ hành, thành kết quả chi tiết như sau:

Giáp là dương mộc, Ất là âm mộc

Bính là dương hỏa, Đinh là âm hỏa (theo sau Giáp Ất mộc vì mộc sinh hỏa).

Mậu là dương thổ, Kỷ là âm thổ (ở trung ương, và theo sau Bính Đinh hỏa vì hỏa sinh thổ).

Canh là dương kim, Tân là âm kim (theo sau Mậu Kỷ thổ vì thổ sinh kim).

Nhâm là dương thủy, Quý là âm thủy (theo sau Canh Tân kim vì kim sinh thủy).

Độc giả có thể kiểm soát để thấy rằng đây chính là cách xếp đặt âm dương hiện hành cho thập thiên can.

Phần lý luận ngũ hành cho thập thiên can đến đây đã đủ, nhưng một số độc giả tò mò ắt muốn hỏi: "Tại sao lại gọi là 'thập thiên can' "? Xin trả lời vì người xưa bị ảnh hưởng bởi luận lý âm dương nên thích đặt tên cho có nghĩa âm dương đối đãi. "Can" nghĩa đen là cái cán, cái gốc, cái sườn, v.v... có ý nhấn mạnh rằng 10 yếu tố đã kể là lý tính nền tảng của mệnh lý học. Thế nên xét bằng lý âm dương cái tên "thiên can" (gốc trời) rất thích hợp để đối lại "địa chi" (nhánh đất) là những đơn vị của địa bàn, mà ta sẽ bàn tiếp sau đây.

Thập nhị địa chi và 4 phương thủy mộc hỏa kim

Trong bài "địa bàn," từ cái lý thành lập ta đã biết 12 địa chi ứng với 12 phương trên mặt đất. (Một lần nữa) Vì ngũ hành là phép tính tương đối giản dị ta cũng muốn áp dụng lý ngũ hành vào 12 địa chi.

Trước hết, ta áp dụng một số kiến thức đã biết từ bài "địa bàn." Ở bắc bán cầu:

-Cung Tý ứng với phương bắc. Phương bắc có bắc cực, ứng với nước. Suy ra Tý phải là cung chính của Thủy. Nghĩa là vị trí trung ương của hành thủy phải ở trong cung Tý.

-Cung Ngọ ứng với phương nam. Phương nam có xích đạo, ứng với lửa. Suy ra Ngọ phải là cung chính của Hỏa. Nghĩa là vị trí trung ương của hành hỏa phải ở trong cung Ngọ.

-Cung Mão ứng với phương đông, là phương mặt trời mọc, ứng với sự sống. Vì hành thổ tính riêng, chỉ còn hai hành kim và mộc. Vì mộc ứng với sự sống (sự sống của thảo mộc), kim ứng với sự chết (kim loại không có tính sống), suy ra Mão phải là cung chính của Mộc. Nghĩa là vị trí trung ương của hành mộc phải ở trong cung Mão.

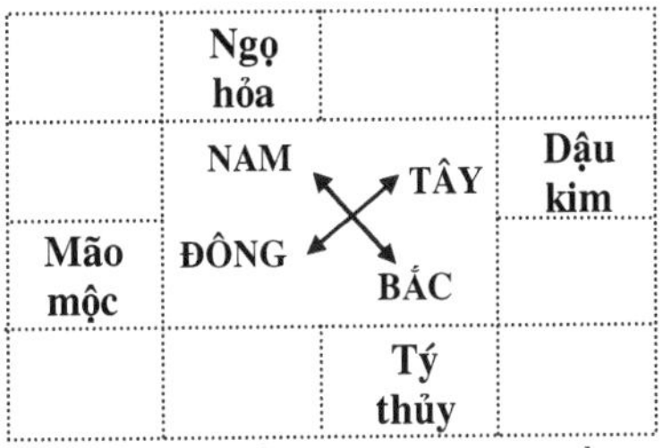

Hình 2: Các cung trung ương của bốn hành thủy mộc hỏa kim trên địa bàn thập nhị chi.

-Bằng lý đối xứng, không cần suy luận thêm ta cũng biết vị trí trung ương của hành kim phải ở trong cung Dậu là cung đối xứng với Mão.

Vì mỗi hành chiếm hơn 2 cung, cung nào chứa trung ương của một hành tất phải thuần là hành đó. Kết luận Tý hoàn toàn thuộc thủy, Ngọ hoàn toàn thuộc hỏa, Mão hoàn toàn thuộc mộc, Dậu hoàn toàn thuộc kim. Cho ta kết quả sơ khởi như trong hình 2.

Vì hành thổ ứng với thời gian mà địa bàn thập nhị chi khởi nguồn là không gian, tạm thời ta không vội lý đến hành thổ. Còn lại 4 hành mà có tổng cộng 12 cung nên mỗi hành chiếm 3 cung. Bằng lý liên tục, ta có các kết quả sau:

Trung ương hành thủy ở Tý, nên thủy phải chiếm ba cung Hợi Tý Sửu.

Trung ương hành mộc ở Mão, nên mộc phải chiếm ba cung Dần Mão Thìn.

Trung ương hành hỏa ở Ngọ, nên hỏa phải chiếm ba cung Tỵ Ngọ Mùi.

Trung ương hành kim ở Dậu, nên kim phải chiếm ba cung Thân Dậu Tuất.

Cũng vì thế:

Ba cung Hợi Tý Sửu (chứa hướng bắc) là phương của thủy, gọi tắt là "phương thủy."

Ba cung Dần Mão Thìn (chứa hướng đông) là phương của mộc, gọi tắt là "phương mộc."

Ba cung Tỵ Ngọ Mùi (chứa hướng nam) là phương của hỏa, gọi tắt là "phương hỏa."

Ba cung Thân Dậu Tuất (chứa hướng tây) là phương của kim, gọi tắt là "phương kim."

Trên đây là kết quả đại khái vì chưa tính đến hành thổ *(chú 2)*.

Vị trí của hành thổ trên địa bàn thập nhị chi

Để thêm hành thổ vào bài toán, ta luận rằng vì có tổng cộng 12 cung, nếu chia đều cho 5 hành thì đổ đồng mỗi hành được 12/5 cung tức là 2 và 2/5 cung.

Thổ đại biểu thời gian nên hiện hữu ở mọi không gian, tức là có mặt ở cả 4 phương thủy mộc hỏa kim. Vì hành thổ có tổng cộng 12/5 cung ở 4 phương, suy ra nó có 3/5 cung ở mỗi phương.

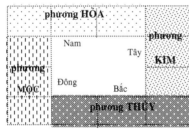

Hình 3: Bốn phương thủy mộc hỏa kim trên địa bàn thập nhị chi.

Xét một hành bất kỳ, tạm gọi là hành B. Hành B có hành đi trước nó là A và sau nó là C. Ta đã biết phương của hành B chiếm 3 cung, tạm gọi theo thứ tự là 1, 2, 3. Ta muốn đặt thổ vào một nơi nào đó trong ba cung này. Vì thổ ứng với sự bắt đầu hoặc sự chấm dứt (mà không ứng với sự phát triển), dùng lý liên tục ta kết luận chỉ có thể xếp thổ vào phương của B bằng một trong 2 cách:

Cách 1: Xếp thổ vào 3/5 đầu của cung 1.

Cách 2: Xếp thổ vào 3/5 cuối của cung 3.

Để xem cách nào đúng, ta nhận xét rằng mỗi hành là một thực thể hiện hữu. Giả như ta có một máy dò tín hiệu hiện hữu, chuyển máy này theo thứ tự từng cung một ta sẽ thấy tín hiệu của hành A trước, rồi đến tín hiệu của hành B, hành C (xem hình 4). Giữa tín hiệu của hành A và hành B là vùng chuyển tiếp A-B. Trong vùng chuyển tiếp này hành A tàn lụi; hành B manh nha nhưng chưa thành tín hiệu rõ rệt. Ngắn gọn, vùng chuyển tiếp là một cảnh tranh tối tranh sáng. Qua khỏi vùng chuyển tiếp A-B thì tín hiệu của hành B trở thành rõ nét.

Tương tự, giữa tín hiệu của hành B và hành C là vùng chuyển tiếp B-C. Trong vùng chuyển tiếp này hành B tàn lụi, hành C manh nha nhưng chưa thành tín hiệu rõ rệt. Tức là một cảnh tranh tối tranh sáng. Qua khỏi vùng chuyển tiếp thì tín hiệu của hành C trở thành rõ nét.

Xét lý âm dương thì:

Tín hiệu rõ nét ứng với dương.

Tranh tối tranh sáng (tín hiệu không rõ nét) ứng với âm.

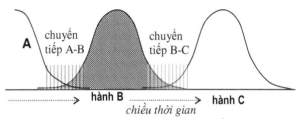

Hình 4: Trong phương của hành B, thổ hoặc ở vùng chuyển tiếp A-B hoặc ở vùng chuyển tiếp B-C. Ta luận rằng chuyển tiếp là cảnh tranh tối tranh sáng (không rõ ràng) nên ứng với tính âm. Vì dương đi trước âm, trong phương của hành B sự phát triển của B ứng với tính dương nên phải xảy ra trước. Tóm lại phải an hành thổ trong phương B tại vùng chuyển tiếp B-C.

Cho nên dùng lý "dương trước âm sau" thì trong phương của hành B, sự kiện B rõ nét phải đi trước, rồi sự kiện tranh tối tranh sáng mới theo sau. Nhưng "tranh tối tranh sáng" chính là hoàn cảnh ứng với thổ. Tóm lại, trong phương của hành B thì thổ phải xuất hiện sau. Cho nên lời giải của chúng ta là: Hành thổ phải ở 3/5 cuối của cung thứ 3, tức cung chót của phương ứng với hành B.

Áp dụng quy luật tổng quát này vào bốn phương thủy mộc hỏa kim, tính theo chiều thuận lý thời gian (tức là thuận chiều kim đồng hồ), ta được:

Phương thủy gồm 3 cung Hợi Tý Sửu; thổ chiếm 3/5 sau cùng của cung Sửu.

Phương mộc gồm 3 cung Dần Mão Thìn; nên thổ chiếm 3/5 sau cùng của cung Thìn.

Phương hỏa gồm 3 cung Tỵ Ngọ Mùi; nên thổ chiếm 3/5 cuối cùng của cung Mùi.

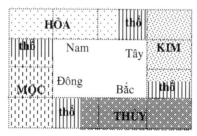

Hình 5: Các phương trên địa bàn sau khi điền thêm vị trí của thổ.

Phương kim gồm 3 cung Thân Dậu Tuất; nên thổ chiếm 3/5 cuối cùng của cung Tuất.

Như trong hình 5.

Chiếm 3/5 của một cung là chiếm đa số của cung rồi, do đó:

Sửu: Chủ tính (tính chất chính) là thổ, dư tính (tính còn sót lại) là thủy.

Thìn: Chủ tính là thổ, dư tính là mộc.

Mùi: Chủ tính là thổ, dư tính là hỏa.

Tuất: Chủ tính là thổ, dư tính là kim.

Trong rất nhiều bài toán mệnh lý, dư tính (còn gọi là dư khí) không phải là yếu tố quan trọng nên ta có thể bỏ nó đi mà không gây nhiều sai số. Đây là lý do tại sao Thìn Tuất Sửu Mùi thường chỉ được gọi giản lược là bốn cung thổ. Coi Thìn Tuất Sửu Mùi là thổ rồi ta có hoàn cảnh được coi là tiêu chuẩn, thường thấy trong các sách mệnh lý (xem hình 6.)

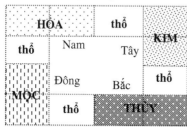

Hình 6: Cách xếp thông thường nhất của ngũ hành trên địa bàn.

Phối hợp thiên can và địa chi

Thiên can và địa chi là hai nền tảng căn bản của mệnh lý Á đông, tất đều phải thỏa cái lý "thời không hợp nhất," tức là vừa ứng với thời gian vừa ứng với không gian. Hãy bàn thời gian trước. Vì thời gian có một chiều đi rõ rệt nên địa chi phải đi theo thứ tự (Tý Sửu Dần Mão Thìn Tỵ Ngọ Mùi Thân Dậu Tuất Hợi), thiên can cũng phải theo thứ tự (Giáp Ất Bính Đinh Mậu Kỷ Canh Tân Nhâm Quý). Kết quả là trong mệnh lý, thời gian được xác định bằng cả hai yếu tố thiên can và địa chi, và cả hai yếu tố này liên tục biến chuyển theo chiều thuận lý. Như năm nay là năm Giáp Thân, tất nhiên năm tới phải là năm Ất Dậu, năm tới nữa phải là Bính Tuất, v.v... Kế tiếp ta luận đến không gian. Như đã giải thích trong bài "địa bàn," ngay trong cách thành lập địa chi đã ứng với không gian, vì mỗi chi ứng với một phương trên mặt địa cầu (Tý bắc, Ngọ nam, Mão đông, Dậu tây v.v...) Tính "không gian" của thiên can thì không rõ rệt, nên phải thiết lập bằng lý luận. Phương pháp là móc nối thiên can vào địa bàn (vì địa bàn từ định nghĩa đã có tính "không gian") bằng cách so sánh qua trung gian của ngũ hành.

Nhìn lại hình 6, ta thấy trừ hành thổ ra mỗi hành chiếm đúng 2 cung. Thế nên ta chỉ việc theo thứ tự thuận lý xếp Giáp Ất thuộc mộc vào 2 cung mộc tức Dần Mão, Bính Đinh thuộc hỏa vào 2 cung hỏa tức Tỵ Ngọ, Canh Tân thuộc kim vào 2 cung kim tức Thân Dậu, Nhâm Quý thuộc thủy vào 2 cung thủy tức Hợi Tý (xem hình 7).

Tỵ - hỏa Bính	Ngọ-hỏa Đinh	Mùi-thổ	Thân-kim Canh
Thìn-thổ			Dậu-kim Tân
Mão-mộc Ất			Tuất-thổ
Dần-mộc Giáp	Sửu-thổ	Tý-thủy Quý	Hợi-thủy Nhâm

Hình 7: Phương vị của 8 can Giáp Ất Bính Đinh Canh Tân Nhâm Quý.

Còn hai can Mậu Kỷ ở đâu? Vì hai can này ứng với hành thổ, ta thử lập luận rằng chúng có tính cùng khắp, nên chỉ việc phân theo lý âm dương rồi an vào 4 cung thuộc thổ là Thìn Tuất Sửu Mùi. Nếu vậy thì:

- Mậu là dương thổ, nên ở Thìn và Tuất là hai cung dương.
- Kỷ là âm thổ, nên ở Sửu Mùi là hai cung âm.

Nhưng lập luận này không ổn vì nó ám chỉ rằng một mình Mậu chiếm hai cung, một mình Kỷ chiếm hai cung. Ta đã biết sự thật không phải như thế! Bởi vậy ta phải sửa lại thành:

- Thìn và Tuất có đặc tính của Mậu (nghĩa là ngoài đặc tính của Mậu ra, hai cung này còn chứa thêm đặc tính khác).
- Sửu và Mùi có đặc tính của Kỷ (nghĩa là ngoài đặc tính của Kỷ ra, hai cung này còn chứa thêm đặc tính khác).

Đây là hai kết quả được áp dụng thường xuyên trong khoa bát tự.

Thế nhưng, lại có những khoa mệnh lý (thí dụ khoa tử vi) đòi hỏi ta phải định cho Mậu và Kỷ mỗi can đúng một cung (để có lý tính tương tự 8 can còn lại). Vậy thì phải giải quyết làm sao? Giả như ta cho Mậu ở Thìn thì sẽ bị hỏi "tại sao không ở Tuất?" Cho Mậu ở Tuất thì sẽ bị hỏi ngược lại "tại sao không ở Thìn?" Cả hai câu hỏi này đều không có câu trả lời. Can Kỷ cũng gặp vấn đề tương tự với hai cung Sửu Mùi. Ngắn gọn, nếu phải chọn hai cung cho Mậu và Kỷ, ta biết ngay hai cung này không thể nào thuộc nhóm Thìn Tuất Sửu Mùi.

Cách giải quyết duy nhất là cho Mậu Kỷ ở chung chỗ với 2 can khác. Vì lý liên tục, Mậu Kỷ (thổ) chỉ có thể chung chỗ hoặc với Giáp Ất (mộc), hoặc với Bính Đinh (hỏa), hoặc với Canh Tân (kim), hoặc với Nhâm Quý (thủy). Muốn cùng chỗ thì phải có liên hệ tốt đẹp. Trong trường hợp ngũ hành, liên hệ tốt đẹp là liên hệ "sinh"; nghĩa là Mậu Kỷ phải hoặc sinh hai can mà nó mượn chỗ hoặc được hai can này sinh. Nhờ đó ta loại ngay Giáp Ất (mộc) vì mộc khắc thổ, và Nhâm Quý (thủy) vì thủy bị thổ khắc. Còn lại Bính Đinh (hỏa) và Canh Tân (kim), ta lập luận tiếp rằng sinh người ứng với việc làm ơn cho người, được sinh ứng với việc nhận ơn của người. Mượn chỗ ứng với nhận ơn, nên áp dụng lẽ tương ứng, giữa Bính Đinh và Canh Tân ta phải chọn Bính Đinh vì Bính Đinh thuộc hỏa sinh được Mậu Kỷ thuộc thổ.

Kết quả:

Mậu ở cùng chỗ với Bính, tức là ở cung Tỵ.

Kỷ ở cùng chỗ với Đinh, tức là ở cung Ngọ.

Phương vị trên địa bàn của cả 10 can được trình bày trong hình 8. Các độc giả quen thuộc với khoa tử vi hẳn đã nhận ra đây chính là các vị trí của sao Lộc Tồn. Cần thêm rằng các khoa như bát tự, bói sáu hào vân vân... mặc dù không dùng địa bàn cũng định sao Lộc Tồn bằng phương pháp y hệt.

Tỵ - hỏa **Bính, Mậu**	Ngọ-hỏa **Đinh, Kỷ**	Mùi-thổ	Thân-kim **Canh**
Thìn-thổ			Dậu-kim **Tân**
Mão-mộc **Ất**			Tuất-thổ
Dần-mộc **Giáp**	Sửu-thổ	Tý-thủy **Quý**	Hợi-thủy **Nhâm**

Hình 8: Các phương vị của sao Lộc Tồn trên địa bàn thập nhị chi (không bao giờ ở 4 cung thổ).

Tính âm dương khác biệt của các tổ hợp can chi

Xem kỹ hình 8 ta nhận ra rằng:

Dần Mão chứa can cùng lý âm dương (Giáp dương ở Dần dương, Ất âm ở Mão âm).

Thân Dậu chứa can cùng lý âm dương (Canh dương ở Thân dương, Tân âm ở Dậu âm).

Nhưng:

Tỵ Ngọ chứa can khác lý âm dương (Bính-Mậu dương ở Tỵ âm, Đinh-Kỷ âm ở Ngọ dương).

Hợi Tý chứa can khác lý âm dương (Nhâm dương ở Hợi âm, Quý âm ở Tý dương).

Vì những dữ kiện trên đây hoàn toàn ứng hợp với cấu trúc của địa bàn (Dần Mão thuộc mùa xuân, Thân Dậu thuộc mùa thu là hai mùa dễ chịu, nên ứng với sự hòa hợp âm dương; Tỵ Ngọ thuộc mùa hạ, Hợi Tý thuộc mùa đông là hai mùa gay gắt, nên ứng với mâu thuẫn âm dương) ta có quyền tin rằng những lập luận được trình bày trong bài này là hợp lý.

San José ngày 19 tháng 11, 2004
Đằng Sơn

CHÚ THÍCH

1. Điểm này hết sức quan trọng, nếu không nắm vững ta sẽ chẳng thể giải thích tại sao khoa Tử Vi lại dùng thập thiên can để định bộ sao Tứ Hóa.

2. Mặc dù "phương" có tính đại khái nhưng cũng nhiều công dụng trong việc luận số mệnh. Như khi tính đại vận (mỗi đại vận 10 năm) trong khoa bát tự, nếu số thích gặp hành hỏa thì đến phương hỏa (các vận Tỵ Ngọ Mùi) dễ đắc ý.

89

Chương 8
Cơ sở khoa học của ngũ hành nạp âm

PHẦN I: KIẾN THỨC CƠ BẢN

Lục thập hoa giáp

Vì thiên can và địa chi cùng được sử dụng trong các đơn vị thời gian năm, tháng, ngày, giờ; khi ta nói năm Tý chẳng hạn là chỉ mới nói đến (địa) chi của năm này thôi. Trong đa số các phép tính mệnh lý như vậy vẫn là thiếu sót, phải thêm (thiên) can nữa mới đầy đủ. Như các năm 1984, 1996, 2008, 2020, 2032 đều là năm Tý; thêm can vào để phân biệt thì 1984 là Giáp Tý, 1996 Bính Tý, 2008 Mậu Tý, 2020 Canh Tý, và 2032 Nhâm Tý. (Các độc giả tinh ý hẳn đã đoán ra rằng mọi năm chấm dứt với số 4 đều là năm Giáp, chấm dứt với số 6 năm Bính, số 8 năm Mậu, số 0 năm Canh, số 2 năm Nhâm).

Can bắt đầu với Giáp, chi bắt đầu với Tý nên khởi điểm tự nhiên là Giáp Tý, rồi tiếp theo bằng Ất Sửu, Bính Dần, Đinh Mão, Mậu Thìn, v.v... và chấm dứt ở Quý Hợi rồi lại bắt đầu bằng Giáp Tý, cứ thế liên tục mãi không ngừng. Thiên can có 10, địa chi có 12, nhưng vì can dương (Giáp Bính Mậu Canh Nhâm) chỉ có thể phối hợp với chi dương (Tý Dần Thìn Ngọ Thân Tuất), can âm (Ất Đinh Kỷ Tân Quý) chỉ có thể phối hợp với chi âm (Sửu Mão Tỵ Mùi Dậu Hợi), tổng cộng lại ta có (10×12)/2 = 60 cách phối hợp. Sách Tàu thường gọi là lục thập Giáp Tý (nghĩa là vòng 60 phối hợp can chi, bắt đầu bằng Giáp Tý), sách ta thường gọi là lục thập hoa giáp, hiểu ngầm là bắt đầu với Giáp Tý.

Liên hệ can chi giữa các đơn vị thời gian

Chúng ta biết rằng ở Á Đông lục thập hoa giáp đã được dùng để đặt tên cho cả bốn đơn vị thời gian năm, tháng, ngày, giờ.

Xét hai đơn vị năm và tháng trước. Mỗi năm có 12 tháng nên 5 năm có 12×5=60 tháng; tức là cứ 5 năm thì vòng lục thập hoa giáp của tháng lập lại từ đầu. Sự kiện này có nghĩa, xét trên căn bản toán học thì lục thập hoa giáp của tháng (gọi tắt là nguyệt giáp) không hoàn toàn độc lập, mà lệ thuộc vào lục thập hoa giáp của năm (gọi tắt là niên giáp).

Theo quy ước ngày xưa, năm bắt đầu ở tháng Tý. Lập luận kế tiếp đây dựa trên quy ước này. (Ngày nay chúng ta coi tháng Dần, tức hai tháng sau tháng Tý, là tháng đầu tiên của năm, như đã bàn trong bài "Địa Bàn").

Tạm gọi tháng Giêng của năm Giáp Tý là tháng "XY" (với X=can, Y=chi), hiển nhiên khi năm đi hết một vòng niên giáp (tức 60 năm) thì tháng đi hết 12 vòng nguyệt giáp (mỗi vòng 5 năm, mà 60/5=12). Nghĩa là tháng Tý của mọi năm Giáp Tý đều là tháng "XY." Câu hỏi là phải đặt tên gì cho X và Y cho hợp lý? Câu trả lời hiển nhiên: "XY" cũng phải là Giáp Tý! Ấy bởi vì chỉ có một cách xếp trùng khít (tức cho khởi điểm của nguyệt giáp trùng với khởi điểm của niên giáp), nhưng có nhiều cách xếp trái cựa (tức cho khởi điểm của nguyệt giáp khác với khởi điểm của niên giáp, như gọi tháng giêng của năm Giáp Tý là tháng Bính Tý chẳng hạn). Vì đòi hỏi độc nhất của khoa học, ta phải lựa cách trùng khít mà bỏ các cách khác.

Kế đến xét hai đơn vị ngày và giờ. Mỗi ngày có 12 giờ nên cho ngày ứng với năm, giờ ứng với tháng ta áp dụng quy luật y hệt như năm-tháng vào ngày giờ, nên giờ Tý của ngày Giáp Tý cũng là giờ Giáp Tý.

Tháng và ngày không có liên hệ đặc biệt nào, nhưng hiển nhiên trong chuỗi thời gian vô tận đã có lúc năm Giáp Tý bắt đầu bằng ngày Giáp Tý, cho ta 4 sự trùng hợp: Năm Giáp Tý, tháng Giáp Tý, ngày Giáp Tý, giờ Giáp Tý.

Cách định can giờ từ can ngày

Như trên ta thấy can tháng có thể tính từ can năm, can giờ có thể tính từ can ngày. Cách tính can tháng từ can năm và can giờ từ can ngày của người xưa để lại rất phức tạp. Vì nhu cầu tiến bộ soạn giả đề nghị dùng số học cho giản dị. Hãy xét cách tính can giờ từ can ngày trước.

PHƯƠNG PHÁP TÍNH CAN GIỜ TỪ CAN NGÀY

Coi Giáp = 1, Ất 2, Bính 3, Đinh 4, Mậu 5, Kỷ 6, Canh 7, Tân 8, Nhâm 9, Quý 10. Lấy số của nhật can (tức can của ngày) nhân đôi trừ 1 rồi chỉ giữ lại hàng đơn vị thì được can của giờ Tý; rồi từ đó cứ theo thứ tự tuần hoàn của 10 thiên can mà định can cho 11 giờ còn lại theo thứ tự. Chú ý rằng hai giờ Tuất và Tý luôn luôn có cùng can, hai cung Hợi Sửu cũng cùng can.

Thí dụ: Sinh ngày Canh Thìn tất niên can là Canh = 7. Ta làm phép tính 7×2-1 = 14-1 = 13, chỉ lấy hàng đơn vị, được 3, tức là Bính. Do đó 12 giờ bắt đầu từ Tý là Bính Tý, Đinh Sửu, Mậu Dần, Kỷ Mão, Canh Thìn, Tân Tỵ, Nhâm Ngọ, Quý Mùi, Giáp Thân, Ất Dậu, Bính Tuất, Đinh Hợi.

Cách định can tháng từ can năm

Nếu coi năm bắt đầu từ tháng Tý như ngày xưa thì cách tính can tháng (nguyệt can) từ can năm (niên can) cũng y hệt cách tính can giờ (thời can) từ can ngày (nhật can) vừa trình bày ở trên. Song cũng ở thời xa xưa nhưng về sau này các nhà làm lịch cũng như các chuyên gia mệnh lý khám phá ra rằng khởi điểm của năm phải tương ứng với sự hồi sinh của vạn vật mới hợp lý. Để điều chỉnh, người ta cho năm bắt đầu ở tháng Dần, tức hai tháng sau tháng Tý. Vì sự điều chỉnh này, năm Giáp Tý không bắt đầu ở tháng Giáp Tý mà bắt đầu ở hai tháng sau đó, tức tháng Bính Dần (hai tháng Giáp

Tý và Ất Sửu thành hai tháng Một và Chạp của năm đi trước Giáp Tý, tức năm Quý Hợi). Để phù hợp, cách tính can tháng từ can năm cũng phải điều chỉnh thành như sau:

PHƯƠNG PHÁP TÍNH CAN THÁNG TỪ CAN NĂM

Coi Giáp = 1, Ất 2, Bính 3, Đinh 4, Mậu 5, Kỷ 6, Canh 7, Tân 8, Nhâm 9, Quý 10. Lấy số của niên can (tức can của năm) nhân đôi cộng 1 rồi chỉ giữ lại hàng đơn vị thì được can của tháng Dần (tức tháng Giêng); rồi từ đó cứ theo thứ tự tuần hoàn của 10 thiên can mà định can cho 11 tháng còn lại theo thứ tự. Chú ý rằng hai tháng Tý và Dần luôn luôn có cùng can, hai tháng Sửu Mão cũng cùng can.

Thí dụ: Sinh năm Canh Thìn 2000 tất niên can là Canh = 7. Ta làm phép tính 7×2+1 = 15, chỉ lấy hàng đơn vị, được 5, tức là Mậu. Do đó 12 tháng bắt đầu từ Dần là Mậu Dần, Kỷ Mão, Canh Thìn, Tân Tỵ, Nhâm Ngọ, Quý Mùi, Giáp Thân, Ất Dậu, Bính Tuất, Đinh Hợi, Mậu Tý, Kỷ Sửu.

Tính ngũ hành nạp âm của lục thập hoa giáp

Lục thập hoa giáp có đặc điểm là mỗi một đơn vị đều có hai phần, tức là có hai tính ngũ hành độc lập nhau, và có khi phù hợp có khi xung khắc nhau. Như Giáp Tý là chi (Tý thủy) sinh can (Giáp mộc), nhưng Mậu Tý tất can (Mậu thổ) khắc chi (Tý thủy), Bính Tý tất chi (Tý thủy) khắc can (Bính hỏa), v.v... Bấy nhiêu được coi là đủ cho một số khoa mệnh lý *(chú 1)*, thế nhưng câu hỏi tự nhiên là có thể phối hợp tính ngũ hành của can chi vào chỉ một hành hay chăng? Trên lý thuyết, câu trả lời dĩ nhiên là "được" vì theo thuyết âm dương ngũ hành thì mọi thực thể hiện hữu đều có tính ngũ hành. Khi ta nói đến một đơn vị của lục thập hoa giáp, như "Giáp Tý" chăng hạn, hiển nhiên ta nói đến một tính chất, tức là một thực thể hiện hữu; đơn vị ấy tất phải có hành tương ứng.

Vì hành tương ứng có thể được coi là hành phối hợp của can và chi, lại có tương ứng tự nhiên với ngũ âm Cung Thương Giốc Chủy Vũ, nên được gọi là "hành nạp âm." "Nạp" đây có nghĩa là thu vào, kết nạp; "âm" là âm thanh.

Ta sẽ bàn đến sự tương ứng với ngũ âm sau; nhưng ngay tức khắc đề nghị các độc giả yêu chuộng mệnh lý cổ thuộc lòng bảng ngũ hành nạp âm theo phép ký hiệu rất tiện lợi mà ông Vu Thiên Nguyễn Đắc Lộc đề nghị *(chú 2):*

Mẹo nhớ ngũ hành nạp âm:

1. Thuộc lòng chữ "Ka-Thom," chính là thứ tự KTHOM (Kim Thủy Hỏa Thổ Mộc), xếp theo thứ tự là 1 2 3 4 5.

2. Thuộc lòng chỉ số của 5 cặp thiên can Giáp-Ất 1, Bính-Đinh 2, Mậu-Kỷ 3, Canh-Tân 4, Nhâm-Quý 5.

3. Thuộc lòng 3 chỉ số của 3 cặp địa chi: Tý-Sửu 1, Dần-Mão 2, Thìn-Tỵ 3.

4. Rồi thuộc lòng 3 cặp địa chi tiếp theo: Ngọ Mùi 1, Thân-Dậu 2, Tuất-Hợi 3 (nghĩa là Ngọ Mùi như Tý Sửu, Thân Dậu giống Dần Mão, Tuất Hợi giống Thìn Tỵ).

BẢNG 1: Bảng phân phối ngũ hành nạp âm theo can và chi

CHI ╲╲ CAN		Giáp Ất	Bính Đinh	Mậu Kỷ	Canh Tân	Nhâm Quý
Tý Sửu	Ngọ Mùi	K	T	H	O	M
Dần Mão	Thân Dậu	T	H	O	M	K
Thìn Tỵ	Tuất Hợi	H	O	M	K	T

Cách nhớ: KTHOM (thuộc lòng)
Ký hiệu: K=Kim, T=Thủy, H=Hỏa, O=Thổ, M=Mộc

5. Đếm theo thứ tự từ Giáp-Ất để định số của can (từ 1 đến 5) và từ Tý-Sửu hoặc Ngọ-Mùi để định số của chi (từ 1 đến 3). Cộng lại thấy lớn hơn 6 thì trừ 6, bằng không trừ 1 thì được số thành.

6. Đối chiếu số thành với thứ tự đã thuộc ở bước 1 thì được hành nạp âm.

Thí dụ 1: Hỏi "Quý Dậu" nạp âm hành gì?

Đáp: Đếm nhẩm từng cặp một theo hàng can Giáp-Ất, Bính-Đinh, Mậu-Kỷ, Canh-Tân, Nhâm-Quý...; được Tân ở vị trí 4 hàng ngang. Đếm nhẩm từng cặp một theo hàng chi Ngọ-Mùi, Thân-Dậu...; được Dậu ở vị trí 2 hàng dọc. Cộng lại trừ 1 được 4+2-1=5. Đối chiếu với thứ tự ở bước 1 được ký hiệu M, tức Mộc. Kết luận Quý Dậu nạp âm hành mộc.

Thí dụ 2: Hỏi "Nhâm Thìn" nạp âm hành gì?

Đáp: Đếm nhẩm được số 5, hàng dọc được số 3. Cộng lại được 8, vì lớn hơn 6 nên trừ 6, còn 2. Đối chiếu với thứ tự ở bước 5 được ký hiệu T, tức Thủy. Kết luận Nhâm Thìn nạp âm hành thủy.

PHẦN 2: CƠ SỞ LUẬN LÝ

Lý đôi của ngũ hành nạp âm *(theo tài liệu truyền thống)*

Giờ ta bắt đầu đi vào cơ sở khoa học của ngũ hành nạp âm.

Đầu tiên nhận xét rằng nạp âm đi thành từng cặp một. Như hai đơn vị đầu tiên của lục thập hoa giáp, tức Giáp Tý, Ất Sửu đều là kim; hai đơn vị kế tiếp Bính Dần Đinh Mão đều là hỏa; hai đơn vị kế tiếp nữa là Mậu Thìn Kỷ Tỵ đều là mộc, v.v...

Nhưng tại sao lại phải đi thành cặp đôi? Để trả lời thử xét Giáp Tý ta thấy ngay sự kiện hiển nhiên rằng Giáp và Tý đều thuộc dương. Ngũ hành nạp âm là kết quả do sự phối hợp mà ra. Theo lý âm dương, muốn phối hợp để sinh ra một tính chất mới thì phải có đủ âm dương. Đơn vị kế tiếp Giáp Tý là Ất Sửu thì dĩ nhiên can chi cùng là âm cả. Do đó cách tự nhiên nhất là phối hợp Giáp Tý và Ất Sửu thành một; nghĩa là Giáp Tý và Ất Sửu cộng lại cho ra một tính ngũ hành mà thôi. Có thể thấy ngũ hành nạp âm phải đi thành đôi là vì đòi hỏi của thuyết âm dương.

Để dễ hiểu hơn, ta có thể dùng biểu tượng tương ứng từ cuộc đời. Ngũ hành nạp âm cũng như một đứa con, phải do cha (dương) mẹ (âm) phối hợp lại mới thành. Và dĩ nhiên đứa con là con của cả cha lẫn mẹ.

Nhưng tại sao Giáp Tý phối hợp với Ất Sửu là đơn vị sau nó mà không phối hợp với đơn vị đi trước nó là Quý Hợi? Câu trả lời là lý "dương trước âm sau." Lý này soạn giả sẽ trở lại khi luận đến thuyết âm dương. Vì lý "dương trước âm sau," khi theo thứ tự thuận lý (tức thuận chiều thời gian) thì phải phối hợp Giáp Tý (dương) với đơn vị âm kế tiếp là Ất Sửu (âm), nếu phối hợp với Quý Hợi (âm) là đã nghịch lý (vì đi ngược thời gian). Các cặp khác cũng luận tương tự.

Lý bình đẳng của các cặp địa chi *(ý kiến riêng của soạn giả)*

Trong phạm vi bài này từ đây sẽ gọi ngũ hành nạp âm là "nạp hành," ngũ hành thường là "đơn hành" để phân biệt.

Xem lại bảng 1, ta thấy trong cách tính nạp hành, khi thiên can giống nhau thì:

Tý Sửu cùng nạp hành với Ngọ Mùi
Dần Mão cùng nạp hành với Thân Dậu
Thìn Tỵ cùng nạp hành Tuất Hợi

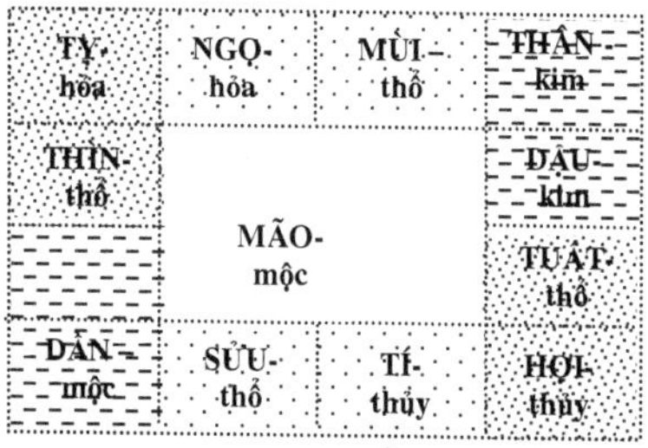

Hình 1: Lý tương đương của các cặp địa chi trong bài toán nạp âm dựa trên sự phối hợp thuần nhất hoặc hỗn tạp của hai đơn vị "cha mẹ".

Thí dụ: Giáp Tý và Ất Sửu nạp hành là kim; Giáp Ngọ và Ất Mùi nạp hành cũng là kim.

Tức là Tý Sửu tương đương với Ngọ Mùi, Dần Mão tương đương với Thân Dậu, và Thìn Tỵ tương đương với Tuất Hợi. Tính tương đương này có vẻ lạ lùng vì Tý thuộc thủy, Ngọ thuộc hỏa rõ ràng xung khắc nhau. Tương tự Dần Mão mộc và Thân Dậu kim xung khắc, Tỵ hỏa và Hợi thủy cũng xung khắc. Vậy thì cái lý ở đâu?

Xin trả lời rằng mấu chốt của bài toán nạp hành nằm ở hai chữ "phối hợp âm dương" nên chính điểm không ở chỗ đơn hành là gì, mà ở sự thuần nhất hoặc hỗn tạp giữa hai đơn vị "cha" (dương) và "mẹ" (âm) tạo thành nạp hành. Trên chính điểm này thì:

Cặp Tý Sửu tương tự cặp Ngọ Mùi vì đơn vị dương thuộc một hành khác thổ, đơn vị âm là thổ. Cặp Dần Mão tương tự cặp Thân Dậu vì hai đơn vị dương và âm đều thuộc cùng một hành. Cặp Thìn Tỵ tương tự cặp Tuất Hợi vì đơn vị dương thuộc hành thổ, đơn vị âm thuộc một hành khác thổ.

Vậy là ta đã hiểu tại sao chiều dọc của bảng 1 lại có thứ tự:

Tý Sửu – Ngọ Mùi

Dần Mão – Thân Dậu

Thìn Tỵ – Tuất Hợi

Thứ tự chiều ngang tức Giáp Ất, Bính Đinh, Mậu Kỷ, Canh Tân, Nhâm Quý thì dễ hiểu vì chỉ là thứ tự tự nhiên của thiên can.

Dù chưa biết các nạp hành được phân phối ra sao, ta lập được bảng 2 dưới đây *(vị trí các hành đều để dấu chấm hỏi vì chưa biết)*.

BẢNG 2: Bảng phân phối ngũ hành nạp âm theo can và chi						
CAN: CHI		Giáp Ất	Bính Đinh	Mậu Kỷ	Canh Tân	Nhâm Quý
Tý Sửu	Ngọ Mùi	?	?	?	?	?
Dần Mão	Thân Dậu	?	?	?	?	?
Thìn Tỵ	Tuất Hi	?	?	?	?	?
Mọi vị trí đều để dấu hỏi (?) vì chưa biết hành gì						

Tính "cách 2" và "cách 4" của nạp hành

Ta biết thứ tự hợp lý của đơn hành là thứ tự sinh, tức Thổ Kim Thủy Mộc Hỏa. Muốn là một cấu trúc hợp lý, nạp hành cũng phải tuân theo một thứ tự nào đó, nhưng thứ tự này không nhất thiết là thứ tự sinh như đơn hành. Ta tạm gọi thứ tự này là ABCDE.

Cũng vì đòi hỏi hợp lý, vì mỗi tổ nạp hành gồm hai đơn vị ta luận rằng cứ mỗi hai đơn vị thì nạp hành phải đổi một lần. Vì nạp hành đổi tính mỗi hai đơn vị, cách đổi hợp lý nhất là mỗi lần đổi nó phải chuyển hai vị trí của thứ tự ABCDE nói trên sao cho mỗi hàng ngang đều có đủ năm nạp hành.

Cụ thể hơn, gọi nạp hành của Giáp Tý Ất Sửu là A thì nạp hành của Bính Tý Đinh Sửu là C (nhảy qua B), Mậu Tý Kỷ Sửu là E (nhảy qua D), của Canh Tý Tân Sửu là B (trở lại đầu và nhảy qua A), của Nhâm Tý Quý Sửu là D (nhảy qua C). Bảng 2 trở thành bảng 3 dưới đây:

BẢNG 3: Bảng phân phối ngũ hành nạp âm theo can và chi						
CAN: CHI		Giáp Ất	Bính Đinh	Mậu Kỷ	Canh Tân	Nhâm Quý
Tý Sửu	Ngọ Mùi	A	C	E	B	D
Dần Mão	Thân Dậu	?	?	?	?	?
Thìn Tỵ	Tuất Hi	?	?	?	?	?
Chú ý: ABCDE là những ký hiệu giả định Các vị trí tạm thời chưa rõ được để dấu "?"						

Thế nhưng không có lý do gì để chi đi theo thứ tự khác can, nên ta áp dụng cùng luật với chi để được bảng 4:

BẢNG 4: Bảng phân phối ngũ hành nạp âm theo can và chi					
CAN: / CHI	Giáp Ất	Bính Đinh	Mậu Kỷ	Canh Tân	Nhâm Quý
Tý Sửu — Ngọ Mùi	A	C	E	B	D
Dần Mão — Thân Dậu	C	?	?	?	?
Thìn Tỵ — Tuất Hi	E	?	?	?	?

Chú ý: ABCDE là những ký hiệu giả định
Các vị trí tạm thời chưa rõ được để dấu "?"

Và rồi dùng lý cân xứng, ta điền được hết các chỗ trống để được bảng 5 như sau:

BẢNG 5: Bảng phân phối ngũ hành nạp âm theo can và chi					
CAN: / CHI	Giáp Ất	Bính Đinh	Mậu Kỷ	Canh Tân	Nhâm Quý
Tý Sửu — Ngọ Mùi	A	C	E	B	D
Dần Mão — Thân Dậu	C	E	B	D	A
Thìn Tỵ — Tuất Hi	E	B	D	A	C

Chú ý: ABCDE là những ký hiệu giả định

Ta đã biết mỗi cặp chi đều có đủ 5 nạp hành. Nhưng mỗi cặp can chỉ có 3 nạp hành nên rất có thể có những cặp can mang hành X nguyên thủy (đơn hành là X) mà lại không có nạp hành X. Ta gọi đây là trường hợp "mất tính."

"Mất tính" là hiện tượng bất bình thường, nên lẽ tự nhiên đòi hỏi rằng bảng nạp âm phải được an bài sao cho số cặp can "mất tính" ở mức tối thiểu. Từ bảng 5, các độc giả có thể dùng lô-gích suy thêm để thấy rằng ở mức tối thiểu thì chỉ một cặp can bị "mất tính" thôi.

Cũng vì lẽ tự nhiên cặp can mất tính không thể là Mậu Kỷ, vì Mậu Kỷ thuộc hành thổ có tính trung ương. Nghĩa là một trong ba ký hiệu E, B, D phải là thổ. Lại dùng tính "trung ương" của thổ ta suy ra B phải là thổ!

Còn cặp can "mất tính" là cặp nào? Có các trường hợp sau:

Nếu Giáp Ất mất tính thì mộc (đơn hành của Giáp Ất) phải là D. Nếu Bính Đinh mất tính thì hỏa (đơn hành của Bính Đinh) là A hoặc D. Nếu Canh Tân mất tính thì kim (đơn hành của Canh Tân) là C hoặc E. Nếu Nhâm Quý mất tính thì thủy (đơn hành của Nhâm Quý) phải là E.

Nghĩa là Bính Đinh và Canh Tân có hai cách mất tính, Giáp Ất và Nhâm Quý chỉ có một thôi. Thiên nhiên trọng tính độc nhất, độc nhất cũng là đòi hỏi của khoa học, nên ta loại Bính Đinh và Canh Tân, còn lại Giáp Ất và Nhâm Quý.

Giáp Ất mất tính cho ta bảng 6, Nhâm Quý mất tính cho ta bảng 7, như sau đây:

BẢNG 6: Bảng phân phối ngũ hành nạp âm nếu Giáp Ất mất tính						
CHI	CAN:	Giáp Ất	Bính Đinh	Mậu Kỷ	Canh Tân	Nhâm Quý
Tý Sửu	Ngọ Mùi	K	T	H	O	M
Dần Mão	Thân Dậu	T	H	O	M	K
Thìn Tỵ	Tuất Hợi	H	O	M	K	T

Ký hiệu: K=Kim, T=Thủy, H=Hỏa, O=Thổ, M=Mộc

BẢNG 7: Bảng phân phối ngũ hành nạp âm nếu Nhâm Quý mất tính						
CHI	CAN:	Giáp Ất	Bính Đinh	Mậu Kỷ	Canh Tân	Nhâm Quý
Tý Sửu	Ngọ Mùi	M	H	T	O	K
Dần Mão	Thân Dậu	H	T	O	K	M
Thìn Tỵ	Tuất Hợi	T	O	K	M	H

Ký hiệu: K=Kim, T=Thủy, H=Hỏa, O=Thổ, M=Mộc

Nhưng trường hợp nào đúng? Câu trả lời lại nằm sẵn ở thiên nhiên. Hành ở góc trên cùng bên trái là hành đầu tiên của lục thập hoa giáp, theo lý tương ứng của phối hợp âm dương và sinh sản đã trình bày ở trên đây là hành được "sinh ra" đầu tiên. Giữa kim và mộc thì ta phải chọn kim là hành được sinh ra đầu tiên. Tại sao thế? Thưa, vì mộc do thủy sinh, kim do thổ sinh. Hành thổ có ý nghĩa của sinh và diệt nên làm tác nhân sinh ra hành đầu tiên là thích hợp hơn hết.

KẾT LUẬN: PHẢI CHỌN BẢNG 6.

Nhưng bảng 6 chính là bảng 1, tức bảng nạp âm được lưu truyền từ nghìn xưa! Nghĩa là, bằng phương pháp lý luận ta đã "tái khám phá" ra bảng ngũ hành nạp âm!

Đến đây có độc giả sẽ phì cười, hỏi rằng "Suy ngược ra một kết quả đã biết thì có gì đáng nói đâu?" Xin thưa, quả lập luận trên đây đúng là suy ngược, nhưng nó có công dụng rất thực tế là cho ta biết rằng bảng nạp hành mà người xưa truyền lại cho chúng ta hoàn toàn chính xác!

Vấn nạn thủy hỏa của nạp hành

Nhưng tại sao phải đặt ra vấn đề bảng ngũ hành nạp âm được truyền lại cho chúng ta có chính xác hay không? Lại thưa, vì nếu lấy đơn hành làm tiêu chuẩn thì thứ tự của nạp hành có vẻ không ổn; như giải thích dưới đây.

Ta biết thứ tự của đơn hành là Kim Thủy Mộc Hỏa Thổ. Nhắc lại, thứ tự của nạp hành là ABCDE. So sánh bảng 5 với bảng 1 hoặc bảng 6, thứ tự này là KOTMH, tức là Kim Thổ Thủy Mộc Hỏa. Cho thổ ở vị trí trung tâm và bốn hành còn lại ở bốn góc, sự khác biệt giữa hai thứ tự này có thể thấy rõ qua hình 2:

Từ hình 2, ta thấy trong thứ tự đơn hành, thổ ở giữa hỏa và kim; nhưng trong thứ tự nạp hành thổ lại ở giữa kim và thủy. Giả như ta đổi chỗ thủy và hỏa trong thứ tự nạp hành rồi lấy hình đối xứng thì hoàn cảnh sẽ y hệt đơn hành. Có lẽ dựa vào những dữ kiện loại này mà có một soạn giả (xin miễn nêu tên để tránh hiểu lầm) cho rằng thứ tự hiện tại của nạp hành là sai, và đề nghị sửa sai bằng cách đổi chỗ hai hành thủy hỏa.

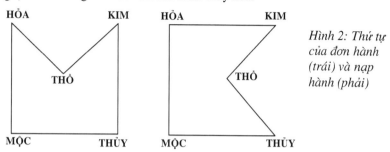

Hình 2: Thứ tự của đơn hành (trái) và nạp hành (phải)

Rất may, nhờ phần "suy ngược" đã trình bày chi tiết ở trên, ta biết thứ tự của nạp hành như hiện tại là hoàn toàn đúng (và sẽ sai nếu đổi chỗ thủy hỏa). Đây là một trong nhiều trường hợp cho thấy sự quan trọng vô cùng của phương pháp khoa học, vì dù suy thuận hay suy ngược, nó cho ta một cơ sở lý luận vững vàng để giảm bớt những trường hợp hoang mang.

Liên hệ lập thể giữa đơn hành và nạp hành

Nhưng tại sao, so với đơn hành, thứ tự của nạp hành lại có vẻ quái dị như vậy? Thực ra chẳng có gì là quái dị cả khi ta nhớ rằng đơn hành chỉ có một biến số (hành của can, hoặc chi, không cả hai), nạp hành có hai biến số (hành của can và chi phối hợp).

Mỗi biến số có thể biểu diễn bằng một chiều của toán học. Thứ tự của ngũ hành đơn ứng với một chiều *(chú 3)*, trong bài toán nạp âm bắt buộc phải có một chiều biến đổi nữa, bằng không thì ngũ hành nạp âm chẳng thể gọi là có hai chiều.

Hình 3 biểu diễn tính hai chiều của ngũ hành nạp âm. Giữ thứ tự ngũ hành y hệt ngũ hành đơn là một chiều, quay mặt phẳng chứa 5 góc của ngũ hành là một chiều nữa. Kết quả là mặt dưới của hình ngũ giác bị lật lên; cho ta hoàn cảnh của ngũ hành nạp âm (hình phải).

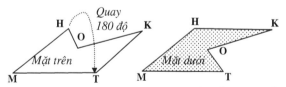

Hình 3: Đơn hành là bài toán 1 biến số (một chiều), nạp hành là bài toán 2 biến số (hai chiều) nên có thêm một chiều biến đổi nữa. Quả nhiên, giữ thứ tự đơn hành, rồi quay hình ngũ giác đại diện đơn hành 180 độ cho úp lật ngược lên trên thì đơn hành biến thành nạp hành.

Tóm lại, sự kiện hai hành thủy hỏa có vẻ đổi chỗ từ đơn hành sang nạp hành chẳng có gì là quái dị. Nó chỉ là một thể hiện tất yếu cái tính hai chiều của nạp hành mà thôi.

San Jose 26 tháng 11, 2004
Đằng Sơn

CHÚ THÍCH

1. Như theo cách luận tử bình truyền thống thì chỉ cần biết tính ngũ hành riêng rẽ của can chi là đủ.

2. Về cách dùng chữ "O" để làm ký hiệu cho hành thổ, chúng ta ghi nhận công lao của ông Vũ Thiên Nguyễn Đắc Lộc, soạn giả quyển "Tử Vi dưới mắt khoa học" (Nhà Xuất Bản Hồng, 1974, Sài Gòn).

3. Ta phải dùng mặt phẳng để biểu diễn địa bàn thập nhị chi, nhưng như thế không có nghĩa địa bàn thập nhị chi biểu diễn hai chiều. Nói theo ngôn từ toán học, địa bàn là một thực thể một chiều có tính tuần hoàn. Rốt ráo thì địa bàn đại biểu một hình tròn. Muốn thấy tính "một chiều" của hình tròn, cứ tưởng tượng ta đi mãi theo một chiều trên mặt đất (chuyển động một chiều), lộ trình của ta sẽ thành một hình tròn và cuối cùng ta sẽ về chỗ cũ.

PHỤ LỤC
Vài cách định hành nạp âm xưa và nay

Tất cả những cách định ngũ hành nạp âm sau đây đều phù hợp với bảng nạp âm được người xưa truyền lại. Điểm lý thú là mỗi cách đều có một lý riêng, và mặc dù chẳng thể gọi một lý nào là đầy đủ, sự đồng ý hoàn toàn về kết quả giữa các cách này là bằng cớ thực nghiệm cho thấy bảng ngũ hành được người xưa truyền lại phải có một cái gì đó đáng cho chúng ta tin cậy.

Cách 1: Nạp Âm
Tài liệu tham khảo: sách "Huyền Chân âm dương ngũ hành trúc cơ tu chứng", Chính Huyền Sơn Nhân (tức Huyền Chân tử), nxb Huyền Chân, 1984, Đài Bắc, Đài Loan.

Đây là cách tiêu chuẩn, và chính là nguyên nhân dẫn đến cái tên "ngũ hành nạp âm." Ngũ âm theo thứ tự là Cung Thương Giốc Chủy Vũ. Xếp thứ tự này vào bảng tương tự như bảng 1, ta được:

Vì Cung thuộc hành thổ, Thương hành kim, Giốc hành mộc, Chủy hành hỏa, Vũ hành Thủy. Lập luận rằng nạp hành là hành được hành nguyên thủy sinh ra, nên:

BẢNG A1: Bảng thứ tự ngũ âm						
............CAN:		Giáp Ất	Bính Đinh	Mậu Kỷ	Canh Tân	Nhâm Quý
CHI						
Tý Sửu	Ngọ Mùi	Cung	Thương	Giốc	Chủy	Vũ
Dần Mão	Thân Dậu	Thương	Giốc	Chủy	Vũ	Cung
Thìn Tỵ	Tuất Hợi	Giốc	Chủy	Vũ	Cung	Thương

Chỗ có Cung thuộc thổ thì sinh ra hành kim, tức có nạp hành kim.
Chỗ có Thương thuộc kim thì sinh ra hành thủy, tức có nạp hành thủy.
Chỗ có Giốc thuộc mộc thì sinh ra hành hỏa, tức có nạp hành hỏa.
Chỗ có Chủy thuộc hỏa thì sinh ra hành thổ, tức có nạp hành thổ.
Chỗ có Vũ thuộc thủy thì sinh ra hành mộc, tức có nạp hành mộc.
Thế các kết quả này vào bảng A1, ta được bảng A2 dưới đây:
Độc giả có thể thấy ngay rằng đây chính là bảng 1. Tức là bảng ngũ âm đã cho ta kết quả y hệt bảng nạp âm hiện hành.

BẢNG A2: Bảng phân phối ngũ hành nạp âm theo can và chi

CAN: / CHI		Giáp Ất	Bính Đinh	Mậu Kỷ	Canh Tân	Nhâm Quý
Tý Sửu	Ngọ Mùi	K	T	H	O	M
Dần Mão	Thân Dậu	T	H	O	M	K
Thìn Tỵ	Tuất Hợi	H	O	M	K	T

Cách nhớ: KTHOM (thuộc lòng)
Ký hiệu: K=Kim, T=Thủy, H=Hỏa, O=Thổ, M=Mộc

Cách 2: Lý số cổ xưa

Tài liệu tham khảo: Xem sách đã dẫn trong cách 1 ở trên.

Cách dùng lý số để suy ra nạp hành trình bày sau đây đã có từ rất xưa, nên gọi là "cổ xưa" để phân biệt với cách ba tương đối mới hơn.

Thiên Can: Giáp và Kỷ là 9, theo thứ tự mỗi can xuống 1. Nghĩa là Giáp Kỷ 9, Ất Canh 8, Bính Tân 7, Đinh Nhâm 6, Mậu Quý 5.

Địa chi: Tý và Ngọ là 9, theo thứ tự mỗi chi xuống 1. Nghĩa là Tý Ngọ 9, Sửu Mùi 8, Dần Thân 7, Mão Dậu 6, Thìn Tuất 5, Tỵ Hợi 4.

Cách tính: Muốn tính nạp âm của đơn vị x thì phải lấy can chi lý số của nó cộng với can chi lý số của vợ hoặc chồng của nó (như Giáp Tý dương có Ất Sửu là vợ, xem bài chính để biết lý do), được số thành gọi là S. Lấy 49 trừ S, lấy số đơn vị của số thành lần này làm số sinh.
Số sinh 0 hoặc 5 ứng với thổ nên sinh kim, tức cho nạp âm kim
Số sinh 1 hoặc 6 ứng với thủy nên sinh mộc, tức cho nạp âm mộc
Số sinh 2 hoặc 7 ứng với hỏa nên sinh thổ, tức cho nạp âm thổ
Số sinh 3 hoặc 8 ứng với mộc nên sinh hỏa, tức cho nạp âm hỏa
Số sinh 4 hoặc 9 ứng với kim nên sinh thủy, tức cho nạp âm thủy.

Thí dụ 1: Tìm nạp âm của Nhâm Dần.
Nhâm Dần có phối ngẫu là Quý Mão: Nhâm 6, Dần 7, Quý 5, Mão 6; cộng lại được 24. Lấy 49 trừ 24 được 25, chỉ giữ 5 làm số sinh. Số 5 ứng với thổ nên sinh kim, suy ra Nhâm Dần nạp âm kim (dĩ nhiên Quý Mão cũng thế).

Thí dụ 2: Tìm nạp âm của Kỷ Hợi.
Phối ngẫu của Kỷ Hợi là Mậu Tuất. Kỷ 9, Hợi 4, Mậu 5, Tuất 5; cộng lại được 23. Lấy 49 trừ 23 được 26, chỉ giữ 6 làm số sinh. Số 6 ứng với thủy nên sinh mộc, suy ra Kỷ Hợi nạp âm mộc.

Cách 3: Lý số hiện đại

Tài liệu tham khảo: sách "Tùng khoa học quan điểm khán Tử Vi đẩu số", Hứa Hưng Trí, nxb Thời Báo, 1995, Đài Bắc, Đài Loan. Cách này giản dị hơn cách trên rất nhiều vì không cần biết phối ngẫu, chỉ cộng lý số của can và chi, coi là số sinh. Xem số sinh ứng với hành gì và sinh ra hành gì. Hành được sinh ra là nạp âm.

Bảng lý số cũng rất dễ nhớ, như sau:

Giáp Ất 5, Bính Đinh 4, Mậu Kỷ 3, Canh Tân 2, Nhâm Quý 1

Tý Sửu Ngọ Mùi 5, Dần Mão Thân Dậu 4, Thìn Tỵ Tuất Hợi 3

Thí dụ 1: Cũng như trên, tìm nạp âm cho tuổi Nhâm Dần. Giải đáp: Nhâm 1, Dần 4; cộng lại được 5, ứng hành thổ, sinh kim. Suy ra Nhâm Dần nạp âm kim.

Thí dụ 2: Cũng như trên, tìm nạp âm cho tuổi Kỷ Hợi. Giải đáp: Kỷ 3, Hợi 3; cộng lại được 6, ứng hành thủy, sinh mộc. Suy ra Kỷ Hợi nạp âm mộc.

Chương 9

Vòng tràng sinh và vấn nạn hành thổ

PHẦN 1
VÒNG TRÀNG SINH CỦA NGŨ HÀNH ĐƠN

Lập luận sau đây ứng với địa bàn ở bắc bán cầu; muốn ứng với nam bán cầu chỉ việc đảo ngược 2 chiều nam bắc.

Như độc giả đã biết ngũ hành có hai loại là ngũ hành đơn và ngũ hành nạp âm. Vì hai loại ngũ hành này có điểm giống điểm khác, bàn chung với nhau dễ bị lầm lộn, ta sẽ luận ngũ hành đơn trước.

Nhắc lại từ các bài trước, khi phối hợp ngũ hành (5 hành) với 12 cung địa bàn ta gặp trở ngại thực tế là số 12 không chia chẵn cho 5! Một cách giải quyết là cho 3 hành có 2 cung và 2 hành có 3 cung, nhưng cách này không ổn vì không thể nào xếp vào địa bàn cho cân xứng. Suy đi nghĩ lại chỉ có cách giải quyết hợp lý duy nhất là cho 4 hành chiếm 2 cung và 1 hành chiếm 4 cung; tức là phải cho một hành là ngoại lệ so với 4 hành kia. Nhưng hành nào là ngoại lệ? Trước hết là dùng lập luận để suy ra 4 điểm sau:

Chính bắc (cung Tý) phải là hành thủy vì phương bắc ứng với bắc cực lạnh lẽo.

Chính nam (cung Ngọ) phải là hành hỏa vì phương nam ứng với xích đạo nóng bức.

Chính đông (cung Mão) ứng với giờ Mão là lúc mặt trời đã lên, với tháng Mão (tháng 2 ta) thuộc tiết xuân phân, cây cỏ xanh tươi. Mộc biểu tượng thảo mộc, sự sống; nên ứng hợp với cung Mão.

Chính tây (cung Dậu) ứng với giờ Dậu là lúc mặt trời lặn, với tháng Dậu (tháng 8 ta) là mùa thu cây cỏ xác xơ. Kim biểu hiệu chất rắn xơ cứng, thiếu sự sống, nên ứng hợp với cung Dậu.

Vị trí tuần tự theo chiều kim đồng hồ của 4 hành mộc hỏa kim thủy cho ta hình ảnh của diễn trình sinh (mộc), thành (hỏa), trụ (kim), diệt (thủy), tuần hoàn bất tuyệt. Đã tuần hoàn thì phải xảy ra trong phạm trù thời gian, vì vậy chiều tuần hoàn phải là chiều thời gian, tức là thuận theo chiều kim đồng hồ trên địa bàn (vì địa bàn là một đồng hồ chỉ thời gian, như đã luận trong bài "địa bàn").

Thử xét sự biến đổi từ thủy sang mộc. Sự biến đổi này bắt buộc phải theo diễn trình: Thủy mạnh / thủy suy / mộc nổi lên / mộc mạnh. Ta đã biết thủy mạnh ở Tý, mộc mạnh ở Mão; nên phải kết luận là thủy tàn ở Sửu, mộc nổi lên ở Dần. Điều này có nghĩa ở Dần hành mạnh nhất cũng là mộc. Nên chi tính hành mạnh nhất thì cả hai cung Dần và Mão đều mang tính mộc. Ta nói Dần Mão thuộc mộc.

TỴ (âm)	NGỌ (dương)	**MÙI (âm)**	THÂN (dương)
HỎA xuất hiện	HỎA cực vượng	**chuyển tiếp HỎA-KIM**	KIM xuất hiện
THÌN (dương) **chuyển tiếp MỘC-HỎA**			DẬU (âm) KIM cực vượng
MÃO (âm) MỘC cực vượng			**TUẤT (dương)** **chuyển tiếp KIM-THỦY**
DẦN (dương) MỘC xuất hiện	**SỬU (âm)** **chuyển tiếp THỦY-MỘC**	TÍ (dương) THỦY cực vượng	HỢI (âm) THỦY xuất hiện

Hình 1: Diễn trình sinh diệt của 4 hành thủy mộc thổ kim trên địa bàn

Lý luận tương tự ta có Tỵ Ngọ thuộc hỏa, Thân Dậu thuộc kim, Hợi Tý thuộc thủy.

Ta đã biết ở Sửu thủy suy, mộc còn yếu; thành thử không thể nói Sửu thuộc thủy, cũng không thể nói thủy thuộc Mộc. Kết luận thủy phải thuộc hành duy nhất còn lại, tức là thuộc Thổ. Lý luận tương tự ta được 3 cung Thìn, Mùi, Tuất cũng thuộc thổ.

Vậy là ta đã giải đáp được câu hỏi đặt ra ở đầu bài này. Hành ngoại lệ của ngũ hành là hành thổ, nên trong khi bốn hành kim mộc thủy hỏa mỗi hành chiếm 2 cung, riêng hành thổ chiếm 4 cung.

Tại sao đất là biểu tượng của thổ

Đồng thời ta có những nhận xét sau đây:

-Sửu là cung chuyển tiếp giữa thủy và mộc nên chứa tàn khí của thủy và mầm sống của mộc.

-Thìn chứa tàn khí của mộc, mầm sống của hỏa.

-Mùi chứa tàn khí của hỏa, mầm sống của kim.

-Tuất chứa tàn khí của kim, mầm sống của hỏa.

Từ đó có thể nói thổ là chốn quy tàng và xuất phát của bốn hành kim mộc thủy hỏa. Văn hoa hơn, vạn vật từ thổ sinh ra, và khi tàn cũng trở về thổ. Nhân loại bất luận đông tây từ xưa có cùng phát biểu về sự sống "Từ cát bụi sinh ra rồi trở về cát bụi". Người xưa vì vậy chọn đất là biểu tượng của thổ. Thật vô cùng hữu lý!

Vòng trường sinh: Một kết quả của thuyết ngũ hành

Coi 12 cung địa bàn như một chu kỳ của cái vòng tuần hoàn liên miên bất tuyệt. Các hành sinh ra, tăng trưởng, suy tàn, rồi lại tái sinh. Khi hành A suy thì hành B mạnh lên thay chỗ, rồi hành B suy nhược để hành C thay chỗ v.v...

Diễn trình nói trên tương tự như đời sống con người (con người ra đời, lớn lên, sinh con cái, rồi già yếu chết đi để thế hệ sau tiếp nối) nên, bằng luật tương ứng, ta có thể mượn những hiện tượng của đời sống để luận ngược lại diễn trình sinh trưởng và suy tàn của các hành.

Ta sẽ đi vào chi tiết về diễn trình sinh diệt của hành thủy, các hành khác cũng tương tự.

Theo chiều thuận lý (chiều thời gian, tức chiều kim đồng hồ trên địa bàn), thủy nối tiếp theo sau kim nên ta gọi kim là "hành mẹ" của thủy, hoặc thủy là "hành con" của kim. (Cũng vậy, mộc nối tiếp thủy nên thủy là hành mẹ của mộc, mộc là hành con của thủy v.v...)

Mỗi cung trên địa bàn như một hoàn cảnh xã hội, mỗi hành như một cá nhân. Nếu một cá nhân ở thế mạnh mà không lấy hết lợi của xã hội thì vẫn còn phần cho cá nhân khác. Bằng như lấy hết, tất các cá nhân khác phải bị thiệt thòi.

Ta đã biết hai cung Thân Dậu là chỗ của hành kim (tức là ứng với "thời" của kim, khi kim mạnh mẽ), nhưng kim ở Thân không mạnh bằng kim ở Dậu. Ở Thân hành kim làm chủ mà không hưởng hết lợi, tất đã nhường một phần lợi của mình cho hành khác. Hành khác đây tất nhiên phải là hành con của kim, tức là hành thủy. Vì thế mặc dù Thân là cung kim, nó đồng thời được gọi là cung "trường sinh" của thủy, là nơi thủy có điều kiện để ra đời. Đây, ví như một người vợ trẻ (kim) sinh hạ đứa con đầu lòng (thủy). Sinh nở là đi từ "không" đến "có", rõ ràng là hỷ sự; cho nên trường sinh là hoàn cảnh tốt đẹp.

Cung Dậu hành kim cực vượng, coi như lấy hết lợi lộc, chẳng để lại gì cho thủy. Thủy ở đây ví như đứa bé sau khi đã ra đời rồi, yếu đuối bấp bênh, ngay cả việc tắm gội cũng không tự mình lo được; hoàn toàn phải nhờ cậy vào cha mẹ. Bởi thế gọi là cảnh "mộc dục"; nghĩa đen là tắm rửa. (Cha mẹ chịu nuôi con được đời ca ngợi, đứa con trở thành vai phụ. Bởi thế đây chính là thời "đế vượng" của hành mẹ của thủy, tức hành kim).

Ở cung Tuất hành thủy như kẻ sau thời gian được nuôi nấng đã lớn dần lên. Vẫn còn lệ thuộc cha mẹ nhưng không còn quá yếu đuối như thời mộc dục nữa, gọi là thời "quan đới", nghĩa đen là đội mũ. Đây, ví như cậu thiếu niên đã biết (đội mũ) tự che chở mình trong những hoàn cảnh tương đối nhẹ, như lúc trái nắng trở trời.

Kim trường sinh Mộc bệnh Thủy tuyệt **Hỏa lâm quan**	Kim mộc dục Mộc tử Thủy thai **Hỏa đế vượng**	Kim quan đới **Mộc mộ** Thủy dưỡng **Hỏa suy**	**Kim lâm quan** Mộc tuyệt **Thủy trường sinh** Hỏa bệnh
Kim dưỡng **Mộc suy** **Thủy mộ** Hỏa quan đới			**Kim đế vượng** Mộc thai Thủy mộc dục Hỏa tử
Kim thai **Mộc đế vượng** Thủy tử Hỏa mộc dục			**Kim suy** Mộc dưỡng Thủy quan đới **Hỏa mộ**
Kim tuyệt **Mộc lâm quan** Thủy bệnh **Hỏa trường sinh**	**Kim mộ** Mộc quan đới **Thủy suy** Hỏa dưỡng	Kim tử Mộc mộc dục **Thủy đế vượng** Hỏa thai	Kim bệnh **Mộc trường sinh** **Thủy lâm quan** Hỏa tuyệt

Hình 2: Vòng trường sinh của 4 hành Kim Mộc Thủy Hỏa

Hợi là nơi thủy đã lớn mạnh, đủ sức tự liệu, gọi là cung "lâm quan". Nghĩa đen là đến trước cửa quan, tức đã biết đối phó với thử thách thực tế của cuộc đời. (Lớn mạnh là tuổi lý tưởng để lập gia đình, sinh con đẻ cái. Thế nên Hợi cũng là cung trường sinh của mộc, tức hành con của thủy).

Tý là nơi thủy cực thịnh, nên là cung "đế vượng" của thủy (và cũng là cung "mộc dục" của hành con của thủy, tức hành mộc).

Sửu theo sau thời cực thịnh, tất là cảnh suy yếu; bởi thế gọi là cung "suy" (đồng thời là cung "quan đới" của mộc).

Ở Dần hành mộc "lâm quan", chiếm mất vị trí chủ động trước thuộc về thủy. Nhưng tại sao thủy mất vị trí chủ động? Xin thưa, vì như con người sau thời thịnh và suy đã đến lúc tuổi cao lắm bệnh, đành lùi về lo săn sóc sức khỏe, cuộc đấu tranh ngoài đời đành lệ thuộc vào thế hệ sau. Bởi vậy đây gọi là cung "bệnh" của thủy.

Đến Mão thì mộc "đế vượng", đạt huy hoàng tột đỉnh. Khi ấy thủy tuổi càng cao thêm, vì luật sinh lão bệnh tử ví như người mang bệnh già đến lúc đã chết. Bởi vậy Mão là cung "tử" của thủy.

Ở Thìn thủy ví như cái xác của kẻ một thời oanh liệt được táng xuống mộ phần, nên Thìn gọi là cung "mộ" của Thủy. Ở đây hành mộc đã suy, hành kế tiếp của mộc là hỏa cũng chưa đủ sức đóng vai chủ động. Trong cảnh "anh hùng thiếu vắng" ấy người đưa đám hẳn phải sinh dạ cảm hoài, thán phục tiếc thương kẻ đã vĩnh viễn ra đi. Vì thế ở Thìn hành thủy khá mạnh, ví như ngọn đèn lóe lên lần cuối cùng trước khi tắt hẳn.

Đến Tỵ hành hỏa đã lên vị trí chủ động. Có anh hùng mới thì kẻ đã chết chẳng còn lưu lại ấn tượng nào nữa; nên Tỵ là cung "tuyệt" của thủy.

Ở Ngọ hành kim (tức hành mẹ của thủy) mộc dục, tạo cơ hội cho thủy trở lại. Nhưng hiển nhiên ở đây thủy còn ở trạng thái phôi thai; nên Ngọ là cung "thai" của thủy.

Ở Mùi hành kim đã đến hồi "quan đới" có khả năng, trách nhiệm. Hành thủy còn yếu như bào thai được nuôi dưỡng chờ ngày ra đời, nên Mùi là cung "dưỡng" của thủy.

Rồi thủy lại trường sinh ở Thân, mộc dục ở Dậu v.v... cứ thế liên tục lập lại mãi mãi không ngừng.

Tóm lược lại, vòng trường sinh là một vòng tuần hoàn gồm 12 vị trí: Trường sinh, mộc dục, quan đới, lâm quan, đế vượng, suy, bệnh, tử, mộ, tuyệt, thai, dưỡng. Đây là một thứ tự hết sức quan trọng, yêu cầu các độc giả yêu chuộng mệnh lý ráng học thuộc lòng.

Vòng trường sinh là một phát kiến hết sức giá trị của thuyết ngũ hành vì:

-Ba cung trường sinh, đế vượng, và mộ đều là cung quan trọng của hành, nên thỏa điều kiện tự nhiên của địa bàn là cộng hưởng tam hợp (cộng hưởng này đã được bàn trong bài "địa bàn").

-Hai cung trường sinh và bệnh có tính đối nghịch rõ rệt, nên thỏa điều kiện tự nhiên của địa bàn là cộng hưởng xung chiếu (cũng đã được bàn trong bài "địa bàn").

-Đáng nói nhất là vòng tràng sinh dẫn đến một kết quả bất ngờ: Cung kế tiếp của trường sinh (tốt) lại là một cung rất xấu (mộc dục).

Vì tính "xấu" của mộc dục, cung này còn có tên là "bại địa".

Bàn thêm về vài cung quan trọng của vòng trường sinh

Khi một hành "mộc dục" thì ở cùng cung hành mẹ của nó "đế vượng", hành con của nó "thai", hành 2 đời trước (cũng là hành 2 đời sau) thì "tử"; nên nếu xét tương quan giữa các hành thay phiên dành thế chủ động thì:

-Đế vượng ở giữa tử và mộc dục, biểu tượng cái lợi tột độ cho mình, đồng nghĩa với cái hại cho người khác. Lâm quan và đế vượng đều là hai vị trí chủ động của hành, nhưng ở lâm quan hành không lấy hết lợi, còn để chỗ cho hành kế tiếp được "trường sinh". So sánh với cái cực đoan của đế vượng, lâm quan là sự phát triển có mực thước, không gây ra tai hại, nên xét toàn bộ thì tốt hơn đế vượng. Từ đó có thể hiểu tại sao các nhà lý số tiền phong đã chọn lâm quan (thay vì đế vượng) làm cung lộc của hành (vị trí sao "Lộc" trong bát tự và "Lộc Tồn" trong Tử Vi).

-Mộc dục ở giữa đế vượng và thai nên có thể nói:

1) Mộc dục là hậu quả của đế vượng.

2) Thai là hậu quả của mộc dục.

Điểm thứ nhất ta đã bàn qua. Điểm thứ hai có một ý nghĩa lý thú. Thai là trạng thái phôi thai, chính là biểu tượng ứng hợp với sự thụ thai của con người. Hành con "thai" lúc hành mẹ "mộc dục" nên mộc dục ngoài nghĩa xấu tổng quát còn là biểu tượng của chuyện gối chăn nam nữ.

Bốn cung Tý Ngọ Mão Dậu thường được gọi bằng các tên sau:

-Tứ chính (vì tương ứng với 4 phương bắc nam đông tây).

-Tứ bại địa (vì ý nghĩa chính của mộc dục là thất bại).

-Tứ đào hoa địa (vì ý nghĩa đặc biệt của mộc dục là tương quan nam nữ).

-Tứ vượng địa (vì là bốn cung đế vượng, nhưng tên này tương đối ít được dùng, vì "vượng" trái nghĩa "bại", nếu dùng cả hai dễ tạo hoang mang).

Bốn cung Dần Thân Tỵ Hợi thường được gọi là:

-Tứ sinh tứ mã địa (vì là vị trí của 4 cung trường sinh. Mã là "thiên mã", biểu tượng tính thay đổi của 4 cung "bệnh").

-Tứ tuyệt địa (vì đồng thời là 4 cung tuyệt; nhưng tên này tương đối ít gặp, vì "tuyệt" trái nghĩa với "sinh" nếu dùng cả hai dễ tạo hoang mang).

Bốn cung Thìn Tuất Sửu Mùi là đất của quan đới, suy, mộ, dưỡng, đều là những trạng thái chuyển tiếp, trong đó chỉ có mộ là sắc nét hơn hết. Do đó bốn cung này được gọi là "tứ mộ".

Sai số trong bài toán trường sinh!

Về sau, cũng trong loạt bài này, soạn giả sẽ chứng minh rằng ngũ hành là một cách tính gần đúng của bài toán âm dương. "Gần đúng" nghĩa là có sai số, nên (trong các hoàn cảnh chỉ có lời giải gần đúng) mục đích thực tế là giữ sai số ở mức tối thiểu.

Ngay trong vòng trường sinh, chưa bàn đến hành thổ vội, ta đã thấy ngay sai số. Như trường hợp hành kim chẳng hạn. Ta biết kim trường sinh ở Tỵ. Trường sinh là một hoàn cảnh tốt vì được trường sinh ví như được cha mẹ sinh ra. Vấn đề là Tỵ thuộc hỏa, mà hỏa thì khắc kim, vậy làm sao Tỵ tốt cho kim được?

Vấn đề này phải giải quyết ra sao? Các độc giả đã nghiên cứu bát tự hoặc phép bói nạp giáp 6 hào hẳn biết phải thêm các yếu tố khác rồi mới kết luận được. Nếu các yếu tố khác khiến hành kim mạnh thì luận "Tỵ sinh kim", nếu các yếu tố khác khiến hành kim yếu lại phải luận ngược lại là "Tỵ khắc kim".

Nay thử so sánh kim với ba hành còn lại là thủy mộc hỏa. Thủy trường sinh ở Thân; ta luôn luôn luận là "Thân sinh thủy" mà chẳng bao giờ luận là "Thân khắc thủy". Tương tự, mộc trường sinh ở Hợi ta luôn luôn luận là "Hợi sinh mộc" mà không bao giờ luận là "Hợi khắc mộc"; hỏa trường sinh ở Dần ta luôn luôn luận là "Dần sinh hỏa" mà không bao giờ luận là "Dần khắc hỏa". Như vậy, vì hỏa khắc kim mà ta có vấn đề ở cung Tỵ.

Tính "hỏa khắc kim" cũng gây ra vấn đề ở cung Tuất. Tuất là vị trí mộ của hỏa, nhưng đồng thời chứa dư khí (vị trí suy) của kim. Như vậy ở Tuất hai hành hỏa và kim đều có sự hiện diện đáng kể. Thế nhưng hỏa và kim ở cùng một nơi thì ví như kim loại (kim) bị lửa (hỏa) đốt chảy ra rồi, làm sao có thể coi là hiện hữu đáng kể nữa? Chính vì lý do này mà nhiều trường phái của khoa bát tự (một ngành mệnh lý dựa trên ngũ hành) cho rằng Tuất chỉ tàng hỏa, còn kim thì coi như không có.

So sánh Tuất với ba cung thổ còn lại ta thấy như sau:

Thìn là mộ của thủy, chứa dư khí (vị trí suy) của mộc. Thủy sinh mộc, nên thủy và mộc cùng có hiện diện đáng kể ở Thìn.

Sửu là mộ của kim, chứa dư khí (vị trí suy) của thủy. Kim sinh thủy, nên kim và thủy cùng có hiện diện đáng kể ở Sửu.

Mùi là mộ của mộc, chứa dư khí (vị trí suy) của hỏa. Mộc sinh hỏa, nên mộc và hỏa cùng hiện diện đáng kể ở Mùi.

Tóm lại Tuất khác với ba cung Thìn Sửu Mùi.

Theo tiền đề cơ bản của thuyết ngũ hành thì ngũ hành là 5 thực thể hoàn toàn tương đương. Phạm lý tương đương là đã phạm sai số. Nên lý tính của hai cung Tỵ và Tuất như trình bày ở trên cho ta thấy rõ rằng, ngay cả khi chưa tính đến hành thổ bài toán trường sinh đã chứa sẵn sai số rồi. Thêm hành thổ vào là thêm một nguồn nữa của sai số. Đây tương tự như một bài toán kỹ sư có hai nguồn sai số. Người kỹ sư giỏi phải biết tùy trường hợp mà phối hợp hai nguồn sai số sao cho tổng thành số của chúng ở mức cực tiểu.

PHẦN 2: VẤN NẠN HÀNH THỔ

Giờ thì ta sẵn sàng để luận hành thổ.

Trong suốt cái lý của vòng trường sinh đã trình bày ở trên, ta chỉ thấy kim mộc thủy hỏa, còn thổ không được nhắc đến. Ấy bởi vì 12 chia chẵn cho 4 mà không chia chẵn cho 5, nên ta phải tạm bỏ hành đặc biệt của ngũ hành ra ngoài. Hành đặc biệt ấy dĩ nhiên là hành thổ.

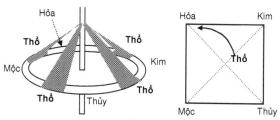

Hình 3: Vị trí đúng của thổ ở trung ương, nhưng vì mô hình địa bàn chỉ có vòng tuần hoàn (biểu diễn bằng hình tròn bên trái hoặc hình vuông bên phải) mà không có trung ương, nên không có lời giải hoàn hảo, mà chỉ có lời giải nhiều hoặc ít sai số cho hành thổ. Người "kỹ sư mệnh lý" phải tùy trường hợp mà giải bài toán hành thổ sao cho sai số được giữ ở mức tối thiểu. Trong bài toán lộc vị (hình trái), lời giải gần đúng là cho thổ xuất hiện ở 4 chỗ khác nhau. Trong bài toán vòng trường sinh của ngũ hành đơn (hình phải), lời giải gần đúng là cho thổ trường sinh y như hành hỏa.

Nhìn một cách khác, mười hai cung của địa bàn ứng với 12 phương thuộc chu vi bên ngoài, hành thổ lại ứng với trung ương nên xét cùng lý thì hành thổ không có vòng trường sinh trên địa bàn. Nhưng địa bàn đã được chọn làm cái nền của nhiều khoa mệnh lý, nên ta phải tìm một cách tương đối hợp lý nào đó để ép vòng trường sinh của hành thổ vào địa bàn (bằng không phải loại hẳn hành thổ. Nhưng làm vậy không được vì thổ bị loại thì ngũ hành không thể được gọi là ngũ hành nữa).

Để bắt đầu công việc này, ta trở lại tính tương ứng giữa mô hình ngũ hành và vũ trụ của chúng ta.

Vì đại biểu thời gian, vị trí đúng của thổ ở trung ương. Như hình 3 bên trái, thổ được đại biểu bởi trục thẳng đứng đi xuyên qua tâm vòng tròn phương hướng. Khi vòng tròn phương hướng được biểu tượng hóa thành địa bàn (đại biểu bởi hình vuông bên phải) thì vị trí đúng của thổ là trung tâm của hình vuông. Vì tất cả các cung của địa bàn chỉ đại biểu 12 vòng cung ở chu vi vòng tròn phương hướng, địa bàn không có chỗ nào thích hợp để biểu diễn tính "trung ương" của thổ.

Sự kiện này có nghĩa, với mô hình địa bàn ta không thể nào giải bài toán hành thổ một cách hoàn toàn đúng, mà chỉ có thể giải gần đúng thôi. Gần đúng nghĩa là có sai số. Trong mọi ngành kỹ sư, khi gặp bài toán có sai số ta phải tùy trường hợp mà giải khác nhau để sai số được giữ ở mức tối thiểu. Cũng vậy, người "kỹ sư mệnh lý" phải tùy trường hợp mà giải bài toán hành thổ một cách khác nhau để mô hình địa bàn đạt sai số cực tiểu.

Vòng trường sinh của hành thổ trong ngũ hành đơn

Để định vòng trường sinh cho hành thổ ta bắt đầu bằng cách đi tìm vị trí lâm quan (tức "lộc vị") của nó. Ta đã biết kim lộc ở Thân nghĩa hành kim mạnh ở cung Thân, thủy lộc ở Hợi có nghĩa hành thủy mạnh ở cung Hợi v.v... nên phản ứng đầu tiên của ta là đoán thổ phải lộc ở một trong bốn cung Thìn, Tuất, Sửu, Mùi; tức 4 cung thuộc thổ trên địa bàn.

Lộc ở Thìn Tuất Sửu Mùi tương ứng với trường sinh ở Sửu Mùi Tuất Thìn. Thử giả sử thổ lộc ở Thìn. Theo thứ tự của vòng tràng sinh ta có: Sửu trường sinh, Dần mộc dục, Mão quan đới, Thìn lâm quan (lộc), Tỵ đế vượng, Ngọ suy, Mùi bệnh, Thân tử, Dậu mộ, Tuất tuyệt, Hợi thai, Tý dưỡng. Theo đó thổ tuyệt ở Tuất, một trong bốn cung do thổ làm chủ!? Quá phi lý. Cho thổ lộc ở Tuất, hoặc Sửu, hoặc Mùi cũng phi lý tương tự.

Kế tiếp ta thử cho Thổ trường sinh ở một trong bốn cung Tý Ngọ Mão Dậu. Nếu thổ trường sinh ở Tý tất phải mộc dục ở Sửu. Mộc dục là một trạng thái rất xấu. Sửu thuộc thổ mà thổ mộc dục thì quá phi lý. Cho trường sinh ở Ngọ, hoặc Mão, hoặc Dậu cũng phi lý tương tự.

Chỉ còn lại Dần Thân Tỵ Hợi. Nếu thổ trường sinh ở Dần, tất mộc dục ở Mão, quan đới ở Thìn, lâm quan ở Tỵ, đế vượng ở Ngọ, suy ở Mùi, bệnh ở Thân, mộ ở Tuất, tuyệt ở Hợi, thai ở Tý, dưỡng ở Sửu. Như vậy 4 cung thổ sẽ tương ứng với quan đới (Thìn), suy (Mùi), mộ (Tuất), dưỡng (Sửu). Trường sinh ở Thân, Tỵ, hoặc Hợi cũng tương tự.

Quan đới tương đối mạnh, suy chỉ là sự suy giảm theo sau để vượng cũng chẳng đến nỗi yếu lắm. Nên nếu so sánh với hai nhóm Thìn Tuất Sửu Mùi và Tý Ngọ Mão Dậu, ta thấy cho thổ trường sinh ở một trong bốn cung Dần Thân Tỵ Hợi hợp lý hơn nhiều.

Chiều trường sinh trên địa bàn của bốn hành kia trên địa bàn tuân theo thứ tự kim thủy mộc hỏa kim. So sánh với chiều tương sinh của ngũ hành (kim thủy mộc hỏa thổ kim) ta kết luận thổ phải nằm giữa hỏa và kim. Nhưng vì thổ cũng trường sinh ở tứ sinh nó không thể nằm giữa, mà phải trùng khít với một trong hai hành. Nói cách khác, thổ phải lấn chỗ của kim hoặc hỏa để luân lưu tồn tại. Lấn chỗ là gây tổn hại. Thổ sinh kim nên không thể gây tổn hại cho kim. Hỏa sinh thổ nên có thể chịu tổn hại vì thổ.

Cuối cùng, bằng phép loại suy ta kết luận thổ phải có cùng vòng trường sinh với hành hỏa.

Tóm lại, cho đa số trường hợp ngũ hành đơn:
Kim trường sinh ở Tỵ
Thủy trường sinh ở Thân
Mộc trường sinh ở Hợi
Hỏa và thổ trường sinh ở Dần.

KIM trường sinh THỔ sinh kim nên không thể lấn chỗ TỴ	NGỌ	MÙI	THÂN
THÌN			DẬU
MÃO			TUẤT
HỎA trường sinh THỔ mượn chỗ cũng trường sinh DẦN	SỬU	TÝ	HỢI

Hình 4: Hành thổ trường sinh cùng với hỏa vì thổ được hỏa sinh

Nhưng đó chỉ là một cách nhìn giản lược, một cách nhìn tổng quát hơn là để sai số ở mức cực tiểu, hành thổ phải lấn chỗ các hành còn lại để luân lưu. Nhưng lấn chỗ là làm thiệt cho người ta, nên thổ không thể lấn chỗ mộc vì thổ đã muốn tránh né mộc (bị mộc khắc), cũng không thể lấn chỗ kim vì thổ đã làm lợi cho kim (sinh kim). Vì vậy thổ chỉ có thể lấn chỗ hoặc hỏa (sinh cho thổ nên cho thổ chia chỗ), hoặc thủy (bị thổ khắc nên bị thổ lấn chỗ).

Từ nền tảng bát quái ta biết rằng cung Dần chứa quái Cấn, cung Thân chứa quái Khôn. Vì Cấn và Khôn đều thuộc thổ, hai cung Dần và Thân hiển nhiên có chứa tính thổ. Dần lại là cung trường sinh của hỏa, và Thân là cung trường sinh của thủy, nên nếu chỉ xét vị trí trường sinh thì cho thổ trường sinh giống hỏa hoặc giống thủy đều có lý. Nhưng thổ trường sinh giống hỏa có phần hợp lý hơn cho thổ trường sinh giống thủy, vì chung chỗ trong hoàn cảnh "sinh" tự nhiên hơn hoàn cảnh "khắc".

Tóm lại cả hai cái nhìn giản lược và tổng quát đều dẫn đến kết quả là thổ trường sinh giống hỏa. Thảo nào đây là lời giải mà ta thường thấy trong các sách mệnh lý.

Nhưng không có lý do gì để loại hẳn trường hợp thổ trường sinh giống thủy, nên ta có thể đoán trước "thổ trường sinh giống thủy" lại là lời giải đúng trong một thiểu số trường hợp.

Để khỏi đi quá xa đề tài chính là vòng trường sinh, chúng ta sẽ trở lại vấn đề "thổ trường sinh giống hỏa hay thủy" ở cuối bài bằng cách xét một áp dụng thực tế.

Vòng trường sinh của hành thổ trong ngũ hành nạp âm

Các lập luận cho đến đây chỉ áp dụng cho ngũ hành đơn mà thôi. Nay xin chuyển sang ngũ hành nạp âm.

Để khỏi lẫn lộn ta sẽ thêm chữ "đơn" khi nhắc đến các hành đơn, chữ "nạp" khi nhắc đến các hành nạp âm, như nạp âm kim sẽ được gọi là "nạp kim", nạp âm mộc là "nạp mộc" v.v...

Ở trên ta biết mặc dù thổ trường sinh cùng với hỏa là lời giải bình thường cho đơn hành, nhưng cũng có thiểu số trường hợp phải cho thổ trường sinh cùng với thủy. Tình cờ làm sao, thổ trường sinh giống thủy cũng chính là lời giải truyền thống cho trường hợp ngũ hành nạp âm. Thí dụ quan trọng nhất là cách định vòng trường sinh trong khoa Tử Vi, theo đó thổ trường sinh ở cung Thân, nghĩa là y hệt như thủy. Người xưa chỉ để lại lời giải mà không viện dẫn lý do, nên việc thổ trường sinh cùng với thủy đã là một vấn nạn khiến nhiều người nghiên cứu mệnh lý điên đầu.

Một số người đã quen cho thổ trường sinh giống hỏa cho rằng người xưa đã sai lầm khi cho thổ trường sinh giống thủy trong khoa tử vi, và đề nghị sửa lại (tức cho nạp thổ trường sinh như nạp hỏa). Vì vậy rất cần xác định lý do tại sao nạp thổ lại trường sinh giống nạp thủy.

Nhắc lại từ các bài trước, đơn hành là bài toán có một biến số (hoặc can hoặc chi, nhưng không cả hai cùng một lúc) nạp hành là bài toán 2 biến số (phối hợp cả can lẫn chi cùng một lúc). Thế nên muốn tính ra thứ tự của đơn hành chỉ việc đi thuận theo chiều thời gian (tức chiều thuận trên địa bàn), nhưng muốn tính thứ tự của nạp hành ngoài địa bàn ra ta phải tính thêm một chiều nữa, đó là chiều quay nằm trong một mặt phẳng thẳng góc với mặt phẳng của địa bàn.

Muốn quay chỉ có hai cách. Một là lấy Kim-Mộc làm trục quay, quay xong Kim Mộc không bị ảnh hưởng, trong khi Thủy Hỏa đổi chỗ; hai là lấy Thủy-Hỏa làm trục quay, quay xong thủy và hỏa không bị ảnh hưởng, trong khi Kim Mộc đổi chỗ. Để định cách nào là đúng, ta nhận xét rằng Kim Mộc là hai phương có tính tương đương, nếu phép quay chỉ đổi chỗ Kim Mộc thì hoàn cảnh không thể gọi là có thay đổi đáng kể. Vì vậy, bằng phép loại suy ta kết luận phải đổi chỗ Thủy Hỏa. Muốn thế phải quay quanh trục Kim-Mộc.

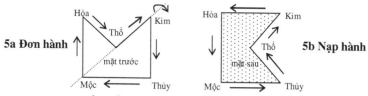

5a Đơn hành   **5b Nạp hành**

Hình 5: Hình biểu diễn thứ tự của đơn hành (trái), quay 180 độ thì mặt trái lật lên thành hình biểu diễn thứ tự của nạp hành (phải). Vì nạp hành là "mặt trái" của đơn hành, chiều thứ tự cũng ngược lại (đơn hành thuận chiều kim đồng hồ, nạp hành ngược chiều).

Hoàn cảnh có thể giản dị hóa như sau: Dùng một hình ngũ giác làm biểu tượng cho đơn hành (hình 5a). Giữ vị trí năm hành không đổi (đại biểu chiều thứ nhất của nạp hành), rồi quay 180 độ quanh trục nối hai hành Kim-Mộc (đại biểu chiều thứ hai của nạp hành). Kết quả là hình ngũ giác bị lật mặt sau lên, cho ta biểu tượng của nạp hành (hình 5b).

Trước khi tiếp tục, ta thử kiểm soát lại xem phép quay này có cho lời giải đúng cho nạp hành hay không.

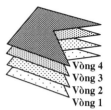

Hình 6A: Các vòng tuần hoàn của nạp hành giống như những hình ngũ giác xếp chồng lên nhau. Cứ hết 3 hành lại phải di chuyển từ một hình ngũ giác sang hình ngũ giác kế tiếp.

Xem hình 6B trái, ta thấy ngũ hành nạp âm bắt đầu với Kim, rồi nghịch chiều kim đồng hồ sang Hỏa, Mộc. Vì tính tuần hoàn của nạp hành, cứ hết 3 hành lại sang một vòng tuần hoàn mới. Biểu tượng toán học của hiện tượng này là nhiều hình ngũ giác xếp chồng lên nhau (hình 6A), khi hết ba hành đầu tiên, trước khi đến 3 hành kế tiếp thì phải chuyển từ hình ngũ giác đầu tiên sang hình ngũ giác thứ 2 (hình 6B phải). Muốn chuyển hình phải tốn một bước, dẫn đến góc phải của hình 6B phải. Đây là khởi điểm của vòng 2. Thêm một bước nữa thì được hành đầu của vòng thứ nhì, rồi một bước nữa hành 2, một bước nữa hành 3. Bước nữa lại là khởi điểm của vòng thứ ba v.v...

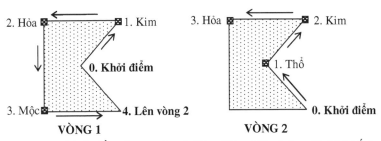

Hình 6B: *Ba hành đầu của nạp âm là Kim, Hỏa, Mộc (vòng 1). Khi hết ba hành thì chi đã hết một chu kỳ, nên ba hành tiếp phải ở vòng 2 (vòng 2). Nhưng muốn đi từ vòng 1 sang vòng 2 phải tốn một bước, vì vậy góc dưới phải hình phải chỉ là khởi điểm của vòng 2, thêm một bước nữa gặp hành thổ mới tính là hành đầu tiên.*

Các độc giả có thể kiểm soát lại để thấy rằng cách an bài này cho kết quả hoàn toàn phù hợp với bảng phân phối ngũ hành nạp âm. Sự phù hợp này giúp chúng ta tự tin rằng lập luận của chúng ta có cơ sở hợp lý.

BẢNG PHÂN PHỐI NGŨ HÀNH NẠP ÂM THEO CAN VÀ CHI					
CAN: **CHI**	Giáp Ất	Bính Đinh	Mậu Kỷ	Canh Tân	Nhâm Quý
Tý Sửu/Ngọ Mùi	K	T	H	O	M
Dần Mão/Thân Dậu	T	H	O	M	K
Thìn Tỵ/Tuất Hợi	H	O	M	K	T
Cách nhớ: Thứ tự KTHOM* (thuộc lòng)					
Ký hiệu: K=Kim, M=Mộc, T=Thủy, H=Hỏa, O=Thổ					
*ký hiệu theo ông Vu Thiên Nguyễn Đắc Lộc					

Kế tiếp chúng ta xét lại hình 5. Để dễ so sánh đơn hành với nạp hành, chúng ta quay hình 5b 90 độ ngược chiều kim đồng hồ trong mặt phẳng của tờ giấy, rồi quay 180 độ từ trái sang phải trong mặt phẳng thẳng góc với tờ giấy. Sự khác biệt giữa đơn hành (hình 7a) và nạp hành (7b) trở thành hiển nhiên, chính là sự hoán vị của hai hành thủy hỏa. Vì lời giải hợp lý nhất của đơn hành là cho thổ trường sinh giống như hỏa, ta suy ra lời giải hợp lý nhất của nạp hành là cho nạp thổ trường sinh giống như nạp thủy.

Trở lại với vòng trường sinh của khoa tử vi, ta kết luận khoa này cho thổ thủy trường sinh cùng chỗ ở cung Thân là hợp lý hơn hết. Nói cách khác, nếu sửa lại cho nạp thổ trường sinh cùng với nạp hỏa ở Dần e là phạm sai lầm.

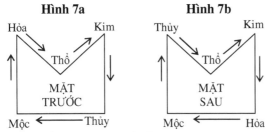

Hình 7: Xếp lại hình 5b để dễ so sánh (quay ngược 90 độ trong mặt phẳng tờ giấy rồi quay 180 độ từ trái sang phải để hai hình ngũ giác giống nhau và các mũi tên đi cùng chiều), ta thấy ngay sự khác biệt giữa đơn hành và nạp hành là sự đổi chỗ của 2 hành thủy hỏa. Vì lời giải hợp lý nhất của đơn hành là cho thổ trường sinh như hỏa, suy ra lời giải hợp lý nhất của nạp hành là cho thổ trường sinh như thủy.

Trở lại vòng trường sinh của đơn thổ

Như đã trình bày ở trên, xét tổng quát thì cách hợp lý nhất là cho đơn thổ trường sinh giống đơn hỏa (thay vì giống đơn thủy), nhưng vì bài toán ngũ hành đã chứa sẵn sai số ta không thể kết luận đây là một định luật bất di bất dịch.

Như trong phép bói nạp giáp chẳng hạn, ông Dã Hạc đời nhà Thanh bên Tàu (được nhiều người gọi một cách kính trọng là "thánh Dã Hạc", với thành tích "bói đúng như thần" trên 40 năm) đã đưa ra kết quả thực nghiệm rằng –tối thiểu trong phép bói này- đơn thổ trường sinh giống như đơn thủy (thay vì giống đơn hỏa như trường hợp thông thường).

Với các độc giả không quen thuộc với phép bói nạp giáp, xin nói vắn tắt rằng phép này là phép bói thảy tiền. Mỗi lần thảy 3 đồng, có một kết quả gọi là một "hào", sáu lần như vậy thì được một quẻ. Nghĩa là mỗi quẻ gồm có 6 hào. Theo thứ tự lần thảy gọi các hào là 123456 thì các hào 123 thành một đơn vị gọi là "nội quái", các hào 456 thành một đơn vị gọi là "ngoại quái". Mỗi hào đều ứng với một chi.

Thí dụ: Quẻ Địa Thủy Sư. "Thủy" là nội quái, ứng với các hào 123. Thứ tự là hào 1 ứng Dần, hào 2 ứng Thìn, hào 3 ứng Ngọ. "Địa" là ngoại quái, ứng với các hào 456. Thứ tự là hào 4 ứng Sửu, hào 5 ứng Hợi, hào 6 ứng Dậu. Độc giả hẳn thấy rằng mỗi đơn vị (nội hoặc ngoại quái) gồm 3 bước (3 hào), và mỗi bước trong một đơn vị (nội hoặc ngoại quái) hoặc tiến hoặc lùi đều ứng với 2 chi.

Trở lại vấn đề. Có lý gì để thổ trường sinh giống thủy trong khoa bói nạp giáp, là một khoa chỉ xử dụng đơn hành? Xin thưa vì (mặc dù dựa trên đơn hành) phép bói nạp giáp có hai lý tính quan trọng khiến nó có cấu trúc tương tự như ngũ hành nạp âm, thứ nhất là mỗi vòng tuần hoàn gồm 3 bước, thứ hai là mỗi bước ứng với hai chi. Thế nên vòng trường sinh của hành thổ trong phép bói nạp giáp nếu quả thật giống hành thủy -tức là vòng trường sinh của phép bói nạp giáp giống vòng trường sinh của nạp hành- thì cũng chẳng phải là chuyện đáng ngạc nhiên.

Nhân nguyên: Một ứng dụng của vòng tràng sinh
Xin chấm dứt bài này bằng một ứng dụng quan trọng của vòng trường sinh.

Các độc giả có nghiên cứu khoa bát tự (còn gọi là Tử Bình hoặc tứ trụ) hẳn biết bảng nhân nguyên là một phần kiến thức cơ bản hết sức quan trọng của khoa này. Chưa nắm vững bảng nhân nguyên thì không thể nào đi vào cốt tủy của bát tự (xem hình 8).

Bính **Mậu** Canh TỴ	**Đinh** **Kỷ** NGỌ	**Kỷ** Ất Đinh MÙI	Mậu **Canh** **Nhâm** THÂN
Mậu Quý Ất THÌN			**Tân** DẬU
Ất MÃO			**Mậu** Đinh Tân TUẤT
Giáp Bính Mậu DẦN	**Kỷ** Tân Quý SỬU	**Quý** TÝ	**Nhâm** Giáp HỢI

Hình 8: Bảng nhân nguyên (trong khoa bát tự)

Nhưng bảng nhân nguyên do đâu mà có? Xin trả lời rằng hơn 95 phần trăm là từ vòng trường sinh của đơn hành, và thêm một chút từ lý bát quái.

Nhắc lại, tính âm dương ngũ hành của thập thiên can:

Giáp là dương mộc

Ất là âm mộc

Bính là dương hỏa

Đinh là âm hỏa

Mậu là dương thổ

Kỷ là âm thổ

Canh là dương kim

Tân là âm kim

Nhâm là dương thủy

Quý là âm thủy

Ta lý luận thêm như sau:

-Trường sinh là lúc hành được sinh ra, một biến cố đột ngột nên ứng với can dương. Suy ra mộc trường sinh ứng với Giáp, hỏa trường sinh với Bính, thổ trường sinh với Mậu, kim trường sinh với Canh, thủy trường sinh với Nhâm. So sánh với hình 1 ta được: Giáp ở Hợi, Bính Mậu ở Dần, Canh ở Tỵ, Nhâm ở Thân.

-Lâm quan là lúc hành mới phát khởi thành mạnh mẽ, nên ứng với can dương. Suy ra mộc lâm quan ứng với Giáp, hỏa lâm quan với Bính, thổ lâm quan với Mậu, kim lâm quan với Canh, thủy lâm quan với Nhâm.

-Đế vượng là lúc hành cực thịnh, không phát triển được nữa nên mặc dù hành mạnh mà lại có tính âm, do đó ứng với can âm. Suy ra mộc đế vượng ứng với Ất, hỏa đế vượng với Đinh, thổ đế vượng với Kỷ, kim đế vượng với Tân, thủy đế vượng với Quý.

-Mộ là lúc hành thu tàng. Thu tàng có tính âm, nên ứng với can âm. Suy ra mộc mộ ứng với Ất, hỏa mộ với Đinh, thổ mộ với Kỷ, kim mộ với Thân, thủy mộ với Quý.

-Suy theo sau đế vượng là lúc hành từ hoàn cảnh cực thịnh bắt đầu thoái hóa. Thoái hóa từ hoàn cảnh cực thịnh thì vẫn còn dư hưởng, danh từ mệnh lý gọi là "dư khí". Nhưng đế vượng đã có tính âm, suy kém hơn đế vượng hiển nhiên cũng có tính âm, tức là ứng với can âm. Suy ra mộc suy ứng với Ất, hỏa suy với Đinh, thổ suy với Kỷ, kim suy với Tân, thủy suy với Quý.

-Ngoài ra Thìn Tuất là cung dương, lại thuộc thổ nên ứng với dương thổ, tức là với Mậu; Sửu Mùi là cung âm, lại thuộc thổ nên ứng với âm thổ, tức là với Mậu.

Kim trường sinh Mộc bệnh Thủy tuyệt **Hỏa Thổ lâm quan**	Kim mộc dục Mộc tử Thủy thai **Hỏa Thổ đế vượng**	Kim quan đới **Mộc mộ** Thủy dưỡng **Hỏa Thổ suy**	**Kim lâm quan** Mộc tuyệt **Thủy trường sinh** Hỏa Thổ bệnh
Kim dưỡng **Mộc suy** **Thủy mộ** Hỏa-Thổ quan đới			**Kim đế vượng** Mộc thai Thủy mộc dục Hỏa Thổ tử
Kim thai **Mộc đế vượng** Thủy tử Hỏa Thổ mộc dục			**Kim suy** Mộc dưỡng Thủy quan đới **Hỏa Thổ mộ**
Kim tuyệt **Mộc lâm quan** Thủy bệnh **Hỏa Thổ trường sinh**	**Kim mộ** Mộc quan đới **Thủy suy** Hỏa Thổ dưỡng	Kim tử Mộc mộc dục **Thủy đế vượng** Hỏa Thổ thai	Kim bệnh **Mộc trường sinh** **Thủy lâm quan** Hỏa Thổ tuyệt

Hình 9: Vòng trường sinh của đơn hành (xem thổ cùng trường sinh với hỏa)

116

Kế tiếp, chỉ việc bắt đầu bằng hình 9, rồi thay các giai đoạn trường sinh của các hành bằng ký hiệu phù hợp thì được tất cả mọi "nhân nguyên" trong hình 8, chỉ trừ can Mậu ở cung Thân là nguồn gốc chưa rõ. Câu hỏi là tại sao Mậu thuộc dương thổ lại có thể ở cung Thân thuộc dương kim? Hẳn các độc giả tinh ý đã nhận ra, lý do là cung Thân thuộc phạm vi của quái Khôn, mà Khôn thuộc thổ. (Lý bát quái cũng cho ta kết quả rằng cung Dần tàng thổ -vì ứng với quẻ Cấn thuộc thổ- nhưng kết quả này đã đồng ý với vòng trường sinh rồi, nên lý bát quái chỉ hiển hiện ở vị trí duy nhất là cung Thân mà thôi).

Có thể thấy rằng bảng nhân nguyên là một kết quả ráp nối của vòng trường sinh và bát quái. Tính "ráp nối" này một lần nữa cho ta thấy ngũ hành chỉ là một bài toán gần đúng. Thế nên trong mọi khoa mệnh lý có xử dụng ngũ hành, ta phải tùy trường hợp, tùy áp dụng mà tính toán, thì kết luận mới mong hợp lý.

San José 7 tháng 1, 2004
Đằng Sơn

Chương 10
Hà đồ lạc thư và
nền tảng âm dương của mệnh lý I

Giới thiệu Hà đồ Lạc thư

"Hà đồ" và "Lạc thư" là hai bảng số được xử dụng rất nhiều trong mệnh lý Á đông và thường được huyền thoại hóa như hai linh vật huyền bí. Để các độc giả chưa từng biết đến hai bảng số này khỏi lúng túng, soạn giả xin giới thiệu ngay nguồn gốc và nội dung của chúng rồi đi vào phần lý lẽ sau.

<u>HÀ ĐỒ</u>: Sở dĩ gọi là Hà Đồ vì truyền thuyết cho rằng đây là tổng số các nhóm chấm đen và trắng trên thân một con "long mã" trồi lên từ sông Hoàng Hà, được vị vua thời thái cổ của Trung Hoa là Phục Hi ghi lại. Truyền thuyết thì đúng sai chẳng thể kiểm chứng, nhưng vì sách Luận ngữ có nhắc đến Hà Đồ[1] như một di sản của thời xưa, ta có thể tin Hà Đồ đã xuất hiện rất lâu trước thời Khổng Tử.

Hà Đồ gồm 5 cặp số (1,6), (2,7), (3,8), (4,9), (5,10) phân phối như hình 1 trái. Chú ý rằng mọi số từ 1 đến 10 đều có mặt trong Hà Đồ, và nếu lấy hai số trong cùng một cặp trừ cho nhau thì đều được số 5.

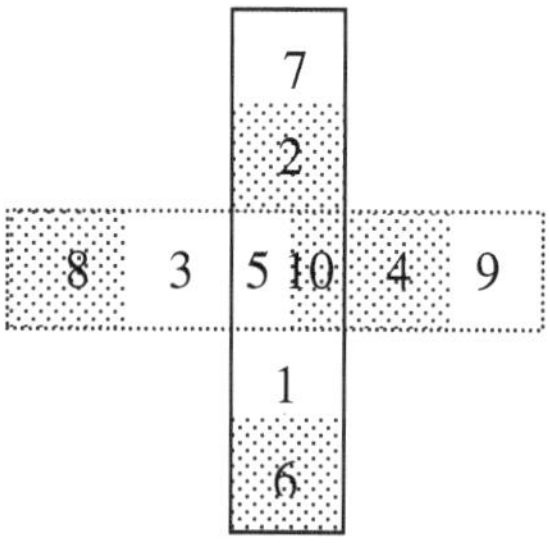

Hình 1: Hà Đồ (trái) gồm 5 cặp số (1,6), (2,7), (3,8), (4,9), (5,10) xếp vào 4 hình chữ nhật ở bốn phía và hình vuông ở trung ương. Lạc thư là một ma phương, cộng ngang dọc chéo đều thành 15. Hà Đồ có đủ các số từ 1 đến 10. Lạc thư không có số 10. Ngoài ra, vị trí hai cặp số (2,7) và (4,9) trong Hà Đồ và Lạc Thư ngược nhau.

<u>LẠC THƯ</u>: Sở dĩ gọi là Lạc Thư vì truyền thuyết cho rằng khi vua Vũ (khoảng 2000 năm trước tây lịch) trị thủy (tức là lo phòng lụt lội) ở sông Lạc thấy một con rùa trồi lên, trên lưng có các nhóm chấm đen trắng, phân phối như hình 1 phải.

Các độc giả quen thuộc với toán học hẳn đã nhận ra Lạc Thư chính là một ma phương cấp 3 (còn gọi là ma phương 3×3), nghĩa là gồm có 3 cột 3 hàng; cộng ngang dọc chéo đều cho cùng tổng số 15. Lạc Thư được tin là ma phương đầu tiên của nhân loại, tức là một phát minh vĩ đại của toán học thế giới thời ấy. Sau Lạc Thư được truyền sang Ấn Độ và thế giới Hồi Giáo, có lẽ vào thời nhà Đường (chú 1).

Cả Hà Đồ lẫn Lạc Thư đều xử dụng các con số cơ bản của hệ thập phân, tức các số từ 1 đến 10. Hà Đồ đủ 10 số, Lạc Thư thiếu số 10. Nhưng trừ hai số (5 và 10), các số thành cặp còn lại trong Hà Đồ, tức (1 và 6), (2 và 7), (3 và 8), (4 và 9), vẫn xuất hiện cạnh nhau trong Lạc Thư. Riêng số 5 bị mất số cặp (tức 10) thì chiếm trung tâm của Lạc Thư, tức vị trí đặc biệt nhất. Ngoài ra, nếu cộng các số của Hà Đồ ta được 55, các số của Lạc Thư được 45; thành thử phối hợp (cộng) Hà Đồ và Lạc Thư ta được đúng 100!

Vấn nạn "tiền đề" của Hà Đồ và Lạc Thư

Những dữ kiện trên đây, nhất là tính tròn trịa của con số 100, gợi cho ta ý tưởng rằng Hà Đồ và Lạc Thư không phải là hai bảng số biệt lập, mà là hai mặt của một thực thể bất khả phân ly. Người xưa ắt cũng vì nghĩ thế nên mới coi Hà Đồ và Lạc Thư như hai khởi điểm của mệnh lý. Nói theo ngôn ngữ toán học thì Hà Đồ và Lạc Thư đã được các nhà mệnh lý tiền phong coi là tiền đề của bài toán mệnh lý Á đông.

Theo định nghĩa, tiền đề là bước đầu của tư duy khoa học. Vì là bước đầu tiên, ta không thể dựa vào lẽ nào khác để chứng minh nó sai hoặc đúng. Tiêu chuẩn duy nhất để chấp nhận hoặc phủ nhận tiền đề khoa học là kết quả mà nó dẫn tới. Phải nói dài dòng như vậy để nhấn mạnh rằng việc lấy hai bảng số Hà Đồ và Lạc Thư làm tiền đề cho mệnh lý không có gì trái với khoa học.

Thế nhưng, như ta đã thấy trong quá trình phát triển của khoa học, tiền đề thường có đặc tính chung là rất giản dị. Như tiền đề của vật lý Newton là "vạn vật hấp dẫn", của vật lý Einstein là "vận tốc tương đối". Thử so sánh với hai tiền đề này, ta thấy Hà Đồ và Lạc Thư phức tạp quá (chú 2). Bất giác ta thắc mắc: "Có thể nào Hà Đồ và Lạc Thư chưa phải là tiền đề tối giản, mà là kết quả của một hoặc vài tiền đề nào đó giản dị hơn nữa?"

Số học và lý số

Ta sẽ bắt đầu với thái độ hồ nghi, rằng Hà Đồ và Lạc Thư có lẽ không phải là tiền đề tối giản của mệnh lý. Kế đó, vì Hà Đồ và Lạc Thư đều do các con số tạo thành, và các con số chính là các biểu tượng toán học, ta sẽ thử xem có lý nào hoặc những lý nào giản dị hơn Hà Đồ và Lạc Thư nằm ngay trong các con số hay không.

Chữ "số" nhắc nhở ta đến khoa số học, nên ta sẽ thử khảo sát mệnh lý dưới nhãn quan của khoa số học xem sao. Như đã trình bày trước đây trong loạt bài này, nền tảng của mệnh lý là luật tương ứng. Nên khi khảo sát mệnh lý dưới nhãn quan của khoa số học, việc ta phải làm là tìm ra một thực thể số học tương ứng với mệnh lý, xác định những quy luật trong thực thể số học ấy, rồi dùng những quy luật số học này suy ra những quy luật tương ứng cho mệnh lý. Đây là phương pháp "toán học hóa" hiện tượng để dễ khảo sát hơn, rất thông dụng trong các ngành khoa học và kỹ thuật.

Ta hãy đi từng bước một. Bước đầu là định một tập hợp số có tương ứng với những gì ta đã biết về mệnh lý. Như đã trình bày trong bài "cơ sở toán học của ngũ hành và tứ nguyên tố", tập hợp giản dị nhất[3] thỏa đòi hỏi này gồm 10 số, gồm các số nguyên từ 0 đến 9.

Tuy nhiên, vì khi mệnh lý ra đời người ta chưa nghĩ ra số zéro, nên để tôn trọng truyền thống ta sẽ thay số zéro bằng số 10, kết quả là 10 số nguyên từ 1 đến 10. Ta sẽ gọi đây là tập hợp S, với ký hiệu toán học như sau:

S = {1, 2, 3, 4, 5, 6, 7, 8, 9, 10}

Tập hợp số trên đây chỉ có ý nghĩa khi có thêm những liên hệ, tức là có các phép tính nối kết các phần tử trong tập hợp với nhau. Tuân theo đòi hỏi "giản dị tối đa" của nguyên lý "dao cạo Occam" (xem ghi chú 3), ta loại ngay phép chia, vì có những trường hợp phép chia cho kết quả là số có phần lẻ (như 3.222), hiển nhiên những số này không nằm trong S. Ta cũng phải loại phép trừ, vì có những trường hợp phép trừ cho số âm, mà số âm không nằm trong S.

Như thế chỉ còn lại 3 phép là cộng, nhân, và lũy thừa. Nhưng để chắc chắn là số thành của ba phép này luôn luôn nằm trong S, ta phải thêm một điều kiện nữa; đó là hàng chục, trăm, ngàn, v.v… của các số lớn hơn 10 đều bị bỏ, chỉ giữ lại hàng đơn vị mà thôi. Ngôn ngữ toán học gọi đây là phép "modulo 10"; nghĩa là chia cho 10 rồi giữ lại dư số. Nhưng thiết nghĩ cách giản dị hơn khi khảo sát mệnh lý là chỉ cần chú ý đến con số ở hàng đơn vị. Vài thí dụ:

5 + 7 = 12 chỉ tính là 2.

5 × 10 = 50 chỉ tính là 10.

6 × 9 = 54 chỉ tính là 4.

Với những quy luật trên đây, tập hợp số của chúng ta không chỉ còn là những biểu tượng vô nghĩa, mà đã biến thành tập hợp "lý số", tức là tập hợp của những con số có cái lý nằm sau. Tiếp theo đây ta sẽ khai triển ra vài kết quả quan trọng của tập hợp lý số này.

Vài phép tính trong tập hợp lý số

Phép cộng:

1. Mọi số khi cộng với các số trong tập hợp (kể cả chính nó) đều cho lại toàn thể tập hợp S. Như số 4 chẳng hạn, cộng 1 cho 5, cộng 2 cho 6, cộng 3 cho 7 v.v… Phép cộng này không có gì đặc biệt, chỉ ghi ra cho đầy đủ mà thôi.

2. Hai số khác lý chẵn lẻ cộng với nhau cho số lẻ (như 3 lẻ cộng 2 chẵn cho 5 lẻ).

3. Hai số cùng lý chẵn lẻ cộng với nhau cho số chẵn (như 1 lẻ cộng 3 lẻ cho 4 chẵn, 2 chẵn cộng 6 chẵn cho 8 chẵn).

4. Đặc biệt số 10 cộng với số nào cho lại số đó. Như 10 cộng 1, tính cách thường thành 11, song bỏ hàng chục, nên chỉ còn 1, tức là 1 không đổi trong phép cộng với 10.

Phép tự cộng, tức một số liên tục cộng với chính nó, thì chính là phép nhân 2, nhân 3, nhân 4 v.v..., xin xem phần phép nhân tiếp theo đây.

<u>Phép nhân:</u>

5. Số 1 nhân với các số trong tập hợp S (kể cả chính nó) cho ta 1, 2, 3, 4, 5, 6, 7, 8, 9, 10; tức là cho lại toàn thể các phần tử của S. Độc giả có thể tự kiểm chứng rằng các số 3, 7, 9 cũng vậy.

6. Số 2 nhân với các số trong tập hợp S (kể cả chính nó) cho 2, 4, 6, 8, 10; tức là chỉ cho lại các số chẵn. Độc giả có thể tự kiểm chứng rằng các số 4, 6, 8 cũng vậy.

7. Số 5 đặc biệt vì khi nhân với các số trong S (kể cả chính nó) chỉ cho lại hoặc số 5 hoặc số 10.

8. Số 10 đặc biệt hơn nữa vì khi nhân với các số trong S (kể cả chính nó) chỉ cho lại số 10.

Phép tự nhân, tức một số liên tục nhân với chính nó, thì chính là phép lũy thừa 2, lũy thừa 3 v.v..., xin xem phần lũy thừa tiếp theo đây.

<u>Phép lũy thừa:</u>

9. Số 1 lũy thừa chỉ cho lại số 1.

10. Số 2 lũy thừa cho lại tiểu tập hợp (2, 4, 6, 8), tức là cho lại các số chẵn, trừ số 10 ra.

11. Số 3 lũy thừa cho lại tiểu tập hợp {1, 3, 7, 9}, tức là cho lại các số lẻ, trừ số 5 ra.

12. Số 4 lũy thừa chỉ cho lại số 4 hoặc số 6.

13. Số 5 lũy thừa chỉ cho lại số 5.

14. Số 6 lũy thừa chỉ cho lại số 6.

15. Số 7 lũy thừa cho lại tiểu tập hợp {1, 3, 7, 9}, tức là cho lại các số lẻ, trừ số 5 ra.

16. Số 8 lũy thừa cho lại tiểu tập hợp (2, 4, 6, 8), tức là cho lại tập hợp số chẵn, trừ số 10 ra.

17. Số 9 lũy thừa chỉ cho lại hai số 1 hoặc số 9.

18. Số 10 lũy thừa chỉ cho lại số 10.

Liên hệ giữa triết học, mệnh lý, và khoa học

Việc kế tiếp của chúng ta là diễn giải các kết quả của tập hợp lý số thành các ý nghĩa mệnh lý tương ứng. Nhưng trước khi làm việc này, thiết nghĩ rất cần nắm vững liên hệ giữa triết học và mệnh lý.

Triết học, theo định nghĩa, là hệ tri thức sâu thẳm hơn hết của con người. Bất cứ môn gì ngành gì khi đạt đến mức thượng thừa đều phải quy trở về cái gốc triết học (đây chính là lý do tại sao bằng tiến sĩ của mọi ngành học tây phương đều được gọi là "doctor of philosophy", dịch sát nghĩa là "tiến sĩ triết".)

Vì chỉ là một trong nhiều ngành học thuật, cái gốc của mệnh lý Á đông dĩ nhiên phải là triết học Á đông. Từ đó ta suy ra rằng, muốn là tiền đề của mệnh lý Á đông thì lý số phải phù hợp với quan điểm của triết học Á đông trước đã.

(Vì triết học có tiền đề của triết học, mệnh lý vừa quy về triết học vừa có tiền đề riêng, giới hạn của ngôn ngữ rất dễ khiến chúng ta điên đầu. Hiển nhiên triết học Á đông là "đại tiền đề" của mệnh lý; vì vậy nhóm chữ "tiền đề của mệnh lý" trong bài này xin được hiểu theo nghĩa "tiểu tiền đề"; tức cũng là tiền đề, nhưng phải phù hợp với triết học Á đông.)

Sau khi phân tích triết học Á đông dưới nhãn quan khoa học, soạn giả đã mạn phép diễn giải ra ba trạng thái hiện hữu như sau, mong được các bậc cao minh chỉ giáo:

Trạng thái 1: Là trạng thái hiện hữu thuần lý, nghĩa là bằng lý luận ta tin rằng nó chắc chắn hiện hữu; nhưng chúng ta không thể nhận biết trạng thái hiện hữu này vì lý do sẽ bàn trong phần phân cực dưới đây. Cái tên "vô cực" phản ảnh tuyệt diệu tính "không thể nhận biết" này.

Trạng thái 2: Là trạng thái hiện hữu trung gian giữa "vô cực" và trạng thái hiện hữu mà ta nhận biết. Cũng có thể coi là trạng thái hiện hữu chuyển tiếp từ "vô cực" đến trạng thái hiện hữu mà chúng ta nhận biết. Cái tên "thái cực" phản ảnh tuyệt diệu tính chuyển tiếp này.

Trạng thái 3: Trong hai trạng thái vô cực và thái cực, bản thể hiện hữu vẫn có tính hợp nhất. Đến trạng thái ba thì bản thể đã tách ra thành các phần tử riêng lẻ. Để phân biệt với hai trạng thái "vô cực" và "thái cực", soạn giả đề nghị gọi đây là trạng thái "phân cực". Các phần tử "phân cực" tái phối hợp theo nhiều cách khác nhau, tạo thành những hiện tượng mà ta gọi là "hiện hữu".

Con người là một trong vô vàn thực thể hiện hữu của trạng thái phân cực, nên khả năng quan sát, suy luận của con người bị giam hãm trong cái giới hạn của "phân cực", tức là chỉ nhận ra các hiện hữu "phân cực" khác, mà không thể nhận biết sự hiện hữu của vô cực và thái cực.

Nhưng nếu con người không thể nhận ra sự hiện hữu của vô cực và thái cực thì làm sao con người dám nói hai trạng thái này hiện hữu? Đây là một đề tài triết học, muốn cãi thì đến tận thế vẫn chưa xong, song ta có thể đạt một trình độ đồng thuận nào đó bằng cách nhìn vào những thành quả của toán học.

Thí dụ mà soạn giả muốn đưa ra là số lượng số nguyên tố (tức các số nguyên chỉ chia chẵn cho 1 và cho chính nó). Mặc dù chưa ai được thấy hoặc có kinh nghiệm về "vô tận", con người đã chứng minh được rằng số lượng các con số nguyên tố nhiều vô tận. Suy diễn từ thí dụ này và nhiều thí dụ khác nữa của khoa học, việc con người không thể nhận biết sự hiện hữu của "vô cực" và "thái cực" mà vẫn "cảm" được chúng chẳng có gì là mâu thuẫn hoặc vô lý.

Nhìn từ một góc cạnh khác, ta có quyền tin rằng con người gồm hai phần là vật chất và tâm linh. Con mắt vật chất của con người –mà ta thường gọi là "mắt trần" hoặc "mắt thịt"- dĩ nhiên không nhìn ra sự hiện hữu của vô cực hoặc thái cực; nhưng hình như con người còn có một nhãn quan khác vượt trên con mắt vật chất. Vì thiếu danh từ, soạn giả xin tạm gọi đây là nhãn quan siêu vật chất.

Dù không thể xác quyết, ta có quyền tin rằng mọi cá nhân đều có nhãn quan siêu vật chất, nhưng hình như nhãn quan này chỉ được tác động trong một số hoàn cảnh đặc biệt mà khoa học tây phương chưa xác định được.

Và đây là mấu chốt vấn đề, vì theo khoa học tây phương tất cả những gì không xác định được, không lập lại được trong phòng thí nghiệm đều bị coi là không hiện hữu. Từ khi khoa học tây phương ngự trị thế giới, người ta bị những thành công dồn dập của nó làm cho chóa mắt, bèn kết luận vội vàng rằng ngoài khoa học tây phương (và dĩ nhiên triết học tây phương là cha đẻ ra khoa học tây phương) là hệ tri thức tối thượng của nhân loại. Suy nghĩ này dẫn đến quyết định bỏ hết truyền thống để theo mới.

Đây là quan điểm "Theo mới, theo mới không chút do dự" của nhiều người đông phương, bắt đầu từ cuối thế kỷ 19 và kéo dài cho đến bây giờ. Theo quan điểm này, những sản phẩm của triết học đông phương như các thuyết âm dương ngũ hành, các khoa như Tử Vi, Tử Bình, Phong Thủy, Nhân Tướng v.v… đều là mê tín. Vì những người của phái theo mới đa số là thành phần trí thức, triết học đông phương cũng như các ngành huyền học bị đẩy vào bóng tối. Rất may là vẫn còn một thiểu số tồn cổ cố gắng giữ gìn truyền thống, nên các khoa này mặc dầu phải đóng vai trò thứ yếu vẫn không đến nỗi hoàn toàn mai một.

Sự hồi sinh của huyền học Á đông
Ai ngờ đời có những biến chuyển lạ lùng. Nửa đầu thế kỷ 20 bùng nổ ra một giai đoạn mới của khoa học tây phương, với hai trường phái kình chống nhau là vật lý cổ điển do Einstein lãnh đạo, và vật lý lượng tử do Bohr và Heisenberg lãnh đạo. Hai trường phái đều đạt thành quả to lớn trong phạm vi của mình, nhưng lại hoàn toàn thất bại khi sang phạm vi của bên kia. Hiển nhiên cả hai đều thiếu sót.

Trong nỗ lực phối hợp hai trường phái này làm một, người ta đã manh nha nhận ra rằng có lẽ lời giải đáp tối hậu cho khoa học đã nằm trong triết lý phương đông. Sự thành công vĩ đại về mặt phổ biến của quyển "Đạo vật lý" (the Tao of Physics) và vài sách khác mô phỏng nó trong hai thập niên 1970's và 1980's không đủ dẫn đến một kết luận nào; nhưng nhờ phong trào này triết học Á đông không còn bị coi là nhảm nhí, lỗi thời nữa; mà được tối thiểu một thiểu số trí thức ưu việt của thế giới nhận định như một hy vọng mới của khoa học.

Riêng soạn giả cho rằng quả thật triết lý phương đông có lời giải cho vấn nạn hiện tại của khoa học. Chính vì lý do đó mà loạt bài này viết về mệnh lý lại dám mang tên "hoàn toàn khoa học".

Sự hiện hữu của vô cực và thái cực trong mô hình mệnh lý

Trở lại vấn đề. Như đã trình bày trong một bài trước đây, tiền đề chính của triết học đông phương là "vạn vật đồng nhất thể". Là những khai triển của triết học đông phương, khoa học đông phương do đó không chỉ bao gồm các hiện tượng thuần vật chất, mà còn cố tìm lời giải cho các hiện tượng mang nhiều tính tâm linh hơn vật chất. Chính phần tâm linh này khiến khoa học cổ đông phương nhuốm màu sắc huyền hoặc, và nhiều khi có vẻ mê tín nữa. Nhưng cũng chính nhờ bao gồm tất cả, nó không bị giam hãm trong nhà tù "cục bộ" rồi chẳng biết cách nào thoát ra như khoa học tây phương hiện tại.

Vì bao gồm tất cả, khoa học đông phương không thể chỉ mô tả sự vật như khoa học tây phương, mà phải trả lời thêm câu hỏi tưởng chẳng dính líu gì đến khoa học: "Sự vật do đâu mà hiện hữu"? Những khái niệm vô cực, thái cực v.v… trở thành cần thiết trong khoa học đông phương vì chúng là câu trả lời cho câu hỏi nói trên. Mà đã nhìn nhận vai trò vô cực, thái cực thì phải có mô hình thích hợp cho chúng. Thế nên, khi dùng lý số để giải bài toán số mệnh, ta không thể chỉ tìm mô hình cho trạng thái hiện hữu "phân cực", mà còn phải định mô hình cho hai trạng thái "vô cực" và "thái cực" nữa.

Phần luận về vai trò của vô cực và thái cực đến đây đã đủ. Trong bài tới chúng ta sẽ đi vào chi tiết cách thiết lập mô hình lý số của mệnh lý Á đông để diễn tả đủ ba trạng thái "vô cực", "thái cực", và "phân cực".

San Jose ngày 28 tháng 1, 2005
Đằng Sơn

CHÚ THÍCH

1) Ho Peng Yoke, sách "Li, Qi and Shu – An introduction to Science and Civilization in China", Hongkong University Press, 1985.

2) Ba lý chính của dịch lý được người xưa truyền lại là: Biến dịch, giản dịch, và bất dịch. Chữ Hán viết "giản dịch" và "giản dị" giống nhau, nên rất có thể ý người xưa là: "Biến dịch, giản dị, bất dịch". Nhưng "biến dịch, giản dị, bất dịch" có ý nghĩa gì? Soạn giả cho rằng ba lý này hợp lại có nghĩa "Vũ trụ biến đổi theo những quy luật giản dị và không thay đổi". Nhưng đây chính là ý nghĩa của "dao cạo Occam", một nền tảng lớn có tính chỉ đạo của khoa học tây phương. Nói cách khác, soạn giả cho rằng các nhà dịch lý tiền phong đã đi trước nguyên lý dao cạo Occam. Chi tiết hơn,

họ đã biết rằng hễ tiền đề phức tạp quá thì cần phải xét lại vì như vậy là đã đi ngược lại cái lý "giản dị" của vũ trụ.

3) Ta không thêm số âm, số thực (tức các số có thêm phần lẻ, chẳng hạn 1.234), vì các số này khiến mô hình toán học của ta rắc rối thêm. Theo nguyên lý "dao cạo Occam" của khoa học tây phương, khi lập thuyết ta phải dùng nguyên lý tối giản, chỉ thêm những cái gì phải thêm mà thôi. Dao cạo Occam hoàn toàn phù hợp với nguyên lý "giản dị" của dịch đã nhắc ở ghi chú 2.

125

Chương 11

Hà đồ lạc thư và
nền tảng âm dương của mệnh lý II

Ý nghĩa của các phép tính trong tập hợp lí số

Trước khi đi sâu vào việc phân tích ý nghĩa của tập hợp lý số (tức tập hợp số nguyên từ 1 đến 10) ta cần xác định sự tương ứng giữa các phép tính trong tập hợp này với những hiện tượng ngoài đời:

Phép cộng: Ứng với sự tác dụng. Như hiện tượng "tính chất A tác dụng với tính chất B để cho tính chất C" tất ứng với phép cộng của các biểu số tương ứng với A và B trong tập hợp lý số, tức A+B=>C.

Phép nhân: Ứng với sự biến dạng. Như hiện tượng "A làm B biến dạng thành B*" có thể biểu diễn bằng A×B=>B*.

Phép lũy thừa: Ứng với sự chuyển hóa, nghĩa là một tính chất thể hiện ra những phương diện khác nhau của nó. Như A là mặt thứ nhất của bản chất X, thì A×A (tức "A lũy thừa 2") là mặt thứ 2 cũng của bản chất X, và A×A×A (tức "A lũy thừa 3") là mặt thứ 3 cũng của bản chất X v.v...

Liên hệ giữa hai số 10 và 5 với vô cực và thái cực

Trong bài trước ta đã lập luận rằng, mặc dù chỉ có trạng thái "phân cực" ứng với những hiện tượng quan sát được, ta phải thêm hai trạng thái ứng với những hiện tượng không quan sát được là "vô cực" và "thái cực" thì mô hình của vũ trụ mới không bị thiếu sót.

Hiển nhiên "vô cực" và "thái cực" không thể giống hệt nhau, nên bước tiếp của chúng ta là tìm hiểu xem hai trạng thái này khác nhau thế nào. Chuẩn điểm để xét hai trạng thái này dĩ nhiên là trạng thái "phân cực" vì nó là trạng thái duy nhất mà chúng ta quen thuộc. Xét từ chuẩn điểm này thì:

Số 10 ứng với vô cực: Vô cực không thể làm vật chất biến đổi hoặc có tác dụng nào với các thực thể vật chất. Ta tìm ra đặc tính này ở số 10, vì số 10 cộng với mọi số đều khiến số đó không đổi (ứng với việc không làm vật chất đổi); và số 10 nhân với mọi số đều cho lại số 10 tức cho lại vô cực (ứng với việc không tác dụng với vật chất). Do đó ta kết luận số 10 ứng với vô cực.

Số 5 ứng với thái cực: Vì khác với vô cực và khác với phân cực, thái cực phải vừa làm vật chất đổi vừa làm vật chất không đổi. Hai tính chất này có vẻ mâu thuẫn nhưng thực ra đây chỉ là giới hạn của ngôn ngữ, không phải là vấn đề có thật. Ta chỉ cần giả sử rằng tính "phân cực" khiến vật chất có 2 tiểu trạng thái gọi là 1 và 2, rồi ta định rằng tiểu trạng thái 1 tác dụng với thái cực cho tiểu trạng thái 2 và ngược lại, thì chẳng còn mâu thuẫn nữa.

126

Hẳn sẽ có độc giả sẽ thắc mắc tại sao cho vật chất phân cực thành 2 tiểu trạng thái mà không 3, 4, 5, 6 vân vân… Câu trả lời theo triết học Á đông là nguyên lý "giản dị", theo triết học tây phương là nguyên lý "dao cạo Occam". Cả hai nguyên lý này đều bảo ta vũ trụ vốn có tính đơn giản, nên khi lập thuyết ta phải chọn trường hợp đơn giản nhất, chỉ chọn sự phức tạp trong trường hợp bất đắc dĩ mà thôi.

Thực ra cách giản dị nhất là cho mỗi số ứng với một trạng thái, theo cách này ta bỏ hai số cho là ứng với vô cực và thái cực ra ngoài, còn lại 8 số. Xin thưa trước rằng đây chính là lời giải của thuyết âm dương, dẫn đến 8 thực thể là bát quái. Từ đó có thể thấy thuyết âm dương hợp với nguyên lý "giản dị" hơn cả. Soạn giả sẽ trở lại với thuyết âm dương trong một bài sau, tạm thời xin chỉ trình bày như vậy.

Cách giản dị kế tiếp là cho mỗi trạng thái phân cực thành 2. Đây là cách ta tạm thời lựa chọn. Nếu sự lựa chọn này không cho kết quả tốt ta sẽ tính sau.

Nhắc lại tác dụng ứng với phép cộng. Ta hãy lấy một số bất kỳ (trừ số 10 vì đã ứng vô cực) cho ứng với một trạng thái hiện hữu, rồi thử cho các số còn lại ứng với thái cực. Soạn giả chọn số bất kỳ là 3, nhưng các số khác (trừ số 10) đều cho kết quả tương tự:

Giả sử thái cực ứng số 1: Tiểu trạng thái 3 cộng 1 thành 4, nhưng tiểu trạng thái 4 cộng 1 thành 5, tức là không cho lại tiểu trạng thái 3. Kết luận số 1 không thể ứng với thái cực.

Giả sử thái cực ứng số 2: Tiểu trạng thái 3 cộng 2 thành 5, nhưng tiểu trạng thái 5 cộng 2 thành 7, tức là không cho lại tiểu trạng thái 3. Kết luận số 2 không thể ứng với thái cực.

Giả sử thái cực ứng số 3: Tiểu trạng thái 3 cộng 3 thành 6, nhưng tiểu trạng thái 6 cộng 3 thành 9, tức là không cho lại tiểu trạng thái 3. Kết luận số 3 không thể ứng với thái cực.

v.v…

Tiếp tục như vậy ta sẽ tìm ra rằng số 5 là số duy nhất ứng với thái cực. Như trong trường hợp này, tiểu trạng thái 3 cộng 5 thành 8, rồi tiểu trạng thái 8 cộng 5 cho 13, nhưng trong tập hợp lý số của chúng ta hàng chục trở lên không kể, do đó 13 chính là số 3. Tóm lại tiểu trạng thái 3 cộng 5 cho tiểu trạng thái 8, và ngược lại.

Vì số 5 là số duy nhất trong tập hợp lý số ứng với thái cực, ta kết luận số 5 ứng với thái cực.

Lý của các cặp số ứng với vật chất

Đã biết 5 là thái cực, ta suy ra các cặp số sau đây là hai tiểu trạng thái của cùng một loại vật chất:

1 và 6 là hai mặt của cùng loại vật chất, vì 1+5=6 và 6+5=1.

2 và 7 là hai mặt của cùng loại vật chất, vì 2+5=7 và 7+5=2.

3 và 8 là hai mặt của cùng loại vật chất, vì 3+5=8 và 8+5=3.

4 và 9 là hai mặt của cùng loại vật chất, vì 4+5=9 và 9+5=4.

5 và 10 là hai mặt của cùng loại vật chất, vì 5+5=10 và 10+5=5.

Nhận xét rằng hai số 5 và 10 đã ứng với thái cực và vô cực, nên xếp chúng trong bảng vật chất nghĩa là nhìn nhận chúng vừa ứng với thái cực và vô cực, lại vừa ứng với hai tiểu trạng thái của một tính chất! Nghe có vẻ mâu thuẫn. Cách giải quyết giản dị nhất là bỏ chúng ra ngoài. Nếu vậy chỉ còn lại 4 loại vật chất. Các độc giả tinh ý hẳn đã đoán được, cách giải quyết này sẽ dẫn đến thuyết tứ nguyên tố[1].

Nhưng từ bài "cơ sở toán học của ngũ hành và tứ nguyên tố" ta đã biết mặc dù thuyết tứ nguyên tố là một lời giải hợp lý, nó không phải là mô hình thích hợp cho những vấn đề có liên quan đến thành bại thắng thua của bài toán mệnh lý. Khi gặp phải những vấn đề này, mô hình thích hợp hơn thuyết tứ nguyên tố mà vẫn tương đối giản dị là thuyết ngũ hành.

Muốn đưa lý số vào thuyết ngũ hành dĩ nhiên cần 5 cặp số. Cũng trong bài "cơ sở toán học của ngũ hành và tứ nguyên tố" ta đã tìm ra các cặp số này rồi, nay nhắc lại:

Cặp số (1,6) ứng với hành thủy.

Cặp số (2,7) ứng với hành hỏa.

Cặp số (3,8) ứng với hành mộc.

Cặp số (4,9) ứng với hành kim.

Cặp số (5,10) ứng với hành thổ.

Tóm lại ta cần phải xử dụng 2 số (5,10) để đại biểu một tính chất (hành thổ) trong thuyết ngũ hành, đồng thời ta vẫn cho chúng ứng với thái cực và vô cực. Như đã trình bày ở trên, hai đòi hỏi này có vẻ mâu thuẫn với nhau. Thế nhưng thực ra vẫn giải quyết được, với điều kiện chúng ta chấp nhận ngũ hành chỉ là một phép tính gần đúng. Như một bài toán kỹ sư, trong trường hợp tính gần đúng chúng ta nhiều khi được phép ráp nối những con toán không hoàn toàn ăn khớp với nhau. Phần giải đáp được trình bày tiếp dưới đây.

Lại bàn về hành thổ!

Chấp nhận ngũ hành chỉ là phép tính gần đúng rồi, muốn nó phù hợp với bài toán mệnh lý ta phải thêm điều kiện rằng hành thổ có điểm khác các hành khác, bởi như vậy mới phản ảnh tính chất của hai số 5 và 10. Nói rõ hơn, vì hành thổ được đại biểu bởi hai số 5 và 10 trong mô hình mệnh lý nó phải tàng tính chất của thái cực (và vô cực nữa, nhưng chúng ta chẳng thể cảm nhận được vô cực, nên không tính toán được).

Nhắc lại đặc tính của thái cực là tính trung gian, tác dụng với tất cả mọi tính chất, và khi tác dụng với một tính chất, kết quả là tính chất ấy đổi từ dạng này sang một dạng khác. Tính chất của thổ dĩ nhiên không thể y hệt như thái cực, nhưng lại phải có điểm tương tự. Cách giải quyết tương đối ổn thỏa là cho nó đứng trung gian giữa các hành. Nghĩa là, trong diễn trình biến hóa tự nhiên từ hành nọ sang hành kia thì thổ ở vị trí trung gian (xem hình 1).

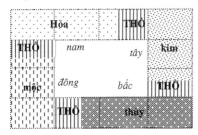

Hình 1: Tính đặc biệt của thổ thể hiện ngay trên địa bàn, chiếm 4 vị trí chuyển tiếp giữa 4 hành còn lại.

Cái lý nằm sau Hà Đồ

Như đã trình bày trong bài "địa bàn", địa bàn thực là hình tròn, nhưng người xưa vẽ thành hình chữ nhật để phản ảnh 3 tính chất sinh vượng mộ của các cung (bốn góc là bốn cung sinh gọi là "tứ sinh tứ mã địa"). Cũng đã trình bày trong bài "địa bàn", địa bàn hình tròn bởi vì nó phản ảnh các phương hướng nhìn từ chuẩn điểm của một quan sát viên đứng trên mặt địa cầu. So sánh thì các phương hướng này có tính "chu vi", trong khi vị trí của quan sát viên vì ở giữa nên có tính "trung tâm".

Các lý số từ 1 đến 10 dĩ nhiên phải có tương ứng với các phương vị chu vi và trung tâm. Lời giải cho 4 hành kim mộc thủy hỏa rất hiển nhiên nên xin trình bày trước:

Kim ứng phương tây (mặt trời lặn), lại ứng với hai số (4, 9) nên hai số (4, 9) xếp vào phương tây.

Mộc ứng phương đông (mặt trời mọc), lại ứng với hai số (3, 8) nên hai số (3, 8) xếp vào phương đông.

Thủy ứng phương bắc (bắc cực), lại ứng với hai số (1, 6) nên hai số (1, 6) xếp vào phương bắc. Chú ý rằng cách xếp này chỉ đúng cho bắc bán cầu, nam bán cầu tất phải xếp (1, 6) vào phương nam để ứng với nam cực.

Hỏa ứng phương nam (xích đạo), lại ứng với hai số (2, 7) nên hai số (2, 7) xếp vào phương nam. Chú ý rằng cách xếp này chỉ đúng cho bắc bán cầu, nam bán cầu tất phải xếp (2, 7) vào phương bắc để ứng với xích đạo.

Còn lại thổ thì xếp ở đâu? Các độc giả có thể đã đoán ra là vị trí trung tâm. Nhưng tại sao lại là trung tâm? Xin thưa vì ta biết rằng thổ khác các hành còn lại. Chỉ có một cách xếp duy nhất thỏa luật cân xứng mà phản ảnh tính khác biệt này của thổ là cho thổ vào trung tâm mà thôi.

Lại có vấn đề, mỗi hành có hai lý số, vậy thì số nào gần trung tâm hơn? Câu trả lời đến từ ngay lý tự nhiên: Đi từ nhỏ đến lớn tự nhiên hơn từ lớn đến nhỏ, khởi điểm là trung tâm, kết cục là chu vi tự nhiên hơn trường hợp ngược lại. Kết luận: Mọi cặp lý số đều được xếp theo luật số nhỏ gần trung tâm, số lớn ở bên ngoài.

Phối hợp tất cả các quy luật trên lại, ta tạo được hình 2:

129

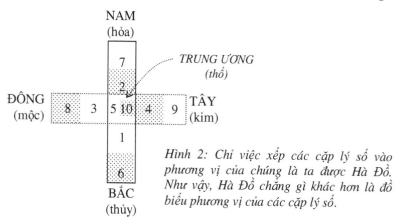

Hình 2: Chỉ việc xếp các cặp lý số vào phương vị của chúng là ta được Hà Đồ. Như vậy, Hà Đồ chẳng gì khác hơn là đồ biểu phương vị của các cặp lý số.

Ta tức thì nhận ra hình 2 chính là Hà Đồ! Ta kết luận Hà Đồ không gì khác hơn là đồ biểu phương vị của các cặp lý số ở bắc bán cầu.

Vì đã tái tạo được Hà Đồ bằng tính chất của tập hợp lý số, ta biết Hà Đồ là một kết quả hợp lý, nghĩa là ta có quyền áp dụng Hà Đồ các bài toán mệnh lý mà không phải lo âu thầm hỏi chẳng biết rồi kết quả sẽ đúng hay sai. Quan trọng hơn hết, thay vì nhắm mắt chấp nhận Hà Đồ chỉ vì nó "là di sản của thánh nhân", ta đã thấu hiểu cái lý khoa học nằm sau cấu trúc của nó. Nghĩa là ta đã thành công trong việc khảo sát Hà Đồ bằng khoa học. Đây là một bước tiến to lớn trong diễn trình "mệnh lý hoàn toàn khoa học".

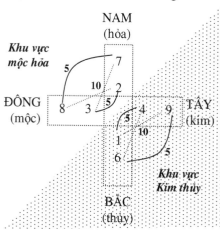

Hình 3: Cộng các số của kim và thủy với nhau thì được 5 hoặc 10 là số của thái cực hoặc vô cực. Cộng các số của mộc và hỏa cũng thế. Vì vậy có thể chia Hà Đồ thành 2 khu vực "Kim Thủy" và "Mộc Hỏa" (y hệt kết quả đã tìm ra trước đây trong phép tính ngũ hành).

Tính cộng ứng với sự tác dụng. Thử cộng các số của Hà Đồ lại với nhau ta khám phá ra rằng biểu số của kim (4 và 9) cộng với biểu số của thủy (1 và 6) sẽ cho 5 hoặc 10, biểu số của mộc (3 và 8) cộng với biểu số của hỏa (2 và 7) cũng thế. Vì 5 ứng thái cực, 10 ứng vô cực; những kết quả này chứng tỏ kim có liên hệ mật thiết với thủy, mộc có liên hệ mật thiết với hỏa. Kết quả này không mới lạ, vì trong bài "cơ sở toán học của ngũ hành và tứ nguyên tố" cũng bằng phép cộng tương tự ta đã khám phá ra rằng kim và thủy có liên hệ sinh (kim sinh thủy), mộc và hỏa cũng có liên hệ sinh (mộc sinh hỏa). Tuy nhiên, chính vì nó không mới lạ mà ta càng vững tin rằng lập luận của ta có cơ sở khoa học. Với kết quả này, ta có thể chia Hà Đồ ra hai khu vực, gọi cho dễ hiểu là khu vực "kim thủy" và khu vực "mộc hỏa" (xem hình 3).

Khác biệt cơ bản của hai nhóm kim thủy và mộc hỏa

Ngoài ra vì phép lũy thừa ứng với sự chuyển hóa, ta nhận ra rằng:

Hai biểu số của hành thủy là (1, 6) hoàn toàn không có khả năng chuyển hóa, vì số 1 lũy thừa luôn luôn cho lại số 1, tương tự số 6 lũy thừa luôn luôn cho lại số 6.

Hai biểu số của hành kim là (4, 9) chỉ có khả năng chuyển hóa giới hạn, vì số 4 lũy thừa chỉ cho số 6 hoặc số 4, số 9 lũy thừa chỉ cho số 9 và số 1.

Hai biểu số của hành mộc là (3, 8) có khả năng chuyển hóa hoàn toàn, vì số 3 lũy thừa cho lại hết các số lẻ (theo thứ tự 3, 9, 7, 1; trừ số 5 ứng với thái cực không kể); số 8 lũy thừa cho lại hết các số chẵn (theo thứ tự 8, 4, 2, 6; trừ số 10 ứng với vô cực không kể).

Hai biểu số của hành hỏa là (2, 7) cũng có khả năng chuyển hóa hoàn toàn, vì số 2 lũy thừa cho lại hết các số chẵn (theo thứ tự 2, 4, 8, 6; trừ số 10 ứng với vô cực không kể); số 7 lũy thừa cho lại hết các số lẻ (theo thứ tự 7, 9, 3, 1; trừ số 5 ứng với thái cực không kể.)

Ta nói hỏa và mộc có tính chuyển hóa, thủy và kim có tính xơ cứng.

Nam sinh bắc tử

Nếu chỉ xét riêng hai đối cực rõ rệt trên địa bàn là hai hành thủy hỏa thì thủy lý số (1, 6) hoàn toàn không chuyển hóa gì cả, trong khi hỏa lý số (2, 7) hoàn toàn chuyển hóa. Không chuyển hóa có khác gì sự chết, mà đã so sánh không chuyển hóa với sự chết tất phải so sánh hoàn toàn chuyển hóa với sự sống; vì thế thủy ứng với sự chết, hỏa ứng với sự sống.

Thủy ứng phương bắc, hỏa ứng phương nam; nên ta có thể hiểu tại sao sách cổ có câu "nam chủ sinh, bắc chủ tử".

Lý chẵn lẻ là mô hình phân cực

Ở trên ta đã nói vũ trụ vật chất ứng với tính phân cực, ta cũng nói trong trường hợp Hà Đồ tính phân cực có nghĩa phân làm hai. Vì nguyên lý giản dị, tính phân hai này phải được áp dụng cho mọi trường hợp. Đồng ý vậy rồi thì "phân cực" có nghĩa vạn sự vạn vật trên đời này đều có thể quy về hai trạng thái. Để khỏi phải thay đổi ngôn từ rắc rối sau này, ta sẽ gọi hai trạng thái này là "âm" và "dương".

Vì chỉ là ngôn từ, hai chữ "âm" và "dương" này dĩ nhiên phải được hiểu theo nghĩa quen thuộc. Như mạnh là dương yếu là âm, sáng là dương tối là âm v.v… Nay thử xét riêng 4 số có tính chuyển hóa đã bàn ở đề mục trước. Ta nhận thấy:

Hai số 2 và 8 chẵn, khi chuyển hóa đều cho đủ số chẵn, nhưng chỉ số chẵn mà thôi.

Hai số 3 và 7 lẻ, khi chuyển hóa đều cho đủ số lẻ, nhưng chỉ số lẻ mà thôi.

Vì số chẵn chỉ chuyển hóa thành chẵn, lẻ chỉ chuyển hóa thành lẻ, nên có thể lấy hai tập hợp số lẻ L={1, 3, 7, 9} và chẵn C={2, 4, 6, 8} làm đại biểu cho âm và dương. Câu hỏi là tập hợp nào ứng với dương? Tập hợp nào ứng với âm? Câu trả lời tự nhiên là "lẻ dương, chẵn âm"; thế nhưng đây chỉ là câu trả lời theo thói quen, lập lại lời của người xưa mà thôi, chưa thể coi là thỏa đòi hỏi của khoa học.

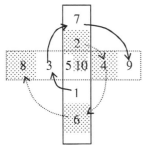

Hình 4: Hai nhóm số chẵn và lẻ trong Hà Đồ đều diễn biến theo đúng thứ tự thuận chiều kim đồng hồ nên Hà Đồ không thể giúp ta định lý âm dương cho hai nhóm số chẵn lẻ.

Xem lại hai nhóm số chẵn và lẻ trong Hà Đồ, ta thấy nhóm số lẻ khởi từ 1, sang số kế tiếp là 3, rồi 7, 9; tức là đúng thứ tự từ nhỏ đến lớn theo chiều kim đồng hồ; nhóm số chẵn cũng biến chuyển theo đúng thứ tự thuận chiều kim đồng hồ (2, 4, 6, 8). Tóm lại hai nhóm này biến chuyển giống nhau, nên Hà Đồ chẳng giúp gì ta trong việc phân định nhóm nào dương nhóm nào âm.

Từ Hà Đồ đến Lạc Thư

Hà Đồ ứng với hoàn cảnh của địa cầu. Hoàn cảnh có tính tĩnh, nên chỉ cho ta biết cấu trúc của sự vật mà không cho ta biết gì về động tính của chúng. Xin lấy một thí dụ để giải thích tại sao hoàn cảnh chỉ cho ta biết cấu trúc, và tại sao cần biết động tính. Giả như ta xem một tấm hình chụp thấy hai chiếc xe. Hình chụp có tính tĩnh nên ta chỉ có thể xem xét cấu trúc và chẳng thể nào biết hai chiếc xe này công dụng khác nhau ra sao. Nhưng giả được thấy hai chiếc xe này chạy trên đường phố, nếu xe A chạy ngon trớn, thẳng gọn ta biết ngay là xe ấy tốt, nếu xe B chạy ngập ngừng, thắng một lát mới ăn, ta biết ngay là xe ấy kém.

Trở lại vấn đề. Sự kiện ta không định được lý âm dương của hai nhóm số bằng cách khảo sát Hà Đồ có nghĩa cấu trúc của âm và dương tương tự nhau. Nhưng như thế cũng có nghĩa động tính của âm và dương phải khác nhau, bởi nếu cả cấu trúc lẫn động tính đều giống nhau thì không thể phân biệt âm dương, mà không thể phân biệt âm dương thì đâu thể gọi là phân cực được. Tóm lại, chỉ cần bằng suy luận, ta chắc chắn động tính của âm và dương phải khác nhau.

Câu hỏi là muốn khảo sát động tính của hai nhóm số âm dương ta phải làm gì? Nhắc lại, Hà Đồ và Lạc Thư có rất nhiều điểm tương tự, và cộng lại cho con số 100 trọn vẹn nên được tin là hai nửa của cùng một bản thể. Không tìm ra lời giải ở nửa đầu tức Hà Đồ ta hãy tìm lời giải ở nửa sau tức Lạc Thư xem sao.

Nhưng, trên luận lý khoa học, tức khắc ta đối diện một vấn đề, bởi đã chắc gì niềm tin của người xưa đúng? Nói rõ hơn, tại sao ta dám chắc Hà Đồ và Lạc Thư quả đúng là hai nửa rời của một bản thể? Đây là vấn đề ta phải giải quyết ngay rồi mới có thể sang bước kế tiếp.

Ở đây ta sẽ chấp nhận một tiền đề, rằng những diễn hóa của vũ trụ phải tuân theo luật đối xứng khi chỉ có hai loại hiện tượng hoặc vật chất, và cân xứng khi có nhiều loại hiện tượng hoặc vật chất. Luật này thường được chung bằng cả hai tên là "luật đối xứng" và "luật cân xứng". Cân xứng là một luật rất quen thuộc của khoa học. Khoa học (tây phương) chấp nhận nó như một tiền đề và xử dụng rất nhiều, thế nên việc ta chấp nhận tiền đề cân xứng không hề nằm ngoài đòi hỏi của khoa học.

Vì cộng tất cả mọi chiều, ngang dọc cũng như chéo của một ma phương đều cho ta một hằng số, ma phương là mô hình lý tưởng của luật cân xứng. Vì lý số chỉ đi từ 1 đến 10, ma phương của mệnh lý chỉ có thể ở cấp 3, tức là gồm có 3×3=9 cung, và chỉ có thể chứa các số từ 1 đến 9. Nghĩa là phải bỏ 10 ra ngoài.

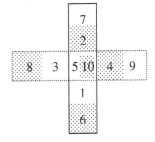

4	9	2
3	5	7
8	1	6

Hình 5: Những diễn biến của vũ trụ phải thỏa tính tương xứng, bởi vậy biểu hiện thành một ma phương. Có thể chứng minh rằng Lạc thư là ma phương tiệm cận với Hà Đồ hơn hết, nghĩa là nếu Hà Đồ thành một ma phương mà dùng ít phép biến đổi nhất, thì kết quả chắc chắn phải là Lạc Thư.

Bỏ số 10 có chấp nhận được không? Để trả lời xin nhắc lại số 10 ứng với vô cực. Trong các diễn biến của vũ trụ vật chất, vô cực không thể nào thể hiện ảnh hưởng của nó ra được, vì nếu nó thể hiện ra thì đã trở thành đối tượng khảo sát của khoa học tây phương rồi. Sự thật hiển nhiên không phải thế. Tóm lại, bỏ 10 ra ngoài khi dùng lý số để mô tả các diễn biến của vũ trụ không những chấp nhận được mà còn hoàn toàn hợp lý.

Các độc giả có thể tự kiểm chứng rằng tổng cộng có 8 ma phương cấp 3. Lạc Thư (xin xem lại hình 5 phải) chỉ là một trong 8 ma phương đó *(chú 2)*. Sự kiện này tức khắc dẫn đến câu hỏi là tại sao mệnh lý chọn Lạc Thư mà không chọn 7 ma phương còn lại?

Xin thưa một lần nữa lại vì lý "giản dị" (tức "dao cạo Occam") của mô hình khoa học. Muốn là hai nửa của cùng một bản thể thì Hà Đồ và Lạc Thư phải liên hệ mật thiết với nhau, nghĩa là Hà Đồ phải tiệm cận Lạc Thư hơn 7 ma phương còn lại. Độc giả có thể theo ghi chú 2 ở cuối bài này để tự kiểm nghiệm rằng 8 ma phương cấp 3 đều có chung tính chất là 4 số chẵn ở 4 cung góc, 4 số lẻ ở 4 cung giữa. Vị trí 4 cung giữa này ứng với các số 1, 3, 2, 4 của Hà Đồ, nên muốn đổi từ Hà Đồ sang một ma phương cấp 3 bằng phương pháp giản dị hơn hết (tức ít sự biến đổi hơn hết) thì kết quả chắc chắn sẽ là Lạc Thư, vì Lạc Thư đã có hai số 1 và 3 ở cùng vị trí với Hà Đồ.

Ta kết luận Lạc Thư quả đúng là nửa kia của cái bản thể mà cấu trúc được định bởi Hà Đồ.

Âm chẵn dương lẻ

Nhìn vào Lạc Thư ta nhận ra nó có tương ứng mạnh mẽ với phép chuyển hóa, tức là phép lũy thừa. Nhắc lại chỉ 4 số có tính chuyển hóa là 2, 3, 7, 8:

Số 2: Lũy thừa lần lượt cho các số 2, 4, 8, 6.
Số 3: Lũy thừa lần lượt cho các số 3, 9, 7, 1.
Số 7: Lũy thừa lần lượt cho các số 7, 9, 3, 1.
Số 8: Lũy thừa lần lượt cho các số 8, 4, 2, 6.

Kỳ diệu làm sao đây chính là các thứ tự chẵn và lẻ trên Lạc Thư. Nhưng cần phân biệt:

Số 2 và số 8 cùng chẵn, nhưng vòng chuyển hóa của 2 nghịch chiều kim đồng hồ, của 8 thuận chiều kim đồng hồ.

Số 3 và số 7 cùng lẻ, nhưng vòng chuyển hóa của 3 thuận chiều kim đồng hồ, của 7 nghịch chiều kim đồng hồ.

Vì Lạc Thư là biến dạng của Hà Đồ, mà Hà Đồ phản ảnh hoàn cảnh của địa cầu, tức hoàn cảnh của địa bàn, từ bài "địa bàn" ta biết chiều kim đồng hồ (gọi là chiều thuận lý) chính là chiều của thời gian. Chiều ngược lại kim đồng dĩ nhiên là nghịch lý. Thuận lý hiển nhiên ứng với dương, nghịch lý hiển nhiên ứng với âm.

Kế tiếp ta khám phá:

2+3 = 5 (thái cực)
7+8 = 5 (thái cực)

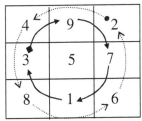 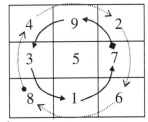

Hình 6: Cùng là diễn trình chuyển hóa trên Lạc Thư, nhưng hai số 2 và 3 khiến số chẵn đi nghịch (chiều kim đồng hồ), số lẻ đi thuận (hình trái); trong khi đó hai số 7 và 8 khiến số chẵn đi thuận số lẻ đi nghịch (hình phải).

Vì tác dụng thành thái cực, hai số 2 và 3 có liên hệ mật thiết, hai số 7 và 8 cũng có liên hệ mật thiết. Nên nếu dùng cặp (2,3) làm tiêu chuẩn định âm dương, tất phải chọn 2 âm 3 dương vì 2 hoán chuyển nghịch lý trong khi 3 hoán chuyển thuận lý; nhưng nếu dùng cặp (7,8) làm tiêu chuẩn thì lý âm dương ngược lại. Nói xa hơn, nếu chọn (2,3) làm chuẩn thì kết quả sẽ là âm chẵn dương lẻ, nếu chọn (7,8) làm chuẩn thì kết quả sẽ là âm lẻ dương chẵn.

Câu trả lời lại một lần nữa từ nguyên lý "giản dị". So sánh hai cặp (2,3) và (7,8) ta nhận ra rằng (2,3) cộng với số 5 của thái cực sẽ cho (7,8); nghĩa là (2,3) và (7,8) có tính tương đồng, nhưng (2,3) là dạng giản dị và (7,8) là dạng phức tạp. Sự kiện này không có gì đáng ngạc nhiên vì 2 và 7 cùng là biểu số của hỏa, 3 và 8 là biểu số của mộc. Giữa phức tạp và giản dị ta phải chọn giản dị, thế nên ta chọn cặp (2,3). Chọn như vậy rồi thì 2 và 3 là đại biểu của hai lý âm dương. Đây chính là cái lý âm 2 dương 3, tự nó đã là một bí mật nghìn xưa của thuyết âm dương, giờ đã được tái khám phá.

Và từ lý âm 2 dương 3, kết quả tự nhiên là lý "âm chẵn dương lẻ", cũng là một kết quả được lưu lại từ nghìn xưa và được chấp nhận như chân lý hiển nhiên; giờ thì bằng phương pháp khoa học ta đã khẳng định rằng quả nhiên "chân lý hiển nhiên" này hợp lý.

Quy luật "Dương trước Âm sau" *(viết thêm năm 2011)*

Trong tập hợp các số đại biểu sự hiện hữu thì số 1 là số nhỏ nhất, tất phải ứng với hiện tượng "xuất hiện trước". Vì số 1 thuộc tập hợp dương nên khi cần phân biệt thứ tự xuất hiện thì dương phải xuất hiện trước, rồi âm mới theo sau.

Đây chính là luật "dương trước âm sau" mà chúng ta đã áp dụng trong một số bài trước đây; giờ thì đã rõ lý do.

San Jose ngày 4 tháng 2, 2005
Đằng Sơn

HÌNH XEM THÊM (thêm vào năm 2011)

Liên hệ giữa Hà Đồ, âm dương, và ngũ hành

Trong một bài sau chúng ta sẽ giới thiệu mô hình hình học của hai yếu tố âm dương. Trong mô hình này âm ứng vòng tròn đậm, dương ứng vòng tròn nhạt.

Ta hãy thử thêm ngũ hành vào qua lý số. Các số 2, 4, 6, 8 chẵn ứng âm tất phải nằm trên vòng tròn âm (đậm). Các số lẻ 1, 3, 7, 9 ứng dương tất phải nằm trên vòng tròn dương (nhạt). Còn hai số 5, 10 đại biểu thái cực thì sao? Nhớ rằng ta vẫn phải phân âm dương cho hai số này nên số 5 lẻ thuộc vòng tròn dương (nhạt), 10 chẵn thuộc vòng tròn âm (đậm).

Để phân biệt âm dương với thái cực thì cách ổn thỏa nhất cho các số lẻ là 5 đại biểu thái cực ở trung tâm, các số còn lại chiếm 4 phương bên ngoài chu vi. Tương tự các số chẵn thì 10 ở trung tâm, các số còn lại chiếm 4 phương bên ngoài.

Kế đó xét hai số khởi đầu của lẻ (dương) và chẵn (âm) ta thấy 1 đại biểu thủy, 2 đại biểu hỏa là hai hành xung khắc nhau phải ở hai đầu đối nghịch, thêm nữa lửa (ứng hỏa) bốc lên cao nước (ứng thủy) chảy xuống thấp nên số lẻ bắt đầu với 1 ở điểm thấp nhất, số chẵn bắt đầu với 2 ở điểm cao nhất.

Cuối cùng cho hai vòng tròn âm dương giao thoa với nhau ở một góc 45 độ để khỏi thiên vị hai chiều ngang dọc.

Kỳ diệu làm sao ta được hình 7, chính là một phối hợp của âm dương, ngũ hành với Hà Đồ.

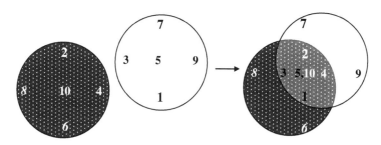

Hình 7: Hà Đồ có thể coi là một cách biểu diễn bằng lý số của hai yếu tố âm dương (hình tròn đậm và nhạt). Hình bên trái ứng khi âm dương đứng riêng rẽ. Chú ý rằng các số chẵn ứng âm nên thuộc về vòng tròn đậm, các số lẻ ứng dương nên thuộc về vòng tròn nhạt. Có 5 số lẻ và 5 số chẵn, ứng với lý phối hợp của âm dương và ngũ hành. Hình phải là khi hai vòng tròn âm dương phối hợp với nhau, cùng lúc 10 số phối hợp với nhau tạo thành Hà Đồ!

CHÚ THÍCH

1) Theo thuyết tứ nguyên tố, vạn vật có thể quy về bốn tính chất, biểu tượng bằng đất nước gió lửa. Tứ nguyên tố còn gọi là "Tứ nguyên" hoặc "Tứ đại". Xin xem lại "cơ sở toán học của ngũ hành và tứ nguyên tố" đã đăng trong loạt bài này.

2) Lấy Lạc Thư làm chuẩn, gọi là ma phương 1. Quay Lạc Thư 90 độ được ma phương 2, quay 180 độ được ma phương 3, quay 270 độ được ma phương 4 (quay 360 độ về chỗ cũ không kể). Lấy hình phản chiếu của 4 ma phương này được thêm 4 ma phương nữa, tổng cộng là 8 ma phương, như dưới đây (xếp thành 4 cặp ma phương phản chiếu. Ma phương đầu tiên là nguyên thủy).

4	9	2
3	5	7
8	1	6

2	9	4
7	5	3
6	1	8

8	3	4
1	5	9
6	7	2

4	3	8
9	5	1
2	7	6

6	1	8
7	5	3
2	9	4

8	1	6
3	5	7
4	9	2

2	7	6
9	5	1
4	3	8

6	7	2
1	5	9
8	3	4

Chương 12

Yếu tố thiên văn trong mệnh lý Á đông 1

Những bước tiến của mệnh lý Á đông so với mệnh lý tây phương

Từ một chương trước chúng ta thấy thuyết ngũ hành (Á đông) có lẽ đã bắt nguồn từ thuyết tứ nguyên (của Trung Đông hoặc Ấn Độ). Dữ kiện này khiến ta dễ tưởng rằng mệnh lý Á đông (chạy theo sau nên) lạc hậu hơn các khoa mệnh lý dựa trên thuyết tứ nguyên, như khoa chiêm tinh tây phương chẳng hạn.

Thực tế là mệnh lý Á đông không những chẳng thua kém mà còn đạt được một số thành quả hết sức quan trọng mà đến ngày nay vẫn vắng bóng trong khoa chiêm tinh tây phương.

Thành quả thứ nhất của mệnh lý Á đông là đặt đơn vị "năm" vào địa bàn. Việc này nhìn qua tưởng giản dị, nhưng xét trên nền tảng khoa học lại là một thành quả rất đặc biệt vì "năm" chẳng có vẻ dính líu gì đến chu kỳ 12 chi của địa bàn.

Thứ hai là đặc tính của các hành tinh trong thái dương hệ. Khoa chiêm tinh tây phương lấy thẳng các đặc tính này từ huyền thoại Hy Lạp, hiển nhiên là chẳng khoa học gì. Điểm lý thú là mệnh lý Á đông tìm ra những kết quả tương tự, nhưng bằng phương pháp hợp lý hơn nhiều.

Những thành quả khoa học trên đây đều đã thất truyền nhưng soạn giả đã may mắn tái khám phá ra chúng, hôm nay xin trình bày với quý độc giả.

Thập thiên can và sao "Thiên Lộc"

Nhắc lại từ các bài trước là thập thiên can và thập nhị địa chi là hai nền tảng chính yếu của mệnh lý Á đông. Thập nhị địa chi ứng với hoàn cảnh thực tế của địa cầu, như đã trình bày trong bài địa bàn. Còn thập thiên can là một sản phẩm hoàn toàn tưởng tượng, được đặt ra để thỏa đòi hỏi căn bản của luận lý âm dương ngũ hành (âm dương số 2, ngũ hành số 5, bội số chung là 10).

Mặc dù cùng có lý cả, sản phẩm của tưởng tượng (thiên can) dĩ nhiên phải được ghép vào sản phẩm của thực tế (địa chi) mà không thể ngược lại; cho nên phương pháp của mệnh lý Á đông là coi địa chi là cái nền, rồi tìm vị trí tương ứng để ghép thiên can vào.

Các độc giả đã nghiên cứu khoa Tử Vi hẳn biết 10 vị trí của sao Lộc Tồn, đại biểu quan trọng nhất của thiên can. Trong nhiều khoa khác sao này được gọi là "Thiên Lộc" với cùng ý nghĩa (xem hình 1):

TỴ (âm)	NGỌ (dương)	MÙI (âm)	THÂN (dương)
3. Bính (dương hỏa) 5. Mậu (dương thổ)	4. Đinh (âm hỏa) 6. Kỷ (âm thổ)		7. Canh (dương kim)
THÌN (dương)			DẬU (âm) 8. Tân (âm kim)
MÃO (âm) 2. Ất (âm mộc)			TUẤT (dương)
DẦN (dương) 1. Giáp (dương mộc)	SỬU (âm)	TÝ (dương) 10. Quý (âm thủy)	HỢI (âm) 9. Nhâm (dương thủy)

Hình 1: Vị trí của sao Thiên Lộc (Lộc Tồn) trên địa bàn an theo thập thiên can (Số 1 đến 10 là thứ tự của thiên can).

Cách an Lộc Tồn là một thí dụ cho thấy thuyết ngũ hành không chỉ là một mô phỏng của thuyết tứ nguyên mà là một thuyết mới với phương pháp riêng biệt của nó. Thứ nhất vì vị trí của Lộc Tồn trên địa bàn không ứng với vị trí của một vì sao có thật trên nền trời, mà chỉ là kết quả của lô gích; thứ nhì Lộc Tồn chỉ có thể hoặc nằm trong hoặc nằm ngoài một cung; nên không có chuyện nó ở 5, 10, hoặc 15 độ từ một góc chuẩn nào đó như cách định thiên thể trong khoa chiêm tinh tây phương.

Đành rằng Lộc Tồn chỉ là một sao tưởng tượng, điều kiện nhất quán của khoa học đòi hỏi các hành tinh thật cũng phải theo tuân theo quy luật tương tự (như Lộc Tồn). Đây là một lý do tại sao vị trí chính xác của các thiên thể không có vai trò trọng yếu trong mệnh lý Á đông như khoa chiêm tinh tây phương.

Lý do nữa là địa bàn và tinh bàn (tức bản đồ vẽ vòng hoàng đạo của chiêm tinh tây phương) có một khác biệt hết sức cơ bản. Để thấy rõ khác biệt cơ bản này, yêu cầu độc giả chú ý hình 2.

Hiện nay khoa chiêm tinh tây phương không còn dùng vòng hoàng đạo thật (gọi là Z cho tiện) làm chuẩn điểm nữa vì thấy không tương ứng. Nhưng phương pháp thì vẫn như cũ nên ta có thể tưởng tượng một vòng hoàng đạo biểu kiến Z' (khác với Z nhưng cũng cố định) ở thật xa ngoài vũ trụ bao quanh các thiên thể. Trong khoa chiêm tinh, vị trí tương ứng của thiên thể X là điểm B trên vòng hoàng đạo Z' này. Nhưng trong mệnh lý Á đông, vị trí tương ứng của X lại là điểm A trên địa bàn.

Xét hình 2 ta thấy rõ rằng; nói một cách chung chung thì trong một ngày vị trí của B thay đổi không nhiều. Nhưng mỗi ngày ứng với một vòng quay của trái đất, nên điểm A sẽ quét qua hết 12 vị trí của địa bàn. Vì vậy trong mệnh lý Á đông (dựa theo điểm A), việc ghi giờ là một đòi hỏi bắt buộc. Nhưng vì vị trí của các thiên thể trong thái dương hệ biến đổi rất ít trong một ngày, chỉ cần biết vị trí một thiên thể là có thể suy ra vị trí của các thiên thể còn lại. Do đó không có nhu cầu ghi lại vị trí của tất cả mọi thiên thể, chỉ có nhu cầu ghi lại vị trí một thiên thể mà thôi.

    Thiên thể được chọn hiển nhiên là mặt trời. Chúng ta đã biết giữa trưa là giờ Ngọ. Đây không phải là một tình cờ, vì giờ Ngọ chính là lúc điểm A trùng với phương Ngọ trên địa bàn. Các giờ còn lại cũng vậy. Giờ Tý điểm A ở cung Tý, giờ Sửu ở cung Sửu v.v... Tính chất này của địa bàn đã được luận chi tiết trong bài "địa bàn" nên chỉ nhắc sơ qua ở đây cho độc giả khỏi phải lục tìm tài liệu cũ mà thôi.

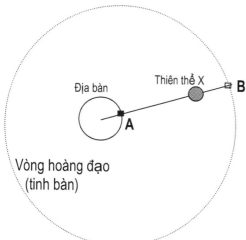

Hình 2: Hai cách nhìn cùng một thiên thể (mệnh lý Á đông dựa vào điểm A trên địa bàn, chiêm tinh tây phương dựa vào điểm B trên tinh bàn diễn tả 12 chùm sao của vòng hoàng đạo)

    Các hành tinh trong thái dương hệ cũng chuyển hết 12 cung địa bàn trong một ngày như mặt trời vậy, nên vị trí chính xác của chúng không có ý nghĩa trong mệnh lý Á đông như trong khoa chiêm tinh tây phương. Nhưng dĩ nhiên mệnh lý Á đông không thể lờ các thiên thể này được, nên phải tìm phương cách khác để nối kết chúng vào bài toán số mệnh.

Vị trí các thiên thể trong mệnh lý Á đông.
    Hãy bắt đầu với mặt trăng và mặt trời. Ta biết khoa Tử Vi dùng âm lịch để tính ngày. Cách lựa chọn này giải quyết mọi vấn đề liên hệ đến mặt trăng, vì tính tuần hoàn của mặt trăng đã được đại biểu hoàn chỉnh bằng ngày âm lịch.

    Tính tuần hoàn của mặt trời thì được khoa Tử Vi diễn tả bằng tháng âm lịch. Mỗi chi trên địa bàn đại biểu một tháng nên ảnh hưởng của mặt trời được biểu hiện qua 12 tháng. Vấn đề là vận trình của mặt trăng có thể sai biệt với mùa màng đến 2 tuần lễ (nửa tháng). Giải pháp điều chỉnh là thỉnh thoảng thêm một tháng gọi là tháng nhuận. Tính ra mỗi 19 năm phải có 7 năm nhuận (tức năm có 13 thay vì 12 tháng).

Tháng nhuận là một vấn đề rất nhức đầu của khoa Tử Vi. Một cách tránh né vấn đề này là xử dụng 24 tiết khí, chính là phương pháp được xử dụng trong nhiều khoa khác của mệnh lý Á đông, trong đó có Tử Bình là một khoa cũng dựa trên năm tháng ngày giờ sinh của con người để luận mệnh như khoa Tử Vi vậy.

Nhưng xử dụng 24 tiết khí cũng không phải là một phương pháp toàn hảo, vì làm thế nghĩa là đã bỏ qua vai trò quan trọng của mặt trăng, nghĩa là đã tạo một sai số nào đó trong bài toán số mệnh. Ta sẽ trở lại vấn đề khá nghiêm trọng này trong một bài khác, khi bàn đến cái lý của khoa tử bình.

Mộc tinh (tức Jupiter, hành tinh lớn nhất trong thái dương hệ) có chu kỳ 11.86 năm. Vì con số 11.86 gần đúng với con số 12 của địa bàn, mọi khoa mệnh lý Á đông đều làm công việc giản dị là nối kết mỗi năm vào một chi của địa bàn. Cách này tiện lợi vì hệ thống 12 chi tính theo năm vốn đã rất phổ thông. Gần như bất cứ ai, ngay cả những người ở vùng thôn quê lam lũ, cũng đều biết mình cầm tinh (tức con vật đại biểu năm sinh) của mình, như sinh năm con chuột (Tý), con trâu (Sửu) v.v…

(Chú thích tại chỗ: Trong thiên văn, giòng thời gian cứ chảy mãi không ngừng nên mỗi sai biệt li ti đều tích lũy rồi trở thành trầm trọng. Tính ra 11.86 năm sai biệt trên 1% so với 12 năm. Con số 1% có vẻ nhỏ, nhưng với khoa thiên văn là quá lớn. Vậy tại sao Thái Tuế không trở thành một nguồn sai số của mệnh lý? Đây là một vấn đề lý thú, đại khái là một trường hợp vài ba cái sai của người xưa hóa giải lẫn nhau. Soạn giả cho rằng câu trả lời tối hậu nằm ở lý tuần hoàn biểu kiến, như sẽ bàn tiếp sau đây.)

Cộng hưởng phương vị

Khoa chiêm tinh tây phương xử dụng các cộng hưởng phương vị sau đây:

1. Cùng cung: Nghĩa là hai thiên thể ở cùng một vị trí hoặc gần như thế.
2. Xung: Nghĩa là hai thiên thể chiếm hai vị trí xung chiếu nhau.
3. Tam hợp: Nghĩa là hai thiên thể chiếm 2 đầu của một hình tam giác đều.
4. Vuông: Nghĩa là hai thiên thể chiếm hai góc gần nhau của một hình vuông
5. Cách: Nghĩa là hai thiên thể cách nhau một cung.

Ta đã biết cộng hưởng phương vị cũng là quy luật lớn trong các phép tính xử dụng địa bàn của mệnh lý Á đông. Hai cộng hưởng quen thuộc nhất là tam hợp và xung chiếu đã được luận trong bài "địa bàn". Cộng hưởng "vuông" cũng có mặt và được gọi là "hình". Liên hệ hình yếu hơn xung chiếu, tam hợp, nhưng cũng có vai trò riêng của nó trong các khoa như Tử Bình, bói dịch v.v...

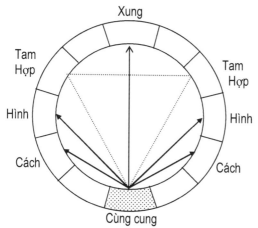

Hình 3: Các liên hệ cộng hưởng có thể xảy ra trên 12 cung địa bàn. Mệnh lý Á đông chỉ chú trong đến bốn liên hệ là cùng cung, xung, hợp, và hình. Khoa chiêm tinh có thêm liên hệ cách.

Riêng liên hệ "cách" thì gần như hoàn toàn vắng bóng trong mệnh lý Á đông. Cũng dễ hiểu, vì liên hệ này dựa trên lý duy nhất là hai cung có cùng tính âm dương với nhau nên là một liên hệ rất yếu. Khoa chiêm tinh tây phương vì chỉ dựa trên liên hệ hai chiều có tính âm dương là "hợp" hoặc "không hợp" nên không bỏ qua liên hệ này được. Mệnh lý Á đông thì khác vì nó dùng thuyết ngũ hành, với hai liên hệ chính là "sinh" và "khắc". Cứ cách một cung là hành đã đổi, nên tính ngũ hành cho tín hiệu tính mạnh hơn tính âm dương của hai cung cách. Thành thử sự vắng bóng hoàn toàn của liên hệ "cách" trong mệnh lý Á đông không phải là chuyện đáng ngạc nhiên.

Tính tuần hoàn biểu kiến của các hành tinh

Như đã nói trên, vì địa bàn gắn liền vào trái đất, mệnh lý Á đông chỉ cần biết đến vị trí chính xác của một thiên thể trong thái dương hệ là mặt trời. Để nối kết các thiên thể quan trọng còn lại vào bài toán mệnh lý nó đưa ra một khái niệm khoa học khá mới lạ là "tuần hoàn biểu kiến".

Soạn giả chưa thấy khái niệm "tuần hoàn biểu kiến" được nhắc tới trong các sách đã đọc qua, nhưng chắc chắn đây là lô gích mà các nhà lý số tiền phong đã áp dụng. Cần viết thế để nhấn mạnh rằng đây không phải là một sự áp đặt của soạn giả; soạn giả cũng không xưng mình là người khám phá ra khái niệm này; mà chỉ dám nhận là mình đã "tái khám phá" ra nó thôi.

Bằng ngôn ngữ giản dị, tuần hoàn biểu kiến là tính tuần hoàn được ghi nhận bởi một quan sát viên đứng ở một điểm cố định trên mặt đất. Khái niệm này rất phù hợp với mệnh lý Á đông, vì nền tảng của mệnh lý Á đông là địa bàn, mà địa bàn thì chẳng gì khác hơn là một vòng tròn phương hướng vẽ trên mặt đất, với một quan sát viên đứng ở vị trí trung tâm.

Khái niệm "tuần hoàn biểu kiến" có lẽ đã được suy diễn từ nhận xét rằng đời sống là một chu kỳ nhỏ trong cái vũ trụ liên tục tuần hoàn của chúng ta. Sự sống bắt đầu khi con người được sinh ra, nên vì luật Vạn Vật Đồng Nhất Thể điểm bắt đầu của mỗi chu kỳ trong vận trình của mỗi một thiên thể cũng phải ứng với sự phát sinh của một hiện tượng quan trọng nào đó.

Vì trái đất liên tục di chuyển trong không gian, chu kỳ biểu kiến (tức chu kỳ được quan sát thấy từ mặt đất) và chu kỳ thật của các thiên thể có vận tốc góc gần bằng hoặc nhanh hơn trái đất có thể khác nhau rất xa. Có ba thiên thể thỏa điều kiện này trong thái dương hệ, đó là Hỏa Tinh (Mars, chu kỳ 686.980 ngày hoặc 1.881 năm, gần bằng chu kỳ trái đất), Kim Tinh (Venus, chu kỳ 224.701 ngày, tính ra vận tốc góc 1.18 lần trái đất, tức là nhanh hơn trái đất một chút), và Thủy Tinh (Mercury, chu kỳ 87.969 ngày, vận tốc góc 4.15 lần trái đất, tức là khá nhanh so với trái đất).

Ta đã biết 12 cung địa bàn có tương ứng tự nhiên với 12 giờ và 12 tháng. Vậy là toàn thể địa bàn ứng với một ngày hoặc một năm. Bởi thế chu kỳ biểu kiến phải được đo bằng một trong hai đơn vị là ngày hoặc năm. Vì đơn vị ngày quá ngắn, không đủ để vị trí các thiên thể có thay đổi đáng kể, ta phải bỏ ngày chọn năm, vì lý do giản dị là năm dài hơn ngày.

Mệnh lý Á đông nối kết năm vào địa bàn như thế nào?

Vì trái đất mất đúng một năm mới hoàn thành một vòng quay quanh mặt trời, muốn hoàn thành một chu kỳ biểu kiến chỉ có cách là trái đất và thiên thể cần được quan sát trở về vị trí ban đầu của chúng.

Hãy tưởng tượng một quan sát viên đứng ở trung tâm địa bàn, quan sát thiên thể một thiên thể X vào cùng giờ, cùng ngày, cùng tháng mỗi năm. Sau một số năm P, quan sát viên này thấy thiên thể X trở lại vị trí cũ. Ta muốn định trị số của P.

Đây là một bài toán kỹ sư nên ta phải lưu ý đến yếu tố sai số. Vì địa bàn có 12 cung, sai số phải nhỏ hơn nửa cung (tức ½ cung) để bảo đảm rằng thiên thể X quả nằm trong phạm vi của cung phát xuất. Vì vậy điều kiện của chu kỳ biểu kiến là:

$mP(x) = nP(e)$ (1)

Với sai số lớn nhất được cho phép là:

$E = +/-(1/24)P(e)$ (2)

Hoặc viết chung vào một phương trình:

$mP(x) = nP(e) +/-(1/24)P(e)$ (3)

trong đó n và m là số nguyên dương, P(e) chu kỳ thật của trái đất, P(x) chu kỳ thật của thiên thể X.

Sau khi làm các phép tính cần thiết, ta được kết quả như trong bảng sau:

BẢNG 1: Chu kỳ biểu kiến và chu kỳ thật
của các hành tinh trong thái dương hệ

Hành tinh	Biểu kỳ (chu kỳ biểu kiến)	Thực kỳ (chu kỳ thật)
Mercury*	20 năm	88 ngày
Venus*	8 năm	224.7 ngày
Mars*	32 năm	1.881 năm
Jupiter	12 năm	11.86 năm
Saturn	30 năm	29.46 năm
Uranus	84 năm	84.01 năm
Neptune	164 năm	164.8 năm
Pluto	248 năm	248 năm

* Chu kỳ biểu kiến khác xa chu kỳ thật

Chú ý rằng Mộc Tinh (Jupiter) thỏa phương trình:
$$P' = 12L \qquad (4)$$
Thủy Tinh (Mercury), Kim Tinh (Venus), Hỏa Tinh (Mars), Thiên Vương Tinh (Uranus), Hải Vương Tinh (Neptune), và Tử Vương Tinh (Pluto) thỏa phương trình:
$$P' = 4M \qquad (5)$$
Cuối cùng, Thổ Tinh (Saturn) thỏa phương trình:
$$P' = 6N \qquad (6)$$
với P' là chu kỳ biểu kiến, L M N là số nguyên.

Trên địa bàn, nếu ta chọn một cung là vị trí 0 thì 12L nghĩa là cùng cung, 4M ứng với tam hợp, 6N ứng với xung chiếu. Kỳ diệu làm sao đây chính là ba cộng hưởng phương vị rõ nét nhất trong mệnh lý Á đông.

Tóm lại, ta có thể coi năm như một hàm số tuần hoàn với chu kỳ là 12 năm. Ngoài ra:

-Mộc tinh Jupiter ứng với tính "cùng cung".

-Thủy Tinh Mercury, Kim Tinh Venus, Hỏa Tinh Mars, Thiên Vương Tinh Uranus, Hải Vương Tinh Neptune, và Tử Vương Tinh (Pluto) ứng với tính tam hợp.

-Thổ Tinh (Saturn) ứng với tính xung chiếu.

Tính tương ứng giữa đơn vị năm và địa bàn ít được ai để ý đến vì chúng ta đã có thói quen xử dụng kết quả mà không đặt câu hỏi. Đặt câu hỏi và tìm ra câu trả lời rồi ta mới thấy đây quả là một khám lớn, một thành quả vĩ đại của mệnh lý Á đông.

Cũng cần nói thêm là khoa chiêm tinh tây phương không hề biết đến kết quả này, vì vậy trong khoa chiêm tinh đơn vị năm không phải là một hàm số tuần hoàn.

Vấn đề chưa giải quyết của đơn vị "ngày"

Địa bàn vốn dĩ đã là một công cụ đa năng, vì trong bốn đơn vị thời gian là năm tháng ngày giờ nó đã ứng với ba!

Nhưng còn đơn vị ngày thì sao?

Một cách tự nhiên là chọn 29.53 ngày, tức chu kỳ của mặt trăng quanh trái đất làm chu kỳ của ngày. Lại có một cách tự nhiên khác là chọn 365.24 ngày, tức chu kỳ của trái đất quanh mặt trời. Trong phép tính âm dương ngũ hành thì chu kỳ, như chúng ta biết, là bội số chung nhỏ nhất của số 10 (từ 10 can) và số 12 (từ 12 chi), tức số 60.

Thực tế là mỗi khoa mệnh lý theo một phương pháp khác nhau. Như Tử Vi chọn tháng âm lịch làm chu kỳ, trong khi Tử Bình thì chọn chu kỳ phối hợp can chi là 60.

Có thể thấy, cho đến bây giờ, vẫn chưa có phương pháp nhất quán nào để định chu kỳ cho ngày. Nhìn từ góc độ khác, đơn vị "ngày" vẫn còn chờ chúng ta tìm ra một phương cách nào đó để nối kết nó vào địa bàn.

Chu kỳ biểu kiến và đặc tính của các hành tinh

Một quan sát viên đứng trên mặt đất chỉ có thể phân biệt các thiên thể dựa trên hình thể và chu kỳ biểu kiến của chúng. Ta có thể giả sử hình thể to nhỏ chỉ có tác dụng tăng hoặc giảm ảnh hưởng. Như vậy chu kỳ biểu kiến là yếu tố duy nhất phản ảnh đặc tính của các hành tinh.

Ta kết luận đặc tính của các hành tinh có thể suy ra được từ bảng chu kỳ của chúng.

Ba đặc tính "cùng cung", "tam hợp", "xung chiếu" có ý nghĩa tương tự nhau trong hai thuyết tứ nguyên (mà khoa chiêm tinh tây phương là đại biểu) và ngũ hành (nền tảng của mệnh lý Á đông). Ngoài ra, mặc dù đặc tính tuần hoàn biểu kiến là một khám phá của mệnh lý Á đông, nó không lệ thuộc vào thuyết ngũ hành. Bởi vậy những điều được trình bày sau đây có giá trị trong trường hợp tổng quát, cho cả hai ngành mệnh lý đông và tây:

-"Cùng cung" đại biểu sự duy nhất, đồng nhất, nên phản ảnh bản thể, tức là cái "ta".

-"Tam hợp" đại biểu sự phối hợp lực lượng của ba đơn vị tương đương, vì thế có ý nghĩa "đồng minh với ta".

-"Xung chiếu" đại biểu hai lực lượng ở thế kình chống hoặc bổ khuyết, tựu chung là "đối kháng lại ta".

Chúng ta định nghĩa "đại chu kỳ biểu kiến" là tập hợp các năm liên tục thỏa tính tuần hoàn biểu kiến. Thí dụ (5,10,5) là một đại chu kỳ biểu kiến của 5; nhưng trong (5,10,15,17) thì chỉ 3 điểm đầu tiên thỏa điều kiện này.

Vì 12 năm là một chu kỳ trên địa bàn (mệnh lý Á đông) cũng như tinh bàn (mệnh lý tây phương), những kết quả sau đây đúng cho 2 điểm liên tục nhau trong một đại chu kỳ tuần hoàn:

Cùng cung: $Y = X + / -12L$ (7)

Tam hợp: $Y = X + / -4M$ (8)

Xung chiếu: Y = X +/-6M   (9)

Với X, Y là 2 điểm tiếp nhau trong cùng một đại chu kỳ, và L M N là 3 số nguyên bất kỳ.

Vì chu kỳ biểu kiến của Mộc Tinh Jupiter là 12, theo phương trình (12) hai điểm liên tiếp trong đại chu kỳ sẽ cùng cung. Chu kỳ biểu kiến của Thủy Tinh Mercury 20, Kim Tinh Venus 8, Hỏa Tinh 32, nên theo phương trình (8) hai điểm liên tiếp sẽ tam hợp. Chu kỳ biểu kiến của Thổ Tinh Saturn là 30, nên theo phương trình (9) hai điểm liên tiếp sẽ xung chiếu.

Đến đây soạn giả xin giới thiệu khái niệm tuần hoàn nghịch.

Trạng thái "tuần hoàn" xảy ra khi một hành tinh trở về vị trí cũ của nó trong địa bàn. Trong các năm hành tinh này xung chiếu vị trí cũ của nó ta nói nó ở trạng thái "tuần hoàn nghịch".

Có thể thấy diễn trình của hai trạng thái "tuần hoàn" và "tuần hoàn nghịch" là hình tịnh tiến của nhau. Rõ ràng hơn, diễn trình của hai trạng thái này chỉ khác nhau trên địa bàn sau khi được chuyển đi đúng {P/2 mod 12} cung.

Với các độc giả chưa quen với ký hiệu "mod 12", ký hiệu này chỉ có nghĩa dư số sau khi chia cho 12. Thí dụ: 14 mod 12 là 2 vì 14 chia cho 12 còn dư 2.

Sau đây là kết quả của 5 hành tinh chính trong thái dương hệ:

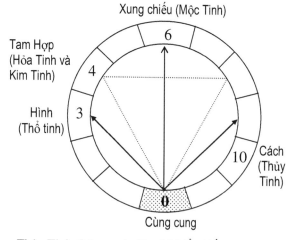

Hình 4: Các vị trí cộng hưởng tuần hoàn nghịch của 5 hành tinh Kim Mộc Thủy Hỏa Thổ.

Thủy Tinh (Mercury): Chu kỳ biểu kiến P=20 nên P/2=10, chia 12 được 0 dư 10 nên P/2 mod 12 =10.

Kim Tinh (Venus): Chu kỳ biểu kiến P=8 nên P/2=4, chia cho 12 được 0 dư 4 nên P/2 mod 12 = 4.

Hỏa tinh (Mars): Chu kỳ biểu kiến P=32 nên P/2=16, chia cho 12 được 1 dư 4 nên P/2 mod 12 =4.

Mộc tinh (Jupiter): Chu kỳ biểu kiến P=12 nên P/2=6, chia cho 12 được 0 dư 6 nên P/2 mod 12 = 6.

Thổ tinh (Saturn): Chu kỳ biểu kiến P=30 nên P/2=15, chia cho 12 được 1 dư 3 nên P/2 mod 12 = 3.

Tóm lược vào bảng sau đây:

BẢNG 2:

Hành tinh	Cộng hưởng	P/2 mod 12	"Tuần hoàn nghịch"
Mercury	tam hợp	10	cách
Venus	tam hợp	4	tam hợp
Mars	tam hợp	4	tam hợp
Jupiter	cùng cung	6	xung chiếu
Saturn	xung chiếu	3	hình

Chú thích: *Chuẩn điểm là cung 0, cột sau cùng là "mod 12" của cột thứ 3*

Chu kỳ thiên can địa chi là 60 năm, không đủ diễn tả một đời người, nên phải tăng thêm một chu kỳ nữa, thành 120 năm. Trong 120 năm này một số hành tinh sẽ di chuyển qua những vị trí tuần hoàn và tuần hoàn nghịch, và ta có thể xác định những vị trí này ngay từ lúc con người mới sinh ra đời nhờ kiến thức thiên văn. Tuần hoàn và tuần hoàn nghịch đều có tính cộng hưởng, nên đều là những tín hiệu có ý nghĩa trong bài toán số mệnh của con người.

Trong bài tới chúng ta sẽ xử dụng tính tuần hoàn và tuần hoàn nghịch để suy ra đặc tính của các hành tinh.

San José 20 tháng 5, 2005
Đằng Sơn

147

Chương 13

Yếu tố thiên văn trong mệnh lý Á đông 2
Cá tính các thiên thể trong thái dương hệ

Trong bài này này chúng ta sẽ xử dụng tính tuần hoàn và tuần hoàn nghịch để suy ra đặc tính của các hành tinh dựa theo vị trí tương đối của chúng so với các phương vị trên địa bàn.

Khi xét một thiên thể X, cách tính của chúng ta gồm những bước sau:

1. Định khởi điểm: Vì khởi điểm chỉ là quy ước, trong tất cả mọi trường hợp, vị trí khởi đầu của một thiên thể sẽ được gọi là cung zéro (0) cho giản dị.

2. Định chu kỳ biểu kiến và chu kỳ biểu kiến nghịch của thiên thể X: Nhắc lại chu kỳ biểu kiến của thiên thể X là chu kỳ P dưới mắt nhìn chủ quan của một quan sát viên đứng ở trung tâm địa bàn, chu kỳ biểu kiến nghịch là P/2. Để giản lược tên gọi, ta sẽ hiểu ngầm hai chữ "biểu kiến" và chỉ gọi P là "chu kỳ", P/2 là "chu kỳ nghịch".

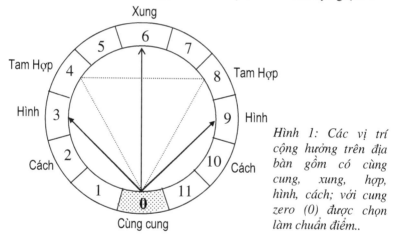

Hình 1: Các vị trí cộng hưởng trên địa bàn gồm có cùng cung, xung, hợp, hình, cách; với cung zero (0) được chọn làm chuẩn điểm..

3. Định vị trí của thiên thể X trên địa bàn: Nhắc lại "A mod 12" là dư số khi chia A cho 12. Như "20 mod 12" là 8 vì 20 chia 12 còn dư 8. Với ký hiệu này vị trí của thiên thể X ứng với một chu kỳ là "P mod 12", với 2 chu kỳ là "2P mod 12", với n chu kỳ là "nP mod 12". Tương tự vị trí của thiên thể ứng với một chu kỳ nghịch là "P/2 mod 12", với 2 chu kỳ nghịch là "P mod 12", với n chu kỳ nghịch là "nP/2 mod 12". Ký hiệu phức tạp như vậy, nhưng thực ra việc định vị trí thiên thể giản dị hơn nhiều, vì dư số khi chia cho 12 có thể

tính nhẩm trong đầu; như khi P=40 thì P/2=20, ta biết vị trí ứng với chu kỳ P là 4 (vì 40 chia 12 còn dư 4) và vị trí ứng với chu kỳ nghịch P/2 là 8 (vì 20 chia 12 dư 8).

Giờ thì ta sẵn sàng để định các vị trí tương ứng cho từng thiên thể một trong khoảng thời gian 120 năm.

Jupiter (Mộc tinh): Vì cứ 11.86 năm Mộc tinh lại trở về vị trí cũ trên quỹ đạo của nó quạnh mặt trời, một quan sát viên đứng giữa trung tâm địa bàn sẽ thấy Mộc tinh ở cung 0 trong các năm 0, 12, 24, 36 (cách nhau 12 năm). Các năm 47, 59, 71, 83, 95, 107, 119 (cũng cách nhau 12 năm) nó vào cung 11, tức là lùi lại một cung so với vị trí khởi đầu.

Ta kết luận chu kỳ của Mộc tinh là 12 năm, và nó chuyển phương vị vào năm 47. Tình cờ làm sao Mộc tinh là hành tinh duy nhất trong thái dương hệ có chu kỳ 12 năm. Có chu kỳ 12 năm nghĩa là cộng hưởng với vị trí cũ, rõ hơn là có tính "đồng cung". Đồng cung với ta phải ứng với ta, Mộc tinh lại là hành tinh lớn nhất trong thái dương hệ, tất phải có ảnh hưởng to lớn.

Ta đã biết cả hai thuyết tứ nguyên và ngũ hành đều thiếu sót, phiến diện. Nếu so sánh hai thuyết tứ nguyên và ngũ hành ta có thể nói thuyết tứ nguyên là một cách nhìn tương đối lạc quan, thuyết ngũ hành là một cách nhìn tương đối bi quan về con người.

Vì nhìn vấn đề bằng đôi mắt lạc quan, trong thuyết tứ nguyên Mộc tinh đại biểu sự may mắn.

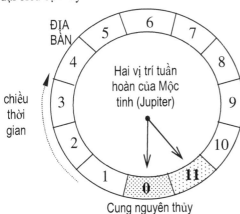

Hình 2: Trong hạn kỳ 120 năm, một quan sát viên sẽ thấy Mộc tinh (Jupiter) có chu kỳ 12 năm và chỉ ứng với hai vị trí là cung nguyên thủy (các năm 0, 12, 24, 36) và cung 11 (các năm 47, 59, 71 v.v...)

Vì nhìn vấn đề bằng đôi mắt bi quan, trong thuyết ngũ hành Mộc tinh đại biểu cái quyết tâm của bản thể để vượt thắng hoàn cảnh. Tất nhiên cái quyết tâm ấy bao gồm sự tự tin hoặc phách lối, tùy theo cái nhìn của mỗi người.

(Chu kỳ nghịch đưa Mộc tinh vào vị trí xung. Đây là sự kiện bình thường nên không có gì đáng nói.)

Saturn (Thổ tinh): Vì cứ gần 30 năm Thổ tinh lại trở về vị trí cũ trên quỹ đạo của nó quanh mặt trời, một quan sát viên đứng giữa địa bàn thấy Thổ tinh chiếm hai vị trí xung chiếu. Bắt đầu ở cung 0, năm 30 nó ở cung 6 (xung chiếu 0), năm 60 nó trở lại cung 0 (xung chiếu 6). Từ trục 0-6 như trên, nó dần dần lùi lại chiếm trục xung chiếu kế tiếp là 11-5.

Ta kết luận chuyển động của Thổ tinh có tính xung chiếu. Tình cờ làm sao chỉ một mình Mộc tinh có tính xung chiếu, nhờ đó ta dễ dàng xác định tính chất của nó dựa trên lý xung chiếu của địa bàn. Thêm dữ kiện Thổ tinh là hành tinh lớn thứ hai trong thái dương hệ (chỉ thua Mộc tinh), có thể thấy rằng Thổ tinh đại biểu sự kình chống, đối kháng, tranh đấu; rất mạnh mẽ nhưng vẫn dưới cơ Mộc tinh.

Dưới mắt nhìn bi quan của thuyết ngũ hành, Thổ tinh ứng với sự kình chống đối kháng và với hoàn cảnh hết sức khó khăn.

Ngay dưới mắt nhìn lạc quan của thuyết tứ nguyên, Thổ tinh cũng được cho đặc tính tương tự.

Chu kỳ nghịch đưa Thổ tinh vào cung 3, là vị trí hình. "Hình" trong thuyết tứ nguyên (tiếng Anh gọi là "square" tức vuông góc) và ngũ hành đều là xấu cả.

Venus (Kim tinh): Mặc dù Kim tinh chỉ mất 224.7 ngày là trở lại vị trí cũ trên quỹ đạo của nó quanh mặt trời, vì trái đất quay nhanh hơn mà một quan sát viên đứng ở trung tâm địa bàn sẽ thấy chu kỳ của Kim tinh là 8 năm, khá dài nhưng vẫn là ngắn nhất so với các hành tinh khác. Tính tuần hoàn (biểu kiến) của Kim tinh có hai đặc điểm. Thứ nhất nó không bao giờ ra khỏi tam hợp nguyên thủy (tức tam hợp tạo thành bởi các cung 0, 4, 8). Thứ hai nó di chuyển từ từ ra khỏi cung 0 sau năm 72. Nó trở lại năm 156, nhưng con số này quá lớn so với đời sống bình thường nên không kể.

Vì trong suốt thời gian có tính tuần hoàn Kim tinh "trung thành" với tam hợp nguyên thủy, nó đại biểu lực phù trợ ta. Nhưng nó cũng ứng với lực gây khó khăn cho ta, vì chu kỳ nghịch của nó cũng ở trong tam hợp nguyên thủy. Vì nó biến mất sau 72 năm, nó đại biểu tuổi trẻ và sinh lực.

Dưới mắt nhìn lạc quan của thuyết tứ nguyên, Kim tinh đại biểu tình yêu. Thật hữu lý vì lòng chung thủy và sức sống bồng bột là hai đặc điểm của tình yêu; đồng thời tình yêu cũng là đầu mối của mọi khổ đau, phản ảnh qua sự kiện là chu kỳ và chu kỳ nghịch của Kim tinh đều ứng với tam hợp nguyên thủy.

Dưới mắt nhìn bi quan của thuyết ngũ hành, tình yêu có vị trí rất khiêm nhượng nếu không muốn nói là gần như hoàn toàn vắng bóng. Nên ở đây Kim tinh ứng với những điều kiện ảnh hưởng tới sự nghiệp và tiền tài của ta. Cũng hữu lý, vì sự nghiệp và tiền tài cũng là đầu mối của nhiều hạnh phúc và đau khổ của con người.

Mercury và Mars (Thủy tinh và Hỏa tinh): Thủy tinh trở lại vị trí cũ trên quỹ đạo của nó quanh mặt trời trong vòng 88 ngày ngắn ngủi, nhưng vì trái đất cùng lúc cũng di chuyển mà một quan sát viên đứng ở trung tâm địa bàn trên mặt đất sẽ thấy chu kỳ của Thủy tinh là 20 năm, một thời gian thật dài! Tính tuần hoàn của Thủy tinh rất phức tạp, vì nó luôn luôn bắt đầu một chuỗi sóng tuần hoàn mới (mỗi đợt trong cùng một chuỗi cách nhau 20 năm). Kết quả tạo thành ba nhóm tam hợp:

Nhóm (0, 4, 8): Năm 0, 20, 40, 60
Nhóm (1, 5, 9): Năm 13, 33, 53, 73, 93, 113
Nhóm (2, 6, 10): Năm 86, 106...v.v...

Hỏa tinh quay quanh mặt trời mất chưa tới 2 năm (1.881 năm), nhưng một quan sát viên đứng giữa địa bàn trên mặt đất sẽ thấy chu kỳ của nó là 32 năm, tức là hơn gấp rưỡi chu kỳ của Thủy tinh. So với Kim tinh, tính tuần hoàn của Hỏa tinh còn phức tạp hơn nữa, vì nó luôn luôn bắt đầu hai chuỗi sóng tuần hoàn mới (mỗi đợt trong cùng một chuỗi cách nhau 32 năm). Trong 120 năm chúng ta có 3 chuỗi sóng tam hợp như sau:

Nhóm (4, 8, 0) tức nhóm (0, 4, 8): Năm 0, 32, 64, 96
Nhóm (3, 7, 11): Năm 15, 47, 79, 111
Nhóm (2, 6, 10): Năm 62, 94... v.v...

Bản chất tuần hoàn của cả hai hành tinh này đều là tam hợp, tức đều là lực hỗ trợ ta. Sự thành hình của nhiều nhóm tam hợp có thể hiểu như ứng với những liên hệ hỗ tương giữa ta và ngoại cảnh. Nếu phải chia các liên hệ giữa ta với ngoại cảnh thành hai loại, loại liên hệ thứ nhất tất nhiên là "truyền thông". Loại thứ hai tùy cái nhìn của mỗi người mà khác nhau, nhưng thiết nghĩ "hành động" -phản ứng hoặc tự tác- là lựa chọn hợp lý hơn cả.

So sánh tính tuần hoàn của Thủy tinh và Hỏa tinh ta có những nhận xét sau:

1. Mặc dù cả hai cùng tạo những nhóm sóng tuần hoàn mới trong khi đang khai triển nhóm sóng tuần hoàn cũ, Hỏa tinh tạo 2 nhóm sóng tuần hoàn mới nên bận rộn hơn Thủy tinh (chỉ tạo một nhóm sóng mới).

2. Mặc dù cả hai hành tinh dần dần rời khỏi tam hợp nguyên thủy (tức tam hợp tạo bởi ba cung 0, 4, 8), Thủy tinh chuyển động theo chiều thuận trong khi Hỏa tinh chuyển động theo chiều nghịch. Chiều thuận là chiều tự nhiên (vì trùng với chiều thời gian), nên Thủy tinh được hưởng hoàn cảnh dễ dãi hơn Hỏa tinh.

3. Tính tuần hoàn nghịch đưa Thủy tinh vào nhóm xung chiếu, tức là bình thường. Nhưng tính tuần hoàn nghịch vẫn giữ Hỏa tinh trong nhóm tam hợp; ám chỉ sự mâu thuẫn.

Truyền thông đòi hỏi ít nỗ lực hơn và thường tạo ít vấn đề hơn hành động. Vì thế khi nối kết "truyền thông" và "hành động" vào cặp Thủy tinh và Hỏa tinh; tất phải chọn Thủy tinh ứng với truyền thông, Hỏa tinh với hành động.

Còn lại ba ngoại hành tinh thì Thiên Vương tinh (Uranus) quay quanh mặt trời mất 84.01 năm; Hải Vương tinh (Neptune) 164.8 năm, Tử Vương tinh (Pluto) 248 năm; đều là rất chậm nên ảnh hưởng của chúng trên địa bàn tương đối nhỏ, nhưng ta vẫn có thể suy ra đặc tính của chúng dựa trên hai tính tuần hoàn và tuần hoàn nghịch.

Lấy trường hợp Thiên Vương Tinh (Uranus). Thử đặt ta vào vị trí một quan sát viên đứng giữa địa bàn. Năm 0 là khởi điểm nên ta cho vị trí của Thiên Vương tinh là giữa cung X. Một năm sau (tức năm 1) trái đất quay trở lại vị trí cũ trên quỹ đạo của nó quanh mặt trời, vì Thiên Vương tinh quay rất chậm nhìn vào cung X ta vẫn thấy nó ở đó. Năm 2 và năm 3 cũng vậy; nhưng năm 4 trở đi thì Tử Vương tinh đã ra ngoài cung X. Từ cái nhìn chủ quan của ta thì các năm 1, 2, 3 đều thỏa tính tuần hoàn.

Tính tuần hoàn nghịch cũng được thiết lập tương tự. Lần này quan sát viên đứng giữa địa bàn thấy Thiên Vương tinh ở vị trí xung chiếu vào các năm từ 39 đến 45 nên kết luận rằng những năm này đều thỏa tính tuần hoàn nghịch.

Sau khi làm tất cả những phép tính đòi hỏi, ta lập được bảng sau đây:

BẢNG 1: Đặc tính của 3 hành tinh chậm
(khi nhìn từ địa bàn)

Năm	Uranus	Neptune	Pluto
0-3	P	P	P
4-6	--	P	P
7-10	--	--	P
39-45	O	--	--
76-80	--	O	--
81-87	P	O	--
88-89	--	O	--
114-134	--	--	O

Ký hiệu:
P: Có tính tuần hoàn
O: Có tính tuần hoàn nghịch

Từ bảng này ta suy ra các kết quả sau:

Uranus (Thiên Vương tinh): Tính tuần hoàn của Thiên Vương tinh kéo dài từ lúc con người mới sinh ra cho đến năm 3 tuổi. Đây là một thời gian của những biến đổi to lớn đầy tính chất tốt đẹp.

Tính tuần hoàn nghịch của Thiên Vương tinh kéo dài từ năm 39 đến 45 tuổi, ứng hợp với gian đoạn "khủng hoảng nửa đời" (midlife crisis). Đây cũng là một thời gian của biến đổi, nhưng thường xấu hơn giai đoạn thứ nhất.

Tính tuần hoàn của Thiên Vương tinh trở lại trong khoảng thời gian 81-87 tuổi. Lần này nó đánh dấu đoạn kết của đời sống, một giải quyết hợp lý cho người già yếu nên cũng phải coi là một thay đổi tốt.

Có thể thấy Thiên Vương tinh là hành tinh ứng với sự biến đổi.

Neptune (Hải Vương tinh): Tính tuần hoàn của Hải Vương tinh kéo dài từ lúc con người ra đời đến lúc lên 6 tuổi, ứng với khoảng thời gian khi đời sống (của em bé) được nâng niu như báu vật, chứa đựng mọi hy vọng và ước mơ của cha mẹ. Tính tuần hoàn nghịch của Hải Vương tinh kéo dài từ năm 76 đến 89 tuổi, ứng với tuổi già và sự chấm dứt của mọi hy vọng, ước mơ. Vì thế Hải Vương tinh là hành tinh ứng với tương lai, bao gồm ước mơ, hy vọng, và sự mong đợi của con người.

Pluto (Tử Vương Tinh): Tính tuần hoàn của Tử Vương tinh kéo dài từ lúc con người mới ra đời đến năm 10 tuổi, thời gian của những biến đổi to lớn. Tính tuần hoàn nghịch của Tử Vương tinh kéo dài từ năm 114 đến 134, khi mà sự chết gần như là thực tế chắc chắn. Vì vậy Tử Vương tinh là hành tinh ứng với những đổi thay to lớn, gồm cả sự sống và sự chết.

Điểm lý thú là những đặc tính trên đây của Thiên Vương tinh (Uranus), Hải Vương Tinh (Neptune), và Tử Vương Tinh (Pluto) hoàn toàn phù hợp với thuyết tứ nguyên. Điểm khác biệt là thuyết tứ nguyên phải dựa vào huyền thoại, còn chúng ta dùng phép tương ứng dựa trên chu kỳ và chu kỳ nghịch của các hành tinh này, nên có thể nói chúng ta đã tái khám phá ra cái lý thiên văn nằm sau các đặc tính của Thiên Vương Tinh, Hải Vương tinh và Tử Vương tinh. *(Khi sách này ra đời Tử Vương Tinh không được coi là một hành tinh nữa, nhưng sự kiện này không ảnh hưởng lý tính của nó).*

Ở trên chúng ta chưa nói gì đến mặt trời và mặt trăng. Giờ đã đến lúc bàn đến đặc tính của hai thiên thể hết sức quan trọng này.

Mặt trời và mặt trăng: Tính "tuần hoàn" vô nghĩa đối với mặt trời vì nó đã được dùng làm chuẩn điểm. Tính tuần hoàn –hiểu như ở trên- cũng không hoàn toàn phù hợp với mặt trăng vì mặt trăng không xoay quanh mặt trời mà xoay quanh trái đất. Vì vậy ta phải dùng lý khác để suy ra đặc tính của mặt trời, mặt trăng.

Thuyết tứ nguyên suy ra tính chất của hai thiên thể này bằng cảm ứng tự nhiên. Mặt trời có ảnh hưởng rất rõ ràng, và nó ứng với giai đoạn sinh động của cái vũ trụ bao quanh chúng ta (ban ngày). Vì thế mặt trời ứng với mặt hiển lộ của bản chất con người, tức những tâm lý quan sát được (vì phản ảnh qua hành động). Mặt trăng ứng với lúc vũ trụ nghỉ ngơi (ban đêm), vì vậy nó ứng với mặt ẩn của bản chất con người, như tình cảm, tiềm thức, và bản năng.

Tương đối cực đoan và bi quan hơn, thuyết ngũ hành chỉ chú trọng đến cái "lực" mà mặt trời và mặt trăng áp đặt lên con người. Với ảnh hưởng rõ ràng trên sự sống của vạn vật, mặt trời ứng với phần hiện của đời sống con người, tức công danh và địa vị trong xã hội. Với ảnh hưởng cũng quan trọng nhưng nhẹ nhàng hơn, mặt trăng được nối kết với yếu tố "chìm" hơn của đời sống con người, tức tiền bạc và tài sản.

Và, như chúng ta có thể đoán được, cả hai thuyết tứ nguyên và ngũ hành đều cho rằng mặt trời ứng với phái nam mạnh hơn phái nữ, mặt trăng ứng với phái nữ mạnh hơn phái nam.

Tuy nhiên, xin đọc phần kế tiếp sau đây luận riêng về mặt trăng.

Luận thêm về mặt trăng

Ta đã biết tháng âm lịch phối hợp chuyển động của mặt trăng quanh trái đất và chuyển động của trái đất quanh mặt trời. Nói theo ngôn ngữ toán học thì tháng âm lịch nối kết mặt trăng và mặt trời với nhau. Nhờ sự nối kết này mà -trên căn bản toán học- ta có thể nói tháng âm lịch phản ánh tính tuần hoàn của mặt trăng, với mặt trời là chuẩn điểm.

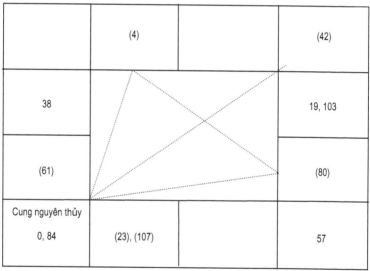

Hình 3: Vị trí của các năm ứng với chu kỳ (số thường) và các năm ứng với chu kỳ nghịch (số trong ngoặc đơn) của mặt trăng. Chú ý rằng các cung có liên hệ mật thiết với cung nguyên thủy (0), tức các cung tam hợp, xung, và giáp, đều bị chu kỳ nghịch xâm phạm, riêng cung nguyên thủy không những hoàn toàn thoát khỏi chu kỳ nghịch, mà còn thêm một chu kỳ thứ hai ở năm 84.

Đã biết một năm trung bình có 365.24 ngày, mỗi tháng trung bình có 29.53 ngày, ta có thể suy ra các kết quả sau đây:

Chu kỳ của mặt trăng ứng với các năm: 0, 19, 38, 57, 84, 103.

Chu kỳ nghịch của mặt trăng ứng với các năm: 4, 23, 42, 61, 80, 107

Vì chu kỳ 19 năm là một số lẻ, mặt trăng không thỏa tính "cùng cung", cũng không thỏa tính "tam hợp" hoặc tính "xung chiếu". Bằng lý tương ứng, suy ra nó không hỗ trợ ta (cùng cung), cùng phe ta (tam hợp), hoặc chống lại ta (xung chiếu).

Đặt các năm tương ứng của mặt trăng vào địa bàn, với 0 là vị trí nguyên thủy, ta nhận ra là chu kỳ nghịch có mặt ở các cung tam hợp và xung chiếu của cung nguyên thủy, thậm chí ngay cả hai cung giáp bên cung nguyên thủy cũng bị chu kỳ nghịch lấn vào. Nhưng kỳ diệu làm sao, cung nguyên thủy không những không bị chu kỳ nghịch xâm phạm, mà nó còn có thêm một chu kỳ ở năm 84.

Nhắc lại vị trí nguyên thủy (0) đại biểu "ta". Vận hành của mặt trăng thỏa điều kiện là mặc dầu bối cảnh quanh ta (tức các cung tam hợp, xung chiếu, giáp) đều bị chu kỳ nghịch xâm lấn, riêng ta lại chẳng sao cả. Ta không may mắn thì làm sao lại "thoát khỏi tử thần" trong đường tơ kẽ tóc như vậy. Do đó, chu kỳ của mặt trăng ứng với may mắn. Chu kỳ nghịch của mặt trăng thì hiển nhiên là ứng với bất hạnh.

Người Á đông cho rằng chỉ có người may mắn mới giàu to được. Suy ngẫm cho kỹ thì đây là một tiền đề khá hợp lý. Từ đó có thể hiểu tại sao mặt trăng ứng với tiền bạc và tài sản.

Viết lại tại San José ngày 27 tháng 5, 2005
Đặng Sơn

Chương 14

Yếu tố thiên văn trong mệnh lý Á đông 3
Lý thiên văn của vòng sao Thái Tuế

Yếu tố thiên văn trong mệnh lý Á đông

Có một điều khá lạ lùng trong diễn trình phát triển của mệnh lý Á đông là càng về sau vai trò của khoa thiên văn càng có vẻ thêm mờ nhạt.

Như khoa tử vi chẳng hạn. Khoa này có một bài thiệu quan trọng bắt đầu bằng hai câu có vẻ rất thiên văn là "Hi Di ngưỡng quan thiên tượng tinh, tác vi đẩu số thôi nhân mệnh" (dịch nghĩa "Ông Hi Di Trần Đoàn nhìn lên quan sát các vị sao trên trời, làm ra khoa đẩu số đoán mệnh con người"). Thế nhưng trong hơn trăm sao của Tử Vi, ta chẳng thấy dấu hiệu gì của thiên văn cả.

Rõ ràng hơn, Tử Vi quả có dùng tên của những thiên thể có thật như Thái Âm (mặt trăng), Thái Dương (mặt trời), Thái Tuế (Jupiter), Thiên Phủ, Tham Lang, Văn Xương, Lộc Tồn v.v...; nhưng đây chỉ là biểu tượng mà thôi, bởi từ cách an của những sao này ta có thể kết luận này là chúng chẳng tương ứng gì với các thiên thể cùng tên vận chuyển ở trên trời.

Vậy thì phải chăng tối thiểu trong khoa tử vi yếu tố thiên văn đã bị loại hẳn?

Lý thú làm sao, câu trả lời lại là không, bởi sự thật là các thiên thể trong thái dương hệ vẫn hiện diện trong khoa tử vi với đầy đủ mọi tính chất của chúng. Chỉ là chúng hiện diện trong trạng thái ngụy trang, nên chúng ta khó mà nhìn ra được.

Phần phân tích sau đây cốt chứng minh rằng khoa Tử Vi có liên hệ mật thiết với các thiên thể trong thái dương hệ. Cần thêm rằng mặc dù đối tượng chính của phần phân tích này là khoa Tử Vi, nhưng kết quả dĩ nhiên có giá trị tổng quát cho mọi ngành lý số.

Liên hệ giữa "ta" và vị trí của các hành tinh trên địa bàn

Đối tượng của mệnh lý nói chung, tử vi nói riêng là xác định những gì có thể xảy ra cho con người. Như đã trình bày, mỗi con người là một tiểu vũ trụ. Mỗi tiểu vũ trụ ứng với một cá nhân, nên để dễ hiểu tạm gọi là "cái ta", hoặc giản dị hơn là "ta".

Nay trở lại với 12 cung địa bàn.

"Cái ta" có thể ứng với bất cứ cung nào, nên mỗi cung đại biểu một "cái ta" khác nhau. Nhắc lại, mỗi cung của địa bàn đều có chứa chu kỳ và chu kỳ nghịch của nhiều hành tinh ở những thời điểm khác nhau. Những hành tinh xuất hiện đơn độc chỉ có ảnh hưởng đơn độc lên ta. Những hành tinh xuất hiện cùng năm cùng cung đương nhiên có cộng hưởng "cùng cung", mạnh hơn ảnh hưởng của hành tinh đơn độc.

Chu kỳ đại biểu những lực thể hiện ra thành cái ta. Từ đó suy ra chu kỳ của Mộc Tinh (Jupiter) làm ta tự tin hoặc kiêu ngạo, chu kỳ của Thổ tinh (Saturn) làm cái ta có tính kình chống, chu kỳ của Thủy tinh (Mercury) làm cái ta phát triển khả năng truyền thông v.v...

Chu kỳ nghịch ngược lại chu kỳ nên đại biểu những lực thể hiện ra thành hoàn cảnh xung quanh, thường là lực chống lại ta. Cho nên chu kỳ nghịch của Jupiter có nghĩa ta bị phản kháng mạnh mẽ (bị một bản thể mạnh mẽ chống lại). Các thiên thể khác lý luận đại khái cũng như thế. Nhưng chu kỳ nghịch của Thổ tinh đòi hỏi thận trọng. Chu kỳ nghịch có ảnh hưởng ngược lại chu kỳ cho nên (trong trường hợp chu kỳ nghịch) Thổ tinh có ảnh hưởng tốt. Ý nghĩa hợp lý của nó ở đây là lực giúp đỡ hóa giải những tranh chấp, có thể hiểu như sức mạnh tâm linh của cái ta.

Thiên Vương tinh và Hải Vương tinh xuất hiện trong qua nhiều cung liên tiếp nhau nên ảnh hưởng chắc chắn phải yếu. Chu kỳ của Tử Vương tinh kéo dài đến 11 năm nên nó chỉ có nghĩa khi vắng mặt. Vì Tử Vương tinh ứng với sự biến đổi, sự vắng mặt của nó ứng với khả năng ứng biến kém cỏi trước những đổi thay, tức là thiếu khả năng điều chỉnh.

Chúng ta được bảng sau đây:

BẢNG 1: Đặc tính của các thiên thể trong thái dương hệ		
ThThể	*Trong chu kỳ*	*Trong chu kỳ nghịch*
Mộc tinh	Tự tin, kiêu ngạo	Bị chống đối mạnh
Thổ tinh	Tính phản kháng	Khả năng tâm linh
Hỏa tinh	Hành động tốt	Hành động xấu
Kim tinh	Tốt cho sự nghiệp	Cản trở sự nghiệp
Thủy tinh	Khả năng truyền thông	Miệng tiếng xấu, thị phi
Mặt trăng	May mắn	Xui xẻo
T.V tinh	Thay đổi tốt (yếu)	Thay đổi xấu (yếu)
H.V. tinh	Mơ mộng (yếu)	Mộng không thành (yếu)
(Thiếu	Thiếu khả năng	...
T.V tinh)	điều chỉnh	

Như chúng ta đã biết trước đây, đơn vị năm cũng theo luật tam hợp và xung chiếu của địa bàn. Nhờ vậy ta có thể xem mỗi tổ tam hợp như một nhóm trong đó các thành phần đều có một số đặc tính chung (ngoài những đặc tính riêng).

Bây giờ chúng ta có thể tiến hành công cuộc xác định ảnh hưởng của các thiên thể trên 12 cung, với quy ước là năm đầu tiên = cung zéro (0).

Để tiện việc khảo sát, ta sẽ phân 12 cung thành bốn nhóm tam hợp và xét theo thứ tự:

Nhóm chính: Gồm các cung (0, 4, 8)

Nhóm tiền: Gồm các cung (1, 5, 9)

Nhóm xung: Gồm các cung (2, 6, 10)

Nhóm hậu: Gồm các cung (3, 7, 11)

Phương pháp luận chỉ giản dị là xem mỗi vị trí có thiên thể nào trong chu kỳ, thiên thể nào trong chu kỳ nghịch, rồi theo bảng 1 ở trên mà liệt kê các tính chất ra. Mỗi tính chất là một dữ kiện. Phối hợp tất cả mọi dữ kiện lại thì được hình ảnh tổng quát cho từng vị trí một.

Kết quả chi tiết như sau:

NHÓM CHÍNH

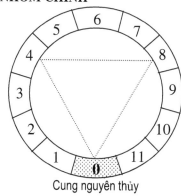

Cung nguyên thủy

Hình 1: Chọn cung chuẩn là 0, thì nhóm chính gồm các cung 0, 4, 8.

VỊ TRÍ 0	Năm	Chu kỳ	Chu kỳ nghịch
		--	*(thiếu Uranus)*
	12	Jupiter	Venus
	24	Jupiter, Venus	--
	36	Jupiter	Venus
	48	Venus	Mars
	60	Saturn, Mercury	Venus
	72	Venus	--
	84	Mặt trăng	--
	96	Mars	--

Jupiter (mộc tinh) hiện nhiều lần: Tự tin hoặc kiêu ngạo.

Mars (hỏa tinh) đơn độc, năm 96: Tích cực hành động.

Jupiter (mộc tinh) cùng Venus (kim tinh), năm 24: Có khả năng đạt thành công.

Venus (kim tinh) đơn độc, năm 72: Có xác xuất thành công trên đường sự nghiệp.

Mặt trăng đơn độc, năm 84: Đời hay gặp may.

Venus (kim tinh) và Mars (hỏa tinh) nghịch, năm 48: Thành công sự nghiệp gây đố kỵ, phản kháng.

Jupiter (mộc tinh) và Venus (kim tinh) nghịch, năm 12, 36: Cá tính mạnh có thể tạo vấn đề.

Saturn (thổ tinh) cùng Mercury (thủy tinh), và Venus (kim tinh) nghịch, năm 60: Khuynh hướng đối kháng làm hại sự nghiệp, mặc dù có khả năng truyền thông.

VỊ TRÍ 4	Năm	Chu kỳ	Chu kỳ nghịch
		--	*(thiếu Pluto)*
	4	*Neptune*	Venus, Moon
	16	Venus	Mars
	28	--	Venus
	40	Mercury, Venus	*Uranus*
	52	--	Venus
	64	Mars, Venus	--
	76	--	--
	88	Saturn	--

Mars (hỏa tinh) cùng Venus (kim tinh), năm 64: Tích cực trên đường sự nghiệp.

Mercury (thủy tinh) cùng Venus (kim tinh), Uranus (Thiên Vương tinh) nghịch yếu, năm 40: Truyền thông hữu hiệu có thể là yếu tố thành công trong sự nghiệp, nhưng vẫn có thể gặp những thay đổi xấu bất ngờ.

VỊ TRÍ 8	Năm	Chu kỳ	Chu kỳ nghịch
		(thiếu Neptune)	--
	8	Venus	--
	20	Mercury	Venus
	32	Mars, Venus	--
	44	--	Saturn, Venus, *Uranus*
	56	Venus	--
	68	--	Venus
	80	--	Mars, Moon, *Neptune*
	104	--	Saturn
	116	--	Mercury, *Pluto*

Mars (hỏa tinh) cùng Venus (kim tinh), năm 32: Tích cực trên đường sự nghiệp.

Saturn (thổ tinh) đơn độc, năm 88: Khuynh hướng đối kháng

Venus (kim tinh) và Mars (hỏa tinh) nghịch, năm 16: Thành công trong sự nghiệp dẫn đến sự phản đối của người khác.

Venus (kim tinh) nghịch, các năm 28, 52: Có trở ngại trên đường sự nghiệp.

Neptune (Hải Vương tinh) yếu, Venus (kim tinh) nghịch, và mặt trăng, năm 4: Xui xẻo trên đường sự nghiệp cản trở các hy vọng và ước mơ.

Venus (kim tinh) đơn độc, các năm 8, 56: Có khả năng đạt thành công sự nghiệp.

Mercury (thủy tinh), Venus (kim tinh) nghịch, năm 20: Khả năng truyền thông không đạt kết quả như ý.

Mercury (thủy tinh) nghịch, năm 116: Bị người ta nói xấu.

Venus (kim tinh) nghịch, năm 68: Có trở ngại trên đường sự nghiệp.

Saturn (thổ tinh) nghịch, cùng Venus (kim tinh) và Uranus (thiên vương tinh) yếu, năm 44: Có thể vượt thắng những thay đổi xấu trên đường sự nghiệp.

Saturn (thổ tinh) nghịch, năm 104: Có khuynh hướng tâm linh.

Mars (hỏa tinh) nghịch, mặt trăng nghịch, và Neptune (thiên vương tinh) yếu, năm 80: Phản ứng bên ngoài và sự xui xẻo có thể khiến ước mơ và hy vọng không thành.

NHÓM TIỀN

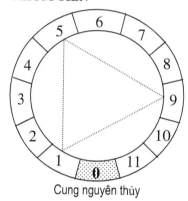

Cung nguyên thủy

Hình 2: Nhóm tiền gồm các cung 1, 5, 9 (cung chuẩn mang số 0)

VỊ TRÍ 8	Năm	Chu kỳ	Chu kỳ nghịch
		(thiếu Neptune)	--
	8	Venus	--
	20	Mercury	Venus
	32	Mars, Venus	--
	44	--	Saturn, Venus, *Uranus*
	56	Venus	--
	68	--	Venus
	80	--	Mars, Moon, *Neptune*
	104	--	Saturn
	116	--	Mercury, *Pluto*

160

Saturn (thổ tinh) cùng Uranus and Neptune (thiên vương tinh và hải vương tinh) yếu chống lại Mars (hỏa tinh), năm 1: Có ước mơ thay đổi, nhưng đường lối có tính đối kháng, bị người chống lại.

Mercury (thủy tinh) đơn độc, năm 13: Có khả năng truyền thông.

Mercury (thủy tinh) và Saturn (thổ tinh) nghịch, năm 73: Có khuynh hướng tâm linh mạnh mẽ.

Trăng nghịch, năm 61: Xui xẻo là một phần của cuộc đời.

VỊ TRÍ 5	Năm	Chu kỳ	Chu kỳ nghịch
		--	*(thiếu Pluto)*
	5	*Neptune*	--
	29	Saturn	--
	41	--	*Uranus*
	53	Mercury	Jupiter
	65	--	Jupiter
	77	--	Jupiter
	89	Saturn	Jupiter
	101	--	Jupiter
	113	Mercury	Jupiter

Saturn (thổ tinh) đơn độc, năm 29: Có khuynh hướng đối kháng.

Saturn (thổ tinh) và Jupiter (mộc tinh) nghịch, năm 89: Khuynh hướng đối kháng bị người chống lại mạnh mẽ.

Jupiter (mộc tinh) nghịch, các năm 65, 77, 101: Đối phương mạnh mẽ phản kháng mình.

Mercury (thủy tinh) và Jupiter (mộc tinh) nghịch, các năm 53, 113: Khả năng truyền thống gặp phản kháng mạnh mẽ.

VỊ TRÍ 9	Năm	Chu kỳ	Chu kỳ nghịch
		(thiếu Neptune)	*(thiếu Uranus)*
	33	Mercury	--
	57	Mặt trăng	--
	81	--	--
	93	Mercury	--

Mercury (thủy tinh) đơn độc, các năm 33, 93: Có khả năng truyền thông.

Mặt trăng đơn độc, năm 57: Hay gặp hên.

161

NHÓM XUNG

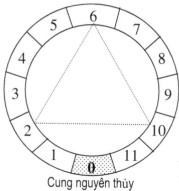

Cung nguyên thủy

Hình 3: Nhóm xung gồm 3 cung 2, 6, 10 (cung chuẩn mang số 0)

VỊ TRÍ 2	Năm	Chu kỳ	Chu kỳ nghịch
	--		*(thiếu Uranus, Pluto)*
	2	*Uranus, Neptune*	--
	14	--	Saturn
	38	Mặt trăng	--
	50	--	Mercury
	62	Mars	--
	74	--	Saturn
	86	--	--
	110	--	Mars

Uranus (thiên vương tinh) yếu cùng *Neptune* (hải vương tinh) yếu, năm 2: Có ước mơ thay đổi hoàn cảnh.

Mars (hỏa tinh) đơn độc, năm 62: Tích cực.

Trăng đơn độc, năm 38: Đời gặp nhiều chuyện may.

Mars (hỏa tinh) nghịch đơn độc, năm 110: Bị phản kháng.

Mercury (thủy tinh) nghịch đơn độc, năm 50: Bị đối phương nói xấu.

Saturn (thổ tinh) nghịch đơn độc, các năm 14, 74: Khuynh hướng tâm linh.

VỊ TRÍ 6	Năm	Chu kỳ	Chu kỳ nghịch
	6	*Neptune*	Jupiter
	18	--	Jupiter
	30	Saturn	Jupiter, Mercury
	42	--	Jupiter, Moon, *Uranus*
	78	--	Mars
	102	--	Saturn

162

Neptune (hải vương tinh) yếu và Jupiter (mộc tinh) nghịch, năm 6: Mộng mơ bị phản kháng.

Saturn (thổ tinh) cùng Jupiter (mộc tinh) nghịch và Mercury (thủy tinh), năm 30: Khuynh hướng đối kháng bị chống lại mạnh mẽ, và bị nói xấu.

Jupiter (mộc tinh) nghịch, năm 18: Bị chống đối mạnh mẽ.

Jupiter (mộc tinh) nghịch, trăng, và *Uranus* (thiên vương tinh), năm 42: Bị chống đối. Xui xẻo. Thay đổi không tốt.

Mars (hỏa tinh) nghịch, năm 78: Bị chống đối mạnh mẽ.

Saturn (thổ tinh) nghịch, năm 102: Có khuynh hướng tâm linh.

VỊ TRÍ 10	Năm	Chu kỳ	Chu kỳ nghịch
		(thiếu Neptune)	*(thiếu Uranus)*
	10	--	Mercury
	82	--	--
	94	Mars	--
	106	Mercury	--
	118	Saturn	--

Mars (hỏa tinh) đơn độc, năm 94: Tích cực.

Saturn (thổ tinh) đơn độc, năm 118: Khuynh hướng đối kháng.

Mercury (thủy tinh) đơn độc, năm 106: Khả năng truyền thông.

Mercury (thủy tinh) nghịch, năm 10: Bị nói xấu.

NHÓM HẬU

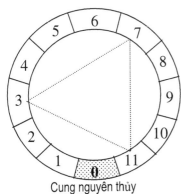

Cung nguyên thủy

Hình 4: Nhóm hậu gồm các cung 3, 7, 11 (cung chuẩn mang số 0)

VỊ TRÍ 3	Năm	Chu kỳ	Chu kỳ nghịch
		--	*(thiếu Pluto)*
	3	*Neptune*	--
	15	Mars	Saturn
	39	--	*Uranus*
	63	--	Mars, Mercury

163

87	--	--
111	Mars	--

Neptune (hải vương tinh) yếu đơn độc: Có ước mơ kế hoạch.

Mars (hỏa tinh) cùng Saturn (thổ tinh) nghịch, năm 15: Tích cực trong lãnh vực tâm linh, có phần thiếu thực tế.

Mars (hỏa tinh) nghịch và Mercury (thủy tinh) nghịch, năm 63: Bị phản đối và nói xấu.

Uranus (thiên vương tinh) nghịch đơn độc: Dễ gặp thay đổi xấu.

VỊ TRÍ 7	Năm	Chu kỳ	Chu kỳ nghịch
		(thiếu Neptune)	--
	7	--	Mars
	19	Moon	--
	31	--	Mars
	43	--	Saturn, Mercury, *Uranus*
	79	Mars	--
	103	Mặt trăng	Saturn

Mars (hỏa tinh) đơn độc, năm 79: Tích cực.

Mars (hỏa tinh) nghịch đơn độc, các năm 7, 31: Bị chống đối.

Saturn (thổ tinh) nghịch, Mercury (thủy tinh) nghịch, *Uranus* (thiên vương tinh) yếu nghịch, năm 43: Có thể khắc phục những lời nói xấu và những thay đổi không hay.

Trăng đơn độc, năm 19: Hay gặp may mắn.

Trăng và Saturn (thổ tinh) nghịch, năm 103: Có cơ hội liên quan đến lãnh vực tâm linh.

VỊ TRÍ 11	Năm	Chu kỳ	Chu kỳ nghịch
		(thiếu Pluto)	*(thiếu Uranus)*
	23	--	Mercury, Trăng
	47	Jupiter, Mars	--
	59	Jupiter, Mars	--
	71	Jupiter	--
	83	Jupiter	Mercury
	95	Jupiter	Mars
	107	Jupiter	Trăng
	119	Jupiter	--

Thiếu Pluto (tử vương tinh): Thiếu khả năng xoay chuyển hoàn cảnh.

Jupiter (mộc tinh) đơn độc, các năm 71, 119: Tự tin hoặc kiêu ngạo.

Jupiter (mộc tinh) cùng cung với Mars (hỏa tinh), các năm 47, 59: Tự tin và tích cực hành động.

Jupiter (mộc tinh) và Mercury (thủy tinh) nghịch, năm 83: Vì tự tin mà bị người nói xấu.

164

Jupiter (mộc tinh) và Mars (hỏa tinh) nghịch, năm 95: Vì tự tin mà bị người ta phản kháng.

Jupiter (mộc tinh) và mặt trăng nghịch, năm 107: Tự tin nhưng gặp xui xẻo.

Mercury (thủy tinh) nghịch và trăng nghịch, năm 23: Bị nói xấu và gặp xui xẻo.

Lý tính của bốn nhóm tam hợp

Từ tính chất của từng cung, phối hợp lại ta được tính chất của từng nhóm, như sau:

Nhóm chính: Gồm có cung 0 (tức cung đầu tiên trong bài toán chu kỳ và chu kỳ nghịch của các thiên thể) và hai cung 4, 8.

Nhóm chính may mắn có Kim Tinh (Venus) hiện diện ở cả ba vị trí, là dấu hiệu tốt cho thành công trên đường sự nghiệp.

Cung 0 chứa đầy ảnh hưởng của Mộc tinh (Jupiter) và có cả Thổ tinh (Saturn). Nghĩa là cái ta thể hiện mạnh quá. Vì vậy mặc dù được hưởng nhiều yếu tố thuận lợi cho sự thành công (ngay cả yếu tố may mắn của mặt trăng), khuynh hướng đối kháng tiềm tàng trong cái ta –do ảnh hưởng của Thổ tinh- có thể trở thành chướng ngại đáng kể.

Ưu điểm của cung 4 là khả năng truyền thông (do ảnh hưởng của Thủy tinh Mercury). Đây là bí quyết thành công quan trọng của cung này. Nhưng nó cũng có khuynh hướng đối kháng, và dễ bị xui xẻo trên đường sự nghiệp. Vì vậy, sự thành công của cung này không hẳn có nghĩa là thực hiện được những ước mơ và cao vọng cá nhân.

Cung 8 là vị trí đấu tranh. Sẽ gặp đối kháng, trở lực, và xui xẻo. Nhưng cái ta ở đây rất tích cực và được ngoại cảnh trợ giúp để vượt thắng khó khăn. Nó cũng được sự phù trợ của thế giới tâm linh. Nhưng khó thành tựu như ý. Được cái này phải mất cái kia.

Nhóm tiền: Kế tiếp nhóm chính theo chiều kim đồng hồ, gồm các cung (1,5,9). Tam hợp có Thổ tinh (Saturn), Thủy tinh (Mercury) và Mộc tinh-nghịch (reverse Jupiter), biểu tượng khuynh hướng nói nhiều hơn làm, nhiều hư hoa hơn thực tế, và khó khăn lớn do tính đối kháng gây ra.

Cung 1 là vị trí của ước mơ và hy vọng, nhưng cũng là vị trí của đối kháng. Thêm sự xui xẻo của mặt trăng nghịch, hoàn cảnh rất khó khăn. Thế nhưng, khả năng truyền thông và khuynh hướng tìm về tâm linh có thể là yếu tố cứu giải hữu hiệu ở đây.

Cung 5 rõ ràng đối kháng (do ảnh hưởng Thổ tinh), nhưng đối phương mạnh quá (do ảnh hưởng của Mộc tinh-nghịch). Là một vị trí rất khó khăn.

Cung 9 đỡ xấu hơn 1 và 5, nhờ sự may mắn của mặt trăng và khả năng truyền thông của hai chu kỳ Thủy tinh tại đây.

Nhóm xung: Gồm ba cung (2,6,10), kế tiếp nhóm tiền theo chiều kim đồng hồ. Ảnh hưởng tam hợp của Hỏa tinh (Mars) và Thổ tinh (Saturn) ứng với khuynh hướng đối kháng ở cấp độ quyết liệt hơn nhóm tiền. Nhưng Mộc tinh-nghịch và Thủy tinh-nghịch phản ảnh trở ngại rất lớn do đối phương và hoàn cảnh gây ra.

Cung 2: Sự may mắn và khuynh hướng tâm linh phù trợ, nhưng có thể không đủ để vượt qua trở ngại gây ra bởi tính phản kháng và miệng tiếng thị phi ở phía bên kia.

Cung 6: Tính đối kháng cực mạnh. Khuynh hướng tâm linh là hy vọng cứu giải, nhưng khó vượt thắng nổi đối phương, đại biểu bởi Mộc tinh-nghịch xuất hiện nhiều lần, và sự xui xẻo của mặt trăng nghịch.

Cung 10: Tích cực và có khả năng truyền thông, nhưng khuynh hướng đối kháng vẫn là trở ngại thực tế.

Nhóm hậu: Gồm các cung (3,7,11), theo liền sau nhóm xung theo chiều kim đồng hồ, cũng có nghĩa là ở ngay sau nhóm chính (0,4,8).

Tích cực với sự tự tin đặt không đúng chỗ (Hỏa tinh và Mộc tinh tam hợp). Dễ bị phản kháng và xui xẻo.

Cung 3: Tích cực nhưng thiếu thực tế. Bị phản kháng và nói xấu. Dễ tạo sai lầm.

Cung 7: Tích cực, bị phản đối, nhưng có sự phù trợ của thế giới tâm linh. Có thể là vị trí ứng với tâm tư an tĩnh.

Cung 11: Tự tin quá độ, nhưng khó khăn rất khó vượt qua. Thất bại khó tránh.

Trên đây chỉ là tóm lược đại ý. Các độc giả lưu tâm xin tham khảo phần phân tích chi tiết từng cung ở đầu bài này để đi vào chi tiết.

Ông Thiên Lương và vòng sao Thái Tuế

Cung 0 là nơi Mộc tinh (Jupiter) trở về trong các năm 12, 24, 36, tạo cộng hưởng "cùng cung". Vì 12 chi đã đại biểu Mộc tinh, ta chỉ cần nối kết địa chi của năm sinh vào cung 0. Từ đó có thể suy ra được tính chất của mọi cung từ 0 đến 11. Bởi thế, việc ghi chép vị trí các thiên thể vào địa bàn hoàn toàn không cần thiết!

Đây chính là phương pháp được áp dụng trong khoa tử vi. Trên lá số tử vi, chi ứng với năm sinh là vị trí của sao Thái Tuế. Mười một vị trí còn lại mỗi vị trí được an một sao nhân tạo khác nhau, tạo thành tổ hợp 12 sao gọi là "vòng Thái Tuế".

Ở Việt Nam trong hai thập niên 1960's và 1970's ông Thiên Lương tiết lộ một cách xem tử vi rất lạ lùng. Theo cách xem này thì các sao trong vòng Thái Tuế có thể là yếu tố quan trọng nhất quyết định sự tốt xấu của lá số tử vi. Cách xem này bây giờ được coi là nền tảng của một học phái tử vi mới, thường được gọi là học phái Thiên Lương.

Các độc giả đã nghiên cứu tử vi hẳn đã nhận ra rằng tính chất các sao trong vòng Thái Tuế như ông Thiên Lương chủ trương phù hợp lạ kỳ với tính chất của 12 cung mà ta đã luận ra ở trên từ tính chất của các thiên thể trong thái dương hệ.

Vòng Thái Tuế có thật sự là yếu tố áp đảo trong bài toán tử vi hay không vẫn còn là vấn đề trong vòng bàn cãi. Nhưng lập luận trên đây cho thấy quả ông Thiên Lương đã vô tình tái khám phá ra cái bí mật thiên văn của vòng Thái Tuế.

Với tái khám phá này, ta có thể tin ông Thiên Lương sẽ có một chỗ đứng vững chắc trong lịch sử mệnh lý Á đông.

San José ngày 3 tháng 6, 2005
Đằng Sơn

167

Chương 15

Khái lược về các sao "Thần Sát"

"Thần sát" có nghĩa gì?

Mục đích tối hậu của mệnh lý là xác định các tín hiệu được tin là có ý nghĩa rồi xét xem chúng ảnh hưởng vận mạng con người như thế nào.

Có khá nhiều ngành mệnh lý lấy can chi làm căn bản. Khi ấy các tín hiệu xấu tốt tất nhiên phải thể hiện qua can chi. Những tín hiệu của can chi được gọi chung là "thần sát", cũng có khi gọi là "sao thần sát". Lại có người hiểu ngầm chữ thần sát, chỉ gọi là "sao".

Riêng với các độc giả tò mò, cổ nhân cho rằng các sao trên trời có liên hệ mật thiết đến con người nên mới đặt ra hai chữ "thần" và "sát" nghĩa đen đều là "sao"; nhưng "thần" ám chỉ sao tốt, "sát" ám chỉ sao xấu. Bởi có nhiều tín hiệu tùy hoàn cảnh mà xấu tốt khác nhau, muốn phân loại "thần" và "sát" chẳng dễ gì. Có lẽ đây là lý do người ta dùng chữ kép "thần sát" cho mọi loại tín hiệu tốt cũng như xấu.

Cần mở một dấu ngoặc về nguồn gốc của các thần sát. Có một số người tưởng lầm rằng thần sát là phát minh của khoa tử bình. Chính người viết bài này cũng từng có lúc tưởng lầm như thế. Thực ra, thần sát đã được phát minh và áp dụng vào nhiều ngành mệnh lý khác nhau trước khi khoa tử bình ra đời. Nói rõ hơn, Tử Bình chỉ là một trong nhiều khoa mệnh lý có áp dụng thần sát mà thôi (chú 1).

Tại sao năm là yếu tố quyết định "thần sát"?

Như đã giải thích trong bài "địa bàn", ý nghĩa nguyên thủy của địa bàn là mô phỏng 12 phương hướng trên mặt đất. Mười hai phương này có tương ứng tự nhiên với 12 tháng và 12 giờ. Như cung Mão tất ứng với tháng 2, giờ Mão và có đặc tính "êm dịu"; cung Ngọ với tháng 5, giờ Ngọ và có đặc tính "nóng nực" v.v…

Đồng thời, như đã giải thích trong bài "yếu tố thiên văn trong mệnh lý Á đông", nhờ tính tuần hoàn biểu kiến của mặt trăng và năm đại hành tinh Kim Mộc Thủy Hỏa Thổ trong thái dương hệ mà địa bàn cũng ứng hợp hoàn toàn với yếu tố năm.

Nhưng năm khác với tháng, giờ vì năm Mão không nhất thiết là năm êm dịu, năm Ngọ không nhất thiết là năm nóng nực. Bởi vậy muốn định các tín hiệu của yếu tố năm trên địa bàn phải dùng lý luận âm dương ngũ hành. Đây chính là lý do dẫn đến các thần sát.

Từ đó có thể thấy rằng:

-Thần sát là những tín hiệu liên hệ đến yếu tố năm (*mặc dù khoa Tử Bình thì khác, xem chú 2*).

-Thần sát là kết quả của những luận lý dựa trên thuyết âm dương ngũ hành.

Cái lý đằng sau vài thần sát an theo niên chi

Niên chi là chi của năm. Thí dụ: Niên chi của năm Giáp Tý là Tý, của năm Tân Sửu là Sửu.

Đặc tính của các thần sát an theo niên chi có khi theo lý thiên văn (như đã trình bày trong các bài trước), có khi dựa vào tính hợp xung của 12 phương vị trên địa bàn, có khi dựa trên lý của vòng trường sinh.

Sau đây là cái lý của vài thần sát quan trọng được an theo niên chi.

THÁI TUẾ: Sinh năm nào an Thái Tuế vào chi của năm đó. Thí dụ: Sinh năm Giáp Tý thì an Thái Tuế ở cung Tý. Thái Tuế là chuẩn điểm của các thần sát an theo niên chi. Bởi vậy ứng với tính chủ động. Kẻ được ở vai chủ động dĩ nhiên khác người và dễ tự tin hoặc kiêu ngạo. Thế nên chủ động, khác người, tự tin, kiêu ngạo v.v... là những đặc tính ứng với Thái Tuế. Dĩ nhiên tùy trường hợp mà thể hiện mạnh yếu, tốt xấu khác nhau; nên cùng chịu ảnh hưởng của Thái Tuế mà có người tự tin, có người kiêu ngạo, có người không đồng nhưng vẫn hòa, có người hoàn toàn bất đồng với thế giới xung quanh.

TUẾ PHÁ: Tuế Phá ở cung xung với cung đã an Thái Tuế. Thí dụ: Sinh năm Tý tất Tuế Phá ở Ngọ (vì Tý là Thái Tuế, và Ngọ xung Tý).

Lấy Thái Tuế làm chuẩn ta suy ra được hai đặc điểm của Tuế Phá: Một là ở thế thua thiệt vì vị trí chủ động đã bị đối phương (tức Thái Tuế xung chiếu) chiếm mất, hai là cùng lý âm dương với đối phương (vì hai cung xung chiếu luôn luôn cùng âm hoặc cùng dương, không bao giờ có chuyện một cung âm một cung dương) nên không chịu nhượng bộ. Bởi vậy đây là hoàn cảnh của kẻ lội giòng nước ngược, chống lại hoàn cảnh và gặp nhiều trở lực, tích cực tranh đấu nhưng dễ bại khó thành.

Tuế Phá có khi được gọi là Đại Hao (Các độc giả nghiên cứu Tử Vi xin chú rằng sao này khác với sao Đại Hao của vòng Lộc Tồn, mặc dù đọc và viết y hệt.)

HỒNG LOAN: Năm Tý an Hồng Loan ở Mão, rồi đi ngược mỗi năm một cung: Năm Tý ở Mão, năm Sửu ở Dần, năm Dần ở Sửu, năm Mão ở Tý v.v...

Mão là vị trí cực thịnh của hành mộc, ví như hoa quả. Mão lại ở vị thế thẳng góc với Tý, nên vào năm Tý, tức khởi điểm của niên chi thì Thái Tuế và Hồng Loan ở vị trí thẳng góc, đương nhiên ngược lý âm dương với nhau (Tý dương Mão âm). Các năm khác Thái Tuế vận hành thuận, Hồng Loan vận hành nghịch, vậy là ngay trong vận hành Hồng Loan cũng ngược lý âm dương với Thái Tuế. Phối hợp lại, Thái Tuế đòi chủ động, Hồng Loan không đòi chủ động, Thái Tuế xa lánh người Hồng Loan gần gũi người.

169

Có thể thấy Hồng loan là một loại phản đề của Thái Tuế. Sao này ứng với sức sống, như cây cối đơm hoa kết trái, lại ứng với sự gần gũi, thân cận nên là sao đại biểu nhân duyên. Thái Tuế đã mang tính dương (vì là chuẩn của các thần sát ứng với niên chi) nên Hồng Loan mang tính âm. Do đó tượng của Hồng Loan là một cô gái xinh xắn, nhu mì, ai gặp cũng muốn thân cận.

THIÊN HỈ: Thiên Hỉ an ở vị trí xung chiếu Hồng Loan. Xung chiếu có hai lý tính mâu thuẫn nhau là đối kháng hoặc bổ sung. Trong trường hợp này vì Hồng Loan ứng với sự gần gũi, nên Thiên Hỉ mang lý bổ sung; ví như một thanh niên xứng đôi vừa lứa với cô gái xinh xắn, nhu mì mà Hồng Loan đại biểu.

Có thể thấy Hồng Hỉ là cặp sao có tương ứng rất mạnh với sự kết hợp đứng đắn của nam nữ, tức là hôn nhân. Bởi vậy một tượng quen thuộc của Hồng Loan là cô dâu, của Thiên Hỉ là chú rể.

Theo chỗ nghiên cứu của người viết thì cặp Hồng Hỉ an như trên phát nguồn từ khoa Tử Vi nên là phát kiến tương đối mới.

ĐÀO HOA: Vẫn lấy Thái Tuế làm chuẩn nhưng thêm lý tam hợp để vận dụng đặc tính của vòng Trường Sinh tiêu chuẩn. Vì làm chuẩn Thái Tuế phải ở trong tam hợp có uy lực nhất của vòng Thái Tuế là Sinh Vượng Mộ. Vòng trường sinh tiêu chuẩn luôn luôn chuyển theo chiều kim đồng hồ, và vị trí trường sinh luôn luôn là (một trong) các cung Dần Thân Tỵ Hợi. Thí dụ: Năm Canh Tý nên Thái Tuế là Tý. Tý phải là một trong tam hợp sinh vượng mộ. Tam hợp tương ứng là Thân Tý Thìn. Trong tam hợp này có cung Thân nên cung Thân kể là vị trí Trường Sinh.

Sau khi định xong Trường Sinh thì cứ theo thứ tự thuận chiều kim đồng hồ (gọi là thuận lý) mà an 12 sao Trường Sinh, Mộc Dục, Quan Đới, Lâm Quan, Đế Vượng, Suy, Bệnh, Tử, Mộ, Tuyệt, Thai, Dưỡng. Mười hai sao này gọi là vòng Trường Sinh, và vì luôn luôn khởi từ tứ mã địa vận hành theo chiều thuận, đây là loại vòng Trường Sinh tiêu chuẩn (ngoài ra còn có mấy loại vòng trường sinh không khởi từ tứ mã địa và/hoặc đi nghịch chiều; nhưng chúng ta sẽ không bàn đến ở đây).

Lập xong vòng trường sinh như trên rồi thì an Đào Hoa ở vị trí mộc dục.

Mộc dục có nghĩa yếu đuối, dễ sa ngã nên ứng với trường hợp tình cảm lấn át lý trí, thường là tình cảm thiếu đứng đắn.

Đa số sách chữ Hán gọi Đào Hoa là "Hàm Trì", nghĩa đen là "hồ tình cảm", nghĩa bóng là tình cảm lai láng. Tình cảm lai láng nghĩa là quá độ, bất thường, phản ánh rất đúng bản chất của Đào Hoa.

Ta biểu lộ tình cảm quá độ thường xấu, nhưng người khác chú ý đến ta, dù có phần quá độ, thường có lợi cho ta. Đây là lý do tại sao vị trí xung chiếu Đào Hoa thường được kể là tốt đẹp, nhưng vị trí của Đào Hoa lại bị coi là bất ổn.

Trong khoa Tử Vi Đào Hoa được phối hợp với cặp Hồng Hỉ, gọi chung là bộ "tam minh".

THIÊN MÃ: Sau khi dựa vào Thái Tuế để lập vòng Trường Sinh tiêu chuẩn rồi, thì an Thiên Mã ở vị trí "bệnh". Thí dụ: Năm Tý thuộc tam hợp Thân Tý Thìn nên Thân là Trường Sinh, Dần (xung Thân) là Bệnh. Do đó năm Tý an Thiên Mã ở Dần.

"Bệnh" là trạng thái biến đổi của hành, mà biến đổi thì không có tượng gì xứng hơn là con ngựa, trong nháy mắt đưa ta từ chỗ này đến chỗ khác (ngày nay tất dùng tượng là xe hơi), nên sao tương ứng gọi là Thiên Mã.

Chú ý rằng Thiên Mã cũng chỉ cư ở Dần Thân Tỵ Hợi.

HOA CÁI: An Hoa Cái ở vị trí "mộ" của vòng Trường Sinh tiêu chuẩn (với Thái Tuế trong tam hợp Sinh Vượng Mộ).

Hoa Cái ứng với vị trí "mộ" có ý ẩn tàng nên có tượng (đồng thời là nghĩa đen) là cái lọng. Công dụng của lọng là che nắng mưa. Cái cần che mà che thì tốt, cái không nên che mà che thì xấu; nên Hoa Cái tùy trường hợp mà xấu tốt khác nhau.

KIẾP SÁT: An Kiếp Sát ở vị trí "Tuyệt" của vòng Trường Sinh tiêu chuẩn (với Thái Tuế trong tam hợp Sinh Vượng Mộ). Tuyệt ứng với khi ảnh hưởng của hành bị tiêu diệt hẳn, hiển nhiên là cảnh bất lợi cho hành, ứng với tai họa, bất hạnh.

Chú ý rằng Kiếp Sát cũng chỉ cư ở Dần Thân Tỵ Hợi.

THIÊN KHÔNG: Thay vì theo cái lý của vòng trường sinh tiêu chuẩn mà chỉ lấy cái lý cơ bản của Trường Sinh thì Thái Tuế vì là chuẩn điểm kể là trường sinh, ở vị trí "mộc dục" tức là cung kế tiếp sau Thái Tuế an Thiên Không. Thí dụ: Năm Tý tất an Thái Tuế ở Tý, Thiên Không ở Sửu.

Thiên Không ứng với "mộc dục" là cảnh yếu đuối, dễ sa ngã, lại luôn luôn ở trong thế tam hợp với Đào Hoa và Kiếp Sát và hội họp với tối thiểu một trong hai sao Hồng Hỉ, nghĩa là tốt chen lẫn với xấu, hiển nhiên là thế cực đoan. Thường ứng với sự ham hố, tham lam; dẫn đến kết quả chẳng ra gì.

Nhưng chính vì cái lý "ma quân là bạn đạo" của nhà phật mà trong một số hoàn cảnh đây lại chính là vị trí ứng với sự tu hành.

BẠCH HỔ: Vẫn kể Thái Tuế là Trường Sinh, tính thuận đến vị trí "mộ" an sao Bạch Hổ. Thí dụ: Năm Tý tất Thái Tuế cư Tý, nên Bạch Hổ cư Thân.

Trường Sinh (Thái Tuế) là vị trí chủ động, nên Mộ (Bạch Hổ) có nghĩa vai trò chủ động bị đe dọa, phải phấn đấu mới mong gìn giữ được. Bởi vậy mới dùng tượng là con Hổ (Bạch Hổ) là chúa sơn lâm, nhưng phải cực nhọc đấu tranh bảo vệ góc rừng của mình.

171

TANG ĐIẾU (Tang Môn, Điếu Khách): Đã có thể coi Thái Tuế ứng với Trường Sinh thì cũng có thể coi đối thủ của Thái Tuế, tức Tuế Phá ứng với Trường Sinh rồi dùng lý luận phù hợp để suy ra ý nghĩa hai vị trí Vượng và Mộ của Tuế Phá.

Coi Tuế Phá là vị trí Trường Sinh, ở vị trí "vượng" an Điếu Khách, ở "mộ" an Tang Môn. Hai sao này nghĩa đen dùng tượng của một đám ma (Điếu Khách là khách đến phúng điếu, Tang Môn là nhà có tang), cho thấy cái hoàn cảnh khó khăn của thế xung Thái Tuế.

Điếu Khách ở vị trí "vượng" nên không xấu lắm. Tượng là người đi đưa đám ma, tức là ở ngoài cuộc đến an ủi tang gia, tùy liên hệ với người đã khuất lời lẽ biểu lộ khác nhau, và tùy hoàn cảnh mà có hoặc không có hiệu quả. Điếu Khách vì thế ứng với lời an ủi, tiếng kêu gào v.v... Lời kẻ đưa đám có khi chân thật, có khi đãi bôi nên Điếu Khách tùy các tín hiệu khác mà xấu tốt khác nhau.

Tang Môn ở vị trí "mộ" nên tượng chính là tang gia, ứng với sự buồn rầu, lo lắng. Bởi vậy trong Tử Vi, người ta tin rằng người có Tang Môn thủ mệnh có số phải lo lắng nhiều.

TỴ Kiếp Sát	NGỌ Tuế Phá	MÙI	THÂN Bạch Hổ
THÌN Hoa Cái			DẬU Thiên Hỉ Đào Hoa
MÃO Hồng Loan			TUẤT Điếu Khách
DẦN Thiên Mã Tang Môn	SỬU Thiên Không	TÝ Thái Tuế	HỢI

Hình 1: Vị trí một số thần sát quan trọng của năm Tý (Thái Tuế=Tý)

Vài thần sát an theo niên can

Thập thiên can là sản phẩm nhân tạo được đặt ra để biểu diễn cái tính thuận lý của âm dương ngũ hành. Nối kết các tính âm dương ngũ hành này vào các cung tương ứng trên địa bàn thì được thần sát của niên can. Sau đây là một số thần sát quan trọng của niên can:

THIÊN LỘC (còn gọi là Lộc Tồn hoặc Lộc): Sinh năm Giáp an Lộc ở Dần, năm Ất ở Mão, Bính Mậu ở Tỵ, Đinh Kỷ ở Ngọ, Canh ở Thân, Tân ở Dậu, Nhâm ở Hợi, Quý ở Tý.

Cái lý của cách an Lộc cho 4 hành kim mộc thủy hỏa rất dễ hiểu. Giáp Ất thuộc mộc, Dần Mão thuộc mộc, theo thứ tự tất Giáp ở Dần, Ất ở Mão. Bính Đinh thuộc hỏa, Tỵ Ngọ thuộc hỏa tất Bính ở Tỵ, Đinh ở Ngọ. Canh Tân thuộc kim, Thân Dậu thuộc kim tất Canh ở Thân, Tân ở Dậu. Nhâm Quý thuộc thủy, Hợi Tý thuộc thủy tất Nhâm ở Hợi, Quý ở Tý.

Riêng hành thổ thì hơi có vấn đề vì trên lý thuyết thổ ở trung ương, mà 12 cung lại ứng với chu vi; tức là trên lý thuyết thổ không ứng với bất cứ cung nào của địa bàn. Nhưng nếu không định Lộc cho hành thổ thì lại tạo tình trạng bất cân xứng. Vì thế phải giải bằng lý gần đúng, rằng hỏa sinh ra thổ nên làm lợi thổ, do đó thổ mượn chỗ của hỏa. Kết quả Mậu cư cùng với Bính ở Tỵ, Kỷ cùng với Đinh ở Ngọ.

Từ tên rõ nghĩa, Lộc ứng với sự may mắn, tài vật, của cải. Tuy nhiên, cũng tùy ứng dụng mà ý nghĩa của Lộc có thể khác đi. Như trong khoa Tử Vi, Lộc có khi tốt có khi xấu.

DƯƠNG NHẬN (KÌNH DƯƠNG): Thập thiên can có cả hai yếu tố âm dương và ngũ hành. Ngũ hành ngoài thứ tự sinh mộc hỏa thổ kim thủy lại phải phân dương trước âm sau: Giáp dương mộc, Ất âm mộc; Bính dương hỏa, Đinh âm hỏa; Mậu dương thổ, Kỷ âm thổ; Canh dương kim, Tân âm kim, Nhâm dương thủy, Quý âm thủy.

Thỏa cả âm dương lẫn ngũ hành là đặc tính của Lộc. Coi Lộc là hoàn cảnh lý tưởng, xét lý vận hành là vừa khít, tức là "đúng lúc"; thì phải có hai hoàn cảnh là "sớm" và "trễ". "Sớm" như người đòi đi trước thời cơ. Thường bị chống đối và có khuynh hướng phản ứng cực đoan để tìm chỗ đứng. Đây là vị trí của Kình Dương, tượng là con dê đực hung hăng húc đầu tới trước, bất chấp hiểm nguy.

Có thể thấy rằng Kình phải ở trước Lộc. Như Lộc ở Dần thì Kình ở Mão, Lộc ở Mão thì Kình ở Thìn v.v... *(chú 3)*.

(Chú thích tại chỗ: Khoa Tử Bình định nghĩa Dương Nhận khác và cách an cũng khác; nên cần chú ý rằng Tử Bình là một ứng dụng rất đặc thù của thần sát, như sẽ trình bày trong các bài "Tử Bình dưới mắt khoa học" trong phần các đề tài đặc biệt cũng trong sách này).

ĐÀ LA: Vẫn lấy Lộc là vị trí "đúng lúc", thì vị trí "trễ" ví như kẻ đi sau thời cơ. Trâu chậm uống nước đục nên đây là vị trí bất lợi, ví như kẻ bị đạp nhằm hầm hố hoặc mắc kẹt trong lưới nên chạy không kịp người ta, thành ra bị thua thiệt. Kẻ thua thiệt, xấu thì tìm cách gỡ gạc chút nào hay chút nấy, tốt thì dùng mưu trí vượt thắng hoàn cảnh. Đây là lý tính của sao Đà La, một sát tinh quan trọng của khoa Tử Vi.

Kình đã an ở trước Lộc, nên Đà an ở sau Lộc. Như Lộc ở Dần thì Đà ở Sửu, Lộc ở Mão thì Đà ở Dần v.v... *(chú 3).*

Đà La là một thần sát đặc thù của khoa Tử Vi, chưa thấy khoa nào khác xử dụng.

THIÊN PHÚC: Âm dương có tính bổ khuyết, nên khi gặp hành khắc ta nhưng khác tính âm dương với ta không nhất thiết là xấu, mà có khi là cái phúc của ta đó. Bởi vậy đặt ra sao Thiên Phúc, an ở vị trí khắc năm sinh về ngũ hành, nhưng trái lý âm dương với năm sinh. Từ đó suy ra:

Năm Giáp (dương mộc) an Thiên Phúc ở Dậu (âm kim), năm Ất (âm mộc) ở Thân (dương kim), năm Bính (dương hỏa) ở Tý (âm thủy), năm Đinh (âm hỏa) ở (Hợi), năm Mậu (dương thổ) ở Mão (âm mộc), năm Kỷ (âm thổ) ở Dần (dương mộc), năm Canh (dương kim) ở Ngọ (âm hỏa), năm Tân (âm kim) ở Tỵ (dương hỏa), năm Nhâm (dương thủy) ở Ngọ (âm thổ, mượn chỗ âm hỏa), năm Quý (âm thủy) ở Tỵ (dương thổ, mượn chỗ dương hỏa).

THIÊN ẤT QUÝ NHÂN (TAQN): Trong các khoa xem trọng ngũ hành như Tử Bình, sao này chỉ được gọi là Thiên Ất quý nhân, riêng khoa Tử Vi phân ra thành Thiên Khôi (dương, tức dương quý nhân) và Thiên Việt (âm, tức âm quý nhân).

Người ta thường an Thiên Ất theo bài thiệu sau đây:

"Giáp Mậu Canh ngưu dương

"Ất Kỷ thử hầu hương

"Bính Đinh chư kê vị

"Nhâm Quý thố xà tàng

"Lục Tân phùng hổ mã

"Thử thị quý nhân hương.

Chữ "lục" trong bài thiệu trên đây dựa trên sự thật là mỗi can đều có 6 chi liên hệ; như Tân gồm Tân Sửu, Tân Mão, Tân Tỵ, Tân Mùi, Tân Dậu, Tân Hợi; nhưng rõ ràng chỉ là tiếng đệm cho đủ chữ thành câu; độc giả chẳng cần chú ý.

Vì Ngưu=Sửu, Dương=Mùi, thử=Tý, hầu=Thân, chư=Hợi, kê=Dậu, thố=Mão, xà=Tỵ, hổ=Dần, Mã=Ngọ, bài thiệu trên đây nói Giáp Mậu Canh TAQN an ở Sửu Mùi, Ất Kỷ ở Tý Thân, Bính Đinh ở Hợi Dậu, Nhâm Quý ở Mão Tỵ, Tân ở Dần Ngọ.

Ông Tạ Phồn Trị (sách "Chu dịch dữ Tử Vi đầu số", tự xuất bản 1995, tự tái bản 1996, Đài Loan) thì cho rằng câu 2 phải thay "Ất Kỷ" bằng "Lục Ất", câu 5 thay "Lục Tân" bằng "Kỷ Tân"). Nghĩa là ông an can Kỷ giống can Tân, trong khi bài thiệu nói can Kỷ giống can Ất.

Lại có thuyết cho rằng Canh là "hổ mã" cũng khác với bài thiệu tiêu chuẩn nói trên.

Tóm lại cách an TAQN vẫn còn trong vòng bàn cãi. Riêng chủ trương của soạn giả được trình bày trong tập 2 bộ "Tử Vi hoàn toàn khoa học"; tiếc là lập luận đòi hỏi kiến thức chuyên môn liên hệ đến khoa Tử Vi nên xin phép không lập lại ở đây.

LƯU HÀ: Cách an sao này còn trong vòng tranh luận chưa ngã ngũ
Theo quyển "Tử Vi đầu số tân biên" của ông Vân Đằng Thái Thứ Lang, các vị trí của Lưu Hà là:
Giáp Ất ở Dậu Tuất (nghịch lý âm dương)
Bính Đinh ở Mùi Thìn (nghịch lý âm dương)
Mậu Kỷ ở Tỵ Ngọ (nghịch lý âm dương)
Canh Tân ở Thân Mão (thuận lý âm dương)
Nhâm Quý ở Hợi Dần (nghịch lý âm dương)
So với các an tiêu chuẩn trong các sách ngũ hành thần sát (không phải khoa tử vi) thì cách an của ông VĐTTL có hai khác biệt là Đinh ở Thân (thay vì Thìn), Canh ở Thìn (thay vì Thân).

Cái lý về cách an Lưu Hà của ông Thiên Lương đã được ông viết ra rất rõ ràng trong quyển "Tử Vi nghiệm lý". Ông cho rằng tất cả mọi can đều phải nghịch lý âm dương.

TỴ	NGỌ	MÙI Thiên Ất quý nhân	THÂN
THÌN			DẬU Thiên Phúc Lưu Hà
MÃO Kình Dương			TUẤT
DẦN Thiên Lộc	SỬU Đà La Thiên Ất quý nhân	TÝ	HỢI

Hình 2: Vị trí một số thần sát quan trọng của năm Giáp

Chú ý rằng theo cách an Lưu Hà của ông VĐTTL cũng như phép tính thần sát truyền thống thì Canh Tân là hai can duy nhất thuận lý âm dương.

Ông Thiên Lương cho là như thế không hợp lý -vì khác lý âm dương so với 8 can còn lại- vì thế ông cho Canh ở Mão, Tân ở Thìn cho 10 can đều nghịch lý âm dương như nhau.

Cách an Lưu Hà của cụ Thiên Lương chỉ khác cách an tiêu chuẩn của các sách ngũ hành thần sát (không phải sách tử vi) ở hai can Canh, Tân; và khác ở chỗ là đảo ngược hai vị trí Mão Thìn.

Vậy thì đáp án ở đâu? Theo ông Bạch Thủy Thanh Tùng viết trong "Mệnh lý sách ẩn" (1937, chữ Hán) thì sao Lưu Hà rốt ráo là ảnh hưởng bậc hai của hai sao Lộc Tồn và Kình Dương. Vì ảnh hưởng của Kình Dương mà Lưu Hà là hung tinh, thường gây tai họa; nhưng vì ảnh hưởng của Lộc Tồn mà gặp hoàn cảnh đúng vẫn có thể là dấu hiệu của hội rồng mây, thăng tiến công danh.

Soạn giả đồng ý đây là mấu chốt dẫn đến cách an Lưu Hà và đã trình bày quan điểm của mình trong tập 2 bộ "Tử Vi hoàn toàn khoa học", tiếc là lập luận đòi hỏi kiến thức chuyên môn liên hệ đến khoa Tử Vi nên xin phép không lập lại ở đây.

San José 8 tháng 7, 2005
Đằng Sơn

CHÚ THÍCH

1) Xem bài "Đầu số, Tử Bình đại phê phán" (phỏng dịch "Phê bình hai khoa Tử Vi và Tử Bình") của Nhật Nguyệt đạo nhân, trang 32-36, sách "Tử Vi đẩu số trưng nghiệm", nxb Vương Gia, Đài Loan, 1991. Bài phỏng dịch là một phần của bài "Tử Bình dưới mắt khoa học", xem chú 2 dưới đây.

2) Trong khoa Tử Bình thần sát không nhất thiết liên hệ đến năm. Lý do sẽ được trình bày trong bài "Tử Bình dưới mắt khoa học" trong phần các đề tài đặc biệt.

3) Không phải mọi người đều đồng ý với cách an này. Riêng trong khoa Tử Vi có đến vài trường phái an Kình Dương, Đà La khác nhau. Quý độc giả tò mò xin tìm đọc tập 2 "Tử Vi hoàn toàn khoa học", cùng soạn giả.

Chương 16

Thuyết âm dương I
Nền tảng vật lý của thuyết Âm Dương

Sự khiếm khuyết của khoa học hiện đại

Khoa học hiện đại là kết quả chắp vá của hai thuyết hoàn toàn mâu thuẫn nhau. Ở một cực đoan là vật lý cổ điển (classical physics) bao gồm cả hai thuyết tương đối của Einstein, theo đó tất cả mọi hiện tượng đều là những kết quả không thể dời đổi được. Ở cực đoan kia là thuyết động lý lượng tử (quantum mechanics), theo đó mọi hiện tượng đều là kết quả của xác xuất.

Vì mâu thuẫn nhau như vậy, hiển nhiên là tối thiểu một trong hai thuyết phải sai lầm hoặc khiếm khuyết.

Thuyết vật lý bốn chiều

Trong phạm vi của loạt bài này, ta chỉ cần biết một cách khái quát diễn trình của hai quan niệm thời gian và không gian trong lịch sử khoa học. Hậu bán thế kỷ 17, Newton cho rằng không gian và thời gian là hai thực thể hoàn toàn độc lập. Nhưng đến đầu thế kỷ 20 ông Minkowski, dựa theo thuyết tương đối của Einstein, lập luận rằng thời gian và không gian phải có liên hệ mật thiết với nhau. Nói rõ ràng hơn, theo thuyết tương đối của Einstein, nhóm "ict" (với i đại diện số ảo, c vận tốc ánh sáng, và t thời gian) phải được coi tương đương với một chiều của thời gian.

Thuyết Einstein dẫn đến "vật lý bốn chiều": Ba chiều x, y, z mà mọi sinh viên đại học đều quen thuộc, và chiều tương đương (ict). Như vậy không gian và thời gian đã được Einstein thống nhất, tạo thành một thực thể duy nhất gọi là "biển thời không" (spacetime continuum).

Sự khiếm khuyết của thuyết thời không của Einstein

Mặc dù chống đối nhau, cả hai thuyết vật lý cổ điển và động lý lượng tử đều được đặt trên nền tảng là thuyết "vật lý bốn chiều" của Einstein. Nhưng thuyết vật lý bốn chiều có một vấn đề to lớn. Nếu thời gian tương đương với không gian như Einstein đã diễn tả, thì vì ta có thể di chuyển trong không gian, ta cũng phải có thể di chuyển trong thời gian (đi lùi về quá khứ hoặc đi đến tương lai). Chúng ta sẽ không đi vào chi tiết, chỉ cần biết rằng chuyện vượt thời gian tạo ra rất nhiều nghịch lý.

Trong khi nhiều người ưa chuộng khoa học, và ngay cả một số khoa học gia, tin tưởng là chuyện vượt thời gian mặc dù nghịch lý vẫn có thể xảy ra, chúng ta sẽ nhìn vấn đề một cách giản dị hơn (mặc dù cách nhìn giản dị đã bị nhiều khoa học gia lên án là không đáng tin cậy). Cách nhìn giản dị cho chúng ta biết rằng một thuyết đã từng thành công không thể nào hoàn toàn sai lầm, nhưng vẫn có thể khiếm khuyết. Chúng ta đặt câu hỏi: "Có thể nào thuyết vật lý bốn chiều của Einstein vẫn còn khiếm khuyết hay không?"

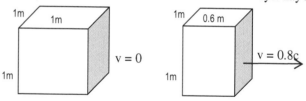

Hình 1: Chuyển động (v khác zéro) khiến ba chiều không gian trở thành bất tương đương. Ở đây vận tốc bằng 80% ánh sáng khiến một cạnh của khối vuông thun lại từ 1 mét xuống 0.6 mét, trong khi hai cạnh kia vẫn giữ nguyên 1 mét.

Lạ kỳ làm sao, câu trả lời đã nằm sẵn ngay trong thuyết Biệt Tương Đối (Special Relativity) của Einstein. Lấy một thí dụ, thuyết Biệt Tương Đối tiên đoán rằng, nếu một khối vuông mỗi chiều đo 1 mét chuyển động với vận tốc bằng 80% vận tốc ánh sáng, thì chiều song song với chiều chuyển động sẽ chỉ còn đo được 0.6m, trong khi đó hai chiều thẳng góc với chuyển động vẫn giữ nguyên 1 mét. Vì chiều dài là độ đo lường của không gian, và vì chúng ta có quyền chọn chiều chuyển động là một chiều của không gian; hiển nhiên là khi có chuyển động (vận tốc chuyển động khác zéro), ba chiều không gian sẽ không thể nào tương đương nhau.

Vì tất cả mọi hiện hữu đều có thể thu xuống thế giới vi vật chất (âm điện tử, dương tử, trung hòa tử, quang tử, v.v...) và các thành phần của thế giới vi vật chất không bao giờ ngừng chuyển động; ta kết luận rằng ba chiều của không gian không bao giờ tương đương nhau.

Mặc dù sự bất tương đương của không gian là một kết quả trực tiếp của thuyết tương đối, không hiểu tại sao sự kiện này hoàn toàn bị lãng quên trong thuyết vật lý bốn chiều. Chúng ta đi đến một kết luận hiển nhiên: Thuyết vật lý bốn chiều của Einstein là một thuyết khoa học còn khiếm khuyết.

Soạn giả cho rằng sự khiếm khuyết của vật lý bốn chiều chính là lý do khiến thuyết này dẫn đến nghịch lý vượt thời gian. Tiếc rằng đề tài vượt thời gian nằm ngoài phạm vi của sách này. Xin các độc giả tò mò chờ đọc quyển "Nền tảng khoa học của không gian, thời gian, và hiện hữu" ("The Science of Space Time and Existence") hy vọng sẽ hoàn thành trong một ngày gần đây.

Tính hỗ tương của không gian và thời gian

Ta có thể chứng minh rằng thời gian t và chiều chuyển động z là hai yếu tố hỗ tương trong sự hiện hữu của một vi vật thể như quang tử (photon) hoặc âm điện tử (electron) và có thể phối hợp theo phương pháp hình học bằng một hình tròn do đầu một mũi tên xoay vẽ thành (xem phụ lục[2]). Rõ ràng hơn, hai bộ phận t và z của sự hiện hữu biến đổi tương đương nhau (cùng tăng hoặc cùng giảm). Nhờ đó ta chỉ cần khảo sát một bộ phận là biết hết cả hai. Vì sự hiện hữu thường được gắn liền với thời gian, chúng ta sẽ chọn bộ phận thời gian.

Như được trình bày trong phần phụ lục[1], bộ phận thời gian của hiện hữu, mà ta sẽ gọi là ET, là một chuỗi liên tục của tăng và giảm. Bằng ngôn ngữ toán học, ta nói ET là một hàm số tuần hoàn. Lấy zero làm chuẩn, sẽ có lúc ET có trị số dương, và có lúc nó có trị số âm.

Cần nhấn mạnh rằng quan điểm vừa trình bày chỉ có giá trị thực tiễn khi ta khảo sát một tập hợp của thật nhiều vi thể, vì nếu chỉ xét một vi thể ta không thể nào đoán ET sẽ âm hay dương. Điểm này đã được trình bày một cách chi tiết trong một quyển sách Anh ngữ của cùng soạn giả đã xuất bản "Lý cân xứng và ngày tàn của khoa xác xuất" ("Symmetry and the End of Probability", Last Science Publishing, 2003). Những độc giả chưa đọc quyển sách vừa dẫn vẫn có thể thấy rõ vấn đề qua thí dụ giản dị sau đây. Khi một em bé ba tuổi thảy một đồng tiền có hai mặt tương đương nhau, ta có thể đoán chắc là sau thật nhiều lần thảy số lần xấp và lần ngửa sẽ gần bằng nhau, nhưng ta không thể đoán đồng tiền sẽ lên ngửa hoặc xấp trong lần thảy tới. Trị số âm và dương của E_T cũng như hai mặt xấp ngửa của đồng tiền vừa kể.

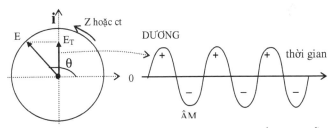

Hình 2: Bộ phận thời gian của sự hiện hữu có thể được diễn tả bằng một hình tròn được vẽ bởi đầu nhọn của một mũi tên xoay quanh chuôi của nó. Khi hình chiếu của mũi tên trên đường thẳng đứng tăng độ dài với thời gian ta có sự hiện hữu dương. Ngược lại ta có sự hiện hữu âm.

Âm Dương là một thuyết phức giản

Phần này đòi hỏi kiến thức về định lý Giới Hạn Trung Tâm (Central Limit Theorem) của khoa thống kê. Các độc giả không quen thuộc với định lý này có hai chọn lựa: Hoặc tin là soạn giả không bịa đặt, hoặc tìm đọc định lý giới hạn trung tâm trong các sách xác suất và thống kê.

Một quan điểm nóng hổi của khoa học khi sách này được viết là thuyết phức giản (complexity). Nói một cách ngắn gọn, phức giản là thứ tự có thể xảy ra khi ta phối hợp thật nhiều đơn vị bất định.

Xét lại ý nghĩa của E_T, mỗi vi thể là một đơn vị bất định (không thể đoán E_T dương hay âm). Nhưng vi thể ít khi hiện hữu độc lập, mà thường phối hợp với nhau thành những đơn vị phức tạp hơn, như nguyên tử, phân tử, hợp chất v.v..., mà ta sẽ gọi chung là các "nhóm". Nhóm lại có thể thu nhận thêm vi thể, hoặc phối hợp với một hoặc nhiều nhóm khác để trở thành các đơn vị phức tạp hơn nữa. Nếu sự kết hợp tiếp tục mãi, đến một lúc nào đó điều kiện của định lý "Giới hạn trung tâm" sẽ được thỏa, và ta có một sự hiện hữu mới, gọi là "tổng thể". Trong phạm vi của sách này, ta chỉ cần biết rằng "tổng thể" là một ứng dụng lý tưởng của định lý Giới Hạn Trung Tâm, theo đó tính phân bố của trị số trung bình của nhiều yếu tố bất định lại có tính cố định, với đường biểu diễn có hình giống như cái chuông lật úp.

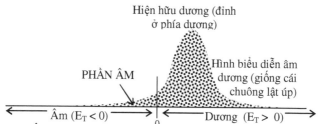

Hình 3: Âm và dương là hai tính tương phản của một tổng thể bao gồm nhiều trị số. Ở đây mỗi điểm dưới đường biểu diễn hình chuông lật úp đại diện một hiện tượng. Mặc dù đa số các hiện tượng có tính dương, vẫn có một số mang tính âm.

Khi chúng ta nói một tổng thể có tính dương, chúng ta muốn nói rằng trị số trung bình của tổng thể ấy có tính dương (như trong hình vẽ). Như vậy một tổng thể dương có thể một lúc nào đó mang tính âm, và ngược lại.

Vì hầu hết các trường hợp có thể xảy ra đều tập trung gần trị số trung bình của tổng thể, nếu trị số trung bình âm ta nói tổng thể là một hiện hữu âm. Trái lại, nếu trị số trung bình dương ta nói tổng thể là một hiện hữu dương. Đây là nguồn gốc vật lý của hai yếu tố âm dương.

Vì sự hiện hữu của tổng thể là một thứ tự được tạo thành bởi nhiều phần tử bất định, tổng thể chính là một thí dụ của "phức giản". Như vậy, âm và dương là hai mặt của một phức giản, và thuyết âm dương là một thuyết phức giản.

Tính tạm thời của âm và dương

Để có một khái niệm rõ ràng hơn về sự phân biệt âm dương, ta xét thí dụ sau đây:

Âm = bệnh tật

Dương = khỏe mạnh

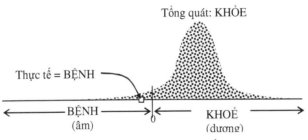

Hình 4: Một người khỏe mạnh phải được hiểu là một người ít khi bệnh tật, không phải là một người chẳng bao giờ bệnh tật. Tuy thế, nếu một người "khỏe mạnh" bị bệnh (mũi tên trong hình), người ấy dễ hồi phục hơn một người "bệnh tật", vì hầu hết mọi hiện tượng sức khỏe của một người "khỏe mạnh" đều nằm trong vùng "khỏe mạnh", trong khi người "bệnh tật" thì ngược lại.

Ta hãy tưởng tượng đường biểu diễn hình chuông úp (hình 4) đại biểu sức khỏe của một thanh niên 20 tuổi. Vì trị số trung bình (đỉnh hình chuông) ở trong vùng "khỏe mạnh", ta nói thanh niên ấy là người khỏe mạnh theo đúng tiêu chuẩn y khoa. Nếu chúng ta giới hạn sự khảo sát trong một thời gian ngắn không có diễn biến đáng kể thì tình trạng sức khỏe của thanh niên ấy không đổi. Thế nhưng trong thời gian ngắn này, mặc dù được coi là "khỏe mạnh", anh thanh niên vẫn có thể gặp lúc "bịnh tật" (trúng gió độc chẳng hạn). Hiện tượng này xảy ra được vì đường biểu diễn sức khỏe của anh có một khoảng (nhỏ) nằm trong vùng "bệnh tật".

Vì anh thanh niên nói chung là người "khỏe mạnh", khi anh ngã bệnh ta có thể đoán gần như chắc chắn là anh sẽ hồi phục. Ta kết luận được như vậy là vì chỉ có một khoảng nhỏ trong đường biểu diễn sức khỏe của anh nằm trong khu "bệnh tật".

Từ thí dụ này ta thấy rằng âm dương chỉ là trạng thái tạm thời; và âm có thể biến thành dương hoặc ngược lại. Do đó, một tổng thể đã dương rất nhiều lần trong quá khứ vẫn có thể âm trong lần sắp tới.

Lịch sử thế giới ghi lại rất nhiều những kẻ không hề tỏ trước một dấu hiệu tàn bạo nào, bỗng dưng làm những việc ác độc đến độ ma quỷ nếu hiện lên chắc còn phải kinh sợ. Lời giải thích sau-hiện-tượng là những người này "nổi điên", "mất tự chủ" vân vân... Về mặt này lời giải thích của thuyết âm dương khoa học hơn hẳn. Với mục đích dẫn chứng, ta sẽ dùng lại hình 4, nhưng bây giờ định nghĩa dương là "tâm trí khỏe mạnh" và âm là "tâm trí bệnh hoạn". Từ hình 4 có thể thấy rằng một người "tâm trí khỏe mạnh" rất có thể, trong một số trường hợp nhỏ, trở thành "bệnh hoạn" về mặt tâm trí.

Vì vậy chuyện một kẻ "bình thường" bỗng dưng giết người vô tội chẳng phải là không thể xảy ra. Ngược lại, chuyện một kẻ tàn ác bỗng hy sinh mạng sống cứu một em bé từ một căn nhà cháy đỏ cũng không có gì là nghịch lý. Chính cái bất định như hai thí dụ này khiến cuộc đời vừa đáng chán vừa đầy hy vọng. Nó bắt buộc ta không giả sử một điều gì cả. Đồng thời, nó cho ta quyền tin tưởng rằng lương tâm có lẽ vẫn chưa chết hẳn trong những trái tim chứa đầy tội ác.

Vấn nạn thời gian trong sự hiện hữu của tổng thể

Cơ thể con người là một thí dụ của tổng thể. Tổng thể là tổng hợp của nhiều vi thể như âm điện tử, dương điện tử, trung hòa tử, trung tính tử vân vân...

Vậy tại sao các vi thể cứ tiếp tục "sống" trong khi cơ thể của chúng ta, và nhiều tổng thể khác, lại không thể thoát qua cái chết? Câu hỏi này là "vấn nạn thời gian", một vấn nạn vô cùng to lớn của khoa vật lý (thời gian dường như chỉ ảnh hưởng đến các tổng thể, mà lãng quên các vi vật thể.)

A (3 đơn vị)   **B (5 đơn vị)**   **C (4 đơn vị)**   **D (2 đơn vị)**

Hình 5: Trong thí dụ đơn giản này điều kiện hiện hữu là "phải có tối thiểu 3 đơn vị trong hình vuông". Các trường hợp A (3 đơn vị), B (5 đơn vị), C (4 đơn vị) đều là các trường hợp hiện hữu (với tính âm dương khác nhau). Trường hợp C, vì chỉ có 2 đơn vị trong hình vuông, là một trường hợp của không hiện hữu.

Vấn nạn thời gian được giải quyết dễ dàng bằng thuyết âm dương. Tổng thể là những phức giản, hiện hữu chỉ vì vũ trụ tuân theo luật trung bình (còn gọi là luật bù trừ) của định lý Giới Hạn Trung Tâm. Luật trung bình của Giới Hạn Trung Tâm đòi hỏi những thành phần bất định (tạo thành tổng thể) phải thỏa một số điều kiện. Ngay cả trường hợp các điều kiện của luật trung bình khá lỏng lẻo đi nữa, chúng vẫn là đòi hỏi mà các thành phần bất định phải thỏa để được coi chung là một "hệ thống", tức là tổng thể. Khi các điều kiện này không được thỏa, tính hệ thống không còn, thì tổng thể chẳng thể nào hiện hữu được nữa (mặc dù các thành phần vẫn tiếp tục hiện hữu).

Hình 5 là một thí dụ giả tưởng để làm sáng tỏ vấn đề. Ở đây ta giả sử phép trung bình đòi hỏi phải có tối thiểu ba đơn vị trong hình vuông. Trường hợp A (3 đơn vị), B (5 đơn vị), C (4 đơn vị) đều thỏa điều kiện này, và vì vậy là ba hoàn cảnh hiện hữu khác nhau. Nhưng trường hợp D không thể là một hoàn cảnh hiện hữu vì nó chỉ cho ta 2 đơn vị trong hình vuông.

Trở lại thí dụ của cơ thể con người. Nhịp tuần hoàn của máu phải nằm trong một khoảng nào đó. Khoảng này dĩ nhiên tùy cá nhân mà rộng hẹp khác nhau. Nếu nhịp tuần hoàn của máu ra ngoài khoảng cho phép, hoạt động bình thường của cơ thể sẽ ngừng lại, kéo xuống theo với nó phép trung bình của định lý Giới Hạn Trung Tâm, và kết quả là sự chết (xem thêm phụ lục IV ở cuối bài này).

Biểu tượng toán học của âm dương

Trước đây chúng ta đã chọn "Âm = ET có trị số âm" và "Dương = ET có trị số dương". Sự lựa chọn này có vẻ tùy hứng vì "trị số âm" và "trị số dương" chỉ là một cách chọn lựa bất kỳ, và nếu ta đảo ngược lại thì hoàn cảnh vẫn tương đương trên mặt toán học. Đồng thời, ta nhận xét rằng thời gian đã vô tình bị giả sử là luôn luôn biến chuyển theo chiều dương. Vì vậy, để tổng quát hơn, ta định nghĩa âm và dương như sau:

Âm   = ET biến chuyển ngược chiều thời gian.
Dương   = ET biến chuyển thuận chiều thời gian.

Vì hình tròn phải được xử dụng để biểu diễn tính hỗ tương của chiều thời gian t và chiều không gian z (xem phụ lục III ở cuối bài này), âm và dương phải được biểu diễn bằng những hình tròn bằng nhau. Ta có thể vẽ thêm mũi tên theo chiều kim đồng hồ cạnh hình tròn để biểu diễn dương, và mũi tên ngược chiều kim đồng hồ để biểu diễn âm. Một cách khác là dùng vòng tròn nhạt biểu diễn dương, vòng tròn đậm biểu diễn âm. Ta sẽ chọn cách thứ hai vì nó giản dị và dễ hình dung hơn cách thứ nhất.

Âm   Dương   Âm   Dương

Hình 3: Hai cách biểu diễn âm dương. Cách thứ hai (âm vòng tròn đậm, dương vòng tròn nhạt) được chọn vì giản dị và dễ hình dung hơn. Ký hiệu truyền thống của âm dương (vạch đứt và vạch liền) được vẽ ở dưới để tiện việc so sánh.

Tóm lại:

Vòng tròn nhạt (liên hệ tới sự tăng) được gọi là vòng tròn dương.

Vòng tròn đậm (liên hệ tới sự giảm) được gọi là vòng tròn âm.

Âm dương là thước đo của mọi đổi thay và hiện hữu

Vì chuyển động khiến chiều không gian z khác với hai chiều x và y, muốn ba chiều không gian tương đương nhau chỉ có cách duy nhất là đình chỉ mọi chuyển động. Nhưng chúng ta đã biết từ khoa tân vật lý là không có chuyển động thì không thể có hiện hữu. Vì chuyển động dẫn đến thay đổi, chúng ta đạt được kết quả thứ nhất của thuyết âm dương "Hiện hữu là thay đổi".

Thứ nữa, vì đổi thay không ngoài hai lẽ âm và dương, ta có kết quả thứ hai của thuyết âm dương: "Âm Dương là thước đo của mọi hiện hữu trong vũ trụ".

Âm dương là cái lý của cuộc đời

Tất cả chúng ta có lẽ đều quen thuộc với khoa luận lý so sánh, tức là khoa luận lý dựa trên các tương quan "lớn hơn", "nhỏ hơn", "bằng", vân vân... Nhờ luận lý so sánh mà ta hiểu tại sao hai tỷ số sau cùng 116-115 (suýt soát nhau) và 150-50 (cách biệt một trời một vực) đều cho một kết quả là đội bóng rổ thứ nhất thắng, đội thứ nhì thua. Chúng ta cũng hiểu tại sao đội bóng rổ B thắng cuộc tranh tài 7 trận sau đây, mặc dù tổng số điểm kém đội A:

Trận	Đội A	Đội B	Kết quả
1	100	50	A thắng
2	100	50	A thắng
3	100	50	A thắng
4	100	101	B thắng
5	100	101	B thắng
6	100	101	B thắng
7	100	101	B thắng
TỔNG KẾT	700	554	B thắng

Vấn đề của luận lý so sánh là nó cần thêm tối thiểu một điều kiện nữa mới có ý nghĩa. Thí dụ, đội bóng rổ được 116 điểm thắng đội được 115 điểm vì hai lý do:

1. Luận lý so sánh: 116 lớn hơn 115
2. Theo luật bóng rổ, đội nào nhiều điểm hơn thắng.

Cùng điểm như trên nhưng là kết quả của một trận golf thân hữu thì kết quả sẽ ngược lại, 115 sẽ thắng 116. Vì cần thêm điều kiện phụ thuộc, giá trị của luận lý so sánh bị giới hạn trầm trọng.

Sau này chúng ta sẽ thấy rằng thuyết âm dương cũng là một loại luận lý so sánh. Điểm khác biệt là thuyết âm dương không cần một điều kiện phụ thuộc nào cả. Vì lý do này, luận lý âm dương là một khí cụ hữu hiệu giúp chúng ta tìm hiểu nhiều hiện tượng phức tạp của đời sống hoàn toàn nằm ngoài tầm với của khoa học hiện đại.

Sự phù hợp tự nhiên giữa đời sống và thuyết âm dương

Một ưu điểm hết sức to lớn của thuyết âm dương là nó tự nhiên vốn đã phù hợp với thực tế của thiên nhiên cũng như của đời sống. Sau đây là vài thí dụ:

Hai phái chính của mọi loài động vật là cái và đực, phù hợp với âm và dương.

Suy luận của con người, kể cả phương pháp quyết định, mang nặng tính nhị nguyên nên tự nhiên phù hợp với thuyết âm dương. Ta có thể thấy rõ tính nhị nguyên này qua cách đặt tĩnh từ: Xấu và tốt, nghèo và giàu, thấp và cao, lạnh và nóng, vân vân...

184

Cần nhấn mạnh rằng sự phù hợp tự nhiên này hoàn toàn vắng bóng trong mọi thuyết khoa học hiện đại. Chẳng hạn, không một thuyết khoa học nào tiên đoán được là loài người có hai phái nam nữ. Sự phân biệt nam nữ do đó phải được thêm vào sau để khoa học khỏi sai lầm.

Như vậy, tối thiểu ở khởi điểm, thuyết âm dương vượt hẳn mọi thuyết khoa học khác mà loài người từng biết. Câu hỏi quan trọng là nó có đủ tính bao quát để đứng cạnh các thuyết lớn như động lý Newton hay không? Trong các chương tới ta sẽ thấy rằng nó quả có tính bao quát ấy.

Bắt đầu viết ở Minnesota tháng 4, 2002
Viết xong tháng 6, 2002
Sửa lại tại San José 18 tháng 2, 2004
Đằng Sơn

PHỤ LỤC I
Phê bình hai hệ suy luận khoa học hiện hành
(rằng cả hai cùng thiếu sót)

Khoa học hiện tại đặt trên hai hệ suy luận mâu thuẫn nhau. Ở một cực đoan là vật lý cổ điển (classical physics), chủ trương mọi hiện tượng vật chất đều có tính cố định (deterministic). Ở cực đoan kia là động lý lượng tử (quantum mechanics), chủ trương mọi hiện tượng đều có tính bất định (indeterminate).

Vì hai hệ suy luận này mâu thuẫn nhau, tối thiểu một trong hai phải sai lầm hoặc thiếu sót. Chúng ta sẽ lập luận rằng cả hai đều thiếu sót.

Muốn chứng minh một hệ suy luận còn thiếu sót ta chỉ cần đưa ra một trường hợp mà nó sai lầm hoặc mâu thuẫn. Ta sẽ chọn một đặc tính của ánh sáng gọi là "tính phân cực" (polarization). Nếu gọi z là chiều chuyển động của ánh sáng và x/y là mặt phẳng thẳng góc với chiều chuyển động, ta nói ánh sáng có tính phân cực vì ánh sáng có một hướng nằm trong mặt phẳng x/y mà ta sẽ gọi là "hướng phân cực" (polarization direction).

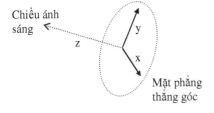

Hình 1a: Mặt phẳng thẳng góc với chiều chuyển động của ánh sáng được biểu diễn bằng hai chiều tương đương x và y. Chiều phân cực của ánh sáng nằm trong mặt phẳng x/y.

Tính phân cực của ánh sáng đã được khoa học nghiên cứu khá tỉ mỉ nhờ công năng của kính phân cực. Đặc điểm của kính phân cực là nó có một chiều gọi là chiều thoát xạ. Chỉ những tia sáng có hướng phân cực trùng với chiều thoát xạ là có thể đi xuyên qua kính phân cực. Những tia còn lại (có hướng phân cực không trùng với chiều thoát xa) sẽ bị kính phân cực hấp thụ và biến thành nhiệt năng.

Gọi θ_1 và θ_2 là chiều thoát xạ của hai kính phân cực 1 và 2 đặt song song nhau. Nếu chúng ta chiếu một chùm ánh sáng thẳng góc với kính 1, kết quả quá khứ cho biết rằng cường độ của chùm ánh sáng thoát qua kính 1 bằng phân nửa cường độ của chùm ánh sáng nguyên thủy. Gọi N_0 là số quang tử trong chùm ánh sáng nguyên thủy, N_1 và N_2 số quang tử thoát qua kính 1 và 2; ta có những kết quả sau đây nếu N_1 đủ lớn:

$$N_1 = N_0/2 \qquad\qquad (1a)$$
$$N_2 = N_1 \cos^2(\theta_2 - \theta_1) \qquad\qquad (2a)$$

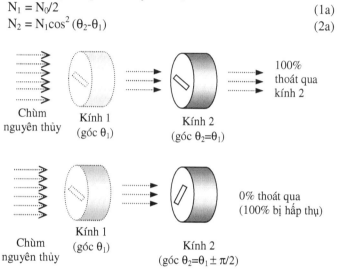

Hình 2a: Thí nghiệm với kính phân cực xác nhận ánh sáng có một chiều hiện hữu trong mặt phẳng x/y thẳng góc với chiều chuyển động. Nếu kính 2 có cùng hướng thoát xạ với kính 1, mọi quang tử thoát qua kính 1 sẽ thoát qua kính 2. Trái lại, nếu hướng thoát xạ của kính 2 thẳng góc với hướng thoát xạ của kính 1, mọi quang tử thoát qua kính 1 đều bị kính 2 hấp thụ.

Khi chiều thoát xạ của hai kính phân cực không y hệt nhau và không thẳng góc với nhau ($\theta_2 \neq \theta_1$ và $\theta_2 \neq \theta_1) \pm \pi$), kinh nghiệm cho thấy ta có thể ước lượng số quang tử bằng phương trình (2a), nhưng không thể nhắm vào một quang tử A nào đó rồi tiên đoán là A sẽ thoát qua kính phân cực hay là sẽ bị nó hấp thụ. Những người theo vật lý cổ điển sẽ lập luận rằng khi thí nghiệm của chúng ta đạt đủ độ chính xác ở một ngày xa xôi nào đó ở tương lai thì sẽ tiên đoán được kết quả của từng quang tử một. Nhưng lập luận này rất gượng ép vì thí nghiệm phân cực như đã trình bày giản dị quá, muốn cải tiến thì cải tiến làm sao? Thành thử, vì không thể tiên đoán mỗi quang tử sẽ phản ứng ra sao trong thí nghiệm phân cực, ta kết luận tiền đề "vạn vật cố định" của vật lý cổ điển còn thiếu sót.

Mặt khác, cũng theo phương trình (2a), nếu hai kính phân cực có cùng hướng thoát xạ (nghĩa là ($\theta_2=\theta_1$)), mọi quang tử thoát qua kính 1 cũng sẽ thoát qua kính 2, bởi vì:

$$N_2= N_1\cos^2 0= N1\times1= N1 \qquad\qquad (3a)$$

Và nếu hai kính này thẳng góc với nhau (nghĩa là $\theta_2=\theta_1\pm\pi/2$), tất cả mọi quang tử thoát qua kính 1 sẽ bị kính 2 hấp thụ, bởi vì:

$$N_2= N_1\cos^2(\pi/2)= N1\times0 = 0 \qquad\qquad (4a)$$

Tính tuyệt đối của phương trình (3a) và (4a) mâu thuẫn lại quan điểm của động lý lượng tử, theo đó mọi hiện tượng đều có tính bất định.

Do đó chúng ta buộc lòng kết luận rằng hai hệ suy luận "tuyệt đối xác định" và "tuyệt đối bất xác định" đều thiếu sót.

PHỤ LỤC II
Tính thiếu sót của thuyết không gian bốn chiều của Einstein

Khi sách này được viết, thuyết không gian bốn chiều của Einstein được coi là tiêu chuẩn của khoa vật lý. Theo thuyết không gian bốn chiều, thời gian có tính chất của một chiều không gian đặc biệt, vì vậy không thể tách khỏi ba chiều của không gian. Thuyết không gian bốn chiều là một hệ luận tự nhiên của thuyết tương đối của Einstein, nhưng nó dẫn đến một hệ quả rất khó chấp nhận, rằng người ta có thể di chuyển trong chiều thời gian.

Einstein xác nhận thời gian và không gian phải có liên hệ với nhau, nhưng ông vẫn theo truyền thống khi giả sử rằng ba chiều không gian hoàn toàn tương đương nhau. Ta sẽ xử dụng chính thuyết tương đối để đả phá giả sử có vẻ hiển nhiên này.

Gọi trị số không gian và thời gian đo được trong hai hệ thống trục khác nhau là (x, y, z, t) và (x', y', z', t'). Thuyết biệt tương đối (special relativity) cho ta:

$$x' = x \qquad\qquad\qquad (5a)$$
$$y' = z \qquad\qquad\qquad (6a)$$
$$z' = (z-vt)/[1-v^2/c^2]^{1/2} \qquad\qquad (7a)$$
$$t' = [t-vz/c^2]/[1-v^2/c^2]^{1/2} \qquad\qquad (8a)$$

Có thể thấy từ (5a), (6a), và (7a) rằng hai chiều x' và y' trong mặt phẳng thẳng góc với chiều chuyển động tương đương nhau, nhưng khác với chiều chuyển động z'.

Ngoài ra, từ (7a) và (8a), có thể thấy chiều thời gian t' bị nối kết với chiều chuyển động z' qua vận tốc v. Muốn x', y', z' hoàn toàn tương đương và muốn tách thời gian ra khỏi không gian chỉ có một cách là hoàn toàn không chuyển động (v=0). Nhưng từ tân vật lý ta biết trạng thái tuyệt đối không chuyển động không thể nào xảy ra được. Nói cách khác, không thể nào v=0. Như vậy trong thực tế chiều chuyển động luôn luôn bị nối kết với chiều thời gian, và vì vậy khác với hai chiều còn lại.

PHỤ LỤC III
Sự nối kết giữa không gian và thời gian

Chúng ta sẽ chọn quang tử làm đối tượng khảo sát vì quang tử không có khối lượng, nhờ đó việc khảo sát được giản dị hóa rất nhiều. Việc khảo sát các thực thể có khối lượng như âm điện tử electron, dương điện tử proton, trung hòa tử neutron, trung tính tử neutrino v.v... phức tạp hơn nên phải chờ một cơ hội khác. Tuy nhiên, chỉ cần điều chỉnh phù hợp thì lập luận sau đây vẫn áp dụng được cho các thực thể có khối lượng.

Giả sử ta đo thật nhiều đoạn thẳng với một cái thước có độ chính xác là 1mm và chọn ra các đoạn thẳng đo được cùng chiều dài 1000mm. Nếu cách thức đo đạc của ta cẩn thận, ta biết rằng các chiều dài này phải phân phối đồng đều trong khoảng 999.5mm và 1000.5mm (xem hình phía trên bên trái của 3a).

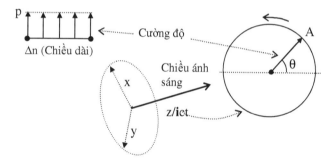

Hình 3a: Tỷ lệ dài hạn (trung bình) của hai chiều dài là một số thuần túy, nhưng tỷ lệ dài hạn khi ta lập lại một thí nghiệm quang tử nhiều lần là một hàm số của thời gian và không gian, nên phải biểu diễn bằng một bán kính liên tục xoay chuyển tạo thành một hình tròn. Hình tròn này phản ánh tính tương đương giữa chiều không gian z và chiều thời gian ict.

Khai triển lý luận này sang trường hợp quang tử, ta đoán các quang tử được phân bố đều đặn trên chiều di động của ánh sáng z. Để xem lời đoán này có đúng không ta đặt ra một thí nghiệm tưởng tượng. Trong thí nghiệm này chúng ta đặt một tấm phim ở khoảng cách D từ một bóng đèn. Chúng ta sẽ hướng bóng đèn này về phía tấm phim, bật nó lên ở thời điểm t=0 và tắt nó đi ở thời điểm $t=t_1$. Kết quả là trên tấm phim có N điểm sáng. Đổi khoảng cách D nhưng giữ t_1 cố định, chúng ta được một tập phim. Tập phim này giúp chúng ta xác định số điểm sáng N như một hàm số của D. Quý độc giả có thể đoán được rằng số N của mỗi tấm phim sẽ gần như y hệt nhau. Kết quả này xác nhận rằng số quang tử không biến đổi trên chiều chuyển động của ánh sáng.

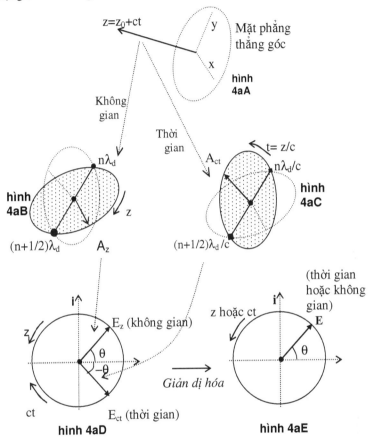

Hình 4a: Kết quả dài hạn của nhiều thí nghiệm quang tử là một hàm số của hai yếu tố thời gian và không gian. Vì chiều chuyển động z của không gian và chiều thời gian ict tương đương nhau (hình 4aD) ta có thể giản dị hóa bằng cách biểu diễn một chiều mà thôi (hình 4aE).

Nhưng có một khác biệt quan trọng giữa việc khảo sát chiều dài và việc khảo sát quang tử. Ta có thể đo chiều dài chính xác hơn bằng cách chọn một thước đo chính xác hơn, nhưng độ dài sóng λ_d là một đặc tính của quang tử nên nằm ngoài quyền chọn lựa của ta. Chúng ta sẽ không bàn lý do tại sao ánh sáng có nhiều độ dài sóng khác nhau, nhưng rõ ràng là hoàn cảnh ở z và z+ λ_d phải giống nhau. Nghĩa là, ngoài việc có một cường độ A đồng nhất, tập hợp quang tử phải có thêm một đặc tính tuần hoàn (lập lại y hệt) với chu kỳ (không gian) là λ_d. Do đòi hỏi của luật đối xứng, thực thể hình học duy nhất thỏa điều kiện này là một mũi tên một đầu cố định, đầu kia xoay với vận tốc đều sao cho mỗi chu kỳ ứng với một chu kỳ λ_d.

Nhắc lại chiều không gian z liên hệ với thời gian qua hệ thức:

$$z = z_0 + ct \qquad\qquad\qquad\qquad (9a)$$

Với z_0 là giá trị của z ở thời điểm t=0. Như vậy, trên chiều chuyển động, không gian và thời gian liên hệ bởi:

$$\Delta z = c\Delta t \qquad\qquad\qquad\qquad (10a)$$

Vì $\Delta z = \lambda_d$ ta có $\Delta t = (\Delta z)/c = \lambda_d/c$

Như vậy không gian cũng có một cường độ biến đổi y hệt như cường độ thời gian. Ta nói cường độ không gian và cường độ thời gian hoàn toàn đồng đẳng. Ta có thể biểu diễn không gian trong một mặt phẳng thẳng góc với thời gian (hình 4aB và 4aC); nhưng vì không gian và thời gian hoàn toàn đồng đẳng, ta có thể đơn giản hóa như trong hình 4aD, theo đó không gian z và thời gian ct là hai chiều đi ngược nhau. Thực ra, ta chỉ cần biểu diễn hoặc không gian hoặc thời gian, với sự hiểu biết rằng cách biểu diễn này chỉ cho ta phân nửa hình ảnh toàn bộ (hình 4aE).

Phụ Lục IV
Định lý giới hạn trung tâm và sự hiện hữu của các tổng thể

Định lý Giới Hạn Trung Tâm đã được bàn chi tiết trong hai quyển sách cùng soạn giả đã xuất bản "The End of Probability and the New Meaning of Quantum Physics" (Ngày tàn của khoa xác xuất và ý nghĩa mới của vật lý lượng tử, 2002, Infinity Publishing) và "Symmetry and the End of Probability" (Luật cân xứng và ngày tàn của khoa xác xuất, 2003, Last Science Publishing). Trong phạm vi thuyết âm dương, ta chỉ cần biết như sau:

"Cho một phân bố A bất kỳ. Nếu phân bố B được thành lập bằng cách lấy N thực thể từ phân bố A, và nếu N là một số đủ lớn, phân bố B sẽ tiến đến trạng thái của một "phân bố Bình Thường", với giá trị trung bình y hệt như phân bố A".

"Phân bố Bình Thường" cũng được gọi là phân bố Gauss (để vinh danh nhà đại toán học Đức Karl Gauss). Vì đường biểu diễn của phân bố bình thường có dạng một cái chuông, ta thường gọi đường biểu diễn này là "đường hình chuông".

Điểm huyền diệu là bất kể phân bố nguyên thủy lộn xộn như thế nào, phân bố sau cùng vẫn cho ta một hình chuông, tức là một thực thể có thứ tự. Nhưng một thực thể có thứ tự là gì? Xin thưa là một tổng thể.

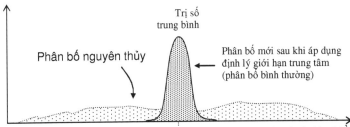

Hình 5a: Định lý giới hạn trung tâm là một trong vài định lý nhiều mỹ thuật tính nhất của toán học. Bất luận phân bố nguyên thủy ra sao, nếu nhóm đơn vị N đủ lớn, phân bố sau cùng sẽ có hình một cái chuông lật úp. Tức là từ hỗn độn ta có thứ tự. Định lý giới hạn trung tâm giúp ta giải quyết "vấn nạn thời gian" của vật lý.

Vì hình chuông là kết quả của một diễn hóa trung bình, và mọi diễn hóa trung bình đều có thể khác nhau, mỗi diễn hóa trung bình có một hỗn độ khác nhau. Hỗn độ càng cao, nhóm đơn vị N phải càng lớn, bằng không phân bố hình chuông không thể thành hình; nghĩa là tổng thể không thể hiện hữu.

Như vậy ta đã tìm ra lời giải cho "vấn nạn thời gian": Vì diễn hóa giới hạn trung tâm đòi hỏi một số điều kiện, diễn hóa này có thể thất bại. Khi diễn hóa giới hạn trung tâm thất bại, tổng thể sẽ không còn hiện hữu được nữa.

191

Chương 17: Thuyết âm dương II

Từ tứ tượng, tứ nguyên, ngũ hành, đến bát quái

Âm dương, theo định nghĩa của chương trước, là liên hệ hỗ tương giữa chiều thời gian và chiều chuyển động của không gian. Chúng ta vẫn chưa kể tới:

1. Hai chiều không gian trong mặt phẳng thẳng góc với chiều chuyển động.
2. Độ lâu (của chiều thời gian), vì nếu không có độ lâu (độ lâu = 0) thì, theo nghĩa bình thường, chưa thể kể là có sự hiện hữu.

Tạm không kể yếu tố thứ nhất, nghĩa là tạm bỏ không gian, ta chỉ còn lại luật âm dương của thời gian, tức là luật âm dương đúng cho mọi không gian. Phương pháp này cho ta bốn thực thể gọi là "tứ tượng". Ta sẽ bàn về tứ tượng một cách vắn tắt.

Tạm không kể yếu tố thứ hai, tức là tạm bỏ thời gian, ta chỉ còn lại luật âm dương của không gian, tức là luật âm dương đúng cho mọi thời gian. Phương pháp này cho ta bốn thực thể gọi là "tứ nguyên". Ta cũng sẽ chỉ bàn về tứ nguyên một cách vắn tắt.

Đặc biệt, chúng ta sẽ khám phá ra một kết quả vô cùng quan trọng, rằng trên nền tảng khoa học thì thuyết ngũ hành không gì khác hơn là một mô hình gần đúng của thuyết âm dương.

Lý âm dương của thời gian và diễn trình Tứ Tượng

Mỗi vòng tròn âm dương đại biểu một độ sai (so với zero) ở một thời điểm, nghĩa là độ lâu (thời gian) của mỗi vòng tròn là zero. Vì sự hiện hữu với độ lâu = 0 hoàn toàn vô nghĩa, một vòng tròn không đủ diễn tả sự hiện hữu.

Vì mỗi vòng tròn đại biểu một thời điểm khác nhau, hai vòng tròn tiếp xúc là biểu tượng hợp lý của hiện hữu. Nhìn một cách toán học hơn, mỗi vòng tròn đại diện một điểm trong chiều thời gian, vì ta cần hai điểm để định một chiều (chiều thời gian), ta đương nhiên cần hai vòng tròn.

Với hai vòng tròn, ta được bốn thực thể mà ta sẽ gọi là Thiếu Dương, Thái Dương, Thiếu Âm, Thái Âm.

Mô hình toán học của Thái Dương (hai vạch liền) và Thái Âm (hai vạch đứt) khá hiển nhiên nên không cần bàn thêm. "Thiếu Dương" có nghĩa yếu tố dương còn mới, "Thiếu Âm" thì ngược lại. Theo ký hiệu truyền thống của thuyết âm dương thì hào dưới hiện hữu trước hào trên. Vì thế ký hiệu đúng của Thiếu Dương là hào dương ở trên hào âm, ký hiệu đúng của Thiếu Âm ngược lại (xem hình 1).

Các độc giả quen thuộc với thuyết âm dương hẳn đã nhận ra rằng chúng ta vừa giải quyết một bất đồng lý thuyết hết sức quan trọng của giới nghiên cứu âm dương. Có khá nhiều chuyên gia cho rằng cách xếp hai hào của Thiếu Dương và Thiếu Âm phải ngược lại cách xếp mà chúng ta vừa giới thiệu. Trong "phần đọc thêm" của bài này quý độc giả sẽ thấy tại sao cách xếp của chúng ta hợp lý.

Mặc dù là một thí dụ giản dị, tứ tượng cho ta thấy cái uy lực to lớn của thuyết âm dương. Tăng không thể kéo dài mãi, cuối cùng phải biến thành giảm. Giảm không thể kéo dài mãi, cuối cùng phải biến thành tăng. (Giữa hai trạng thái tăng và giảm là trạng thái của "không hiện hữu". Vì chỉ khảo sát hiện hữu, ta không cần biết đến trạng thái ấy.)

Thử bắt đầu bằng Thái Dương. Thái Dương gồm hai vòng tròn dương xuất hiện ở hai thời điểm khác nhau. Vòng tròn xuất hiện đầu tiên đến một lúc phải biến thành âm, cho ta Thiếu Âm. Khi vòng tròn thứ hai biến thành âm thì Thiếu Âm đã trở thành Thái Âm. Rồi vòng tròn đầu tiên của Thái Âm sẽ biến thành dương, cho ta Thiếu Dương, và vòng thứ hai biến thành dương, cho ta Thái Dương. Cứ thế cái vòng tuần hoàn Thái Dương, Thiếu Âm, Thái Âm, Thiếu Dương lập lại mãi mãi không ngừng.

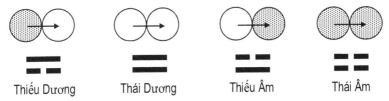

Thiếu Dương   Thái Dương   Thiếu Âm   Thái Âm

Hình 1: Tứ tượng là bốn cách phối hợp âm dương với hai vòng tròn (hoặc hai vạch, nếu dùng ký hiệu). Tứ tượng gồm có: Thiếu Dương, Thái Dương, Thiếu Âm, Thái Âm. Chú ý rằng hiện tại các Âm Dương gia vẫn bất đồng về mô hình toán học của Thiếu Dương và Thiếu Âm. Có khá nhiều người cho rằng vạch chính phải ở dưới (Thiếu Dương vạch liền ở dưới, Thiếu Âm vạch đứt ở dưới). Trong phần phụ lục ta sẽ thấy tại sao cách ngược lại -như trong hình trên- hợp lý hơn.

Hai thí dụ quen thuộc của tứ tượng là:
1. Bốn giai đoạn của cuộc đời: Thời niên thiếu là Thiếu Dương, trưởng thành là Thái Dương, trung niên là Thiếu Âm, già là Thái Âm.
2. Bốn mùa: Xuân là Thiếu Dương, hạ là Thái Dương, thu là Thiếu Âm, đông là Thái Âm.

Áp dụng của tứ tượng trên các hiện tượng toàn cầu

Áp dụng cái lý của tứ tượng vào những hiện tượng toàn cầu giúp ta thấy rõ giá trị to lớn của thuyết âm dương trong địa hạt nhân văn. Lấy thí dụ một nền văn minh. Theo cái lý của tứ tượng, không cần biết nền văn minh ấy huy hoàng đến bao nhiêu, nó chắc chắn sẽ suy đồi vì một lúc nào đó thời của Thái Âm phải tới. Khi đến thời kế tiếp là Thiếu Dương, nó có thể phục hưng (và rồi lại suy đồi), hoặc tàn lụi để nhường chỗ cho một nền văn minh khác nẩy mầm. Nền văn minh mới này cũng sẽ phát triển, đạt mức tột đỉnh (Thái Dương), rồi dậm chân thoái hóa (Thiếu Âm), và suy tàn (Thiếu Âm). Các hệ thống tư tưởng cũng vậy. Ngay cả những lý thuyết cao siêu nhất, tốt đẹp nhất vẫn chắc chắn sẽ có lúc bị hiểu lầm, quên lãng; hoặc bị biến thành công cụ để người ta lợi dụng, phá hoại.

Suy rộng ra, tứ tượng là diễn trình của mọi hiện tượng trong vũ trụ. Nó cảnh cáo ta rằng mọi hiện hữu trong vũ trụ này đều là chuyển tiếp tạm bợ, bởi hiện hữu là thể hiện của âm dương, mà âm dương tự bản chất đã là chuyển tiếp, tạm bợ.

Quý độc giả nghiên cứu triết lý nhà Phật hẳn đều biết đến thuyết "sinh thành trụ diệt" do Thích Ca đề xướng. Nhờ cái lý của tứ tượng, giờ ta có thể xác định rằng "sinh thành trụ diệt" không chỉ là một huyền thuyết, mà là một nhận xét vô cùng hợp lý. Đây là một trường hợp mà huyền học đã đi trước khoa học rất xa.

Lý âm dương của không gian và hệ thống Tứ Nguyên

Nếu tạm bỏ qua thời gian và chỉ để ý đến không gian, chúng ta sẽ nhận ra rằng mỗi vòng tròn âm dương chỉ ứng với một điểm trên mặt phẳng thẳng góc với chiều chuyển động. Muốn định một mặt phẳng phải cần ba điểm, vì thế muốn biểu diễn không gian ta cần ba vòng tròn âm dương. Vì hai chiều trong mặt phẳng thẳng góc tương đương nhau, chỉ có bốn trạng thái không gian khác biệt:

1. Ba vòng tròn dương
2. Hai vòng tròn dương một vòng tròn âm
3. Hai vòng tròn âm một vòng tròn dương
4. Ba vòng tròn âm.

Biểu tượng hình học hợp lý nhất của bốn trạng thái này là ba vòng tròn tiếp xúc nhau vì ba vòng tròn tiếp xúc tạo ấn tượng của một đơn vị nhất quán và không thiên vị các chiều trên mặt phẳng.

Các độc giả nghiên cứu các khoa huyền bí học tây phương hẳn đều biết rằng các khoa này dựa trên thuyết Tứ Nguyên (còn gọi là thuyết Tứ Nguyên Tố). Thuyết Tứ Nguyên cho rằng vũ trụ được tạo thành bởi bốn yếu tố là Đất Nước Gió Lửa. (Trong thuyết nhà Phật cũng nhắc đến 4 yếu tố đất nước gió lửa, nhưng gọi là Tứ Đại. Rất tiếc soạn giả phải tạm rời đề tài rất lý thú này ở đây. Hy vọng sẽ có cơ hội bàn kỹ hơn trong một quyển sách khác ở tương lai.)

Như đã chứng minh trước đây trong bài "những tương tự và bất đồng kỳ diệu giữa hai ngành lý số đông tây", thuyết tứ nguyên buộc lòng phải giả sử các thực thể trong vũ trụ chỉ có một loại liên hệ là liên hệ hai chiều (như "A và B" ghét nhau), mà không có liên hệ một chiều (như "A ghét B"). Vì liên hệ một chiều hiện diện khắp nơi trong cái vũ trụ mà chúng ta đang sống, thuyết tứ nguyên hiển nhiên thiếu sót. Giờ thì ta hiểu thiếu sót đó xảy ra vì thuyết tứ nguyên đã bỏ sót biến số thời gian. Thế nên xét từ căn bản của bài toán âm dương thì thuyết tứ nguyên cũng là một cách giải hợp lý, nhưng chỉ là một cách giải gần đúng.

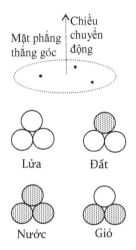

Mặt phẳng thẳng góc

↑Chiều chuyển động

Lửa   Đất

Nước   Gió

Hình 2: Mỗi vòng tròn âm dương chỉ ứng với một điểm trên mặt phẳng thẳng góc với chiều chuyển động. Vì ba điểm mới đủ để xác định một mặt phẳng, phải cần ba vòng tròn mới đủ diễn tả yếu tố không gian của một tổng thể.

Vì mỗi vòng tròn có hai trạng thái âm và dương, ta có bốn trạng thái không gian: Ba vòng tròn dương, ba vòng tròn âm, một dương hai âm, và một âm hai dương.

Bốn trạng thái không gian hoàn toàn phù hợp với nhóm Tứ nguyên Đất Nước Gió Lửa. Tứ nguyên là nền tảng của các khoa huyền bí học tây phương hiện tại. Trong Phật giáo Tứ Nguyên được gọi là Tứ Đại, và cũng là Đất Nước Gió Lửa.

Như các độc giả quen thuộc với ngành kỹ sư đều biết, mỗi bài toán tùy theo nhu cầu mà đòi hỏi một độ chính xác khác nhau. Vì lời giải càng chính xác càng tốn kém thời gian và công sức, người kỹ sư giỏi không phải là người luôn luôn tìm ra những lời giải hoàn toàn đúng, mà là người biết chọn lời giải vừa thỏa nhu cầu chính xác vừa không quá mệt sức tốn công. Từ đó có thể hiểu tại sao mặc dù thuyết tứ nguyên chỉ là lời giải gần đúng của bài toán âm dương mà nó vẫn có chỗ đứng và liên tục phát triển trong làng mệnh lý thế giới.

Giả sử không gian bình đẳng và tính gần đúng của thuyết ngũ hành
Kế tiếp xin nhắc lại một thuyết nữa hết sức quan trọng trong mệnh lý Á đông, đó là thuyết ngũ hành.

Các độc giả nghiên cứu mệnh lý Á đông đều biết thuyết âm dương và thuyết ngũ hành luôn luôn được phối hợp chặt chẽ với nhau. Thí dụ căn bản nhất là thập thiên can, dựa trên số 10, chính là bội số chung nhỏ nhất của số 2 (thuyết âm dương) và số 5 (thuyết ngũ hành). Thí dụ thứ hai là lục thập hoa giáp, tức thứ tự 60 cặp can chi bắt đầu bằng Giáp Tý, Ất Sửu, Bính

Dần, Đinh Mão... chấm dứt ở Nhâm Tuất, Quý Hợi. Lục thập hoa giáp dựa trên số 60, chính là bội số của số 12 (ứng 12 địa chi, một phối hợp của phương vị và thuyết âm dương như đã chứng minh trong bài "địa bàn") và số 5 (thuyết ngũ hành).

Vì số 2 (thuyết âm dương, chẵn) và số 5 (thuyết ngũ hành, lẻ) có vẻ chẳng can hệ gì đến nhau, một số không nhỏ học giả cho rằng đây là hai thuyết độc lập. Một số khác (cũng không nhỏ) coi đây là hai thuyết liên hệ. Cuộc bàn cãi này đã bắt đầu từ lâu, và vẫn tiếp tục diễn ra khi những giòng này được viết.

Sẽ có người thắc mắc "Tại sao không xét lại lịch sử xem thuyết nào được suy từ thuyết nào rồi từ đó luận ra liên hệ?" Vấn đề là phương pháp truy cứu này dù thành công đi nữa cũng chỉ cho ta biết thứ tự thời gian của hai thuyết mà thôi. Ở đây trọng tâm của chúng ta không phải là thứ tự thời gian mà là liên hệ khoa học. Nói chung liên hệ khoa học thường diễn biến trái nghịch với thứ tự lịch sử vì các thuyết càng về sau càng có tính bao trùm các thuyết đã xuất hiện trước. Thế nhưng luật này không áp dụng được cho hai thuyết âm dương và ngũ hành vì cho đến nay chẳng ai biết thuyết nào có tính bao trùm hơn thuyết nào.

Vậy thì phải giải quyết làm sao?

Xin thưa: Câu trả lời đã nằm sẵn trong mô hình thời không của vũ trụ!

Trong bài trước, soạn giả đã chứng minh rằng, xét cùng lý thì theo luật thời không tương đối của Einstein, chiều chuyển động của vi thể phải khác với hai chiều còn lại. Chi tiết hơn, vì "chuyển động" là đặc tính tất yếu của mọi thực thể, ba chiều không gian không hoàn toàn bình đẳng với nhau, mà gồm hai chiều bình đẳng và một chiều bất bình đẳng.

Cũng trong bài trước, soạn giả đã trình bày rằng hiện khoa vật lý vẫn coi ba chiều không gian hoàn toàn bình đẳng với nhau. Để ngắn gọn, ta sẽ gọi đây là giả sử "không gian bình đẳng". Hiển nhiên, giả sử "không gian bình đẳng" chỉ là một giả sử gần đúng. Thế nhưng nó là một giả sử hấp dẫn, vì nó dẫn đến kết quả là không gian có tính cân xứng tuyệt đối, nhờ đó những bài toán liên hệ đến thời không được giản dị hóa rất nhiều.

Những thành công thực nghiệm của khoa vật lý là minh chứng hùng hồn rằng giả sử "không gian bình đẳng" có đủ độ chính xác cho đa số trường hợp cần khảo sát. Biết vậy, ta sẽ thử áp dụng giả sử này vào bài toán mệnh lý.

Ta đã biết với 2 chiều không gian bình đẳng, môi trường của âm dương là mặt phẳng; suy ra với 3 chiều không gian bình đẳng, môi trường của âm dương là toàn thể không gian. Thứ nữa, với 2 chiều không gian bình đẳng, đơn vị của âm dương là hình tròn, nên suy ra với 3 chiều không gian bình đẳng, đơn vị của âm dương là hình cầu.

Độc giả có thể thấy rằng với những biến đổi này, mô hình mới chính là mô hình đã được dùng cho thuyết tứ nguyên (hình 2) sau khi thêm một chiều nữa. Vì mô hình của thuyết tứ nguyên thiếu yếu tố thời gian, chiều được thêm tất nhiên phải là chiều thời gian. Như vậy, trong mô hình mới, bốn chiều thời không đều hiện diện đầy đủ.

Trong mô hình mới, vì bối cảnh là không gian ba chiều và đơn vị âm dương là hình cầu, có thể thấy rằng muốn diễn tả một thực thể hiện hữu phải xử dụng 4 hình cầu cùng thể tích tiếp xúc nhau, tức là 4 hình cầu với 4 tâm chiếm 4 góc của một hình tứ diện đều. Sau khi phân biệt hai loại hình cầu là âm và dương thì chỉ có 5 cách phối hợp khác nhau của các hình cầu, đó là:

1. Bốn hình cầu dương.
2. Ba hình cầu dương một hình cầu âm.
3. Hai hình cầu dương hai hình cầu âm.
4. Một hình cầu dương ba hình cầu âm.
5. Bốn hình cầu âm.

Kế tiếp, chỉ việc lý luận rằng mỗi cách phối hợp phải ứng với một loại thực thể trong vũ trụ, ta có ngay kết quả là một mô hình hiện hữu của các thực thể trong vũ trụ; với 5 thực thể độc lập! Chỉ có một thuyết phù hợp với mô hình này là thuyết ngũ hành, nên khỏi cần dông dài ta cũng biết đây chính là mô hình toán học của thuyết ngũ hành.

Về tính chất ngũ hành của năm thực thể, ta lý luận như sau:

-Thổ là hành trung ương, đại biểu sự quân bình, nên phải ứng với trường hợp 2 âm 2 dương.

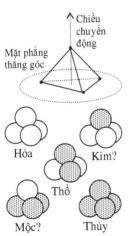

Hình 3: Với giả sử gần đúng là 3 chiều không gian hoàn toàn bình đẳng, mô hình toán học của những hiện hữu trong vũ trụ không còn bị giới hạn trong một mặt phẳng mà mở rộng ra không gian ba chiều. Kết quả là mọi thực thể trong mô hình của thuyết tứ nguyên phải có thêm một chiều nữa. Chiều được thêm tất nhiên phải là chiều không gian vì nó là yếu tố duy nhất còn sót lại. Các thực thể bây giờ phải diễn tả bằng các tổ hợp gồm 4 hình cầu âm dương. Chỉ có 5 tổ hợp khác nhau là 4 dương đại biểu hỏa, 4 âm đại biểu thủy, 2 âm 2 dương quân bằng đại biểu thổ. Kim Mộc có hai cách an bài không khác biệt rõ rệt nên để dấu hỏi trong hình vẽ. Có thể thấy đây chính là mô hình của thuyết ngũ hành.

-Thủy và hỏa là hai hành cực đoan nên ứng với trường hợp thuần dương hoặc thuần âm. Cho hỏa ứng 4 dương, thủy ứng 4 âm là hợp lý hơn cả.

-Kim và Mộc là hai hành tương đối bình hòa nên ứng với hai phối hợp còn lại. Nhưng hành nào ứng với 3 dương 1 âm, hành nào ứng với 1 dương

3 âm? Thiết nghĩ phải tùy trường hợp mà quy định, nhưng dù sao thì đây cũng chỉ là một câu hỏi có tính trường sở hơn là thực tế, nên không phải là vấn đề phải giải quyết ngay.

Như trên, có thể nói ta đã "tái khám phá" ra thuyết ngũ hành bằng luận lý âm dương và thời không. "Tái khám phá" này có một ý nghĩa hết sức quan trọng, vì nó cho ta thấy rằng thuyết "âm dương ngũ hành" (tức chủ trương phối hợp cả âm dương ngũ hành trong mệnh lý) không phải là một sự ráp nối gượng ép của hai mảnh rời không liên hệ, mà là một phối hợp hữu lý của hai phương pháp khảo sát dựa trên một thuyết nhất quán. Thuyết nhất quán ấy là thuyết âm dương, với thuyết ngũ hành là một lời giải gần đúng của nó.

Có thể nói tất cả mọi người nghiên cứu thuyết ngũ hành đều đã từng gặp trường hợp cùng một vấn đề có vài ba lời giải mâu thuẫn nhau. Nhiều người vì thế hoang mang, thậm chí có người dựa vào đó mà kết luận "mệnh lý là nhảm nhí" rồi bỏ ngang không nghiên cứu nữa! Giờ đã biết ngũ hành chỉ là một mô hình toán học gần đúng của các hiện tượng hiện hữu thì lý do trở thành dễ hiểu. Cùng một bài toán cơ bản, lời giải gần đúng phải tùy hoàn cảnh mà biến đổi cho phù hợp. Người áp dụng thuyết ngũ hành cũng như người hành nghề kỹ sư, muốn tìm ra đáp án phù hợp với hoàn cảnh phải có một mức độ khả năng và kinh nghiệm nào đó.

(Chỉ có điểm đáng tiếc là hầu hết các sách kỹ sư đều thỏa một tiêu chuẩn tối thiểu nào đó, trong khi sách mệnh lý thì chẳng có tiêu chuẩn nào rõ rệt, tài nghệ kém cỏi mà bạo gan hoặc tưởng mình giỏi giang thì cứ viết; khiến người đọc phải mệt mỏi ra công đãi lọc. Mong rằng hoàn cảnh này sẽ được cải tiến khi giới khoa học công nhận mệnh lý là một ngành đáng được bỏ thời gian nghiền ngẫm và nghiên cứu.)

Lý âm dương tổng hợp của Bát Quái

Bàn về thuyết ngũ hành như thế là đã đủ. Kế tiếp, chúng ta sẽ tìm lời giải cho một trong những vấn nạn lớn nhất của thuyết âm dương. Như chúng ta đã biết, nền tảng của thuyết âm dương là bát quái. Vì mỗi quái được đại biểu bằng ba hào (tức ba vạch liền hoặc đứt), câu hỏi là "Tại sao ba hào?" Nếu trả lời rằng "Vì hai hào không đủ" thì tại sao 3 lại đủ? tại sao không phải là 4 hào, 5 hào, 6 hào, vân vân...?

Sau đây là một số câu trả lời thông dụng được ghi trong các sách âm dương:

1. "Vì số 3 ứng với yếu tố dương, và yếu tố dương là khởi điểm của vạn vật."
2. "Vì không gian có ba chiều."
3. "Vì số ba ứng với tam tài Thiên Địa Nhân."

Rất tiếc là cả ba câu trả lời đều thiếu luận cứ khoa học. Vì thế ta phải tìm một luận cứ mới.

Rất may, luận cứ này đã nằm sẵn trong hai yếu tố thời gian và không gian mà chúng ta vừa thiết lập. Vì mọi sự hiện hữu phải gồm đủ hai phần thời gian và không gian, mô hình đầy đủ của hiện hữu được tạo thành bằng cách phối hợp luận cứ của Tứ Tượng và của Tứ Nguyên Tố. Nghĩa là:

1. Muốn diễn tả một thực thể phải cần ba vòng tròn tiếp xúc.
2. Muốn diễn tả sự hiện hữu của thực thể phải có yếu tố thời gian.

Vì thời gian chỉ di chuyển theo một chiều, sự phối hợp này dẫn đến đúng 8 thực thể. Hẳn quý độc giả nhận ra ngay rằng 8 thực thể này chính là bát quái (xem hình 4).

Mặc dù phần lý luận của chúng ta rất ngắn, giá trị lý thuyết của nó hết sức quan trọng; vì nó đã đưa bát quái lên vị trí của tám thực thể khoa học, nếu không hơn cũng ngang hàng với một số thực thể chúng ta đã biết như quang tử, âm điện tử, vân vân...

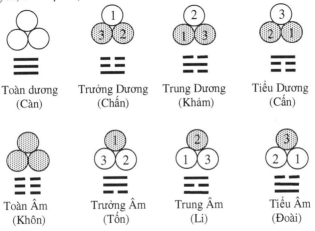

Hình 4: Bát quái là tám thực thể hiện hữu trong cả thời gian lẫn không gian. Vì thời gian luôn luôn chuyển theo một chiều, có ba loại thực thể với hai âm một dương và ba loại thực thể với hai dương một âm. Trưởng nghĩa là vòng tròng chính ở vị trí đầu tiên. Trung nghĩa là vòng tròn chính ở vị trí trung bình (trung tâm). Tiểu là vòng tròn chính ở vị trí sau cùng.

Tính hoàn bị của bát quái

Bát quái bao hàm đầy đủ mọi tính chất của thời gian và không gian:

1. Liên hệ hỗ tương giữa thời gian và chiều chuyển động (tức chiều bất bình đẳng của không gian) được bao hàm trong tính âm và tính dương của các vòng tròn.
2. Đặc tính bình đẳng và độc lập của hai chiều không gian còn lại (trong mặt phẳng thẳng góc với chiều chuyển động) được bao hàm trong sự phân bố bình đẳng của ba vòng tròn (tức ba thành phần của bát quái).

199

3. Độ lâu của thời gian (cần cho mọi sự hiện hữu) được bao hàm trong chiều thời gian nối kết ba vòng tròn với nhau.

Vì tất cả mọi thực thể mà khoa học có thể khảo sát được trong vũ trụ đều phải hiện hữu trong phạm trù của không gian và thời gian, bát quái là tập hợp hoàn bị của mọi thực thể trong vũ trụ. Nghĩa là ta có thể xử dụng bát quái để tìm ra cái lý thâm sâu của mọi thực thể, từ một quang tử đơn giản đến một tổng thể phức tạp, ngay cả toàn thể vũ trụ.

Quý độc giả hẳn sẽ thắc mắc "Nếu bát quái quả thật có ý nghĩa bao trùm như thế, tại sao sau mấy ngàn năm chúng vẫn chỉ là những sản phẩm huyền học bị thế giới khoa học coi thường?" Xin trả lời: Vì cái kiến thức đúng của bát quái đã bị thất truyền. Các sách viết về bát quái mà ta có thể tìm thấy ngày hôm nay chỉ đưa ra được những mảnh kiến thức rời rạc. Chỉ hiểu bát quái một cách lờ mờ hoặc sai lầm thì làm sao áp dụng bát quái cho đúng? Mà chẳng phải riêng về bát quái, gần như toàn thể thuyết âm dương đã bị thất truyền.

Ta sẽ bắt đầu công cuộc tái khám phá bát quái và thuyết âm dương trong bài tới.

Bắt đầu viết tháng 4, 2002
Viết xong tháng 6, 2002
Sửa lại ở San José tháng 2, 2005
Đằng Sơn

PHỤ LỤC
Giải quyết cuộc tranh luận Thiếu Dương Thiếu Âm

Các nhà nghiên cứu thuyết âm dương, Á đông cũng như tây phương, chia làm hai phe đồng sức nhưng bất đồng ý về cách xếp đặt âm dương của Thiếu Dương và Thiếu Âm. Trong sách này ta xếp như hình 1:

Thiếu Dương   Thiếu Âm

Hình 1: Thứ tự của Thiếu Dương và Thiếu Âm theo loạt bài này.

Nhưng có nhiều học giả chủ trương hoàn toàn ngược lại. Họ xếp Thiếu Dương và Thiếu Âm như hình 2:

Thiếu Dương   Thiếu Âm

Hình 2: Thứ tự âm dương của Thiếu Dương và Thiếu Âm theo một số khá đông học giả.

Gọi cách xếp của hình 1 là thứ tự 1, của hình 2 là thứ tự 2, ta sẽ chứng minh rằng thứ tự 1 thỏa tính nhất quán của khoa học hơn thứ tự 2.

Chúng ta sẽ chọn khởi điểm là Thái Dương. Thái Dương có hai vạch dương, vạch dưới xuất hiện ở thời điểm t0, vạch trên ở thời điểm t1, trễ hơn t0. Khi Thái Dương biến thành Thiếu Âm, hiển nhiên vạch dưới là vạch sẽ đổi từ dương sang âm. Gọi thời điểm khi Thái Dương biến thành Thiếu Âm là t2, lỗi lầm của cách xếp 2 được trình bày trong hình 3A. Khi vạch dưới đổi từ dương sang âm, theo cách 2 yếu tố âm (mới xuất hiện) vẫn ở vạch dưới. Vì vạch dưới phải xuất hiện trước vạch trên, cách này không hợp thứ tự thời gian.

3A. DIỄN TRÌNH THEO THỨ TỰ 2 (THIẾU NHẤT QUÁN)

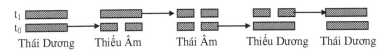

3B. DIỄN TRÌNH THEO THỨ TỰ 1 (NHẤT QUÁN)

Hình 3: Diễn trình dẫn đến cách xếp thiếu nhất quán (trên) và thỏa tính nhất quán (dưới). Chú ý rằng trong cách xếp thiếu nhất quán, thứ tự thời gian không được tôn trọng.

Cách xếp hợp lý được trình bày trong hình 3B, bắt đầu bằng Thái Dương với hai vạch dương xuất hiện theo thứ tự ở hai thời điểm t0 and t1. Ở thời điểm t2, khi Thái Dương biến thành Thiếu Âm, vạch dương xuất hiện ở thời điểm t0 phải biến mất để nhường chỗ cho vạch âm mới xuất hiện. Hoàn cảnh của Thiếu Âm là:

Vạch dương xuất hiện ở thời điểm t1

Vạch âm (mới) xuất hiện ở thời điểm t2

Vì t2 xảy ra sau t1, theo chiều tiêu chuẩn của thời gian (dưới xảy ra trước trên), vạch âm (xuất hiện ở thời điểm t2) phải ở trên, vạch dương (xuất hiện ở thời điểm t1) phải ở dưới. Tóm lại vạch trên của Thiếu Âm phải là âm, tức là y như cách xếp đặt theo sách này. Thiếu Dương thì chỉ là trường hợp ngược lại của Thiếu Âm.

Vấn nạn Thiếu Dương Thiếu Âm đã kéo dài từ khi thuyết âm dương có mặt cho đến ngày nay. Mặc dù vấn nạn này chỉ gây ra khó khăn trên mặt lý thuyết, sự hiện hữu của nó khiến ta không khỏi nghi rằng thuyết âm dương là một môn học thiếu hoàn chỉnh. Với lời giải trên đây, soạn giả hy vọng vấn nạn này đã được giải quyết thỏa đáng.

201

Chương 18

Tiên thiên và hậu thiên bát quái 1

Tiên Thiên và Hậu Thiên bát quái

Trong chương trước chúng ta đã giải đáp một câu hỏi lớn của thuyết âm dương: "Tại sao thuyết âm dương dừng ở bát quái?". Trong chương này chúng ta sẽ tìm lời giải cho một câu hỏi lớn hơn nữa: "Tiên Thiên và Hậu Thiên bát quái có ý nghĩa gì?"

Theo các thuyết âm dương hiện tại, có hai loại bát quái là Tiên Thiên bát quái và Hậu Thiên bát quái. Theo truyền thuyết Tiên Thiên bát quái do Phục Hi đặt ra, Hậu Thiên bát quái do Văn Vương đặt ra. Cách phân phối của hai loại bát quái này như sau:

BẢNG 1: Hai loại bát quái (tên mới và cũ)

Bát quái		Tiên Thiên	Hậu Thiên*
Toàn Dương (Càn)	☰	Dương	Dương
Trưởng Dương (Chấn)	☳	Dương	Dương
Trung Dương (Khảm)	☵	Âm	Dương
Tiểu Dương (Cấn)	☶	Âm	Dương
Toàn Âm (Khôn)	☷	Âm	Âm
Trưởng Âm (Tốn)	☴	Âm	Âm
Trung Âm (Li)	☲	Dương	Âm
Tiểu Âm (Đoài)	☱	Dương	Âm

Chú ý: Hậu Thiên bát quái phù hợp với tên mới của bát quái

Các độc giả nhanh mắt hẳn đã thấy từ bảng 1 rằng Trung Dương (Khảm) và Tiểu Dương (Cấn) thuộc âm trong tiên thiên bát quái nhưng lại thuộc dương trong hậu thiên bát quái, Trung Âm (Li) và Tiểu Âm (Đoài) thì ngược lại. Một vài lời giải thích của các sách âm dương hiện tại:

1. (Lời giải thích là) Như danh xưng ám chỉ, Tiên Thiên xảy ra trước Hậu Thiên. Vì thế -người ta tin rằng- tiên thiên bát quái là bát quái lúc được thành lập, hậu thiên bát quái là bát quái lúc được ứng dụng vào hoàn cảnh thực tế.

2. (Lời giải thích là) Tiên Thiên ám chỉ "thể" (thí dụ như con dao), Hậu Thiên ám chỉ "dụng" (thí dụ như công dụng đặc thù của con dao). Vì thế – người ta tin rằng- ở trạng thái "thể" thì bát quái theo Tiên Thiên, ở trạng thái "dụng" thì bát quái theo hậu thiên.

Hai cách giải thích này không những luận cứ mù mờ, mà kết luận cũng chẳng rõ ràng gì. Chính vì thế mà mỗi người nghiên cứu kinh Dịch đành diễn giải theo ý riêng, cuối cùng chẳng biết ai sai ai đúng.

Mục đích tức thời của chúng ta là giải quyết vấn nạn Tiên Thiên bát quái và Hậu Thiên bát quái. (Ngoài ra lại có hai thứ tự của bát quái, gọi là thứ tự Tiên Thiên và thứ tự Hậu Thiên, soạn giả sẽ trở lại đề tài này khi đến lúc.)

Ba nhị nguyên của bát quái

Xét lại hai cách diễn giải tiên thiên bát quái và hậu thiên bát quái kể trên, ta thấy cả hai cùng đặt trên giả sử là bát quái chỉ có thể hoặc âm hoặc dương, không thể nào chứa cả âm lẫn dương cùng một lúc! Nhìn thoáng qua, giả sử này có vẻ hợp lý, vì nếu bát quái chứa cả âm lẫn dương thì chẳng phải là nghịch lý hay sao?

Nhưng ta sẽ đặt ngược lại vấn đề: Bát quái hiển nhiên phức tạp hơn lưỡng nghi (tức một vạch âm hoặc dương), nếu chỉ hoặc âm hoặc dương thì có gì khác lưỡng nghi đâu? Tóm lại tính âm dương của bát quái phải phức tạp hơn tính âm dương của lưỡng nghi.

Ta hãy trở lại từ lưỡng nghi. Lưỡng nghi chỉ có một vạch nên có hai trường hợp, tức là chỉ có một tính chất, và tính chất ấy có hai trị số âm và dương. Thêm một vạch thứ nhì ta được tứ tượng. Tứ tượng có 4, nếu mỗi tượng chỉ hoặc âm hoặc dương, thì vì luật bình đẳng hai tượng phải âm, hai tượng phải dương. Quả nhiên ta có hai tượng âm là Thiếu Âm và Thái Âm, hai tượng dương là Thiếu Dương và Thái Dương. Nhưng Thiếu Âm có y hệt Thái Âm không? Thiếu Dương có y hệt Thái Dương không? Câu trả lời hiển nhiên là không. Rõ ràng hơn, Thiếu Âm không "âm" bằng Thái Âm, Thiếu Dương không "dương" bằng Thái Dương. Vì thế chỉ cho tứ tượng một tính âm hoặc một tính dương là còn thiếu sót.

Cách giải quyết rất giản dị: Mỗi phần tử của tứ tượng phải có hai đặc tính, đặc tính thứ nhất có hai trường hợp là "âm" và "dương", đặc tính thứ hai là "thiếu" và "thái". Nhìn từ căn bản âm dương thì mọi tính chất đều có thể quy về âm dương cả. Vì "thiếu" ứng với giảm, "thái" ứng với tăng, ta có "thiếu" ứng với âm, "thái" ứng với dương. Định như vậy rồi thì có bảng sau đây:

BẢNG 2: Đặc tính của tứ tượng

Tên của tượng	Đặc tính 1	Đặc tính 2
Thái Dương	Dương	Dương (thái)
Thiếu Dương	Dương	Âm (thiếu)
Thiếu Âm	Âm	Âm (thiếu)
Thái Âm	Âm	Dương (thái)

Suy diễn rộng ra từ tứ tượng, mỗi quái trong bát quái phải có ba đặc tính. Vì chưa biết rõ quái nào có đặc tính gì, ta tạm dùng ký hiệu toán học cho bát quái như trong bảng 3 dưới đây:

BẢNG 3: Đặc tính của bát quái

Bát quái	Đ. tính 1	Đ. tính 2	Đ.tính 3
(Dương, Dương, Dương)	Dương	Dương	Dương
(Dương, Dương, Âm)	Dương	Dương	Âm
(Dương, Âm, Dương)	Dương	Âm	Dương
(Dương, Âm, Âm)	Dương	Âm	Âm
(Âm, Dương, Dương)	Âm	Dương	Dương
(Âm, Dương, Âm)	Âm	Dương	Âm
(Âm, Âm, Dương)	Âm	Âm	Dương
(Âm, Âm, Âm)	Âm	Âm	Âm

Cường độ âm dương trong bát quái

Khi khảo sát bát quái, người ta thường dùng danh từ "hào" để chỉ các vạch. Từ nay ta sẽ theo quy ước ấy.

Nhắc lại mỗi hào của bát quái ứng với một thời điểm. Hào đầu tiên (ở dưới cùng) xuất hiện đầu tiên, Hào cuối cùng (ở trên cùng) xuất hiện sau cùng. Như vậy bát quái có thể ví như một hình chụp ghi lại trạng thái âm dương của ba hào (sau khi hào cuối cùng đã xuất hiện).

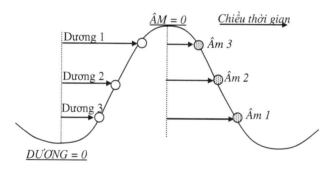

Hình 1: Tính dương có ba trình độ, tùy theo thời gian hiện hữu lâu hoặc mau (càng lâu càng dương). Âm cũng tương tự (càng lâu càng âm).

Ta hãy khảo sát hình chụp âm dương này (xem hình 1). Vì dương đại biểu sự tăng gia, chuẩn điểm của nó (dương = 0) là điểm thấp nhất của đường biểu diễn. Tương tự, vì âm đại biểu sự giảm sút, chuẩn điểm của nó (âm = 0) là điểm cao nhất của đường biểu diễn. Vào lúc tấm hình âm dương được chụp, hào dương ở vị trí đầu tiên (hào dưới cùng của quái, ứng với điểm cao nhất bên trái hình 1) phải có nhiều tính dương hơn hào dương ở vị trí 2, vì nó đã xuất hiện lâu nhất. Cũng thế, hào dương ở vị trí 2 phải có nhiều tính dương hơn hào dương ở vị trí 3. Bằng lý luận tương tự, ta có hào âm ở vị trí thứ nhất mang nhiều tính âm hơn hào âm ở vị trí thứ hai, hào âm ở vị trí thứ hai nhiều tính âm hơn hào âm ở vị trí thứ ba.

Mỗi hào trong bát quái chỉ có thể mang tính dương hoặc mang tính âm. Vì ba hào đại biểu ba vòng tròn tiếp xúc nhau, mỗi hào là một phần tử của một nhóm ba hào mà không mất tính chất âm dương của riêng nó. Dữ kiện này hết sức quan trọng vì nhiều người mới học âm dương giả sử sai lầm rằng âm và dương nếu phối hợp lại sẽ hóa giải lẫn nhau. Để thấy tại sao giả sử này sai lầm, tưởng tượng hai người một xấu một tốt được xếp vào cùng một đội. Có lúc người xấu lấn người tốt, có lúc người tốt lấn người xấu. Nếu gom thật nhiều trường hợp lại mà tính thì độ tốt xấu trung bình có thể là zero, nhưng hiển nhiên là cả tính xấu lẫn tính tốt vẫn còn tồn tại.

Một quái có một hào âm và hai hào dương cũng giống như một tổ chức thiếu đoàn kết, một người ở phe âm, hai người ở phe dương. Phe dương, mặc dù chiếm đa số, chưa chắc đã thắng. Muốn hiểu tại sao ta chỉ cần so sánh với cuộc đời. Nếu tất cả mọi yếu tố khác đều như nhau, đa số hiển nhiên thắng thiểu số, nhưng nếu đa số kém cỏi thì sẽ phải phục tùng lãnh tụ, mặc dù lãnh tụ (dĩ nhiên) là thiểu số.

Khi một tổ chức chia rẽ, nhóm mạnh sẽ thắng cuộc tranh chấp nội bộ và trở thành đại biểu của tổ chức, trong khi quan điểm của nhóm yếu bị đẩy vào quên lãng. Tương tự, vì âm và dương hoàn toàn tương phản nhau, yếu tố mạnh sẽ trở thành đại biểu của quái, trong khi yếu tố kém bị đè nén không phát huy ra được.

Tranh chấp nội bộ làm giảm hiệu năng đối ngoại của một tổ chức. Từ đó có thể thấy rằng Toàn Dương (Càn) và Toàn Âm (Khôn) là hai quái hữu hiệu nhất vì Toàn Dương (Càn) chỉ có yếu tố dương, Toàn Âm (Khôn) chỉ có yếu tố âm. Bởi không có lý do gì để kết luận rằng Toàn Dương (Càn) hữu hiệu hơn Toàn Âm (Khôn) hoặc ngược lại, ta phải dùng luật đối xứng để luận rằng Toàn Dương (Càn) và Toàn Âm (Khôn) hữu hiệu như nhau.

Để tiện việc tham khảo sau này, chúng ta đặt ra "cường độ âm dương" của 3 hào trong bát quái như sau:

Hào 1 dương: $F1 > 0$

Hào 2 dương: $F2 > 0$

Hào 3 dương: $F3 > 0$

Hào 1 âm: $-F1 < 0$

Hào 2 âm: $-F2 < 0$

Hào 3 âm: $-F3 < 0$

Như ta đã biết, từ thứ tự xuất hiện, các hào phải thỏa điều kiện sau:
$F1 > F2 > F3$

Nhắc lại rằng âm và dương đều là các trạng thái mất quân bình. Sự mất quân bình dẫn đến sự kém hữu hiệu. Vì thế độ hữu hiệu của bát quái đi ngược lại trị số âm dương của chúng.

Là hai quái hữu hiệu nhất, Toàn Dương (Càn) và Toàn Âm (Khôn) phải có độ bất quân bình thấp nhất (với trị số tương đương nhau nhưng ngược dấu). Nghĩa là trị số tuyệt đối của hai quái này phải gần zéro hơn 6 quái còn lại. Độc giả có thể tự chứng minh rằng muốn điều kiện này được thỏa, trị số tổng quát của mỗi quái phải được định nghĩa là trị số trung bình cộng hoặc trung bình nhân của yếu tố (âm hoặc dương) áp đảo trong quái.

Từ số học chúng ta biết rằng:

Trung bình cộng của A và B = (A+B)/2. Trung bình cộng của A, B, và C = (A+B+C)/3

Trung bình nhân của A và B = $(AB)^{1/2}$. Trung bình nhân của A, B, và C = $(ABC)^{1/3}$

Vì chúng ta chỉ muốn xếp bát quái thành thứ tự, chúng ta sẽ chọn phép trung bình cộng để giản dị hóa vấn đề. Độc giả có thể tự chứng minh rằng nếu chọn phép trung bình nhân, kết luận cũng không đổi. Luật là nếu trị số tuyệt đối của số trung bình cộng của yếu tố dương lớn hơn yếu tố âm, yếu tố dương sẽ áp đảo yếu tố âm. Trong trường hợp ngược lại, yếu tố âm sẽ áp đảo yếu tố dương.

Ta có các kết quả như sau:

Toàn Dương (Càn):   ☰

    F(+)   = (F1+F2+F3)/3
    F(-)   = 0
    F= F(+) > 0 (dương)

Trưởng Dương (Chấn)   ☳

    F(+)   = F1 > (F2+F3)/2
    F(-)   = -(F2+F3)/2
    F= F(+) > 0 (dương)

Trung Dương (Khảm)   ☵

    F(+)   = F2
    F(-)   = -(F1+F3)/2
    Nếu (F1+F3)/2 < F2, thì F = F(+) > 0 (dương)
    Nếu (F1+F3)/2 > F2, thì F = F(-) < 0 (âm)

Tiểu Dương (Cấn)   ☶

    F(+)   = F3
    F(-)   = -(F1+F2)/2
    F = F(-) < 0 (âm)

Toàn Âm (Khôn)   ☷

    F(+)   = 0

F(-)   = -(F1+F2+F3)/3
F = F(-) < 0 (âm)

Trưởng Âm (Tốn) ☰
  F(+)   = (F2+F3)/2
  F(-)   = -F1
  F = F(-) < 0 (Âm)

Trung Âm (Li) ☲
  F(+)   = (F1+F3)/2
  F(-)   = -F2
  Nếu (F1+F3)/2 < F2, thì F = F(-) < 0 (âm)
  Nếu (F1+F3)/2 > F2, thì F = F(+) > 0 (dương)

Tiểu Âm (Đoài) ☱
  F(+)   = (F1+F2)/2 > F3
  F(-)   = -F3
  F= F(+) > 0 (dương)

Từ các kết quả trên, ta được thứ tự trị số như sau, từ trị số dương lớn nhất đến trị số âm nhỏ nhất

BẢNG 1A: Trị số của bát quái

DƯƠNG	Yếu tố thắng	Yếu tố bại
Trưởng Dương (cực dương)	F1	-(F2+F3)/2
Tiểu Âm	(F1+F2)/2	-F3
(Trung Âm hoặc Trung Dương)	(F1+F3)/2 hoặc F2	-F2 hoặc – (F1+F3)/2
Toàn Dương (Càn)	(F1+F2+F3)/3	0
ÂM		
Toàn Âm (Khôn)	-(F1+F2+F3)/3	0
(Trung Dương hoặc Trung Âm)	-(F1+F3)/2 hoặc -F2	F2 hoặc (F1+F3)/2
Tiểu Dương (Cấn)	-(F1+F2)/2	F3
Trưởng Âm (cực âm)	-F1	(F2+F3)/2

Đến đây trị số của Trung Dương và Trung Âm vẫn chưa định được. Vì vậy ta phải xét hai trường hợp:

TRƯỜNG HỢP 1: (F1+F3)/2 < F2

BẢNG 2A: Trị số của bát quái nếu (F1+F3)/2 < F2

DƯƠNG	Yếu tố thắng	Yếu tố bại
Trưởng Dương (cực dương)	F1	(F2+F3)/2
Tiểu Âm (Đoài)	(F1+F2)/2	-F3
Trung Dương (Khảm)	F2	(F1+F3)/2
Toàn Dương (Càn)	(F1+F2+F3)/3	0
ÂM		
Toàn Âm (Khôn)	-(F1+F2+F3)/3	0
Trung Âm (Li)	-F2	(F1+F3)/2
Tiểu Dương (Cấn)	-(F1+F2)/2	F3
Trưởng Âm (cực âm)	-F1	(F2+F3)/2

TRƯỜNG HỢP 2: (F1+F3)/2 > F2

BẢNG 3A: Trị số của bát quái nếu (F1+F3)/2 > F2

DƯƠNG	Yếu tố thắng	Yếu tố bại
Trưởng Dương (cực dương)	F1	(F2+F3)/2
Tiểu Âm (Đoài)	(F1+F2)/2	-F3
Trung Âm (Li)	(F1+F3)/2	-F2
Toàn Dương (Càn)	(F1+F2+F3)/3	0
ÂM		
Toàn Âm (Khôn)	-(F1+F2+F3)/3	0
Trung Dương (Khảm)	-(F1+F3)/2	F2
Tiểu Âm (Cấn)	-(F1+F2)/2	F3
Trưởng Âm (cực âm)	-F1	(F2+F3)/2

So sánh trường hợp 1 và 2:

1.Xét riêng hào 1: Trường hợp 1 nhóm dương gồm 3 dương một âm, nhóm âm gồm 3 âm 1 dương, trong khi đó trường hợp 2 nhóm dương cả 4

208

đều dương, nhóm âm cả 4 đều âm. Kết luận: Trường hợp 1 rời rạc, trường hợp 2 chặt chẽ vì nhóm dương ứng với hào 1 dương, nhóm âm ứng với hào âm.

2.Xét riêng hào 2: Trường hợp 1 nhóm dương gồm 3 dương 1 âm, nhóm âm gồm 3 âm 1 dương. Trường hợp 2 nhóm dương và nhóm âm đều có 2 âm 2 dương. Kết luận: Trường hợp 1 thiếu cân xứng, trường hợp 2 cân xứng.

3.Xét riêng hào 3: Trường hợp 1 nhóm dương gồm 1 dương 3 âm, nhóm âm gồm 1 âm 3 dương. Trường hợp 2 nhóm dương và nhóm âm đều có 2 âm 2 dương. Kết luận: Trường hợp 1 thiếu cân xứng, trường hợp 2 cân xứng.

4.Xét chung hào 1 và hào 2: Trường hợp 1 nhóm âm cũng như nhóm dương đều có ba cách xếp âm dương, một cách xuất hiện hai lần, hai cách kia xuất hiện một lần. Trường hợp 2 nhóm âm cũng như nhóm dương có hai cách xếp, mỗi cách xếp xuất hiện 2 lần. Kết luận: Trường hợp 2 có sự cân xứng âm dương, trường hợp 1 thì không.

5.Xét chung hào 1 và hào 3: Trường hợp 1 nhóm âm cũng như nhóm dương đều có ba cách xếp âm dương, một cách xuất hiện hai lần, hai cách kia xuất hiện một lần. Trường hợp 2 nhóm âm cũng như nhóm dương có hai cách xếp, mỗi cách xếp xuất hiện 2 lần. Kết luận: Trường hợp 2 có sự cân xứng âm dương, trường hợp 1 thì không.

6.Xét chung hào 2 và hào 3: Trường hợp 1 nhóm âm cũng như nhóm dương đều có ba cách xếp âm dương, một cách xuất hiện hai lần, hai cách kia xuất hiện một lần. Trường hợp 2 nhóm âm cũng như nhóm dương có hai cách xếp, mỗi cách xếp xuất hiện 2 lần. Kết luận: Trường hợp 2 có sự cân xứng âm dương, trường hợp 1 thì không.

Cho đến bây giờ thuyết âm dương hoàn toàn cân xứng, vì vậy cách xếp thiếu cân xứng của trường hợp 1 chắc chắn phải sai. Vì thế ta kết luận rằng trường hợp 2 đúng, nghĩa là $(F1+F3)/2 > F2$.

Ta có quyền sửa bảng 1A để được bảng 4A như sau:

BẢNG 4A: Trị số của bát quái

DƯƠNG	Yếu tố thắng	Yếu tố bại
Trưởng Dương–Chấn	F1	-(F2+F3)/2
Tiểu Âm - Đoài	(F1+F2)/2	-F3
Trung Âm - Li	(F1+F3)/2	-F2
Toàn Dương - Càn	(F1+F2+F3)/3	0
ÂM		
Toàn Âm - Khôn	-(F1+F2+F3)/3	0
Trung Dương - Khảm	-(F1+F3)/2	F2
Tiểu Dương - Cấn	-(F1+F2)/2	F3
Trưởng Âm - Tốn	-F1	(F2+F3)/2

Đặc tính thứ nhất của bát quái

Xét bảng 4A, ta nhận ra ngay rằng bát quái được phân thành hai nhóm tương đương dựa theo trị số đại số. Từ đó ta được nhị nguyên đầu tiên: Trị số âm đối lại trị số dương.

Ta gọi nhị nguyên này là nhị nguyên căn tính, và thay "trị số âm" bằng "tĩnh", "trị số dương" bằng "động".

Các độc giả tinh ý hẳn đã nhận ra Động và Tĩnh chính là đặc tính dẫn đến cái tên "tiên thiên bát quái". Ta sẽ trở lại đề tài này trong kỳ tới.

Đặc tính thứ hai của bát quái

Vì Âm ứng với giảm, Dương ứng với tăng, đặc tính 1 cho ta khuynh hướng tăng hoặc giảm của bát quái. Nhưng tăng và giảm chỉ có ý nghĩa sau khi một chuẩn điểm được xác định. Vấn đề là con người sẽ chẳng bao giờ biết các chuẩn điểm này ở đâu. Vì vậy, dưới cái nhìn chủ quan (và sai lầm trong nhiều trường hợp) của con người, độ sai biệt âm dương (giảm hoặc tăng) bị coi là trị số tuyệt đối của âm dương.

Hình 1 được vẽ lại thành hình 2. Trị số tuyệt đối của âm dương là:

BẢNG 1A: Vai trò của hào thiểu số

Hào đơn	Căn tính	Tương tự với	Hào thiểu số
Dương 1	Dương	Trưởng Dương (Chấn)	Dương 1
Dương 2	Gần zéro	Trung Dương (Khảm)	Dương 2
Dương 3	Âm	Tiểu Dương (Cấn)	Dương 3
Âm 1	Âm	Trưởng Âm (Tốn)	Âm 1
Âm 2	Gần zéro	Trung Âm (Li)	Âm 2
Âm 3	Dương	Tiểu Âm (Đoài)	Âm 3

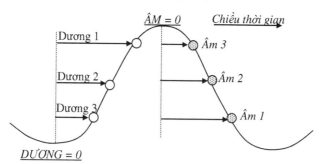

Hình 2: Tùy thứ tự xuất hiện mà ba hào dương và ba hào âm có trị số tuyệt đối khác nhau.

Hai cột đầu tính từ bên trái tả lại hoàn cảnh của hình 2. Cột thứ ba là quái có căn tính tương tự hào đơn. Cột thứ tư (tận cùng bên phải) là hào thiểu số của quái. Ta thấy rằng cột 1 và cột 4 y hệt như nhau. Như vậy, hào thiểu số phản ảnh căn tính của toàn quái, chẳng khác gì trường hợp nó đứng độc lập không bị ảnh hưởng bởi hai hào còn lại.

Theo chiều kim đồng hồ mà ta chọn làm chiều thời gian, trường hợp 1 hào dương 2 hào âm cho ta Trưởng Dương (Chấn, thứ tự 123), Trung Dương (Khảm, thứ tự 312), Tiểu Dương (Cấn, thứ tự 231). Ta sẽ gọi nhóm này là "bộ ba dương". Tương tự ba quái Trưởng Âm (Tốn), Trung Âm (Li), Tiểu Âm (Đoài) lập thành "bộ ba âm" (Xem hình 3).

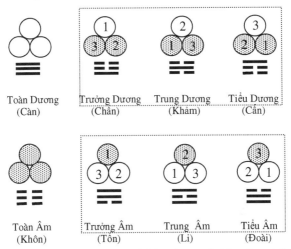

Hình 3: Trong trường hợp 1 hào dương 2 hào âm, thứ tự 123 cho ta Trưởng Dương (Chấn), 312 Trung Dương (Khảm), 231 Tiểu Dương (Cấn). Tương tự, với 1 hào âm 2 hào dương thứ tự 123 cho Trưởng Âm (Tốn), 312 Trung Âm (Li), và 231 Tiểu Âm (Đoài).

Vì ba quái của nhóm "bộ ba dương" chỉ vì thời gian mà khác biệt, chúng phải có cùng một tính chất âm dương. Nhóm "bộ ba âm" cũng thế. Ta gọi đây là đặc tính 2 của bát quái. Từ bảng 1A ta thấy rằng đặc tính 2 phải chiều theo hào thiểu số, nghĩa là ba quái của "bộ ba dương" đều thuộc dương, ba quái của "bộ ba âm" đều thuộc âm.

Nếu một hào âm của một quái trong nhóm "bộ ba dương" đổi sang dương, ta sẽ được một quái trong nhóm "bộ ba âm". Đây là một sự biến đổi từ dương sang âm, do một hào chuyển tính mà ra. Vì đổi hào dương sang hào âm cũng là sự chuyển tính của một hào, ta suy ra rằng nếu hào dương duy nhất của "bộ ba dương" đổi sang âm, ta sẽ được một quái âm. Vì đổi hào dương duy nhất của "bộ ba dương" cho ta Toàn Âm (Khôn), ta suy ra đặc tính 2 của Toàn Âm là "âm". Bằng lý luận tương tự, đặc tính 2 của Toàn Dương (Càn) là "dương".

NHỊ NGUYÊN X

Âm: Toàn âm (Khôn), Trưởng Âm (Tốn), Trung Âm (Li), Tiểu Âm (Đoài)

Dương: Toàn Dương (Càn), Trưởng Dương (Chấn), Trung dương (Khảm), Tiểu dương (Cấn).

Các độc giả tinh ý hẳn đã nhận ra rằng hệ thống tên mới đã được chọn để phù hợp với nhị nguyên x (chữ cuối của tên mỗi quái y hệt như tính âm dương của nó theo nhị nguyên x).

Nhị nguyên x là đặc tính thứ 2 của bát quái. Ta sẽ gọi nó là "bản tính" của bát quái. Các độc giả tinh ý hẳn đã thấy rằng "bản tính" chính là đặc tính bị nhận lầm thành "hậu thiên bát quái". Ta sẽ trở lại đề tài này trong kỳ tới.

San Jose ngày 18 tháng 3, 2005
Đằng Sơn

Chương 19

Tiên thiên và hậu thiên bát quái 2
Ba đặc tính của bát quái

Căn tính và bản tính của bát quái

Những điều sau đây đã được trình bày trong các kỳ trước, nay tóm lược lại để độc giả khỏi mất công tra tìm tài liệu cũ:

-Biểu tượng hiện hữu của thuyết âm dương gồm 8 thực thể gọi là bát quái.

-Mỗi quái có ba tính chất.

-Ta gọi tính chất đầu tiên của bát quái là "căn tính". Căn tính dĩ nhiên chỉ có hoặc âm hoặc dương, thành hai trường hợp là "căn tính dương" và "căn tính âm"; nhưng thay vì gọi dài dòng như vậy; ta theo truyền thống gọi "căn tính dương" là "động", "căn tính âm" là tĩnh.

Cách phân biệt "động" và "tĩnh" rất giản dị: Quái nào vạch dưới cùng dương (vạch liền) là quái động (căn tính dương), quái nào vạch dưới cùng âm (vạch đứt) là quái tĩnh (căn tính âm). Kết quả: Càn Li Đoài Chấn động, Khôn Khảm Cấn Đoài tĩnh.

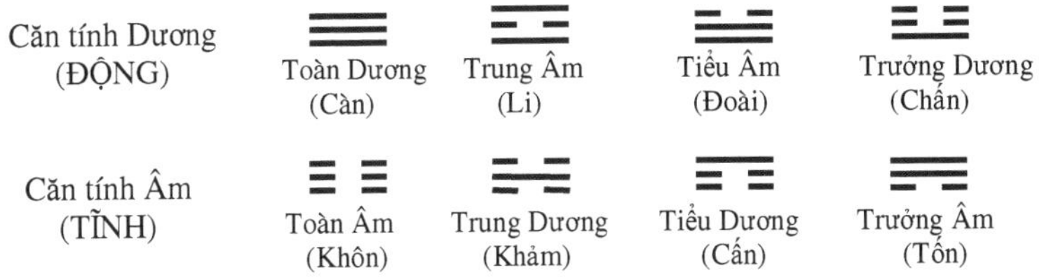

Căn tính Dương (ĐỘNG)	Toàn Dương (Càn)	Trung Âm (Li)	Tiểu Âm (Đoài)	Trưởng Dương (Chấn)
Căn tính Âm (TĨNH)	Toàn Âm (Khôn)	Trung Dương (Khảm)	Tiểu Dương (Cấn)	Trưởng Âm (Tốn)

Hình 1: Bát quái phân theo căn tính ĐỘNG và TĨNH

-Ta gọi tính chất thứ nhì của bát quái là "bản tính". Bản tính cũng chỉ có hoặc âm hoặc dương, thành hai trường hợp là "bản tính dương" và "bản tính âm"; nhưng thay vì gọi dài dòng như vậy; ta theo truyền thống gọi "bản tính dương" là "dương", "bản tính âm" là "âm". Tại sao gọi là "theo truyền thống"? Thưa, vì đây chính là cách phân biệt âm dương của bát quái mà ta thường thấy trong các sách. Điểm khác biệt là các sách chỉ nói âm, dương mà không giải thích lý do. Nhờ lý luận của bài trước, giờ ta hiểu tại sao lại phải phân âm dương như vậy.

Cách phân biệt âm dương rất giản dị (và hoàn toàn đồng ý với phép gọi truyền thống): Đếm trong quái thấy vạch nào tổng số lẻ thì quái mang tính đó. Như Càn có 3 vạch dương, nghĩa là vạch dương tổng số lẻ (vạch âm tổng số zéro là chẵn), nên Càn là quẻ dương. Kết quả: Càn Khảm Cấn Chấn dương, Tốn Li Khôn Đoài Âm:

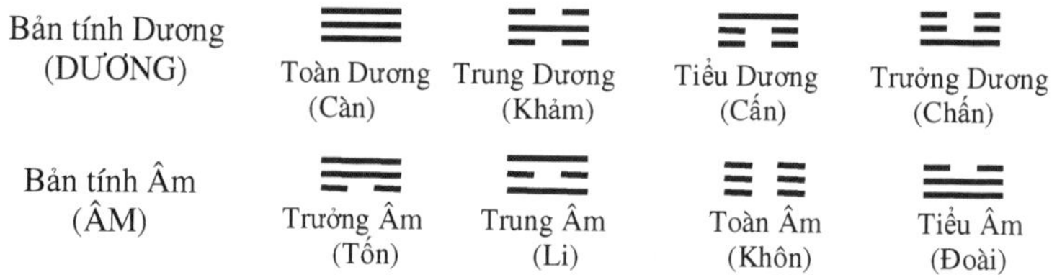

Bản tính Dương
(DƯƠNG)

Toàn Dương   Trung Dương   Tiểu Dương   Trưởng Dương
(Càn)   (Khảm)   (Cấn)   (Chấn)

Bản tính Âm
(ÂM)

Trưởng Âm   Trung Âm   Toàn Âm   Tiểu Âm
(Tốn)   (Li)   (Khôn)   (Đoài)

Hình 2: Bát quái phân theo bản tính ÂM và DƯƠNG

Năng tính (nhị nguyên) Trung Ngoại của bát quái

Kế tiếp xin luận đến đặc tính thứ ba của bát quái:

Trong chương trước, chúng ta xử dụng tiêu chuẩn hữu hiệu để đạt đến kết luận rằng Toàn Dương (Càn) và Toàn Âm (Khôn), vì là hai quái hữu hiệu nhất, phải ở gần chuẩn điểm zéro nhất. Bằng một lập luận dài nhưng tương đối dễ hiểu (xem phần phụ lục) ta định được đặc tính (nhị nguyên) thứ ba và sau cùng của bát quái. Ta sẽ gọi nhị nguyên này là nhị nguyên năng tính vì nó phân bát quái ra làm hai nhóm: Bốn quái gần trung tâm (chuẩn điểm zéro) nhất là nhóm "Trung" có mức hữu hiệu cao, bốn quái còn lại ở xa trung tâm là nhóm "Ngoại", mức hữu hiệu thấp.

Vì hữu hiệu dẫn đến thành công, nhị nguyên năng tính cho ta biết khả năng thành đạt của bát quái. Về mặt này nhóm Trung hơn hẳn nhóm Ngoại.

Lấy khoảng cách từ trung tâm làm chuẩn điểm, nhị nguyên năng tính cho ta kết quả sau đây:

NHỊ NGUYÊN NĂNG TÍNH
(Hữu hiệu dễ thành đạt, vô hiệu khó thành đạt)
TRUNG (Dương)
     Hữu hiệu nhất: Toàn Dương (Càn) và Toàn Âm (Khôn)
     Hữu hiệu: Trung Dương (Khảm) và Trung Âm (Li)
NGOẠI (Âm)
     Vô hiệu: Tiểu Dương (Cấn) và Tiểu Âm (Đoài)
     Vô hiệu nhất: Trưởng Dương (Chấn) và Trưởng Âm (Tôán)

Nhị nguyên năng tính rất dễ nhân diện: Bốn quái cân xứng (có hình thể tự đối xứng qua trung tâm) là quái trung, bốn quái không cân xứng là quái ngoại.

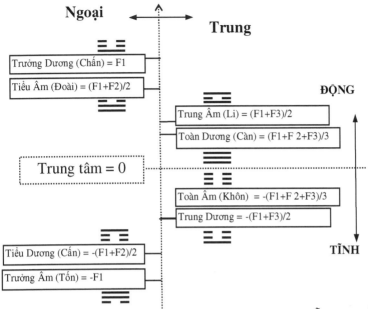

Hình 3: Nhị nguyên năng tính chia bát quái thành 2 nhóm, mỗi nhóm gồm 4 quái. Bốn quái trung hữu hiệu, bốn quái ngoại không hữu hiệu. Nhị nguyên này đã xuất hiện bàng bạc trong thuyết âm dương nhưng chưa từng được phân tích cặn kẽ. Ta sẽ gọi nhị nguyên này là tính "trung thiên" của bát quái, để thành bộ với hai tính "tiên thiên" và "hậu thiên".

Tiên Thiên và Hậu Thiên bát quái

Nhắc lại, theo các thuyết âm dương hiện tại thì bát quái có hai loại là Tiên Thiên bát quái và Hậu Thiên bát quái. Theo truyền thuyết Tiên Thiên bát quái do Phục Hi đặt ra, Hậu Thiên bát quái do Văn Vương đặt ra. Cách phân phối của hai loại bát quái này như sau:

BẢNG 1: Hai loại bát quái (tên mới và cũ)

Bát quái		Tiên Thiên	Hậu Thiên*
Toàn Dương (Càn)	☰	Dương	Dương
Trưởng Dương (Chấn)	☳	Dương	Dương
Trung Dương (Khảm)	☵	Âm	Dương
Tiểu Dương (Cấn)	☶	Âm	Dương
Toàn Âm (Khôn)	☷	Âm	Âm
Trưởng Âm (Tốn)	☴	Âm	Âm
Trung Âm (Li)	☲	Dương	Âm
Tiểu Âm (Đoài)	☱	Dương	Âm

Chú ý: Hậu Thiên bát quái phù hợp với tên mới của bát quái

So sánh bảng trên đây với các kết quả đã tìm ra trong loạt bài này, các độc giả tinh ý hẳn nhận ra rằng:

-Tiên Thiên bát quái chẳng gì khác hơn là cách phân chia bát quái dựa theo căn tính ĐỘNG và TĨNH.

-Hậu Thiên bát quái chẳng gì khác hơn là cách phân chia bát quái dựa theo bản tính DƯƠNG và ÂM.

Từ đó có thể thấy rằng:

1. Quan điểm (truyền thống) cho rằng có hai tập hợp bát quái khác nhau là 'Tiên Thiên bát quái' và 'Hậu Thiên bát quái' là một lầm lẫn. Sự thực là không hề có hai tập hợp bát quái khác nhau; mà chỉ có một tập hợp bát quái duy nhất; nhưng mỗi quái có ba tính chất khác nhau, Tiên Thiên và Hậu Thiên chỉ là 2 trong 3 tính chất đó!

2. "Tiên Thiên bát quái" không phải là một tập hợp bát quái, mà là một cách phân loại bát quái dựa trên hào dưới cùng. Để chính xác hơn, thay vì gọi "Tiên thiên bát quái", đề nghị gọi là "đặc tính tiên thiên của bát quái", hoặc "tính tiên thiên của bát quái", hoặc "tiên thiên tính của bát quái". Tính tiên thiên của bát quái chỉ có hai: Tiên thiên dương gọi là ĐỘNG (hào dưới cùng dương), tiên thiên âm gọi là TĨNH (hào dưới cùng âm).

3. "Hậu thiên bát quái" cũng không phải là một tập hợp bát quái, mà chỉ là một cách phân loại bát quái dựa trên hào chiếm số lẻ trong quái. Để chính xác hơn, thay vì gọi "Hậu thiên bát quái", đề nghị gọi là "đặc tính hậu thiên của bát quái", hoặc "tính hậu thiên của bát quái", hoặc "hậu thiên tính của bát quái". Tính hậu thiên của bát quái chỉ có hai: Hậu thiên dương gọi ngắn là DƯƠNG (hào dương có tổng số lẻ), hậu thiên âm gọi ngắn là ÂM (hào âm có tổng số lẻ).

Độc giả có thể thấy rằng ta đã cố ý gọi tính hậu thiên của bát quái là âm và dương cho phù hợp với cách phân loại quen thuộc nhất (được xử dụng trong nhiều sách âm dương). Thế nên, khi nghe một người (chưa đọc loạt bài này) nói "quái Li âm" ta hiểu là "tính hậu thiên của quái Li" thuộc âm; nghĩa là tổng số hào âm trong quái Li là một số lẻ. Kiểm soát lại ta thấy quái Li có một hào âm, hai hào dương; tức là hào âm quả chiếm số lẻ trong quái Li.

Ba đặc tính của bát quái

Độc giả cũng có thể thấy rằng chỉ mới nhắc tới "tiên thiên" và "hậu thiên" khi định tính cho bát quái là vẫn còn thiếu sót, vì mỗi quái không chỉ có hai mà có ba tính chất là căn tính, bản tính, và năng tính.

"Căn tính" đã có tên gọi truyền thống là "tính Tiên Thiên".

"Bản tính" đã có tên gọi truyền thống là "tính Hậu Thiên".

Vì "trung" ứng với vị trí giữa của "tiên" và "hậu", đồng thời lại ứng với cái lý dương của "năng tính" (dương là trung, âm là ngoại); cách tự nhiên nhất để điền vào khiếm khuyết là cho "năng tính" cái tên "tính Trung Thiên".

Tóm lược lại, mỗi quái có ba tính chất là căn tính (tiên thiên), bản tính (hậu thiên), năng tính (trung thiên); phân thành như sau:

Quái	Bản tính (hậu thiên)	Năng tính (trung thiên)	Căn tính (tiên thiên)
Càn	Dương	Trung	Động
Khảm	Dương	Trung	Tĩnh
Cấn	Dương	Ngoại	Tĩnh
Chấn	Dương	Ngoại	Động
Tốn	Âm	Ngoại	Tĩnh
Li	Âm	Trung	Động
Khôn	Âm	Trung	Tĩnh
Đoài	Âm	Ngoại	Động

Luận thêm về ý nghĩa của hai từ "tiên thiên", "hậu thiên"

Tất cả những gì được truyền tụng lâu đời thường có lý do của nó. Hai từ "tiên thiên" và "hậu thiên" của tập thể bát quái cũng thế. Thiết tưởng chẳng cần dùng những ngôn ngữ huyền bí hoặc huyền hoặc như trong nhiều sách khác để giải thích hai từ này, mà chỉ cần nói một cách nôm na rằng "tiên thiên" nghĩa là "trước", "hậu thiên" nghĩa là "sau".

Có độc giả hồ nghi sẽ hỏi: "Xưa nay sách bàn thiên kinh vạn quyển về hai chữ 'tiên thiên' và 'hậu thiên', người học thuyết âm dương còn chưa chắc hiểu, nay ông bảo nghĩa hai chữ này chỉ giản dị là 'trước' và 'sau' có cường điệu quá chăng?"

Xin thưa rằng đây tương tự như trường hợp trong truyện cổ tích "chiếc áo mới của nhà vua", vì ý nghĩa tiên thiên hậu thiên quả là chỉ giản dị như thế. Soạn giả cho rằng mọi sự vẽ vời hoa lá chỉ phản ảnh cái hiểu lầm của những người toan diễn giảng ý nghĩa hai chữ này mà thôi; người có tinh thần khoa học cũng nên đọc qua cho biết, nhưng chẳng cần cố đào sâu suy nghĩ thêm làm gì.

Nhưng nói không bằng minh chứng.

1. Như đã trình bày, tính tiên thiên của bát quái hoàn toàn được dựa trên hào 1. Hào 1 là hào xuất hiện đầu tiên, phải thêm hai hào 2 và 3 quái mới thành hình. Hào đầu tiên vừa xuất hiện, xét nó ta được tính "tiên thiên" của quái, mặc dù chưa biết mảy may nào về hai hào còn lại. Vậy cái tên "tiên thiên" không có nghĩa "trước" ở đây thì còn có nghĩa gì nữa?

2. Nghịch lại với 1 ở trên, phải định xong cả ba hào ta mới biết tính hậu thiên của bát quái. Vậy cái tên "hậu thiên" không có nghĩa "sau" ở đây thì còn có nghĩa gì nữa?

Khoa động lượng học của tây phương có một kết quả mang ý nghĩa triết học hết sức thâm sâu, theo đó (một thực thể toán học gọi là) entrôpy của một hệ thống biệt lập sẽ càng ngày càng tăng. Entrôpy nôm na là độ hỗn độn nên thuyết entrôpy nói rằng một hệ thống biệt lập sẽ bắt buộc phải đi từ thứ tự đến hỗn độn, từ đó suy ra trạng thái ban đầu phải là trạng thái thứ tự hơn hết.

Nhưng trạng thái ban đầu là gì? Xin thưa, theo cách hiểu nôm na đã đề nghị nó chính là trạng thái "tiên thiên"! Vậy thì, nếu thuyết âm dương phù hợp với thuyết entrôpy tập thể bát quái cũng phải khởi từ thứ tự rồi đi dần đến hỗn độn.

Kỳ diệu làm sao, đây chính là cái lý nằm sau một bí mật to lớn khác của thuyết âm dương là hai thứ tự tiên thiên và hậu thiên của bát quái. Nếu bắt đầu bằng quái Toàn Dương (Càn) thì hai thứ tự này xếp theo vòng tròn như sau:

Thứ tự tiên thiên: Càn Đoài Li Chấn Khôn Cấn Khảm Tốn.

Thứ tự hậu thiên: Càn Khảm Cấn Chấn Tốn Li Khôn Đoài.

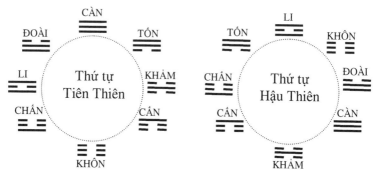

Hình 4: Hai thứ tự của bát quái. Tiên thiên (trái) và hậu thiên (phải)

Hai thứ tự tiên thiên và hậu thiên là một bí mật nghìn năm của thuyết âm dương. Hiện nay các nhà còn bàn cãi lung tung về nguyên lý cũng như nguồn gốc. Có người còn cho rằng thứ tự hậu thiên sai, và đòi sửa lại bằng cách đổi chỗ hai quái Tốn Khôn.

Các độc giả có hứng thú xin tự nhiên luận xét xem cái lý của hai thứ tự tiên thiên hậu thiên do đâu mà có. Kỳ sau soạn giả sẽ trình bày lời giải suy ra bằng phương pháp khoa học.

Luận thêm về ý nghĩa của từ "trung thiên"

Ý nghĩa của hai chữ "trung tâm" khỏi cần giải thích dài dòng vì có thể thấy ngay cái lý của nó từ cuộc đời. Ai cũng biết vị trí trung tâm là nơi quan trọng hơn cả, bởi thế mới có những câu như "trung tâm quyền lực", "trung tâm của sự chú ý", "trung tâm điểm của vũ trụ" v.v... Trong môn bóng đá, đội nào chiếm được trung tâm đội ấy chiếm ưu thế, trong cờ tướng, billiard cũng thế.

Tính trung thiên của bát quái hoàn toàn không được nhắc tới trong các sách âm dương được người xưa để lại. Soạn giả cho rằng đây là một khiếm khuyết vô cùng to lớn, và là lý do chính khiến thuyết âm dương mặc dù đã xuất hiện lâu đời mà vẫn chưa thoát nổi ra khỏi trạng thái phôi thai của nó.

Nhờ tái khám phá ra tính trung thiên, giờ ta có thể hiểu ý nghĩa của bát quái một cách tường tận. Chẳng hạn, trước đây ta chỉ biết Càn Khôn là hai quái quyền uy bậc nhất của bát quái, giờ với kiến thức của tính trung thiên (năng tính, dựa trên tính đối xứng của quái) ta khám phá thêm rằng hai quái Khảm và Li cũng là hai quái đại biểu quyền uy, mặc dù cấp độ có thua hai quái Càn Khôn.

San Jose ngày 25 tháng 3, 2005
Đằng Sơn

PHỤ LỤC: Đặc tính thứ ba của bát quái

Chúng ta đã biết hai nhị nguyên của bát quái. Nhị nguyên căn tính (nhị nguyên tiên thiên) dựa trên hào đầu tiên (tức hào dưới cùng). Nhị nguyên bản tính (nhị nguyên hậu thiên) dựa trên yếu tố có số hào lẻ trong quái.

Còn lại 5 cách phân âm dương chưa được khảo sát. Một trong 5 cách này phải cho ta nhị nguyên thứ ba và cuối cùng của bát quái.

1. Phân âm dương dựa theo hào 2.
2. Phân âm dương dựa theo hào 3.
3. Phân âm dương dựa theo hào 1 và hào 2.
4. Phân âm dương dựa theo hào 1 và hào 3.
5. Phân âm dương dựa theo hào 2 và hào 3.

Năm cách này được trình bày trong các hình từ 1A đến 5A. Cách 1 và 2 bị loại ngay vì tổng trị số của nhóm Âm là dương trong khi tổng trị số của nhóm Dương lại là âm, nghịch lại với đặc tính cơ bản của âm dương. Chú ý rằng trong nhị nguyên bản tính, tổng trị số của nhóm Dương lớn hơn zéro (dương) và tổng trị số của nhóm Âm nhỏ hơn zéro (âm).

Tổng trị số của hai nhóm Dương và Âm cùng bằng zéro cho các cách từ 3 đến 5, nhưng cách 4 là cách duy nhất phân bát quái theo tính cân xứng của chúng. Ngoài ra, bốn quái cân xứng bao quanh trung tâm, trong khi bốn quái không cân xứng phải ở vòng ngoài. Vì âm và dương đều là trạng thái mất quân bình, gần trung tâm (trị số tuyệt đối nhỏ) phải tốt hơn ở xa trung tâm.

Chúng ta kết luận cách 4 là một cách phân âm dương hợp lý. Nó cho ta đặc tính (nhị nguyên) thứ ba của bát quái, mà ta sẽ giản dị gọi là Nhị nguyên năng tính.

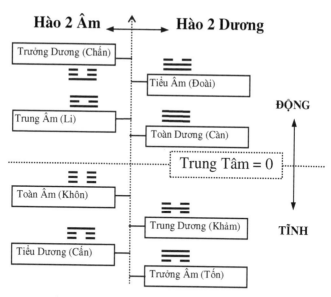

Hình 1A: Nếu dùng tính âm dương của hào 2 để phân loại bát quái thì tổng trị số của phía Âm (bên trái) sẽ dương, trong khi tổng trị số của phía Dương (bên phải) sẽ âm, nghịch lại lý âm dương. <u>Không thể là nhị nguyên.</u>

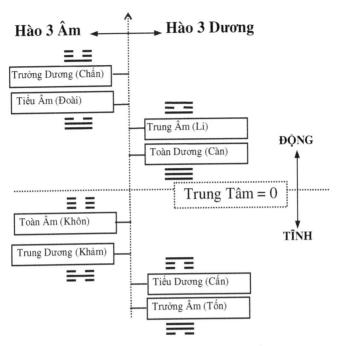

Hình 2A: Nếu dùng tính âm dương của hào 3 để phân loại bát quái thì tổng trị số của phía Âm (trái) sẽ dương, trong khi tổng trị số của phía dương (phải) sẽ âm, nghịch lại lý âm dương. <u>Không thể là nhị nguyên</u>.

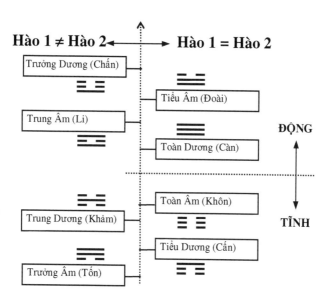

Hình 3A: Dùng hào 1 và hào 2 làm tiêu chuẩn thì được hai nhóm không có gì đáng lưu ý. *Không phải là nhị nguyên.*

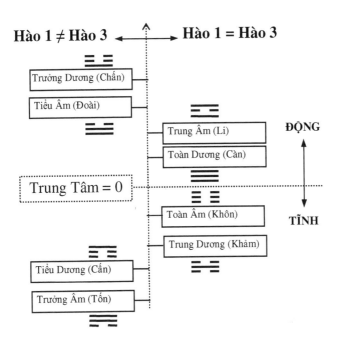

Hình 4A: Dùng hào 1 và hào 3 để phân loại, được nhóm trái xa trung tâm và nhóm phải gần trung tâm. Thêm nữa bốn quái trong nhóm phải đều cân xứng. CHỌN LÀM NHỊ NGUYÊN (ÂM DƯƠNG) THỨ BA.

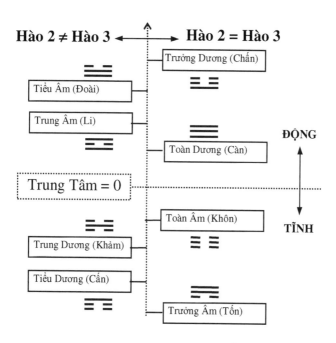

Hình 5A: Dùng hào 2 và hào 3 làm tiêu chuẩn thì được hai nhóm không có gì đáng lưu ý. <u>Không phải là nhị nguyên</u>

Chương 20
Tiên thiên và hậu thiên bát quái 3
Thứ tự tiên thiên của bát quái

Nhắc lại các tính tiên, hậu, và trung thiên của bát quái

Như đã soạn giả đã giải thích trong bài trước, các thuyết cho rằng có hai loại bát quái là "tiên thiên bát quái" và "hậu thiên bát quái" đều trái với nguyên tắc khoa học. Kỳ thật chỉ có duy nhất một tập hợp bát quái mà thôi. Nhưng mỗi quái đều có ba đặc tính mà soạn giả đề nghị gọi là ba nhị nguyên âm dương. Ba đặc tính này là:

-Căn tính: Dựa trên tính âm dương của hào 1 (hào dưới cùng). Hào dưới cùng dương thì quái có căn tính dương, hào dưới cùng âm thì quái có căn tính âm. Quái có căn tính dương gọi là quái động, quái có căn tính âm gọi là quái tĩnh.

-Bản tính: Dựa trên tính âm dương của hào có tổng số lẻ trong quái. Hào có tổng số lẻ dương thì quái có bản tính dương, hào có tổng số lẻ âm thì quái có bản tính âm. Quái có bản tính dương gọi là quái dương, quái có bản tính âm gọi là quái âm.

-Năng tính: Dựa trên tính đối xứng của quái. Quái có các hào đối xứng qua hào trung âm có năng tính "trung", quái không có các hào đối xứng qua trung tâm có năng tính "ngoại". Quái có năng tính trung gọi tắt là quái trung, quái có năng tính ngoại gọi tắt là quái ngoại.

Bảng sau đây tóm tắt ba đặc tính của bát quái, xếp theo thứ tự bản tính, năng tính, căn tính để đọc cho thuận tai:

☰ Càn: Dương trung động (bản tính dương, năng tính dương, căn tính dương).

☵ Khảm: Dương trung tĩnh.

☶ Cấn: Dương ngoại động.

☳ Chấn: Dương ngoại tĩnh.

☴ Tốn: Âm ngoại tĩnh.

☲ Li: Âm trung động.

☷ Khôn: Âm trung tĩnh.

☱ Đoài: Âm ngoại động.

Trong bài trước soạn giả cũng đã giải thích rõ rằng chỉnh lý thuyết cũ chẳng khó khăn gì, thay vì gọi "tiên thiên bát quái" ta chỉ việc đổi lại thành "tính tiên thiên của bát quái", thay vì gọi "hậu thiên bát quái" ta chỉ cần đổi lại thành "tính hậu thiên của bát quái".

Ngoài ra chú ý rằng:

-Tính tiên thiên của bát quái chính là căn tính.

-Tính hậu thiên của bát quái chính là bản tính.

-Tính trung thiên thì các thuyết cũ không thấy nói tới, nhưng ý nghĩa của nó cũng thỉnh thoảng xuất hiện trong các sách nói về bát quái. Độc giả sẽ thấy tính trung thiên cũng được ám chỉ trong kinh dịch, nhưng ta sẽ bàn những chuyện này trong một kỳ sau để khỏi làm loãng đề tài hiện tại.

Đề tài hiện tại, trọng tâm vẫn là hai chữ "tiên thiên" và "hậu thiên". Đã biết thế nào là tính "tiên thiên" và "hậu thiên" của bát quái, giờ thì ta đã sẵn sàng để giải đáp một vấn nạn ngàn năm khác của thuyết âm dương, đó là cái lý ẩn sau hai thứ tự của bát quái, gọi là "thứ tự tiên thiên" và "thứ tự hậu thiên".

Giới thiệu hai thứ tự tiên thiên và hậu thiên của bát quái

Mọi sách có bàn đến thuyết âm dương đều có trình bày 2 thứ tự của bát quái, gọi là "thứ tự tiên thiên" và "thứ tự hậu thiên". Cả hai thứ tự này đều được xếp theo hình tròn, nhưng các quái có vị trí khác nhau:

Thứ tự tiên thiên: Càn Đoài Li Chấn Khôn Cấn Khảm Tốn.

Thứ tự hậu thiên: Càn Khảm Cấn Chấn Tốn Li Khôn Đoài.

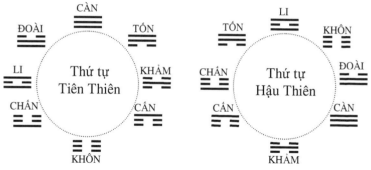

Hình 1: Hai thứ tự của bát quái. Tiên thiên (trái) và hậu thiên (phải)

Nhưng tại sao phải bàn về hai thứ tự tiên thiên và hậu thiên của bát quái? Thưa, vì cả hai đều có ứng dụng quan trọng trong các khoa mệnh lý. Ứng dụng quan trọng nhất của thứ tự tiên thiên có lẽ là thứ tự lý số của các quái, tức Càn 1, Đoài 2, Li 3, Chấn 4, Tốn 5, Khảm 6, Cấn 7, Khôn 8. Sau khi thêm đòi hỏi cân xứng, nghĩa là đòi hỏi các quái xung chiếu có tổng thành lý số như nhau, có thể thấy rằng các lý số này phù hợp với thứ tự tiên thiên của bát quái.

Ứng dụng quen thuộc nhất của thứ tự hậu thiên là các phương vị trên địa bàn; còn địa bàn quan trọng như thế nào thì thiết tưởng chẳng cần nói nhiều làm gì, vì có lẽ bất cứ người Á đông nào cũng biết đến thứ tự Tý Sửu Dần Mão Thìn Tỵ Ngọ Mùi Thân Dậu Tuất Hợi, tức là 12 chi của địa bàn.

Hai thứ tự tiên thiên và hậu thiên của bát quái đã là một bí mật nghìn năm của thuyết âm dương. Hiện nay các nhà còn bàn cãi lung tung về nguyên lý cũng như nguồn gốc. Có người còn cho rằng thứ tự hậu thiên sai, và đòi sửa lại bằng cách đổi chỗ hai quái Tốn Khôn.

Vì vậy đây là một vấn đề phải giải quyết của mệnh lý, bằng không rất có thể một thời gian sau sẽ có nhiều phái, mỗi phái theo một thứ tự khác nhau, khiến mệnh lý càng ngày càng xa rời cái gốc chính của nó.

Hình 2: Thứ tự tiên thiên của bát quái phù hợp với thứ tự lý số của bát quái.

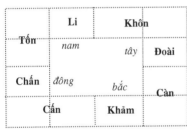

Hình 3: Phương vị của bát quái trên địa bàn rõ ràng theo thứ tự hậu thiên (Càn Khảm Cấn Chấn Tốn Li Khôn Đoài).

Cái lý nằm sau thứ tự tiên thiên của bát quái

Xét rốt ráo thì mỗi quái chẳng qua là một bản ghi lại thứ tự xuất hiện của hai yếu tố âm hoặc dương, thế nên cách tự nhiên nhất, tức cách hợp lý nhất, để khảo sát bát quái là xét tính thứ tự của chúng; mà đã nói đến thứ tự thì phải nói đến phương pháp biểu diễn bằng số học.

Ta đã biết trong mỗi quái, hào 1 (hào dưới cùng) xuất hiện đầu tiên, rồi mới đến hào 2, hào 3. Bằng ngôn ngữ số học, ta nói "chỉ số" của hào 1 lớn hơn chỉ số của hào 2, chỉ số của hào 2 lớn hơn hào 3.

Và vì âm dương phù hợp với hệ thống số nhị phân, nên ta chỉ việc biểu diễn những khác biệt về chỉ số này bằng hệ thống nhị phân. Không dùng đến số zéro thì ba "chỉ số" đầu tiên của hệ nhị phân là 1, 2, và 4; nên số 4 là chỉ số của hào 1, số 2 là chỉ số của hào 2, số 1 là chỉ số của hào 3.

Bằng ngôn ngữ toán học, ta cho dương=1, âm=0, phối hợp với hào 1=4, hào 2=2, hào 3=1 ta được tổng chỉ số của các quái, như sau:

Càn $\qquad 4\times1 + 2\times1 + 1\times1=7$

227

	Khảm	$4\times0 + 2\times1 + 1\times0=2$
	Cấn	$4\times0 + 2\times0 + 1\times1=1$
	Chấn	$4\times1 + 2\times0 + 1\times0=4$
	Tốn	$4\times0 + 2\times1 + 1\times1=3$
	Li	$4\times1 + 2\times0 + 1\times1=5$
	Khôn	$4\times0 + 2\times0 + 1\times0=0$
	Đoài	$4\times1 + 2\times1 + 1\times0=6$

Xếp lại theo thứ tự số học từ nhỏ đến lớn ta được:

	Khôn	0
	Cấn	1
	Khảm	2
	Tốn	3
	Chấn	4
	Li	5
	Đoài	6
	Càn	7

Thế nhưng, cách xếp trên đây có hai điểm không ổn. Thứ nhất, nó có số zero, vốn đã được dành riêng cho vô cực. Mỗi quái là biểu tượng của một loại hiện hữu, nên không thể có lý của vô cực được. Thứ nhì, Càn là quái có uy lực hơn hết, lại là quái dương (dương trung động), phải ứng với số 1 mới đúng, vì số 1 ứng với sự khởi đầu.

Cả hai vấn đề này đều được giải quyết mà vẫn tôn trọng lý thứ tự của lý số bằng cách sau đây: Gọi tổng chỉ số của quái là X, ta định nghĩa biểu số Y của quái bằng công thức:

$$Y=8-X \quad (1)$$

Định nghĩa này cho ta các biểu số, vẫn xếp theo thứ tự số từ nhỏ đến lớn:

	Càn	$8-7=1$
	Đoài	$8-6=2$
	Li	$8-5=3$
	Chấn	$8-4=4$
	Tốn	$8-3=5$
	Khảm	$8-2=6$
	Cấn	$8-1=7$
	Khôn	$8-0=8$

228

Kiểm soát lại với hình (2), ta thấy các biểu số vừa tính được này y hệt như lý số của các quái được truyền lại trong sách vở. Vậy là ta đã thành công trong việc khoa học hóa lý số của các quái.

Để suy ra thứ tự tiên thiên ta phải làm thêm một việc là áp dụng luật cân xứng. Tại sao ta có quyền áp dụng luật cân xứng cũng là một vấn đề cần được giải quyết, nhưng để tránh bàn luận lan man soạn giả yêu cầu độc giả tạm thời chấp nhận rằng luật này có cơ sở khoa học; và sẽ được bàn kỹ hơn trong loạt bài này. Dù sao, cũng cần ghi chú ngay ở đây rằng luật cân xứng là một tiền đề rất quen thuộc của khoa học tây phương, nên giả như chỉ coi nó là tiền đề mà không chứng minh cũng không làm lý luận của chúng ta giảm giá trị khoa học.

Đồng ý là có thể áp dụng luật cân xứng rồi, ta so sánh các cách phối trí bát quái trên một vòng tròn. Độc giả có thể tự kiểm soát để thấy rằng chỉ có hai cách tương đối hợp lý, tức là cùng có vẻ cân xứng (xem hình 4A và 4B).

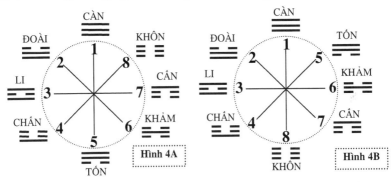

Hình 4: Theo thứ tự của hình 4A (trái), các cặp quái xung chiếu trừ nhau đều bằng 4. Theo thứ tự của hình 4B (phải), các cặp quái xung chiếu cộng với nhau đều bằng 9. Thế nhưng phải chọn 4B vì khi xét các hào thì 4B có tính đối xứng, 4A thì không.

Nếu chỉ lấy lý số làm tiêu chuẩn duy nhất thì cả hai thứ tự 4A và 4B đều có tính cân xứng. Tính cân xứng của thứ tự 4A dựa trên tính trừ (các cặp quái xung chiếu trừ nhau đều bằng 4). Tính cân xứng của thứ tự 4B dựa trên tính cộng (các cặp quái xung chiếu cộng nhau đều bằng 9). Vì không có lý do rõ rệt nào để nói phép trừ quan trọng hơn phép cộng hoặc ngược lại, lý số không phải là điều kiện đủ để ta chọn 4A hoặc 4B.

Nhưng chỉ cần nhìn vào hai hình 4A và 4B ta sẽ thấy ngay 4B cân xứng hơn 4A vì trong 4B mỗi cặp quái xung chiếu đều hoàn toàn đối xứng nhau về lý của các hào: Càn ba hào dương đối xứng với Khôn ba hào âm, Chấn hào dưới dương hai hào trên âm đối xứng với Tốn hào dưới âm hai hào trên dương. Thứ tự 4A không thỏa điều kiện này.

Ngoài ra, xét ba nhị nguyên ta thấy hoàn cảnh của các cặp xung chiếu của 4B như sau:

Càn (dương trung động) đối lại Khôn (âm trung tĩnh)

Khảm (dương trung tĩnh) đối lại Li (âm trung động)

Cấn (dương ngoại tĩnh) đối lại Đoài (âm ngoại động)

Chấn (dương ngoại động) đối lại Tốn (âm ngoại tĩnh)

Nghĩa là các cặp xung chiếu luôn luôn có căn tính và bản tính nghịch nhau, nhưng năng tính giống nhau. Vì năng tính chính là tính đối xứng, các cặp xung chiếu luôn luôn có tính đối xứng giống nhau. Quái A có tính đối xứng thì tất nhiên quái A' xung chiếu với nó cũng phải có tính đối xứng. Ngược lại, quái B không có tính đối xứng thì quái B' xung chiếu nó cũng không có tính đối xứng.

Thứ tự 4A không thỏa điều kiện này, vì Càn là quái trung (có tính đối xứng) xung chiếu với Tốn là quái ngoại (không có tính đối xứng. Độc giả có thể kiểm soát để thấy rằng các cặp Khảm Đoài, Li Cấn, Khôn Chấn cũng thế.

Tóm lại thứ tự 4B cân xứng hơn thứ tự 4A, do đó ta phải chọn 4B, bỏ 4A.

Kỳ diệu làm sao, so sánh hình 4B và 1A ta thấy thứ tự mà ta chọn chính là thứ tự tiên thiên của bát quái!

Vậy thì thứ tự tiên thiên của bát quái chẳng qua là thứ tự có nhiều tính đối xứng hơn hết của bát quái.

Nhưng tại sao lại gọi thứ tự này là thứ tự tiên thiên? Để trả lời, nhìn lại hình 4B (hoặc 1A cũng thế), ta thấy thứ tự này chia bát quái thành hai nhóm rõ rệt. Nhóm có lý số từ 1 đến 4 chiếm phân nửa vòng tròn, gồm các quái Càn Đoài Li Chấn, đều có tiên thiên tính dương. Chiếm nửa vòng tròn còn lại là nhóm có lý số từ 5 đến 8, tức Tốn Khảm Cấn Khôn, đều có tiên thiên tính âm.

Kết luận, thứ tự 4B được gọi là thứ tự tiên thiên của bát quái vì nó phân bát quái ra thành hai nhóm riêng biệt dựa trên tính tiên thiên; chỉ giản dị như thế!

Mặc dù chưa từng được đề cập một cách hệ thống trong các sách được người xưa để lại, cái lý của tiên thiên bát quái vẫn tương đối dễ công nhận, vì con người vốn đã có cảm ứng với lý cân xứng của vạn vật. Trên đây ta chỉ làm công việc giản dị là khoa học hóa cái cảm ứng ấy mà thôi.

Vấn nạn thiếu đối xứng của hậu thiên bát quái

Hóc búa hơn, khó cảm nhận hơn là thứ tự hậu thiên của bát quái, vì như thấy trong hình 1B, thứ tự hậu thiên (Càn Khảm Cấn Chấn Tốn Li Khôn Đoài) không có cái tính cân xứng của thứ tự tiên thiên. Tượng hình hơn, hoàn cảnh của 4 cặp xung chiếu trong thứ tự hậu thiên như sau:

Càn-Tốn
Khảm-Li
Cấn-Khôn
Chấn-Đoài

Nếu dùng ký hiệu nhị phân, với thứ tự các hào đi từ dưới lên trên, để biểu diễn các cặp này thì được:

Càn-Tốn: 111-011
Khảm Li: 010-101
Cấn-Khôn: 001-000
Chấn-Đoài: 100-110

Nếu ta đổi lý âm dương của quái thứ nhì trong mỗi cặp, kết quả sẽ là:

Càn-Tốn: 111-100
Khảm Li: 010-010
Cấn-Khôn: 001-111
Chấn-Đoài: 100-001

Như vậy có một phép biến đổi khiến Li thành hình đối xứng của Khảm (010 đối xứng 010 và Đoài thành hình đối xứng của Chấn (100 đối xứng 001). Nghĩa là trong thứ tự hậu thiên, có hai cặp đối xứng (Khảm-Li và Chấn-Đoài) và hai cặp không đối xứng (Càn-Tốn và Cấn-Khôn).

Gần đây có một nhà nghiên cứu Việt Nam cho rằng phải đổi chỗ hai quái Tốn Khôn thì thứ tự hậu thiên bát quái mới đúng. Để tránh bị hiểu lầm là có ý khích bác, soạn giả mạn phép đi ngược lại tiêu chuẩn nghiên cứu học thuật quốc tế, không nói tên hoặc bút hiệu của nhà nghiên cứu ấy ra.

Tuy nhiên, thiết tưởng cũng cần xét thoáng qua lý do gì khiến nhà nghiên cứu này có ý tưởng đó. Muốn vậy ta thử đổi chỗ Tốn Khôn; hoàn cảnh của 4 cặp quái trở thành:

Càn-Khôn
Khảm-Li
Cấn-Tốn
Chấn-Đoài

Bằng ký hiệu nhị phân:

Càn-Khôn: 111-000
Khảm Li: 010-101
Cấn-Tốn: 001-011
Chấn-Đoài: 100-110

Lại như trên, ta đổi lý âm dương của quái thứ nhì trong mỗi cặp. Kết quả sẽ là:

Càn-Khôn: 111-111
Khảm Li: 010-010
Cấn-Tốn: 001-100

Chấn-Đoài: 100-001

Có thể thấy rằng cả bốn cặp bây giờ đều có tính đối xứng.

Vậy thì, phải chăng nhà nghiên cứu này đúng? Phải chăng thứ tự hậu thiên đã sai cả từ nghìn năm nay? Đây là những câu hỏi hết sức to lớn, vì thứ tự hậu thiên là một nền tảng hết sức quan trọng của rất nhiều môn mệnh lý. Nếu thứ tự hậu thiên được truyền lại đã sai thì khả năng tiên đoán của các khoa mệnh lý liên hệ đều phải đặt câu hỏi, nếu không muốn nói là phải xét lại từ gốc rễ.

Để trả lời những câu hỏi này, không gì hợp lý hơn là tái lập thứ tự hậu thiên bằng lý luận khoa học. Ta sẽ làm việc ấy trong kỳ tới.

San Jose ngày 1 tháng 4, 2005
Đằng Sơn

Chương 21
Tiên thiên và hậu thiên bát quái 4
Thứ tự hậu thiên của bát quái

Hai thứ tự tiên thiên của bát quái

Kỳ trước, khi luận tính tiên thiên của bát quái, ta tìm ra kết quả là thứ tự 1 (xem hình). Các độc giả quen thuộc với toán học có lẽ đã nhận ra rằng luận như thế thì còn thiếu sót, vì thứ tự 1 có hình đối xứng là thứ tự 2, và không có lý do gì để nói rằng thứ tự 2 không thể là thứ tự đúng của tiên thiên bát quái.

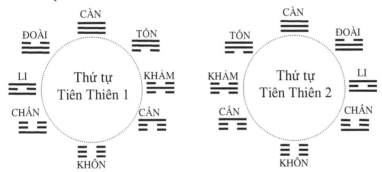

Hình 1: Hai thứ tự tiên thiên tương đương của bát quái.

Nhưng có hai thứ tự thì không thỏa điều kiện độc nhất của khoa học, vậy thì thứ tự 1 đúng hay thứ tự 2 đúng? Chúng ta sẽ khám phá trong bài này rằng cả hai thứ tự đều đúng cả, nhưng phải tùy trường hợp mà áp dụng. Điểm ly kỳ là muốn biết thứ tự nào ứng trường hợp nào ta phải nhờ đến một thứ tự khác của bát quái, gọi là thứ tự hậu thiên.

Vì hai từ "tiên thiên" và "hậu thiên" vốn là nguồn của rất nhiều hoang mang trong lịch sử mệnh lý, trước khi tiếp tục thiết tưởng cần nhắc lại các định nghĩa cũ.

Tính tiên thiên dựa trên hào dưới cùng, tức hào xuất hiện đầu tiên, của quái. Như vậy trước khi hào 2 và hào 3 xuất hiện, tức là quái chưa hoàn toàn thành hình ta đã biết tính tiên thiên. Cái tên "tiên thiên" (trước) vì vậy rất có ý nghĩa.

Tính hậu thiên dựa trên lý tính của các hào chiếm số lẻ trong quái. Ta chỉ có thể định tính hậu thiên sau khi cả ba hào đều đã xuất hiện, tức là khi quái đã hoàn toàn thành hình. Vì vậy cái tên hậu thiên (sau) rất có ý nghĩa.

Tóm lại Tiên Thiên nghĩa là "trước", hậu thiên nghĩa là "sau"; chỉ giản dị như thế mà thôi.

233

Từ thứ tự tiên thiên đến thứ tự hậu thiên của bát quái

Ta đã biết thứ tự tiên thiên của bát quái là thứ tự có tính cân xứng tối cao, tức là một thứ tự lý tưởng. Nhưng "lý tưởng" không phải là hoàn cảnh thực tế của cuộc đời, vậy phải chăng thứ tự tiên thiên chỉ là một hình ảnh đẹp đẽ nhưng vô dụng của mệnh lý?

Để trả lời câu hỏi này, ta phải dùng cái "lý" của vũ trụ. "Lý" đây chỉ có nghĩa là "hợp lý", không hơn và không kém.

Nhìn nhận thứ tự tiên thiên không phải là hoàn cảnh thực tế của cuộc đời nghĩa là nhìn nhận có một thứ tự khác của bát quái ứng với hoàn cảnh thực tế của cuộc đời. Ta sẽ gọi thứ tự này là "thứ tự hậu thiên". Từ định nghĩa, ta biết độ cân xứng của thứ tự hậu thiên kém hơn thứ tự tiên thiên. Độ cân xứng của thứ tự hậu thiên kém hơn thứ tự tiên thiên nghĩa là độ hỗn độn của thứ tự hậu thiên cao hơn thứ tự tiên thiên. Lý thú làm sao, sự kiện này hoàn toàn phù hợp với thuyết "entrôpy" của khoa học tây phương, theo đó entrôpy (độ hỗn độn) của vũ trụ càng ngày càng tăng cao.

Ta có hai câu hỏi, hay đúng hơn là một câu hỏi gồm hai phần như sau:

1. Hai thứ tự tiên thiên và hậu thiên có liên hệ với nhau không?
2. Nếu có liên hệ thì liên hệ như thế nào?

Đáp án cho phần 1 của câu hỏi rất hiển nhiên, dĩ nhiên hai thứ tự tiên thiên và hậu thiên phải có liên hệ. Bởi vì phải có trước (tiên thiên) mới có sau (hậu thiên). Đáp án cho phần 2 cũng rất hiển nhiên: "Liên hệ giữa hai thứ tự tiên thiên và hậu thiên phải hợp lý".

Phần hỏi và trả lời trên đây có vẻ thừa thãi, nhưng nhờ đó ta đã đạt đến một kết quả chắc chắn là: "Phải có một liên hệ hợp lý giữa thứ tự tiên thiên và thứ tự hậu thiên của bát quái."

Kế tiếp, vì thứ tự hậu thiên ứng với thực tế của cuộc đời, nó phải ứng với một thứ tự có thực nào đó mà chúng ta quan sát được trong vũ trụ. Vũ trụ của chúng ta tức là địa cầu. Rõ ràng hơn, hoàn cảnh trên mặt địa cầu.

Từ bài địa bàn ta đã luận rằng, vì địa cầu chỉ là một chấm nhỏ trong vũ trụ mênh mông nên chỉ phương hướng là có ý nghĩa trong các bài toán nối kết địa cầu vào vũ trụ. Ta cũng biết rõ rằng tối thiểu vài phương trên mặt đất có lý tính khác nhau rõ rệt, như ở bắc bán cầu thì phương bắc có bắc cực, phương nam có xích đạo, đông là phương mặt trời mọc, tây là phương mặt trời lặn v.v… Nên nếu thuyết âm dương là một thuyết bao trùm lên tất cả mọi hiện tượng tất nó phải có một mô hình tương ứng với những khác biệt đó.

Bằng phép loại suy, ta kết luận mô hình này bắt buộc phải là thứ tự hậu thiên của bát quái! Ngoài ra, vì bắc bán cầu và nam bán cầu có tính đối xứng nam bắc (bắc bán cầu phương bắc ứng thủy, phương nam ứng hỏa; nam bán cầu ngược lại) ta có thể đoán trước rằng thứ tự hậu thiên của bắc bán cầu và nam bán cầu phải khác nhau.

Phần kế tiếp đây chỉ bàn về bắc bán cầu song có lúc soạn giả sẽ gọi "thứ tự hậu thiên ở bắc bán cầu" là "thứ tự hậu thiên" cho ngắn gọn; xin các độc giả lưu ý để khỏi lẫn lộn với thứ tự hậu thiên ở nam bán cầu, sẽ được đề cập ở cuối bài này.

Đòi hỏi khoa học của phép biến đổi từ tiên thiên sang hậu thiên

Ở trên ta đã có một kết quả quan trọng, nay xin nhắc lại: "Phải có một liên hệ hợp lý giữa thứ tự tiên thiên và hậu thiên của bát quái". Nói cách khác, thứ tự hậu thiên phải là một kết quả hợp lý khởi từ thứ tự tiên thiên. Bằng ngôn ngữ toán học, ta nói phải có một phép biến đổi hợp lý, sao cho thứ tự tiên thiên biến thành thứ tự hậu thiên.

Ba chữ "phép biến đổi" ở đây hoàn toàn có ý nghĩa toán học, nên trước hết ta phải xem các quái có thể biến đổi theo những cách nào thì mới hợp lý.

Biến đổi nghĩa là làm một thực thể A biến thành thực thể A'. Vì mỗi quái là một tập hợp của 3 hào, mỗi hào có lý tính âm hoặc dương, nên chỉ có hai cách biến đổi hợp lý là:

1. Hoán vị.
2. Đổi lý tính của hào.

Hoán vị chỉ có nghĩa là đổi chỗ. Như Khảm hoán hào 2 và 3 thì thành Cấn:

☵ Khảm => ☶ Cấn

Đổi lý tính của hào nghĩa là đổi một, hai, hoặc 3 hào từ âm thành dương hoặc ngược lại. Thí dụ Khảm đổi hào dưới từ âm ra dương thì thành Đoài:

☵ Khảm => ☱ Đoài

Xét cùng lý thì còn phép thứ 3 là phối hợp hai phép 1 và 2, song nguyên lý "giản dị" giúp ta biết rằng, nếu có một và chỉ một trong hai phép "hoán vị" và "đổi lý tính" cho ta kết quả mong muốn thì phép ấy là phép đúng, và không có lý do gì để lời giải đúng là sự phối hợp của một phép đúng với một phép sai. Vì thế ta tạm chỉ xét hai phép 1 và 2, nếu không được kết quả mong muốn thì mới tính sau.

Ngoài ra, mặc dù thứ tự hậu thiên không thể cân xứng bằng thứ tự tiên thiên, cân xứng vẫn là một phần của cái lý tạo thành thứ tự hậu thiên, cho nên, nếu giữa hai phép biến đổi có độ cân xứng khác nhau thì phép biến đổi cân xứng hơn là phép biến đổi đúng.

Với những điều kiện đó trong tay, giờ ta đã sẵn sàng để giải bài toán thứ tự hậu thiên của bát quái.

Bài giải thứ tự hậu thiên của bát quái ở Bắc bán cầu

Vì bài toán thứ tự hậu thiên tương đối phức tạp, soạn giả sẽ tách ra thành một số bước riêng rẽ để độc giả dễ theo dõi hơn.

BƯỚC 1 (Định 4 quái ứng với đông tây nam bắc): Ở bước này, ta dùng những kiến thức đã biết về ba đặc tính của bát quái để xác định các quái đã có sẵn tương ứng với các phương hướng ở bắc bán cầu.

Nhắc lại mỗi quái có ba đặc tính là căn tính (tức tính tiên thiên, động hoặc tĩnh), bản tính (tức tính hậu thiên, âm hoặc dương), năng tính (tức tính trung thiên, trung hoặc ngoại). Các độc giả chưa nhớ ba đặc tính này xin tra bảng liệt kê sau đây:

☰	Càn:	Dương trung động
☷	Khôn:	Âm trung tĩnh
☵	Khảm:	Dương trung tĩnh
☲	Li:	Âm trung động
☳	Chấn:	Dương ngoại động
☴	Tốn:	Âm ngoại tĩnh
☶	Cấn:	Dương ngoại tĩnh
☱	Đoài:	Âm ngoại động

Ở trên ta đã nói đến sự tương ứng giữa bốn phương đông tây nam bắc với các sự vật hoặc hiện tượng, nay nhắc lại:

Bắc: Bắc cực.

Nam: Xích đạo.

Đông: Phương mặt trời mọc.

Tây: Mặt trời lặn.

Ta bắt đầu với hai phương nam bắc. Phương bắc ứng với bắc cực, nơi lạnh lẽo quanh năm; hiển nhiên ứng với nước. Phương nam ứng với xích đạo, nơi nóng quanh năm; hiển nhiên ứng với lửa. Xét các hiện tượng thiên nhiên thì nước và lửa là hai lực lượng lớn trong vũ trụ nên nước phải ứng với một trong bốn quái trung, tức là Càn Khôn Li Khảm. Nhưng Càn và Khôn phải ứng với hai hiện tượng thiên nhiên lớn nhất là trời (các yếu tố ngoài sự hiểu biết của ta) và đất (các yếu tố quan trọng gắn liền với hoàn cảnh địa cầu), do đó nước chỉ có thể ứng với Khảm hoặc Li. Các độc giả có thể thấy rằng nếu xét căn tĩnh động tĩnh thì nước phải ứng tĩnh, lửa phải ứng động. Tra lại bảng liệt kê đặc tính ở trên ta suy ra:

☵	Khảm (dương trung tĩnh)	ứng Bắc
☲	Li (âm trung động)	ứng Nam.

Nay sang hai phương đông tây. Đông là phương mặt trời mọc. Mặt trời mọc là một loại diễn biến, nên quái tương ứng phải có căn tính động. Tây là phương mặt trời lặn. Mặt trời lặn cũng là một loại diễn biến, nên quái tương ứng cũng phải có căn tính động. Tóm lại hai quái tương ứng với đông và tây đều phải là quái động.

Vì quái động Li đã ứng với phương nam, chỉ còn lại ba quái động là Càn Chấn Đoài. Trong ba quái này phải loại một chọn hai. So sánh đặc tính của ba quái:

☰	Càn:	Dương trung động
☳	Chấn:	Dương ngoại động

☱ Đoài: Âm ngoại động

Có hai cách lựa chọn đều có vẻ hợp lý là:

Cách thứ nhất: Càn ứng đông, Chấn ứng tây. Hợp lý vì Càn chỉ khác Chấn ở năng tính. Càn trung Chấn ngoại, tức là Càn có uy lực hơn Chấn. Mặt trời mọc là hoàn cảnh mạnh mẽ hơn mặt trời lặn nên có tương ứng.

Cách thứ hai: Chấn ứng đông, Đoài ứng tây. Cũng hợp lý vì Chấn chỉ khác Đoài ở bản tính. Chấn dương Đoài âm. Đông ứng mặt trời mọc là hoàn cảnh tiến bộ hợp dương (Chấn), Tây ứng mặt trời lặn là cảnh thoái bộ hợp âm (Đoài).

Cách thứ ba, tức Càn đông Đoài tây thì không cân xứng bằng hai cách trên vì Càn và Đoài có hai đặc tính khác nhau, do đó ta loại ra, không xét.

BƯỚC 2 (loại bỏ trường hợp Càn đông Chấn tây): Trong bước này ta lý luận ngắn gọn để loại trường hợp Càn đông Chấn tây ra khỏi bài toán thứ tự hậu thiên bát quái.

Cách thứ nhất cho ta hình 2:

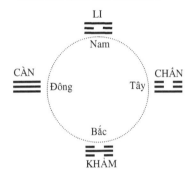

Hình 2: Một cách xếp bát quái có vẻ hữu lý cho 4 phương đông tây nam bắc, nhưng xét kỹ có vấn đề vì không thể nào xếp 4 quái có cùng tính hậu thiên (âm hoặc dương) theo thứ tự liền nhau.

Nhận xét rằng trong thứ tự tiên thiên 4 quái động (tiên thiên dương) xuất hiện liên tiếp nhau, bốn quái tĩnh (tiên thiên âm) cũng thế. Bằng lý tương xứng, ta suy ra trong thứ tự hậu thiên bốn quái dương (hậu thiên dương) cũng phải được xếp liên tiếp nhau, bốn quái âm cũng thế.

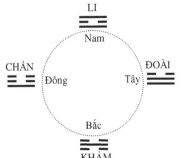

Hình 3: Đây là cách xếp cân xứng nhất (và có tương ứng với 4 phương đông tây nam bắc) nên là cách xếp đúng cho thứ tự hậu thiên.

Quý độc giả có thể thấy ngay rằng cách xếp thứ nhất không thỏa điều kiện này, do đó ta phải chọn cách xếp thứ hai (xem hình 3).

BƯỚC 3 (loại bỏ phép hoán vị): Ở bước này ta lập luận ngắn gọn để loại phép hoán vị ra khỏi bài toán thứ tự hậu thiên.

Gọi D là ký hiệu của dương, A ký hiệu của âm, kiểm soát lại hình 1 ta thấy là thứ tự tiên thiên thứ nhất kể từ Càn đi ngược chiều kim đồng hồ là DAADADDA, và thứ tự tiên thiên thứ 2 là DADDDADAA.

Vì phép hoán vị khiến tính âm dương của quái không thay đổi, nên không có cách gì để biến hai thứ tự này thành 4 quái dương liên tục và 4 quái âm liên tục. Do đó, lại vì đòi hỏi liên tục của 4 quái dương và 4 quái âm, ta phải loại phép hoán vị ra khỏi bài toán thứ tự hậu thiên của bát quái.

BƯỚC 4 (loại bỏ thứ tự tiên thiên 2, chọn thứ tự tiên thiên 1):Trong bước này ta dùng lý giản dị để loại thứ tự tiên thiên 2 và kết luận rằng thứ tự tiên thiên 1 mới đúng cho bắc bán cầu.

Đã loại phép hoán vị thì chỉ còn lại phép biến hào, tức là biến hào dương thành hào âm hoặc ngược lại. Vì mỗi quái có 3 hào, số hào biến có thể là 0 (không biến), 1, 2, hoặc 3.

Biến 1 hoặc 3 hào thì quái dương thành quái âm hoặc ngược lại.

Không biến (biến 0 hào) hoặc biến 2 hào thì quái không đổi tính âm dương (âm vẫn là âm, dương vẫn là dương).

Vì lý giản dị, ta phải tìm cách biến đổi giản dị nhất, cân xứng nhất để có thứ tự hậu thiên ứng với 4 phương đông tây nam bắc (như hình 3) từ thứ tự tiên thiên.

Cách giản dị nhất, cân xứng nhất để biến thành Khảm là biến hào giữa của Khôn.

Cách giản dị nhất, cân xứng nhất để biến thành Li là biến hào giữa của Càn.

☰	Càn biến hào giữa thành	☲	Li
☷	Khôn biến hào giữa thành	☵	Khảm
☳	Chấn:	Dương ngoại động	
☴	Tốn:	Âm ngoại tĩnh	
☶	Cấn:	Dương ngoại tĩnh	
☱	Đoài:	Âm ngoại động	

Cả hai thứ tự tiên thiên 1 và 2 đều thỏa tính trên đây (vì trong thứ tự tiên thiên Càn Khôn đối xứng qua tâm vòng tròn, trong thứ tự hậu thiên Li cũng đối xứng Khảm).

Tiếp đó, bằng cách so sánh phương vị:

Nếu thứ tự tiên thiên 1 đúng thì:

☲ Li biến hào 3 thành   ☳ Chấn

238

☵ Khảm biến hào 1 thành   ☱ Đoài

Nếu thứ tự tiên thiên 2 đúng thì:

☵ Khảm biến hào 1 và 2 thành ☳ Chấn

☲ Li biến hào 2 và 3 thành ☱ Đoài

Nghĩa là muốn biến thành thứ tự hậu thiên, chỉ cần đổi một hào nếu khởi từ thứ tự tiên thiên 1, nhưng phải đổi hai hào nếu khởi từ thứ tự tiên thiên 2. Như vậy phép biến đổi sẽ phức tạp hơn nếu khởi từ thứ tự 2, và giản dị hơn nếu khởi từ thứ tự 2. Bằng lý giản dị ta suy ra thứ tự 1 là thứ tự tiên thiên đúng (của bắc bán cầu).

Hình 4: Thứ tự tiên thiên đúng của bắc bán cầu.

BƯỚC 5 (định 4 quái hậu thiên còn lại): Trong bước này ta dùng thứ tự tiên thiên của bắc bán cầu để định 4 quái còn lại và hoàn thành thứ tự hậu thiên của bắc bán cầu.

Để dễ theo dõi, ta sẽ ký hiệu các quái chưa được đổi từ tiên thiên sang hậu thiên bằng lằn chấm, được hình 5.

Ta lập luận như sau:

Bốn phương đông tây nam bắc tạo thành 4 góc của một hình vuông đều có số hào biến như nhau (1 hào), nên bốn quái còn lại –cũng tạo thành 4 góc của một hình vuông- cũng phải có số hào biến như nhau mới thỏa lý cân xứng.

Tốn (của thứ tự tiên thiên) ở phương tây nam nên nằm giữa hai quái đã biến là Li và Đoài. Li và Đoài đều là quái âm, nên quái biến của Tốn cũng phải là quái âm. Tốn bản chất là quái âm, muốn biến thành quái âm thì phải không biến hào nào cả, hoặc biến 2 hào.

Nhưng nếu Tốn không biến hào nào cả thì Đoài (của thứ tự tiên thiên) ở phương đông nam cũng không được biến hào nào cả. Mà Đoài không biến thì vẫn là Đoài. Nhưng thứ tự hậu thiên đã có quái Đoài ở phương tây, nên quái Đoài của thứ tự tiên thiên phải biến thành quái khác. Đoài biến thì Tốn cũng phải biến. Tốn biến mà vẫn là quái âm thì chỉ có thể biến thành Khôn, Li, hoặc Đoài. Nhưng Li và Đoài đã có mặt trong thứ tự hậu thiên. Kết luận Tốn phải biến thành Khôn.

239

Hình 5: Trạng thái trung gian giữa thứ tự tiên thiên và hậu thiên (các quái ký hiệu bằng lằn chấm chưa biến đổi).

Vì Tốn là quái âm duy nhất chưa có mặt, hiển nhiên Đoài phải biến ra Tốn.

Tóm lại Tốn biến thành Khôn cư ở tây nam giữa Li và Đoài, Đoài biến thành Tốn cư ở đông nam giữa Chấn và Li.

Lý luận cho hai quái tiên thiên Chấn và Cấn cũng tương tự. Vào chi tiết:

Chấn (của thứ tự tiên thiên) ở đông bắc phải biến 2 hào, nên thành một quái dương, tức là Chấn chỉ có thể biến thành Khảm, Càn, Cấn. Chấn không thể biến thành Khảm vì Khảm đã có mặt ở phương bắc trong thứ tự hậu thiên. Chấn cũng không thể biến thành Càn vì nếu Chấn biến thành Càn thì Cấn phải không biến, mà Cấn không biến thì phạm luật cân xứng. Do đó Chấn phải biến thành Cấn. Còn lại Cấn, chỉ còn lại cách biến duy nhất là biến thành Càn.

Tóm lại Chấn trong thứ tự tiên thiên biến thành Cấn trong thứ tự hậu thiên, Cấn trong thứ tự tiên thiên biến thành Càn trong thứ tự hậu thiên.

Kết quả sau cùng được ghi nhận trong hình 6:

Hình 5: Thứ tự hậu thiên suy ra từ thứ tự tiên thiên và lý cân xứng (y hệt sách vở).

Ly kỳ làm sao, đây chính là thứ tự Càn Khảm Cấn Chấn Tốn Li Khôn Đoài, thường được gọi là thứ tự của hậu thiên bát quái, một nền tảng vô cùng trọng yếu của mệnh lý Á đông.

Kết luận về thứ tự tiên hậu thiên của bát quái

Để tóm lược:

-Thứ tự tiên thiên của bát quái là thứ tự lý tưởng của bát quái nên có tính đối xứng cao độ. Vì tính tiên thiên chính là tính động tĩnh của bát quái, trong thứ tự tiên thiên 4 quái động xuất hiện liên tiếp nhau, bốn quái tĩnh cũng xuất hiện liên tiếp nhau.

-Thứ tự hậu thiên là thứ tự thực tế của bát quái. Trong vũ trụ chúng ta nó ứng với các phương trên mặt đất. Vì ứng với thực tế, thứ tự hậu thiên không có tính đối xứng cao bằng thứ tự tiên thiên, nhưng điều kiện giản dị của thuyết âm dương đòi hỏi rằng nó là thứ tự có tính đối xứng cao nhất được biến ra từ thứ tự tiên thiên.

-Vì tính hậu thiên là tính âm dương biểu kiến của bát quái (tức tính âm dương hiển hiện ra bằng sự sai biệt giữa số hào dương và hào âm trong quái), trong thứ tự hậu thiên 4 quái dương xuất hiện liên tiếp nhau, bốn quái âm cũng xuất hiện liên tiếp nhau.

-Bằng lý tương ứng giữa 4 phương đông tây nam bắc ta suy ra trong thứ tự hậu thiên Khảm ứng phương Bắc, Li ứng phương Nam, Chấn ứng phương đông, Đoài ứng phương tây.

-Bằng cách áp dụng lý đối xứng vào 4 phương còn lại ta suy ra 4 quái còn lại của thứ tự hậu thiên.

-Kết quả sau cùng của phép tính của chúng ta cho thứ tự: Càn Khảm Cấn Chấn Tốn Ly Khôn Đoài. Thứ tự này y hệt thứ tự được truyền lại từ xưa.

Vì kết quả của chúng ta được suy ra bằng lý luận toán học với khởi điểm hợp lý, ta tin chắc là nó đúng. Điều này có nghĩa, những thuyết không nối kết tiên thiên vào hậu thiên bát quái, chỉ dựa trên phép tỷ giảo phương vị mà nói thứ tự được truyền lại từ xưa là sai đều không đáng tin cậy.

Cuối cùng, chỉ còn lại một câu hỏi là "Thứ tự tiên thiên và hậu thiên của bát quái ở nam bán cầu ra sao?" Vì độc giả đã có thể đoán được câu trả lời nên soạn giả chỉ xin trả lời vắn tắt, rằng chúng chính là hình đối xứng (phản chiếu) của các thứ tự ở bắc bán cầu.

San Jose ngày 15 tháng 4, 2005
Đặng Sơn

Chương 22

Nền tảng khoa học của kinh dịch 1

Tính huyền học của kinh Dịch

Đã luận xong tính chất của bát quái, chúng ta đã sẵn sàng để đi vào một đề tài rất hóc búa của mệnh lý Á đông là nền tảng khoa học của kinh Dịch. Các độc giả chưa quen thuộc với kinh Dịch chỉ cần biết đây là một quyển sách rất cổ đã xuất hiện tối thiểu ba ngàn năm trước đây, và hiện giờ vẫn giữ vững vị trí quan trọng bậc nhất trong kho tàng sách mệnh lý Á đông.

Riêng các độc giả đã biết đến kinh Dịch có thể thắc mắc: Kinh Dịch là một cuốn sách rất cổ, ghi lại kiến thức của người xưa ở thời chưa có khoa học, vậy dùng cụm từ "nền tảng khoa học của kinh dịch" có phải là cưỡng ép ngôn từ hay chăng. Bởi vậy cần giải tỏa thắc mắc này trước khi đi vào đề tài chính của bài viết, kẻo độc giả tưởng soạn giả đã đặt ra một cái tựa vô nghĩa theo kiểu "thùng rỗng kêu to".

Hãy thử đặt chúng ta vào hoàn cảnh của người nghĩ ra kinh dịch hoặc hoàn cảnh của các bậc thức giả khai triển kinh dịch ở thời về sau nhưng vẫn là trước khi có ngôn ngữ khoa học. Những khám phá của ta chắc chắn phải được đặt trên một lô gích nào đó, nhưng vì ngôn ngữ toán học chưa hiện hữu, khi nói miệng hoặc viết sách để truyền lại khám phá của ta cho đời sau ta sẽ diễn tả cái lô gích ấy như thế nào?

Hiển nhiên chỉ có cách là dùng những hình, tượng quen thuộc với hoàn cảnh của ta. Nhưng như vậy nghĩa là ta bị giới hạn trong phạm vi của ngôn ngữ bình thường; và lối diễn tả của ta khó lòng tránh khỏi cảnh "ngôn bất tận ý". Vì "ngôn bất tận ý", cùng nghe lời giảng của một thầy, cùng đọc lời giảng từ một sách, mỗi người sẽ tùy theo trình độ, văn hóa, cơ duyên v.v… mà hiểu một cách khác nhau.

Hãy nói trước cái khó của người xưa trong việc truyền đạt ý tưởng qua sách vở. Ngôn ngữ có tính động, theo thời gian và hoàn cảnh mà biến đổi liên miên. Cùng một chữ mấy mươi năm trước nghĩa có thể khác hẳn bây giờ, nói gì đến những chữ trong quyển sách cổ mấy ngàn năm như kinh Dịch. Nên dù sách được lưu lại, ngoài vấn đề "ngôn bất tận ý" ra, người đời sau lại bị thêm mối nguy là vì ngôn ngữ đã đổi thay mà hiểu lầm ý nghĩa.

Kế tiếp nói cái khó trong việc truyền đạt cái biết của người xưa qua quan hệ thầy trò. Vì "ngôn bất tận ý", thầy trò phải "ăn ý" với nhau mới mong truyền đạt hết những gì thầy biết sang trò. Hết đời nọ sang đời kia, thế nào chẳng có những đời mà độ "ăn ý" không đạt tiêu chuẩn cần thiết. Khi ấy, cái biết của trò tất không bằng cái biết của thầy. Cứ thế tái diễn lần hồi sẽ phải có những lỗ hổng kiến thức. Đó là chưa kể cái tệ nạn dấu nghề của người Á đông, khiến mỗi đời cái tinh hoa của thuyết nguyên thủy lại mất đi một ít.

Giả sử một đời nào đó nảy ra nhân tài, nhân tài mới này tất nhận ra cái mình học có khiếm khuyết mới thêm suy nghĩ của mình vào cốt cho hoàn chỉnh hơn. Vấn đề là, nếu đã rời cái gốc quá xa, thêm suy nghĩ riêng của mình chưa chắc đã là một bước gần lại cái lý ban đầu, mà có thể rời xa thêm cái gốc. Rồi lại có nhân tài mới cho là nhân tài cũ sai, bèn chỉnh lý, cứ thế, cứ thế; cho nên đến đời chúng ta thì chẳng còn ai biết rõ chân tướng nguyên thủy của kinh Dịch. Mặc dù ta có thể tin rằng văn bản kinh Dịch ngày hôm nay không khác văn bản nguyên thủy là mấy, sự cách biệt của thời gian mấy ngàn năm đã khiến bộ sách này trở thành một tác phẩm bí hiểm, được mỗi người hiểu theo một lối khác nhau. Tính thiếu nhất quán này khiến kinh Dịch là một phần của huyền học Á đông.

Kinh Dịch và ngôn ngữ khoa học

Soạn giả dùng từ "huyền học" ở đây chỉ với ý nghĩa ám chỉ những ngành học mà ta biết là có giá trị, ngay cả giá trị khoa học, nhưng mỗi người tùy hoàn cảnh và cơ duyên mà hiểu một cách khác nhau.

Khác với huyền học, khoa học có tính thuần nhất. Như một sinh viên học vật lý ở Việt Nam và một sinh viên khác học vật lý ở Phi châu tất đều áp dụng cùng công thức vạn vật hấp dẫn của Newton, cùng công thức chiều dài tương đối của Einstein v.v... Sở dĩ khoa học làm được như vậy là vì nó có một phương pháp đặc biệt gọi là "phương pháp khoa học". Nhưng quan trọng hơn nữa, nó có một ngôn ngữ riêng để truyền đạt kiến thức. Ngôn ngữ ấy là toán học.

Cần nói ngay rằng khoa học không phải là một ông thần toàn năng vì ta biết chắc có những phạm trù tri thức mà khoa học sẽ muôn đời không có chỗ đứng, như tôn giáo chẳng hạn. Nhưng, theo ý soạn giả, riêng mệnh lý Á đông bản chất vốn đã là khoa học. Nó vẫn chưa được coi là khoa học chỉ vì chưa được diễn tả bằng ngôn ngữ của khoa học mà thôi.

Đặc biệt, soạn giả khám phá ra rằng kinh Dịch có sự phù hợp rất tự nhiên với ngôn ngữ của khoa học. Hy vọng sau khi đọc loạt bài này quý độc giả cũng sẽ đồng ý như vậy.

Nhìn lại các phép liên hệ trong hai thuyết tứ nguyên và ngũ hành

Trước khi đi vào những liên hệ của bát quái, tức luận đề chính của kinh Dịch, thiết tưởng cần lùi trở lại hai thuyết tứ nguyên và ngũ hành để có cái nhìn tổng quát hơn về mệnh lý.

Nhắc lại từ bài "những liên hệ và bất đồng kỳ diệu giữa hai ngành lý số đông tây", ta đã biết hai tập hợp mệnh lý là:

Tập hợp của thuyết tứ nguyên, gồm 4 nguyên tố Đất Nước Gió Lửa.

Tập hợp của thuyết ngũ hành, gồm 5 hành Kim Mộc Thủy Hỏa Thổ.

Để ứng với các hiện tượng có thật, mỗi tập hợp có một phép tính đặc thù.

Trong tập hợp tứ nguyên, phép tính là tương quan hai chiều, gồm có "hợp" và "xung". Hai nguyên tố Đất Nước hợp nhau, hai nguyên tố Gió Lửa hợp nhau, và cặp Đất Nước xung với cặp Gió Lửa (xem hình 1).

Thí dụ: Tuổi Aquarius (Bảo Bình) thuộc Gió, tuổi Virgo (Xử Nữ) thuộc Đất, tuổi Aries (Dương Cưu) thuộc Lửa; nên Aquarius xung với Virgo mà hợp với Aries. Hợp thì dễ "ăn rơ" với nhau, xung thì dễ có vấn đề. Như trai gái tuổi hợp nhau thì dễ khắn khít, xung nhau thì nếu liên hệ dài lâu e khó tránh khỏi bất hòa, cãi vã.

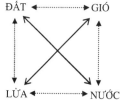

Hình 1: Tính hợp xung của tứ nguyên (đường chéo là hợp, vòng ngoài là xung)

Trong tập hợp ngũ hành, phép tính là tương quan một chiều, gồm có "sinh" và "khắc" (xem hình 2). Nói chung chung thì liên hệ "sinh" tốt hơn liên hệ "khắc", được người ta sinh khỏe hơn sinh cho người ta, khắc người ta đỡ khổ hơn bị người ta khắc. Nhưng đó là đại khái thôi. Để tương ứng với thực tế của cuộc đời, thuyết ngũ hành thêm một biến số là cường độ của hành vào bài toán sinh khắc. Như hành yếu bị khắc ví như người bệnh lại ra ngoài gió, thường không tốt; nhưng hành mạnh bị khắc ví như người quá khỏe được kềm hãm lại để khỏi hung hăng, thường tốt. Hành yếu được sinh như người bệnh gặp thuốc, thường tốt, nhưng hành đã mạnh lại được sinh ví như đứa con hung hãn lại được cha mẹ nuông chiều, thường xấu.

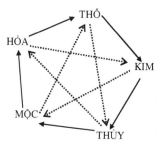

Hình 2: Vòng sinh khắc của ngũ hành (vòng ngoài là thứ tự sinh, hình ngôi sao bên trong là thứ tự khắc)

Nhưng tại sao tập hợp tứ nguyên xử dụng liên hệ hai chiều, tập hợp ngũ hành xử dụng liên hệ một chiều?

Có lẽ cách giản dị nhất để tìm lời giải cho câu hỏi này là xử dụng phương pháp toán học.

Ta bắt đầu với nhận xét hiển nhiên rằng giữa hai thực thể chỉ có thể có hai loại liên hệ, và chỉ hai mà thôi. Đó là liên hệ một chiều và liên hệ hai chiều.

Ta sẽ xét liên hệ một chiều trước:

Mỗi liên hệ một chiều phải có một liên hệ nghịch lại. Như {s}=sinh, tất phải có {-s}=được sinh.

Đã có mệnh đề "A sinh B"

A{s}B   (1)

tất nhiên phải có mệnh đề ngược lại là "B được A sinh"

B{-s}A   (2)

Nhưng muốn thỏa lẽ cân xứng thì A cũng phải được sinh, nghĩa là phải có mệnh đề "A được C sinh":

A{-s}C   (3)

Mỗi liên hệ một chiều cũng phải có một phản đề, như đã có sinh thì phải có khắc. Gọi hai liên hệ thuận và nghịch của tính khắc lần lượt là {k} và {-k}, ta phải có thêm 2 mệnh đề cho A là "A khắc D" và "A bị E khắc". Bằng ký hiệu:

A{k}D   (4)

A{-k}E   (5)

Cộng tất cả lại có 4 liên hệ là {s}, {-s}, {k}, {-k}; và bằng phép đếm giản dị ta thấy ngay -để có liên hệ một chiều- tập hợp phải có tối thiểu 5 phần tử (tức A, B, C, D, E). Lẽ ra ta chỉ có thể đặt điều kiện tổng quát là tập hợp phải có 5n phần tử, tức là số phần tử trong tập hợp phải là một bội số của 5. Thế nhưng nguyên lý giản dị của mệnh lý (đồng nghĩa với nguyên lý "dao cạo Occam của khoa học") bảo ta phải chọn n=1. Kết quả: Tập hợp phải có 5 phần tử.

Tập hợp mệnh lý của thuyết ngũ hành có đúng 5 phần tử, nên có thể hiểu tại sao liên hệ cơ bản của thuyết ngũ hành là liên hệ một chiều.

Kế tiếp ta xét liên hệ hai chiều:

Đặc điểm của liên hệ hai chiều là liên hệ thuận và nghịch y hệt nhau. Như tính "hợp" chẳng hạn, khi ta nói "O hợp P" ta đã ám chỉ "P hợp O". Dùng ⇔ để chỉ tính "hợp", </> để chỉ tính xung, rồi xét một phần tử bất kỳ O. Vì A phải hợp với tối thiểu một phần tử và phải xung với tối thiểu một phần tử, ta phải có thêm tối thiểu hai phần tử nữa, tạm gọi là P và Q, để cho:

O⇔P   (6)

O</>Q   (7)

P cũng phải hợp với một phần tử và xung với một phần tử. Phần tử hợp của P thì dĩ nhiên là O (xem mệnh đề 6). Ta thử cho "P xung Q":

P</>Q   (8)

Vậy là các liên hệ được giải quyết ổn thỏa cho O và P. Vấn đề là, nếu xét Q thì viết lại (7) và (8) ta thấy:

Q</>O   (9)

Q</>P   (10)

Nghĩa là Q xung với cả O và P và không hợp với phần tử nào cả. Vậy là phạm lý đối xứng.

Lý đối xứng được phục hồi bằng cách thêm phần tử R với điều kiện:

R⇔Q   (11)

Kết quả ta được:

O⇔P   (12)

R⇔Q   (13)

O</>Q,R   (14)

P</>Q,R   (15)

Q</>O,P   (16)

R</>O,P   (17)

Độc giả có thể thấy rằng các mệnh đề (12) đến (17) hoàn toàn thỏa lý cân xứng. Tóm lại, để có liên hệ hai chiều, tập hợp phải có tối thiểu 4 phần tử. Áp dụng nguyên lý giản dị, ta bỏ hai chữ "tối thiểu" và phát biểu rằng tập hợp phải có đúng 4 phần tử.

Tập hợp mệnh lý của thuyết tứ nguyên có 4 phần tử, nên có thể hiểu tại sao liên hệ hai chiều là nền tảng của thuyết tứ nguyên.

Tóm lại, liên hệ hai chiều trong tập hợp tứ nguyên và liên hệ một chiều trong tập hợp ngũ hành không phải là những chọn lựa tùy hứng, mà là đòi hỏi bắt buộc của toán học mà hai tập hợp lý số này phải thỏa.

Như đã trình bày trong một bài khác trước đây, vì thiếu liên hệ một chiều thuyết tứ nguyên không có khả năng tiên đoán số mệnh.

Về mặt này, thuyết ngũ hành có ưu thế hơn hẳn vì liên hệ một chiều đã là nền tảng của nó. Ngoài ra, mặc dù cơ bản thuyết ngũ hành không có các liên hệ hai chiều (hợp và xung), khuyết điểm này được bù đắp bằng cách phối hợp thêm cái lý của thuyết âm dương, nhờ đó các liên hệ hai chiều vẫn có mặt; tạo thành thuyết "âm dương ngũ hành". Nói chung đa số nếu không muốn nói hầu hết các khoa như Tử Vi, bát tự (tức Tử Bình), bốc phệ, độn toán, phong thủy v.v… đều là ứng dụng của thuyết âm dương ngũ hành. Phối hợp cũng có nhiều cách, có khi phần ngũ hành lấn phần âm dương, có khi phần âm dương lấn phần ngũ hành.

(Ghi chú tại chỗ: Phải nhìn nhận rằng sự ráp nối này sinh ra nhiều hoàn cảnh đầy tính mâu thuẫn nội tại khiến người học mệnh lý -kể cả người đã học lâu năm- khó tránh khỏi hoang mang, như "vừa hợp vừa khắc", "vừa hại vừa sinh" v.v… Thế nên cần nhắc lại rằng thuyết ngũ hành chỉ là một phép tính gần đúng, cần phải nắm vững hoàn cảnh thì mới khỏi ứng dụng sai lầm. Soạn giả sẽ đào sâu hơn vấn đề này trong một bài khác).

Thử đi tìm một phép liên hệ trong tập hợp bát quái

Ta định nghĩa "tập hợp mệnh lý" là tập hợp các phần tử căn bản của một thuyết huyền học. Theo định nghĩa này, tập hợp mệnh lý của thuyết tứ nguyên là 4 yếu tố Đất Nước Gió Lửa, của thuyết ngũ hành là 5 hành Kim Mộc Thủy Hỏa Thổ, của thuyết âm dương là 8 quái Càn Khảm Cấn Chấn Tốn Li Khôn Đoài.

Như trên đã nói, tập hợp có 4 phần tử (thuyết tứ nguyên) thì phải nối kết bằng liên hệ hai chiều, tập hợp có 5 phần tử (thuyết ngũ hành) thì phải nối kết bằng liên hệ một chiều. Nhưng tập hợp mệnh lý của thuyết âm dương có đến 8 phần tử (bát quái) thì phải nối kết bằng liên hệ như thế nào?

THỬ ÁP DỤNG LIÊN HỆ 2 CHIỀU

Trước hết vì 8 là bội số của 4, có một cách giản dị là xử dụng liên hệ hai chiều "hợp" và "xung". Theo cách này thì mỗi quái sẽ hợp với 3 quái và xung với 4 quái. Nói cách khác bát quái chia làm hai nhóm X và Y, mỗi nhóm 4 quái, các quái trong nhóm X hợp nhau và xung với các quái trong nhóm Y, và ngược lại. Cũng là một cách giải quyết.

Ta biết rằng mỗi quái có ba đặc tính. Cách phân định đã giải thích chi tiết trong các bài trước nên không nhắc lại. Các độc giả chưa nắm vững có thể tra ra ba đặc tính này theo bảng dưới đây:

☰	Càn:	Dương trung động
☷	Khôn:	Âm trung tĩnh
☵	Khảm:	Dương trung tĩnh
☲	Li:	Âm trung động
☳	Chấn:	Dương ngoại động
☴	Tốn:	Âm ngoại tĩnh
☶	Cấn:	Dương ngoại tĩnh
☱	Đoài:	Âm ngoại động

Vì mỗi quái có ba đặc tính, nên có ba cách phân bát quái thành hai nhóm.

Cách thứ nhất phân theo căn tính thì bốn quái động ở một nhóm có liên hệ "hợp" với nhau, và có liên hệ "xung" với bốn quái tĩnh: Tức là Càn Đoài Li Chấn ở một nhóm, Tốn Khảm Cấn Khôn ở một nhóm.

Cách thứ hai phân theo bản tính thì bốn quái dương ở một nhóm và bốn quái âm ở một nhóm; tức là Càn Khảm Cấn Chấn ở một nhóm, Tốn Li Khôn Đoài ở một nhóm.

Cách thứ hai phân theo năng tính thì bốn quái trung ở một nhóm và bốn quái ngoại ở một nhóm; tức là Càn Khôn Li Kham ở một nhóm, Chấn Tốn Cấn Đoài ở một nhóm.

Có ngay vấn đề là ta không biết (trong ba cách này) cách phân chia nào mới đúng.

Cho là chọn được một cách phân chia đi nữa, lại có vấn đề khác là khi một quái Q hợp với 3 quái X, Y, Z cấp độ "hợp" của cặp Q-X phải khác cặp Q-Y, và cũng phải khác cặp Q-Z. Tại sao thế? Thưa, bởi nếu cấp độ "hợp" y hệt nhau thì phải coi ba quái X, Y, Z như nhau trong mô hình toán học. Điều ấy hiển nhiên không đúng, vì X, Y, Z là những quái khác nhau. Tương tự, gọi ba quái xung với nhóm W, X, Y, Z là A, B, C, D thì tính xung của cặp W-A phải khác tính xung của cặp W-B, lại phải khác tính xung của cặp

W-C, cặp W-D. Nhưng ta không có tiêu chuẩn rõ rệt nào để làm việc phân định cấp độ này.

(Chú thích: Thuyết tứ nguyên không gặp khó khăn kể trên vì 1. Mỗi nguyên tố chỉ hợp với một nguyên tố nên vấn đề cấp độ không cần đặt ra trong tương quan hợp. 2. Mỗi nguyên tố chỉ xung với hai nguyên tố nên chỉ cần đặt hai cấp, chẳng hạn như "nặng" và "nhẹ" là mô hình hoàn chỉnh, vì nó hoàn toàn phù hợp với lối suy nghĩ, so sánh nhị nguyên của chúng ta.)

Bởi có quá nhiều khó khăn không thể khắc phục, ta kết luận liên hệ hai chiều không phù hợp với tập hợp bát quái. Ta phải đi tìm một liên hệ khác

THỬ PHỐI HỢP LIÊN HỆ MỘT VÀ HAI CHIỀU

Vì 8 không chia chẵn cho 5, liên hệ một chiều tự nó không phù hợp với tập hợp bát quái. Thế nhưng có một cách khác, là phối hợp cả hai loại liên hệ, cho mỗi quái có liên hệ hai chiều với ba quái (1+3=4 nên thỏa điều kiện của liên hệ hai chiều) và liên hệ một chiều với 4 quái còn lại (1+4=5 nên thỏa điều kiện của liên hệ một chiều).

Bảng liên hệ dưới đây là một cách an bài thỏa các luật đó:

Bảng 1: Một bảng liên hệ 1 và 2 chiều cho bát quái

	Q1	Q2	Q3	Q4	Q5	Q6	Q7	Q8
Q1	---	⇔	</>	</>	s	-s	k	-k
Q2	⇔	---	</>	</>	-s	k	-k	s
Q3	</>	</>	---	⇔	k	-k	s	-s
Q4	</>	</>	⇔	---	-k	s	-s	k
Q5	-s	s	-k	k	---	⇔	</>	</>
Q6	s	-k	k	-s	⇔	---	</>	</>
Q7	-k	k	-s	s	</>	</>	---	⇔
Q8	k	-s	s	-k	</>	</>	⇔	---

Chú thích:
Q1…Q8: Bát quái
---   Đồng dạng
⇔   Hợp
</>   Xung
s   Sinh
-s   Được sinh
k   Khắc
-k   Bị khắc

Ưu điểm của phương pháp này là vì lý hợp xung y hệt thuyết tứ nguyên (mỗi quái hợp 1 xung 2) ta không phải đối phó với vấn nạn phân cấp độ hợp xung. Thế nhưng ta vẫn phải phân bát quái làm hai nhóm (một nhóm từ Q1 đến Q4, một nhóm từ Q5 đến Q8), và vì có ba cách phân chia bát quái, ta lại trở về hoàn cảnh bế tắc như cũ.

Đó là chưa kể, theo sự tính toán của soạn giả thì dựa vào bảng trên:

Có 3 cách định tương quan 2 chiều (Q1⇔Q2 hoặc Q1⇔Q3 hoặc Q1⇔Q4)

Có 4!=4×3×2=24 cách định tương quan 1 chiều.

Tức là tổng cộng có 24×3=72 cách xếp bảng 1 thỏa những điều kiện như nhau. Nếu quả đây là phương pháp đúng thì vì đòi hỏi độc nhất của khoa học, chỉ có 1 trong 72 cách ấy là đúng. Nhưng muốn chọn một cách thì phải tìm ra cái lý của sự lựa chọn, và dựa trên những gì đã biết ta không thấy cái lý ấy ở đâu cả.

Liên hệ bát quái và cái lý của kinh Dịch

Vì không tìm thấy lý, ta lại phải kết luận phương pháp phối hợp hai phép liên hệ một và hai chiều cũng thất bại trong tập hợp bát quái, và ta lại phải đi tìm một lý khác.

Trong kỳ tới soạn giả sẽ chứng minh rằng chỉ có một cách hợp lý để phối hợp bát quái, và cách hợp lý ấy chính là cái lý ẩn tàng trong kinh Dịch.

San José ngày 22 tháng 4, 2005
Đằng Sơn

249

Chương 23

Nền tảng khoa học của kinh dịch 2
Tính hợp lý của 64 quẻ dịch

Bí mật ba nghìn năm của kinh Dịch

Mọi người sử dụng kinh Dịch đều biết rằng mỗi "quẻ Dịch" gồm 6 vạch âm hoặc dương. Đa số cũng biết rằng quẻ được lập bằng cách chồng hai quái lên nhau. Vì có 8 quái nên có 8×8 = 64 quẻ.

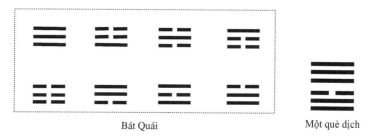

Bát Quái   Một quẻ dịch

Hình 1: Bát quái (trái) và một quẻ được tạo thành bằng cách đặt quái trên cùng góc trái lên trên quái dưới cùng góc phải (phải).

Mỗi quẻ có một ý nghĩa tổng quát. Trong trường hợp đặc biệt, mỗi vạch trong một quẻ cũng có ý nghĩa riêng. Danh từ riêng dùng để gọi các vạch trong một quẻ là "hào". Từ nay ta sẽ xử dụng danh từ đó. Vì con số các hào tương đối lớn (64×6 = 384), soạn giả sẽ chỉ bàn về ý nghĩa 64 quẻ. Ý nghĩa các hào sẽ được bàn đến trong một cơ hội khác.

Để thí dụ, xin đơn cử một quẻ được xếp là quẻ số 10 trong kinh Dịch. Quẻ này (tên là 'Thiên Trạch Lý') được tạo bằng cách chồng quái trên cùng bên trái của hình 2 (ba hào dương) lên quái dưới cùng bên phải (một hào âm trên hai hào dương). Ý nghĩa của quẻ Lý là "Dẫm lên đuôi cọp. Cọp không cắn người. Hanh thông." Như vậy, kinh Dịch nói quẻ này ứng với một hoàn cảnh hết sức nguy hiểm, chỉ sơ sẩy một chút là mất mạng như không, thế mà mạng chẳng mất, lại được hanh thông thuận lợi.

Thiên Trạch Lý

Hình 2: Quẻ "Thiên Trạch Lý" (số 10 theo thứ tự trong Kinh Dịch) tả một ảnh hết sức nguy hiểm, ví như dẫm lên đuôi cọp. Vậy mà thoát hiểm và được hanh thông thuận lợi.

Có thể thấy ý nghĩa của quẻ Thiên Trạch Lý là một lời tiên đoán. Ý nghĩa của 63 quẻ còn lại cũng thế. Một số quẻ có ý nghĩa bình thường, một số quẻ có ý nghĩa cực đoan, nói chung mỗi quẻ ứng cho một hoàn cảnh thực tế khác nhau.

Trở lại với quẻ Thiên Trạch Lý. Kinh Dịch không cho ta biết tại sao lời giải lại là như thế. Giả như có người cãi ngược lại là "Dẫm lên đuôi cọp. Cọp cắn người. Rất xấu" mới đúng thì ta phải giải quyết làm sao? Quả là một vấn đề nan giải.

Mà chẳng phải đây là vấn đề riêng của quẻ số 10, vì 63 quẻ còn lại và 384 hào cũng đều như thế.

Đây là lý do chính khiến nhiều người nghiên cứu kinh dịch, nhất là những người có đầu óc khoa học, khó chấp nhận sách này một cách hoàn toàn. Theo tài liệu, ý nghĩa 64 quẻ được Văn Vương nhà Chu viết ra khi ông bị vua Trụ bắt giam. Chúng ta có quyền tin rằng Văn Vương đã khám phá ra một hệ thống lý luận đặc biệt rồi dùng hệ thống ấy mà luận ra ý nghĩa 64 quẻ. Hiển nhiên, hệ thống lý luận của Văn Vương đã bị thất truyền.

Đã hơn ba nghìn năm trôi qua từ thời Văn Vương. Chắc chắn trong thời gian ấy rất nhiều nhà nghiên cứu đã ra công tái khám phá cái lý luận bí mật nằm sau 64 quẻ. Vì bệnh dấu nghề của Á Đông, ta không thể biết cái lý luận ấy đã được ai tái khám phá hay chưa. Nhưng ta biết một điều chắc chắn, là trong rừng sách kinh Dịch, lý luận ấy vẫn hoàn toàn vắng bóng.

May mắn được thấm nhuần hai nền học vấn Á Đông và Tây Phương, hôm nay soạn giả xin trân trọng trình bày cái lý luận tưởng đã thất truyền từ hơn ba nghìn năm nay của 64 quẻ dịch. Riêng cái lý của 384 hào, xin chờ một cơ hội khác.

Cần nhấn mạnh rằng, những điều sẽ được trình bày không phải là một khám phá của soạn giả, mà chỉ là một sự diễn giải mới, giúp cho 64 quẻ được khoa học hóa. Cái công khám phá ra 64 quẻ dĩ nhiên là của Văn Vương.

Liên hệ "phản ứng" trong tập hợp bát quái

Kỳ trước ta đã thấy hai mô hình diễn tả hiện tượng, tức là:

1. Liên hệ hai chiều (hợp xung) của thuyết tứ nguyên.
2. Liên hệ một chiều (sinh khắc) của thuyết ngũ hành

đều có vấn đề khi áp dụng vào bát quái. Vì vậy ta phải đi tìm một mô hình khác. Mô hình này dĩ nhiên cũng phải là một loại liên hệ.

Câu hỏi là ngoài liên hệ một chiều (như trường hợp ngũ hành) và liên hệ hai chiều (như trường hợp tứ nguyên) còn có thể có một loại liên hệ nào giữa hai phần tử A và B của cùng một tập hợp mệnh lý –chẳng hạn như trường hợp bát quái- hay không?

Câu trả lời là "Có!" Vì còn một loại liên hệ thứ ba, là liên hệ "phản ứng"!

251

Nghe tên rõ nghĩa, liên hệ "phản ứng" là liên hệ tương tự như trường hợp hai chất hóa học A và B tác dụng với nhau. Với mô hình này, sự kết hợp của hai thực thể âm dương có thể diễn tả bằng ngôn ngữ như sau: "A tác dụng với B, cho kết quả Ψ." Bằng ký hiệu toán học:

A(+)B => Ψ

Kết quả Ψ tùy thuộc ba yếu tố:

-Đặc tính của A

-Đặc tính của B

-Liên hệ (+)

Trở về với tập hợp bát quái. Thử xét hai quái bất kỳ A và B. Phần đặc tính ta đã rõ: Mỗi quái đều có ba đặc tính nhị nguyên: Động tĩnh, âm dương, trung ngoại.

Liên hệ (+) là một yếu tố mới mà ta sẽ bàn vào chi tiết dưới đây.

Mô hình "tác dụng" của hai quái trong mặt phẳng dịch

Hai chất hóa học muốn tác dụng phải tiếp xúc với nhau trong một môi trường nào đó, tương tự hai quái muốn kết hợp thành "phản ứng" cũng phải có môi trường để tiếp xúc với nhau. Vì "quái" chỉ là những thực thể toán học, sự "tiếp xúc" của hai quái xảy ra trong "môi trường" toán học là mặt phẳng dịch, vì đây là môi trường hiện hữu của bát quái.

Ta tiếp tục dùng lý tương ứng để suy từ những gì đã biết trong môn hóa học sang cái lý phản ứng của bát quái. Ta biết rằng hai chất muốn tác dụng phải tiếp xúc với nhau. Hai quái muốn tác dụng tất cũng phải tiếp xúc với nhau, mà nói đến tiếp xúc thì phải nói đến vị trí tiếp xúc, nên ta cần biết hai quái A và B có thể tiếp xúc với nhau ở đâu.

Nhắc lại mô hình thời gian của bát quái.

1. Mỗi hào được đại biểu bằng một hình tròn trong mặt phẳng dịch.

2. Ba vòng tròn tiếp xúc nhau là mô hình của một quái.

3. Vì mỗi vòng tròn đại diện một hào. Trong mỗi quái vòng tròn 1 xuất hiện đầu tiên, rồi đến vòng tròn 2; cuối cùng vòng tròn 3.

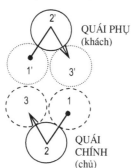

Hình 3: Hai quái có thể tác dụng với nhau ở hai vị trí 3-1' hoặc 3'-1 vì hai cặp 1-3 và 1'-3' đều thiếu liên hệ thời gian. Trong tác dụng giữa hai quái, quái xuất hiện trước là quái chính, đóng vai chủ, quái xuất hiện trước là quái phụ, đóng vai khách.

252

Khi khảo sát thứ tự thời gian của ba vòng tròn trong cùng một quái, ta thấy rằng vòng tròn 2 có một vòng tròn trước nó (vòng tròn 1) và một vòng tròn sau nó (vòng tròn 3). Vòng tròn 1 chỉ có một vòng tròn sau nó (vòng tròn 2) mà không có vòng tròn trước nó. Vòng tròn 3 chỉ có một vòng tròn trước nó (vòng tròn 2) mà không có một vòng tròn sau nó. Vì vậy, mặc dù ba vòng tròn cùng tiếp xúc với nhau, sự liên hệ giữa hai vòng tròn 1 và 3 rất lỏng lẻo vì thiếu tính liên tục của thời gian. Sự lỏng lẻo này tạo cơ hội cho hai vị trí 1-3 tác dụng với (hai vị trí 1'-3' của) một quái khác, tạo thành một đơn vị tạm thời gồm 6 vòng tròn.

Ta đã biết thứ tự thời gian trong quái A là 1-2-3, và trong quái B là 1'-2'-3'. Khi hai quái kết hợp, sáu vòng tròn (thành một đơn vị tạm thời) tất nhiên cũng phải nối tiếp nhau thành thứ tự (xem hình 3).

Mô hình "phản ứng" và tính "bền" của hiện tượng

Nếu trong vũ trụ hoàn toàn không có một hiện tượng nào xảy ra, ta sẽ không thể nào biết các tổng thể xung quanh ta khác nhau hoặc giống nhau như thế nào. Như vậy, hiện tượng chính là bằng cớ hiện hữu của các tổng thể. Một cách triết học hơn, ta có thể phát biểu rằng "hiện tượng là hiện hữu!"

Nhắc lại thuyết âm dương khẳng định rằng không một tổng thể nào trong vũ trụ nằm ngoài cái lý của bát quái. Ta sẽ gọi một cá nhân hoặc một đơn vị tạo bởi nhiều cá nhân là một "đơn vị âm dương", hoặc đơn giản hơn là một "đơn vị". Một đơn vị có thể đổi từ tình trạng này sang tình trạng khác, nhưng mỗi lúc nó chỉ có thể ở trong một tình trạng mà thôi. Thực tế này cho phép ta đại biểu mỗi đơn vị bằng một quái thích hợp với trạng thái của nó.

Vì tất cả mọi tổng thể đều được bao hàm trong bát quái, không những thực thể được khảo sát, mà hoàn cảnh xung quanh nó cũng phải ứng với bát quái. Từ đó ta thấy rằng, mô hình toán học của liên hệ giữa các thực thể được khảo sát và bối cảnh xung quanh của chúng bắt buộc phải là sự kết hợp của bát quái. Nhưng, như trên đã nói, mọi liên hệ bắt buộc phải được phản ánh bằng hiện tượng. Cho nên, sự kết hợp của bát quái chính là mô hình của các hiện tượng.

Hiển nhiên là hiện tượng phải tồn tại một khoảng thời gian tối thiểu nào đó trước khi tan biến mới có thể coi là hiện hữu. Nói cách khác, hiện tượng phải có tính "bền". Nếu mô hình của chúng ta hợp lý, tất nó phải phản ảnh tính bền đó.

Các độc giả quen thuộc với khoa hóa học đều biết chất benzene C_6H_6 là một trong những chất bền nhất của của hóa học hữu cơ. Các khoa học gia đã xác định từ lâu rằng 6 nguyên tử carbon (C) trong benzene chiếm 6 góc của một hình lục giác phẳng đều. Họ kết luận cách phối trí thành hình lục giác đều có tính bền nhờ các phương vị cộng hưởng mạnh mẽ với nhau.

Tình cờ làm sao, khi hai quái kết hợp với nhau ta có đúng 6 hào, nên có thể tạo thành cấu trúc lục giác đều trong mặt phẳng dịch như chất Benzene vậy. Ta kết luận, sự kết hợp của hai quái quả nhiên có tính bền, và có thể là mô hình tương ứng cho các hiện tượng.

Một cách khác để suy ra tính bền khi hai quái kết hợp là áp dụng lý cộng hưởng phương vị suy ra từ luật tương đương, y như lý tam phương tứ chính mà ta đã chứng minh trước đây trong bài "địa bàn" (xem hình 4).

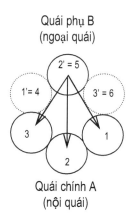

Hình 4: Khi hai quái kết hợp, vì lý cân xứng các vòng tròn tái phối trí thành hình lục giác đều. Cách phối trí này có đặc điểm là mỗi hào đều có đầy đủ các vị trí tương đương, như hào 5 (tức hào 2' của quái B) được 1, 3 tam hợp và 2 xung chiếu.

Vì mọi hào đều được cộng hưởng với các vị trí tương đương của nó (gồm có 2 hào tam hợp và một hào xung chiếu), đây là một kết hợp có tính bền, nên mỗi kết hợp là mô hình hợp lý của một loại hiện tượng

Chú ý rằng trên lý hình học, cấu trúc này y hệt chất Benzene C_6H_6, một trong những chất bền nhất của hóa học hữu cơ.

Khi hai chất hóa học kết hợp, chúng cho ta một phản ứng hóa học. Khi hai quái kết hợp, chúng biểu diễn một hiện tượng trong vũ trụ. Vì thế ta gọi phương pháp diễn giải hiện tượng bằng các kết hợp khác nhau của hai quái là mô hình "phản ứng" của các hiện tượng.

Ly kỳ làm sao, đây chính là cấu trúc của các quẻ dịch, vì như đã nói từ đầu, mỗi quẻ dịch gồm hai quái kết hợp chặt chẽ với nhau.

Tại sao mỗi quẻ dịch chỉ gồm hai quái?

Đọc đến đây có thể một số độc giả thắc mắc: Nếu ta phối hợp 3 quái với nhau, 4 quái với nhau v.v… thì sao? Có ứng với hiện tượng không?

Lấy thí dụ, từ bài địa bàn ta biết rằng hình lục giác đều không phải là cấu trúc duy nhất thỏa luật tam phương tứ chính, mà hình 12 góc, 18 góc, 24 góc v.v… đều thỏa điều kiện này. Hình 12 góc ứng với sự kết hợp của 4 quái, vậy thì sự kết hợp của 4 quái phải có tính bền chứ? Lập luận tương tự, sự kết hợp của 6 quái (hình 18 góc), 8 quái (hình 24 góc) v.v… đều có tính bền. Vậy tại sao kinh Dịch chỉ nói đến các hiện tượng ứng với 2 quái mà lờ đi 4 quái, 6 quái, 8 quái v.v…?

Những câu hỏi nghe như muốn "gây khó dễ" này thực ra đều có giá trị khoa học và cần được phải trả lời thỏa đáng để chứng minh rằng việc kinh dịch chỉ xét kết hợp của 2 quái và cho chúng tương ứng với các hiện tượng, mà bỏ mọi kết hợp của dính líu đến ba quái trở lên, không phải là một chọn lựa tùy hứng là một kết quả của luận lý khoa học.

Trước hết, ta có nhận xét hiển nhiên rằng muốn kết hợp phải tiếp xúc, kết quả của khoa hóa học cho ta biết sự kết hợp của 3 chất đã là hi hữu, bốn chất trở lên không xảy ra trong thực tế. Ta hãy thử xem các phản ứng trong mặt phẳng dịch có tương tự thế không.

Điểm khởi đầu của chúng ta dĩ nhiên là "phản ứng" của 3 quái.

Sự kết hợp của ba quái trên lý thuyết có vẻ không trở ngại (xem hình 5).

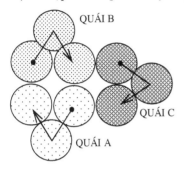

Hình 5: Sự kết hợp của 3 quái trên lý thuyết có vẻ như có thể xảy ra được.

Nhưng đó là ta chưa xét tính bền. Muốn xét tính bền ta tưởng tượng hoàn cảnh sau khi ba quái đã tiếp xúc nhau và tái phối trí để có cấu trúc bền bỉ nhất. Cấu trúc ấy tất phải là hình cửu giác (9 góc) đều, vì hình này có độ cân xứng cao nhất. Vấn đề là, các hào trong hình cửu giác chỉ có hào tam hợp mà không có hào xung chiếu (xem hình 6). Vì thiếu cộng hưởng xung chiếu, kết hợp của ba quái thiếu tính bền; do đó không có hiện tượng tương ứng. Tổng quát hơn, mọi kết hợp của N quái với N là số lẻ đều không thể xảy ra vì thiếu cộng hưởng xung chiếu.

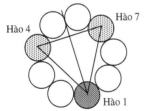

Hình 6: Hào 1 có 2 hào tam hợp là 4 và 7, nhưng không có hào xung chiếu. Vì thiếu cộng hưởng xung chiếu, kết hợp của ba quái thiếu tính bền nên không ứng với hiện tượng.

Trường hợp 4 quái thì sao?

Muốn có sự kết hợp của 4 quái thì phải có hoàn cảnh để 4 quái tiếp xúc. Có hai trường hợp 4 quái tiếp xúc:

Một là ba quái đã kết hợp thành hình, quái thứ tư tiếp xúc với vị trí lỏng lẻo nhất, tức là hai hào đầu và cuối của tập hợp 9 hào. Nhưng, như đã giải thích, sự kết hợp của ba quái đã không bền, thì quái thứ tư làm sao tìm ra tập hợp ba quái để mà tiếp xúc? Thế nên trường hợp này không xảy ra được (xem hình 7).

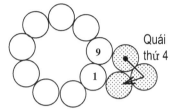

Hình 7: Một cách để 4 quái kết hợp là quái thứ 4 nối vào hai vị trí 1 và 9 của ba quái đã kết hợp rồi. Nhưng sự kết hợp của ba quái đã không bền, thì quái thứ tư làm sao tìm ra tập hợp ba quái để mà tiếp xúc? Nên không xảy ra.

Trường hợp thứ 2 là vì tình cờ hi hữu ngàn năm một thuở nào đó 4 quái cùng tiếp xúc, rồi tái phối trí thành hoàn cảnh bền. Nhưng như thấy rõ trong hình 8, chuyện hi hữu này không thể xảy ra vì lý do giản dị sau khi 3 quái đầu tiên đã tiếp xúc rồi thì chẳng còn chỗ nào để quái thứ 4 xen vào mà tiếp xúc (hình 8).

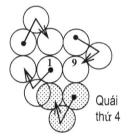

Hình 8: Quái thứ 4 không còn chỗ để chen chân vào mà tiếp xúc với 3 quái đã kết hợp trước nó; vì vậy kết hợp của 4 quái không xảy ra được.

Lập luận tương tự, ta có kết quả tổng quát là các trường hợp N quái với N là số chẵn từ 4 trở lên không thể kết hợp được. Cộng với kết quả ở trên là N lẻ từ 3 trở lên không kết hợp được, ta kết luận chỉ có một mô hình duy nhất ứng với các hiện tượng, đó là sự kết hợp của 2 quái!

Đây chính là mô hình của kinh Dịch.

Vậy là ta đã chứng minh được tính hợp lý của kinh Dịch!

Kinh Dịch là một thuyết phức giản

Vì chỉ có 8 quái nên chỉ có 8×8 = 64 cách để các quái tác dụng với nhau. Thuyết âm dương vì vậy đoán rằng trong vũ trụ chỉ có 64 loại hiện tượng. Nghĩa là tất cả mọi hiện tượng, từ giản dị nhất đến phức tạp nhất, đều có thể quy vào tập hợp của 64 quẻ Dịch.

Trước đây ta đã nhắc đến thuyết phức giản (ngành khoa học khảo sát quy luật chi phối những tổng thể phức tạp) như một khám phá mới của khoa học. Điểm ghê gớm của kinh Dịch là nó chính là một thuyết phức giản có mặt từ 3000 năm trước khi quan niệm phức giản được khoa học tây phương biết tới.

Tính chủ khách trong phản ứng bát quái

Chỉ có hai thứ tự thời gian có thể xảy ra là (1, 2, 3, 1', 2', 3') hoặc (1', 2', 3', 1, 2, 3), nghĩa là hoặc A xuất hiện trước B hoặc B xuất hiện trước A. Vì A và B chỉ là ký hiệu, ta sẽ chọn quy ước là A xuất hiện trước. Với quy ước này, nếu ta xét một quẻ bất kỳ trong kinh dịch, A sẽ ứng với quái ở dưới, B với quái ở trên.

A và B thường được gọi là nội quái và ngoại quái trong kinh dịch, nhưng chúng ta sẽ gọi A là "chủ quái" và B là "khách quái" vì lý do sẽ được trình bày tiếp sau đây.

Yếu tố thời gian và hai vai trò chính/phụ

Nhìn một cách đơn giản, kinh Dịch là một danh sách đầy đủ mọi loại hiện tượng có thể xảy ra trong đời sống. Cái lý nằm sau các hiện tượng này đã thất truyền. Ta sẽ cố tìm lại nó.

Không cần hiểu thuyết âm dương, chúng ta vẫn có thể cảm nhận rằng chữ "thời" là một yếu tố to lớn của đời sống. Có thời cần hành động, có thời cần ẩn nhẫn. Hành động đúng thời cần hành động sẽ có kết quả tốt, hành động nhằm thời ẩn nhẫn kết quả chẳng ra gì hoặc gặp hậu quả tai hại.

Vì thời gian quyết định vai trò chính/phụ của hai quái tạo thành một quẻ, ta thấy ngay rằng chữ "thời" chính là nền tảng của kinh Dịch. Nếu đặt thời điểm mà A xuất hiện là 0, thì B phải xuất hiện sau A một khoảng thời gian Δt, nghĩa là chủ quái (A) luôn luôn xuất hiện trước khách quái (B).

Thứ tự này dễ nhớ, vì trong luật giao tế hàng ngày, chủ phải xuất hiện trước khách.

Ý nghĩa chủ quan của 64 quẻ Dịch

Như chúng ta đã thấy trong chương trước, chỉ những người nắm vững trung đạo mới có thể quan sát tính âm dương của các hiện tượng một cách khách quan. Khi quan sát sự tương quan giữa hai quái, những cá nhân hết sức đặc biệt này thấy rõ quái nào xuất hiện trước, quái nào xuất hiện sau để phân định vai chính phụ cho chúng một cách chính xác.

Tiếc là hầu như 100% nhân loại không có cái nhìn khách quan từ trung đạo. Từ quan điểm chủ quan của mỗi người trong chúng ta, cá nhân của ta đã hiện hữu sẵn rồi mới có tương quan xảy ra được. Vì thế trong mọi liên quan đến thế giới xung quanh, sự hiện hữu của ta luôn luôn xảy ra trước mọi sự hiện hữu khác. Nghĩa là ta luôn luôn đóng vai chủ, và ngoại cảnh luôn luôn đóng vai khách!

Mặc dù cái nhìn chủ quan này sai khoa học, nó chính là cái nhìn được ta xử dụng để suy luận. Nói rõ hơn, nó là nền tảng của mọi quyết định của chúng ta.

Như vậy, trong thế giới phi tâm linh của đời sống trên mặt đất, cái nhìn chủ quan là cái nhìn có ý nghĩa duy nhất. Vì kinh Dịch là mô hình toán học của mọi hiện hữu phi tâm linh, nó phải phản ảnh cái chủ quan tính này. Từ đó ta suy ra, ý nghĩa của mỗi quẻ dịch là hoàn cảnh của chủ quái trong liên hệ giữa nó và khách quái.

Luật âm dương bất bình đẳng và ý nghĩa các quẻ Dịch!!!

Theo luận lý âm dương, hai vai trò "chủ" và "khách" phải được xét từ căn bản của trung đạo "không chủ cũng không khách". Từ căn bản này, chủ là kẻ đến trước, khách là kẻ đến sau. Muốn đến trước (so với trung đạo) phải tăng vận tốc, muốn đến sau phải giảm vận tốc. Ta kết luận "chủ" ứng với Dương, "khách" ứng với Âm. Thêm nữa, vai "chủ" có tính tích cực, vai "khách" có tính phản xạ, nên "chủ" phải tương đối "động", "khách" phải tương đối "tĩnh".

Chủ = Động (Dương)

Khách = Tĩnh (Âm)

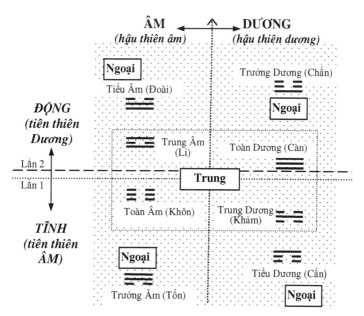

Hình 3: Vì cái nhìn chủ quan của con người, trung đạo bị nhận lầm là lằn 2 thay vì lằn 1. Kết quả là Khôn bị coi là kém Càn, Khảm kém Li. Tệ nhất là Tốn, bị coi là quái xa trung đạo hơn cả.

Vì "chủ" ứng với "động", cái nhìn chủ quan của con người khiến trung đạo bị nhận lầm ở một vị trí "động" hơn vị trí đúng của nó (đường nằm ngang 2 thay vì đường nằm ngang 1 trong hình 3). Sự sai lầm này dẫn đến những kết quả sau đây:

1. Toàn Âm (Khôn) có vẻ yếu hơn Toàn Dương (Càn) vì Khôn xa cái trung đạo sai (lần 2) hơn Càn.

2. Trung Âm (Li) có vẻ mạnh hơn Trung Dương (Khảm) vì Li gần cái trung đạo sai (lần 2) hơn Khảm.

3. Trưởng Âm (Tốn) có vẻ xa trung đạo hơn cả (thay vì tương đương Trưởng Dương, nếu chuẩn điểm là trung đạo đúng – lần 1).

Tất cả những dữ kiện trên đây đưa ta đến kết luận như sau:

Mặc dù Âm và Dương thực sự bình đẳng, cái nhìn chủ quan của con người khiến chúng trở thành bất bình đẳng. Cái thế giới mà ta đang sống do đó sẽ muôn đời bất bình đẳng. Ta có thể giảm thiểu sự bất bình đẳng, nhưng ta sẽ không bao giờ diệt hẳn nó được. (Nhưng chú ý rằng sự bất bình đẳng này chỉ hiện hữu trong thế giới vật chất không hoàn hảo của chúng ta mà thôi. Âm dương hoàn toàn bình đẳng nếu nhìn từ trung đạo.)

Ta sẽ thấy ảnh hưởng quan trọng của sự bất bình đẳng âm dương trong ý nghĩa của 64 quẻ dịch.

(còn tiếp)

Bắt đầu viết tháng 5, 2002
Viết xong tháng 7, 2002
Sửa lại ở San José ngày 28 tháng 4, 2005
Đằng Sơn

Chương 24

Kinh Dịch 3
Nền tảng khoa học của 64 quẻ Dịch

A. NỀN TẢNG TỔNG QUÁT
Khái lược ý nghĩa các quẻ

Từ chương trước ta biết ý nghĩa của quẻ dịch là "kết quả Ψ của chủ quái A khi A tác dụng với khách quái B". Bằng ký hiệu toán học:

A {+} B => Ψ

Kết quả Ψ lệ thuộc vào:

-Các đặc tính của chủ quái A.

-Các đặc tính của khách quái B.

-Phép liên hệ {+}

Ý nghĩa của Ψ là trọng tâm của chương này.

Phép liên hệ {+} chỉ là một sợi dây nối chủ quái và khách quái với nhau. Do đó, ý nghĩa của quẻ là kết quả tương quan giữa các đặc tính của hai quái. Tùy trường hợp mà một đặc tính có thể đóng vai quyết định hoặc phụ thuộc. Vì thế phải phân ra một số trường hợp chủ khách căn bản rồi mới định ý nghĩa của quẻ được. Ta sẽ lần lượt bàn các trường hợp ấy trong bài này.

Vai trò của bản tính (Âm Dương) trong ý nghĩa các quẻ

Nhưng vì bản tính (thường là nam nữ trong trường hợp con người) là đặc tính rất hiển lộ, bất luận ý nghĩa tổng quát của quẻ ra sao ta vẫn có thể suy ra ảnh hưởng của nó trong các trường hợp sau đây:

Quái trung làm chủ quái trung: Không cần suy luận ta cũng có thể thấy quyền lực là yếu tố quyết định trong trường hợp này, và bản tính chỉ đóng vai phụ thuộc. Vì ý nghĩa của quẻ ứng vào vị trí chủ, và vị trí chủ thích dương ngại âm, ý nghĩa của quẻ sẽ khá hơn (xấu thì bớt xấu, tốt thì tốt thêm) nếu chủ dương khách âm; tệ đi (xấu thì xấu thêm, tốt thì bớt tốt) nếu chủ âm khách dương. Chủ khách cùng âm hoặc cùng dương không ảnh hưởng.

Quái ngoại làm chủ quái ngoại: Quyền lực hiển nhiên chẳng có ý nghĩa gì trong trường hợp này. Vì có ấn tượng mạnh mẽ trên mọi quan sát viên, bản tính là yếu tố quyết định. Do đó chủ dương tốt hơn chủ âm (Chú ý: Trưởng Âm Tốn là trường hợp ngoại lệ vì luật "cùng tắc biến" sẽ bàn sau này).

Quái trung làm chủ quái ngoại: Vì quyền lực hai bên quá xa nhau, chủ là âm dương không quan trọng. Nhưng vì muốn mệnh lệnh (từ chủ mạnh truyền đến khách yếu) khó bị hiểu lầm, chủ khách cùng bản tính là hơn hết. Chủ khách khác bản tính ý nghĩa kém đi (xấu thì xấu thêm, tốt thì bớt tốt).

Quái ngoại làm chủ quái trung: Cũng vì quyền lực quá xa nhau, chủ là âm dương không quan trọng. Nhưng muốn lời khẩn cầu (từ khách yếu trình lên chủ mạnh) dễ được cứu xét hơn, chủ khách khác bản tính là hơn hết. Chủ khách cùng bản tính ý nghĩa kém đi (xấu thì xấu thêm, tốt thì bớt tốt).

Sự quan trọng của "hào chính"

"Hào chính" được định nghĩa là hào quyết định bản tính (hậu thiên tính) âm hoặc dương của một quái. Hào chính là một yếu tố quan trọng vì nó đại biểu căn tính của toàn quái, như ta đã biết trong một chương trước đây.

Trưởng Dương (Chấn) và Trưởng Âm (Tốn): Hào dưới.

Trung Dương (Khảm) và Trung Âm (Li): Hào giữa.

Tiểu Dương (Cấn) và Tiểu Âm (Đoài): Hào trên.

Toàn Dương (Càn) và Toàn Âm (Khôn): Vì ba hào như nhau nên đều kể là hào chính. Nhưng "tính" của mỗi hào yếu hơn hào chính của 6 quái kia.

Cũng từ chương trước ta biết sự liên hệ giữa chủ quái và khách quái là biểu tượng toán học của một hiện tượng ngoài đời. Sự liên hệ này xảy ra giữa hào 3 và hào 4 của quẻ (tức hào trên cùng của chủ quái và hào dưới cùng của khách quái).

Trường hợp chủ quái:

1-Tiểu Dương (Cấn) và Tiểu Âm (Đoài), với hào chính ở vị trí 3, có liên hệ mật thiết với khách, vì thế hiểu rõ tình hình. Cấn bản chất tĩnh nên vào cảnh "trong nhờ đục chịu". Đoài bản chất động nên tùy tình hình mà phản ứng lại. Nhưng không có nghĩa phản ứng của Đoài luôn luôn dẫn đến kết quả thuận lợi.

2-Toàn Dương (Càn) và Toàn Âm (Khôn): Hào trên cùng của quái (ở vị trí 3 của quẻ) được coi là một hào chính. Vì hào này có liên hệ trực tiếp với khách quái nên Càn và Khôn cũng bị khách quái ảnh hưởng, nhưng không mạnh bằng trường hợp 1.

3-Trung Dương (Khảm) và Trung Âm (Li): Vì hào chính ở vị trí 2 chỉ bị khách ảnh hưởng rất nhẹ.

4-Trưởng Dương (Chấn) và Trưởng Âm (Tốn): Vì hào chính ở vị trí 1, hoàn toàn không chịu ảnh hưởng của khách.

Trường hợp khách quái:

1-Tiểu Dương (Cấn) và Tiểu Âm (Đoài), với hào chính ở vị trí 6 của quẻ, không có liên lạc gì với chủ. Cấn bản chất tĩnh nên chẳng giúp chủ được gì, nhưng ngược lại chủ có toàn quyền hành động. Đoài bản chất động nên bị chủ coi là có hành động sai lầm hoặc bất chính.

2-Toàn Dương (Càn) và Toàn Âm (Khôn): Hào dưới cùng của quái (ở vị trí 4 của quẻ) được coi là một hào chính. Vì hào này có liên hệ trực tiếp với chủ quái nên Càn và Khôn ảnh hưởng chủ quái, nhưng không mạnh bằng trường hợp 4 sau này.

3-Trung Dương (Khảm) và Trung Âm (Li): Vì hào chính ở vị trí 2 chỉ ảnh hưởng chủ rất nhẹ.

4-Trưởng Dương (Chấn) và Trưởng Âm (Tốn): Vì hào chính ở vị trí 4 của quẻ, ảnh hưởng trên chủ quái rất mạnh mẽ.

BÁT QUÁI Ở VỊ CHỦ (TRÊN) VÀ KHÁCH (DƯỚI)

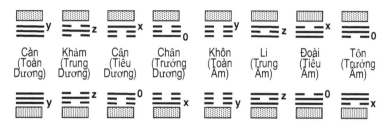

Hình 1: Hàng trên là bái quái ở vị chủ. Cấn và Đoài có liên hệ mật thiết với khách (x), Càn Khôn liên hệ trung bình (y), Khảm Li liên hệ nhẹ (z). Riêng Chấn Tốn không liên hệ (0).

Hàng dưới là bát quái ở vị khách. Chấn Tốn liên hệ mật thiết với chủ (x), Càn Khôn liên hệ trung bình (y), Khảm Li liên hệ nhẹ (z). Riêng Cấn và Đoài không liên hệ (0).

Lẽ "cùng tắc biến" của Trưởng Âm (Tốn) và Trung Dương (Khảm)

Trường hợp Trưởng Âm (Tốn) ở vai chủ cần chú ý đặc biệt. Nhắc lại ba đặc tính của Tốn là:

Căn tính: Tĩnh (âm)

Bản tính: Âm (âm)

Năng tính: Ngoại (âm)

Nếu suy theo lẽ thường thì Tốn chẳng thể nào ở vai chủ được vì vai này hợp với dương mà kỵ với âm, và ba đặc tính của Tốn đều âm cả. Thế nhưng trên thực tế Tốn vẫn phải làm chủ 8 quẻ (bằng không chỉ còn lại 56 quẻ dịch, không đủ diễn tả mọi biến đổi của 6 hào). Đây là một hiện tượng kỳ thú mà người nghiên cứu dịch cần phải hiểu thật cặn kẽ.

Có thể so sánh Tốn với một cá nhân mềm yếu nhất của xã hội. Nếu một ngày ta thấy cá nhân ấy đóng vai chủ, ta có thể đoán là một trong hai trường hợp sau đây đã xảy ra:

1. Cá nhân ấy là bù nhìn, đóng vai trò cho kẻ khác. Kẻ khác đây phải là một vị "khách" có quyền nhưng không muốn lộ mặt.

2. Cá nhân ấy, vì bị đẩy vào đường cùng, đã bất ngờ phản kháng lại rồi chiếm vai chủ. Chuyện này chỉ xảy ra được nếu "khách" không mạnh mẽ lắm.

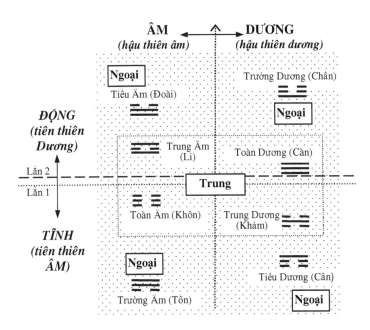

Hình 3: Vì cái nhìn chủ quan của con người, trung đạo bị nhận lầm là lẳn 2 thay vì lẳn 1. Kết quả là Khôn bị coi là kém Càn, Khảm kém Li. Tệ nhất là Tốn, bị coi là quái xa trung đạo hơn cả.

Trường hợp 1 ứng với 4 vị "khách" thuộc nhóm trung: Toàn Dương Càn, Toàn Âm Khôn, Trung Dương Khảm, và Trung Âm Li.

Trường hợp 2 ứng với 4 vị "khách" thuộc nhóm ngoại: Tiểu Dương Cấn, Tiểu Âm Đoài, Trưởng Dương Chấn, và Trưởng Âm Tốn.

Hoàn cảnh của Trung Dương Khảm cũng hết sức kỳ thú. Vì cái nhìn chủ quan của cuộc đời, Khảm bị coi là xa nhất trung đạo trong nhóm trung và vì thế là quái yếu nhất của nhóm này. Kẻ yếu cần phải bù lại bằng sự tích cực. Ngặt nỗi căn tính của Khảm lại tĩnh. Cộng tất cả lại, thế chủ nói chung rất bất lợi cho Khảm. Nhưng nếu Khảm không có khả năng đóng vai chủ thì sao có thể coi là thuộc nhóm trung (tức nhóm có uy quyền)? Thế nên, khi bị đẩy vào thế hoàn toàn cùng khốn, Khảm cũng có khả năng biến đổi tình thế cho trở thành tốt đẹp hơn.

Sự biến tính của Tốn và Khảm để phù hợp với vai chủ được gọi là lý "cùng tắc biến". Cùng tắc biến là một nguyên lý vô cùng to lớn của dịch, được áp dụng rất nhiều trong các môn bói toán, đặc biệt là khoa Tử Vi.

B. Ý NGHĨA 64 QUẺ DỊCH

Ta đã biết rằng ý nghĩa mỗi quẻ dịch lệ thuộc vào đặc tính của hai quái tạo thành ra nó. Vì mỗi quái có ba đặc tính, để tiện việc khảo sát ta phân ra sáu trường hợp như sau:

1. Trưởng Âm Tốn làm chủ (8 quẻ): Vì luật "cùng tắc biến", Tốn là ngoại lệ nên phải xét riêng.
2. Các quẻ đôi (7 quẻ): Có tám quẻ chủ khách như nhau (thí dụ cùng là Càn), gọi là "quẻ đôi" hoặc "quẻ thuần". Vì Thuần Tốn đã tính vào trường hợp 1 nên chỉ còn lại 7 quẻ.
3. Nhóm trung (12 quẻ): Đây là các quẻ do 4 quái trung Càn Khôn Li Khảm kết hợp với nhau mà thành (không kể các quẻ đôi, vì đã tính vào trường hợp 2).
4. Nhóm ngoại (9 quẻ): Đây là các quẻ do 4 quái ngoại Cấn Đoài Chấn Tốn kết hợp với nhau mà thành (không kể các quẻ với Tốn làm chủ, vì đã tính vào trường hợp 1, và các quẻ đôi, vì đã tính vào trường hợp 2).
5. Trung chủ, ngoại khách (16 quẻ): Đây là các quẻ mà chủ thuộc nhóm trung, khách thuộc nhóm ngoại.
6. Ngoại chủ, trung khách (12 quẻ): Đây là các quẻ mà chủ thuộc nhóm ngoại, khách thuộc nhóm trung (không kể 4 quẻ do Tốn làm chủ, vì đã tính vào trường hợp 1).

Để tiện việc tham khảo, mỗi quái sẽ được đặt số y hệt như cách đặt số của kinh dịch. Tên quái theo luật như sau:

-Tên các quẻ đôi bắt đầu bằng chữ Thuần. Thí dụ "Thuần Càn" nghĩa là chủ khách đều là (Toàn Dương) Càn.

-Tên các quẻ khác bắt đầu bằng tượng thiên nhiên của khách quái, rồi đến tượng thiên nhiên của chủ quái, rồi đến tên Hán Việt của quẻ. Thí dụ quẻ số 10 (theo thứ tự của kinh Dịch) khách quái là Càn (tượng thiên nhiên là "Thiên"), chủ quái là Đoài (tượng thiên nhiên là "Trạch"), tên quẻ là "Lý" (bước cẩn thận). Vì vậy tên quẻ số 10 là "Thiên Trạch Lý".

Trường hợp 1: Tốn làm chủ (8 quẻ)

Như ta đã biết, vì luật "cùng tắc biến", Tốn sẽ đóng vai bù nhìn thể hiện đặc tính của khách nếu khách thuộc nhóm trung, và xoay ngược tình thế nếu khách thuộc nhóm ngoại.

 -Thiên Phong Cấu (quẻ 44): Bù nhìn Tốn, với ba đặc tính đều âm, cách biệt quá xa với Càn (ba đặc tính đều dương). Vì vậy vở kịch bù nhìn mà Tốn đóng trở thành lố bịch, như người con gái cố xông xáo táo bạo như con trai. Rất thiếu tự nhiên, chỉ khiến người ta khó chịu, coi thường.

-Địa Phong Thăng (quẻ 46): Nhờ có hai đặc tính giống như khách quái Khôn (âm tĩnh) mà Tốn đóng trọn vai bù nhìn cho Khôn. Đây Tốn ví như người kém cỏi, nhờ Khôn mà được thăng chức.

-Thủy Phong Tỉnh (quẻ 48): Nhờ có một đặc điểm chung với khách quái đắc trung Khảm (tĩnh) mà Tốn thể hiện được ưu điểm của Khảm: Nước phục vụ kẻ khát. Đây vai trò (bù nhìn) của Tốn ví như cái giếng chứa nước.

-Hỏa Phong Đỉnh (quẻ 50): Nhờ có một đặc điểm chung với khách quái đắc trung Li (âm) mà Tốn thể hiện được ưu điểm của Li: Năng lượng nuôi dưỡng sự sống. Đây vai trò (bù nhìn) của Tốn ví như cái đỉnh (chứa thức ăn để lửa có thể nấu chín).

-Lôi Phong Hằng (quẻ 32): Chấn cực động ở vị trí 4, ảnh hưởng Tốn mạnh mẽ, khiến Tốn yếu đuối trở thành rất bấp bênh. Nhưng Tốn nhờ lẽ "cùng tắc biến" xoay ngược tình thế, khiến hoàn cảnh trở thành ổn định.

-Thuần Tốn (quẻ 57): Trường hợp này khách y hệt chủ nên không có sự đối kháng. Thể hiện được đặc tính của Tốn: Nhu thuận, nhờ đó có thể thành việc nhỏ, nhưng phải chịu ở thế yếu mới được.

-Sơn Phong Cổ (quẻ 18): Khách tĩnh lại ở quá xa (vị trí 6), chủ lại yếu đuối thiếu chủ trương nên mọi sự tệ dần dần đi. May nhờ lý "cùng tắc biến" mà Tốn xoay ngược tình thế, sửa sai gầy dựng lại.

-Trạch Phong Đại Quá (quẻ 28): Khách động ở quá xa (vị trí 6) nên là cái động sai ý muốn của Tốn. Nếu Tốn giữ nguyên bản tính yếu đuối thì mọi việc sẽ hư hỏng. May nhờ lý "cùng tắc biến" mà Tốn vượt quá bản tính của mình, thành ra vẫn có thể được việc trong cảnh cực đoan.

Trường hợp 2: Các quẻ đôi (7 quẻ, vì không kể Thuần Tốn)
Trong các quẻ đôi chủ và khách y hệt nhau. Ý nghĩa của quẻ nói chung gần giống như ý nghĩa của quái đứng riêng rẽ. Nhưng cần chú ý rằng ý nghĩa của quẻ ứng với quái ở vai chủ. Vai chủ thích dương, tức là thích động, dương, nguyên hoặc trung; ngại âm, tức là ngại tĩnh, âm, hoặc ngoại.

-Thuần Càn (dương nguyên động): Vì cả ba đặc tính đều phù hợp với vai chủ, quẻ này ứng với thời của hành động, với kết quả tốt đẹp. Là quẻ 1 số 1 của kinh Dịch, ý nghĩa là nếu "động" thì dễ thành công.

-Thuần Khôn (âm nguyên tĩnh): Khôn hợp vị chủ vì là quái nhiều uy quyền nhất của các quái âm. Nhưng vì là âm tĩnh nên không hợp vai lãnh đạo. Tìm được kẻ lãnh đạo tất thành công lớn. Là quẻ số 2 của kinh Dịch, ý nghĩa là nếu "tĩnh" thì dễ thành công.

 -Thuần Khảm (dương trung tĩnh): Vì là quái trung, Khảm ở trong nhóm quyền lực. Nhưng (vì cái nhìn chủ quan của con người) Khảm là quái yếu nhất nhóm. Trong trò chơi quyền lực, kẻ yếu phải tranh đấu tích cực để sống còn. Vấn đề là, Khảm căn tính vốn tĩnh. Vì vậy, Khảm lâm vào cảnh nguy hiểm. Nhưng chỉ bị nguy hiểm không thôi thì làm sao Khảm là quái trung được? Vì vậy Khảm phải được cứu bởi lẽ "cùng tắc biến". Quẻ này đúng là cảnh nguy hiểm, bấp bênh; nhưng nó cũng chính là cơ hội cho kẻ phi thường. Là quẻ số 29 của kinh Dịch, ý nghĩa "nguy hiểm"

 -Thuần Li (âm trung động): Thuần Li là quái động nhất trong các quái thuộc nhóm trung, vì thế mặc dù yếu hơn Càn và Khôn mà vẫn dễ thành đạt phi thường. Vì Li thuộc âm lại mang tính động, nên ví như cái đẹp (âm) rực rỡ (động) của mặt trời. Là quẻ số 30 của kinh Dịch, ý nghĩa "ánh sáng rực rỡ"

 -Thuần Chấn (dương ngoại động), quẻ 51: Dương và đôäng là hai đặc tính thích hợp cho vai chủ, nhưng vì Ch ấn ở quá xa trung đạo nên khó đạt kết quả như ý. Đây cái cực động của Chấn được ví như sấm sét, gây chấn đôäng mạnh nhưng thực chất chẳng có bao nhiêu. Là quẻ 51 của kinh Dịch, ý nghĩa "sấm sét".

 -Thuần Tốn (âm ngoại tĩnh): Đã bàn trong trường hợp 1

 -Thuần Cấn (dương ngoại tĩnh), quẻ 52: Ở vai chủ mà ngoại tĩnh là bất lợi, nhưng may là quái dương mà không sao. Đây ví như kẻ yếu đuối biết thân phận mình nên án binh bất động, nhờ đó không phạm lỗi lầm. Là quẻ 52 của kinh Dịch, ý nghĩa "án binh bất động".

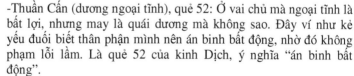 -Thuần Đoài (âm ngoại động), quẻ 58: Căn tính động thích hợp với vai chủ, nhưng vì là ngoại âm nên cái động này không dẫn đến kết quả gì đáng kể, ví như trẻ con chơi đùa huyên náo mà thôi. Là quẻ số 58 trong kinh Dịch, ý nghĩa "vui đùa".

Trường hợp 3: Chủ và khách cùng thuộc nhóm trung (12 quẻ)

Nhóm quyền lực gồm Toàn Dương Càn, Toàn Âm Khôn, Trung Dương Khảm, Trung Âm Li. Hiển nhiên năng tính (quyền lực) là yếu tố quyết định trong nhóm này; nhưng vì năng tính do căn tính (động tĩnh) mà ra, hai đặc tính này phải được xét chung với nhau. Động và tĩnh là hai cách đạt quyền lực. Hai cách này mâu thuẫn nhau. Vì thế, khi hai quái cùng tĩnh hoặc cùng động ta có sự hỗ trợ, ngược lại khi một quái động một quái tĩnh ta có sự đối kháng.

Nhóm Trung

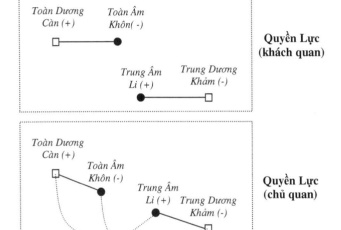

Hình 3: Dưới cái nhìn khách quan Càn và Khôn có uy lực tương đương, Li và Khảm có uy lực tương đương. Nhưng dưới cái nhìn chủ quan Càn được coi là mạnh nhất, theo sau bởi Khôn, Li, Khảm.

Quyền lực hỗ trợ nhau kết quả đương nhiên tốt đẹp, vì vậy hai quái cùng động hoặc hai quái cùng tĩnh đều là tốt cả.

Quyền lực mâu thuẫn thì phải có người thắng kẻ bại. Trong trận chiến quyền lực, kẻ mạnh thắng kẻ yếu thua. Vì ý nghĩa của quẻ là hoàn cảnh của chủ quái, nếu chủ quái mạnh hơn khách quái quẻ sẽ có ý nghĩa tốt đẹp. Ngược lại, nếu chủ quái yếu hơn khách quái quẻ sẽ có ý nghĩa không tốt.

Nhưng vì vị trí chủ trọng dương hơn âm, yếu tố gia giảm là bản tính (âm dương) của chủ và khách. Chủ dương khách âm thì tốt tốt thêm, xấu bớt xấu; chủ dương khách dương và chủ âm khách âm trung tính; chủ âm khách dương thì tốt bớt tốt, xấu xấu thêm.

267

Trước hết ta xét các trường hợp thuận lợi, khi hai quái cùng động hoặc cùng tĩnh.

-Thiên Hỏa Đồng Nhân (quẻ 13): Toàn Dương (Càn) làm khách, Trung Âm (Li) làm chủ. Cả hai quái cùng động nên ý nghĩa quẻ này tốt đẹp, nhưng bị giảm khá nhiều vì chủ là quái âm khách là quái dương. Quẻ này diễn tả trường hợp chủ quái Li bù trừ cho yếu điểm (âm) của mình bằng sự tích cực (động).

-Hỏa Thiên Đại Hữu (quẻ 14): Hai quái cùng động, lại là chủ dương khách âm nên ý nghĩa quẻ này hết sức tốt đẹp

-Địa Thủy Sư (quẻ 7): Toàn Âm (Khôn) làm khách, Trung Dương (Khảm) làm chủ. Cả hai quái cùng tĩnh, thêm chủ dương khách âm nên ý nghĩa rất tốt đẹp (nhưng vì tĩnh nên không bằng trường hợp quẻ Hỏa Thiên Đại Hữu mang thêm tính động).

-Thủy Địa Tỷ (quẻ 8): Hai quái cùng tĩnh nên ý nghĩa quẻ này tốt đẹp, nhưng không hoàn mỹ vì chủ âm khách dương.

Nếu một quái động một quái tĩnh là có mâu thuẫn quyền lực. Nếu chủ quái có uy lực hơn khách quái thì ý nghĩa tốt đẹp, nhưng cần chú ý yếu tố gia giảm của bản tính âm dương.

-Địa Thiên Thái (quẻ 11): Cái nhìn chủ quan khiến chủ quái Toàn Dương (Càn) có vẻ như có uy lực hơn khách quái Toàn Âm (Khôn), thêm yếu tố chủ dương khách âm khiến đây là một quẻ rất tốt đẹp. Nhưng vì động tĩnh mâu thuẫn mà quẻ này vẫn kém thế so với quẻ Hỏa Thiên Đại Hữu (chủ Càn khách Li cùng động).

-Thủy Thiên Nhu (quẻ 5): Chủ quái Toàn Dương (Càn) hiển nhiên mạnh mẽ hơn khách quái Trung Dương (Khảm). Vì chủ khách cùng Dương nên không tốt bằng Địa Thiên Thái (chủ dương khách âm). Chú ý: "Nhu" đây có nghĩa là chờ đợi.

-Hỏa Địa Tấn (quẻ 35): Chủ quái Toàn Âm (Khôn) hiển nhiên mạnh mẽ hơn khách quái Trung Âm (Li). Vì chủ khách cùng âm nên không tốt bằng Địa Thiên Thái (chủ dương khách âm).

-Thủy Hỏa Kí Tế (quẻ 63): Vì cái nhìn chủ quan mà chủ quái Trung Âm (Li) có vẻ như có uy lực hơn khách quái Trung Dương (Khảm). Vì chủ âm khách dương nên cái tốt của quẻ này không hoàn mỹ.

Cũng trong trường hợp mâu thuẫn quyền lực, nếu chủ quái yếu hơn khách quái thì ý nghĩa của quẻ sẽ bất lợi, nhưng cần xét yếu tố gia giảm là bản tính âm dương của chủ và khách.

-Thiên Địa Bĩ (quẻ 12): Vì cái nhìn chủ quan mà chủ quái Toàn Âm (Khôn) có vẻ kém uy lực hơn khách quái Toàn Dương (Càn). Thêm yếu tố chủ âm khách dương khiến quẻ này rất xấu.

-Thiên Thủy Tụng (quẻ 6): Chủ quái Trung Dương (Khảm) kém thế khách quái Toàn Dương (Càn). Yếu tố gia giảm không giúp được gì vì chủ khách cùng là dương cả.

-Địa Hỏa Thương hoặc Địa Hỏa Minh Di (quẻ 36): Chủ quái Trung Âm (Li) kém thế khách quái Toàn Âm (Khôn) nên quẻ có ý nghĩa xấu. Yếu tố gia giảm không giúp được gì vì chủ khách cùng là âm cả. Chú ý: "Thương" đây có nghĩa là "thương tích", "Minh Di" có nghĩa là ánh sáng bị giảm.

-Hỏa Thủy Vị Tế (quẻ 64): Vì cái nhìn chủ quan mà chủ quái Trung Dương (Khảm) có vẻ kém thế Trung Âm (Li). Nhưng nhờ yếu tố gia giảm là chủ dương khách âm mà vẫn còn có chỗ chống chế được.

Trường hợp 4: Chủ và khách cùng thuộc nhóm ngoại (9 quẻ)

Nhóm ngoại nằm ngoài vòng đai quyền lực nên quyền lực không có ý nghĩa. Vì căn tính (động tĩnh) đi đôi với quyền lực nên vai trò cũng trở thành thứ yếu. Quan trọng nhất do đó là bản tính (âm dương) rồi mới đến căn tính (động tĩnh) cho ta thứ tự ưu tiên: Trưởng Dương Chấn (dương động), Tiểu Dương Cấn (dương tĩnh), Tiểu Âm Đoài (âm động), Trưởng Âm Tốn (âm tĩnh).

Suy ra khi Chấn làm chủ một trong ba quái kia, ý nghĩa của quẻ sẽ tốt đẹp. Cấn bất lợi khi gặp Chấn, có lợi khi gặp Đoài hoặc Tốn. Đoài hết sức bất lợi khi gặp Chấn hoặc Cấn, có lợi khi gặp Tốn.

Hoàn cảnh của Tốn xem như tuyệt vọng. Nhưng chính vì thế mà có luật cùng tắc biến (xem trường hợp 1).

TRƯỞNG DƯƠNG (CHẤN) LÀM CHỦ

-Sơn Lôi Gi (quẻ 27): Cả hai quái đều là dương, nhưng ý nghĩa của quẻ tương đối thuận lợi vì chủ động khách tĩnh.

-Trạch Lôi Tùy (quẻ 17): Ý nghĩa của quẻ thuận lợi vì chủ dương khách âm.

-Phong Lôi Ích (quẻ 42): Ý nghĩa của quẻ rất thuận lợi vì chủ dương động, khách âm tĩnh.

TIỂU DƯƠNG (CẤN) LÀM CHỦ

-Lôi Sơn Tiểu Quá (62): Chủ và khách đều dương. Quẻ tương đối bất thuận lợi vì chủ tĩnh khách động. Tuy vậy không xấu lắm nhờ hào chính của chủ (vị trí 3) tiếp xúc mật thiết với hào chính của khách (vị trí 4).

-Trạch Sơn Hàm (quẻ 31): Ý nghĩa của quẻ tương đối thuận lợi vì chủ dương khách âm.

-Phong Sơn Tiệm (quẻ): Ý nghĩa của quẻ tương đối thuận lợi vì chủ dương khách âm.

TIỂU ÂM (ĐOÀI) LÀM CHỦ

-Lôi Trạch Quy Muội (quẻ 54): Ý nghĩa của quẻ hết sức bất lợi vì cả hai quái cùng động, mà chủ âm khách dương.

-Sơn Trạch Tổn (quẻ 41); Ý nghĩa của quẻ tương đối bất lợi vì chủ âm khách dương. May nhờ chủ động khách tĩnh mà đỡ xấu. Đây ví như sự mất mát tự nguyện.

-Phong Trạch Trung Phù (quẻ 61): Cả hai quẻ cùng âm. Ý nghĩa tốt đẹp vì chủ động khách tĩnh. Thêm tốt đẹp vì hào chính của chủ (vị trí 3) và của khách (vị trí 4) tiếp xúc mật thiết với nhau.

TRƯỞNG ÂM (TỐN) LÀM CHỦ: (Xem trường hợp 1)

Trường hợp 5: Quái trung làm chủ, quái ngoại làm khách (16 quẻ)
Khi một quái trung làm chủ và một quái ngoại làm khách, vì khả năng cách biệt có các trường hợp sau đây:
1. Quái trung giúp quái ngoại nếu quái ngoại yếu đuối (tĩnh). Có hai quái ngoại ứng với trường hợp này: Tiểu Dương (Cấn) và Trưởng Âm (Tốn)
2. Quái trung sửa sai quái ngoại nếu quái ngoại hành động sai lầm (động và quá xa chủ). Chỉ có một quái ngoại ứng với trường hợp này là Tiểu Âm (Đoài) động ở vị trí 6.

270

3. Quái trung bị quái ngoại ảnh hưởng nếu quái ngoại quá động và tiếp cận chủ. Chỉ có một quái ngoại ứng với trường hợp này là Trưởng Dương (Chấn) động ở vị trí 4.

Đối với các quái ngoại, mọi quái trung đều có uy lực như nhau. Vì thế trong liên hệ này, căn tính (động tĩnh) của quái trung là yếu tố quan trọng hơn cả. Ấy bởi vì động tích cực hơn tĩnh. Càng tích cực càng dễ đạt mục tiêu mong muốn. Thứ tự hữu hiệu do đó là: Trung Âm Li (động nhất), Toàn Dương Càn (động), Toàn Âm Khôn (tĩnh), Trung Dương Khảm (tĩnh nhất).

Đây rõ ràng là liên hệ từ cao xuống thấp nên chủ quái sẽ hữu hiệu hơn khi có cùng bản tính (âm dương) với khách, vì như vậy mệnh lệnh ban ra khó bị hiểu lầm.

TRƯỞNG DƯƠNG (CHẤN) LÀM KHÁCH

Vì hào chính của Chấn ở vị trí 4, tiếp cận với chủ, tính cực động của Chấn ảnh hưởng tới chủ quái.

-Lôi Hỏa Phong (quẻ 55): Trung Âm Li làm chủ. Li là quái động nhất trong các quái trung nên hoàn cảnh tốt đẹp. Vì Li ví như ánh sáng mặt trời, thêm ảnh hưởng cực động của Chấn thành hình ảnh mặt trời giữa trưa, hết sức huy hoàng. Nhưng vì bản tính khác nhau (chủ âm khách dương) sự huy hoàng này không thể kéo dài.

-Lôi Thiên Đại Tráng (quẻ 34): Toàn Dương Càn làm chủ. Vì hai quái cùng bản tính dương nên hoàn cảnh tốt đẹp. Nhưng Càn đã động sẵn, thêm ảnh hưởng cực động của Chấn có nguy cơ trở thành quá động mà xa rời trung đạo. Vì thế phải cẩn thận.

-Lôi Địa Dự (quẻ 16): Toàn Âm Khôn làm chủ. Khôn tĩnh nhờ ảnh hưởng cực động của Chấn mà thành hăng hái lên. Nhưng vì chủ âm khách dương, âm dương trái nghịch nên sự hăng hái này chẳng dẫn đến kết quả gì đáng kể.

-Lôi Thủy Giải (quẻ 40): Trung Dương Khảm làm chủ. Khảm là quái trung yếu nhất, ở vị chủ mà quá tĩnh nên nguy. Vì hai quái cùng bản tính dương, tính cực động của Chấn giải thoát Khảm ra khỏi cảnh nguy hiểm.

TRƯỞNG ÂM (TỐN) LÀM KHÁCH

Tốn là quái yếu nhất của bát quái. Vì hào chính của Tốn ở vị trí 4, kế cận chủ quái, chủ quái sẽ tận tình giúp đỡ Tốn.

-Phong Hỏa Gia Nhân (quẻ 37): Trung Âm Li làm chủ. Vì hai quái cùng bản tính âm, sự giúp đỡ của Li có hiệu quả. Đây Li và Tốn ví như hai chị em trong cùng gia đình giúp đỡ nhau.

 -Phong Thiên Tiểu Súc (quẻ 9): Toàn Dương Càn làm chủ. Là quái mạnh nhất của bát quái, Càn có khả năng giúp Tốn. Nhưng vì Càn dương Tốn âm, bản tính khác biệt, kết quả của sự giúp đỡ này bị giới hạn; ví như mây dày mà không mưa.

 -Phong Địa Quán (quẻ 20): Toàn Âm Khôn làm chủ. Chủ và khách cùng bản tính âm cả nên ý nghĩa của quẻ không xấu. Nhưng Khôn tĩnh nên chẳng giúp được Tốn bao nhiêu. Chỉ ví như người trên làm thí dụ cho người dưới noi theo.

 -Phong Thủy Hoán (quẻ 59): Trung Dương Khảm làm chủ. Khảm là quái tĩnh nhất trong nhóm trung nên khả năng giúp đỡ kém cỏi, thêm bản tính khác biệt (Khảm dương Tốn âm) nên hoàn cảnh rất tuyệt vọng. Nhưng chính vì thế mà luật "cùng tắc biến" được áp dụng, và Khảm có thể đạt kết quả phi thường.

TIỂU DƯƠNG (CẤN) LÀM KHÁCH
Là một quái tĩnh, Cấn cũng cần sự giúp đỡ của chủ quái.

 -Sơn Hỏa Bí (quẻ 22): Trung Âm Li làm chủ. Nhờ Li là quái động nhất của nhóm trung mà ý nghĩa quẻ này tốt đẹp. Nhưng vì chủ âm khách dương, khác bản tính, nên kết quả nặng hình thức hơn nội dung, chỉ như tô điểm cho đẹp đẽ mà thôi.

 -Sơn Thiên Đại Súc (quẻ 26): Toàn Dương Càn làm chủ. Càn là quái mạnh nhất của bát quái, lại cùng tính dương với khách, nên ý nghĩa quẻ này hết sức tốt đẹp. Càn giúp Cấn đến nơi đến chốn.

 -Sơn Địa Bác (quẻ 23): Toàn Âm Khôn làm chủ. Quẻ này đã tương đối bất lợi vì Khôn tĩnh, thêm sự khác biệt bản tính (Khôn âm Cấn dương) trở thành xấu xa. Đây Khôn ví như người mẹ quá nuông chiều thành ra làm hại đứa con yếu đuối, khiến nó hư hỏng. Chú ý: Đây không phải là một trường hợp "cùng tắc biến" vì Khôn không phải là quái yếu nhất của nhóm trung.

 -Sơn Thủy Mông (quẻ 4): Trung Dương Khảm làm chủ. Mặc dù hoàn cảnh tương đối bất lợi vì là quái tĩnh, Khảm vẫn giúp được Cấn vì hai quái cùng mang bản tính dương. Dĩ nhiên đây là một sự giúp đỡ không toàn hảo, kém xa "Sơn Thiên Đại Súc".

TIỂU ÂM (ĐOÀI) LÀM KHÁCH

Là quái động với lằn chính ở vị trí 6 quá xa chủ, Đoài tượng trưng hành động sai lầm. Nhiệm vụ chủ quái là sửa cái sai của Đoài.

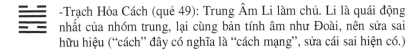 -Trạch Hỏa Cách (quẻ 49): Trung Âm Li làm chủ. Li là quái động nhất của nhóm trung, lại cùng bản tính âm như Đoài, nên sửa sai hữu hiệu ("cách" đây có nghĩa là "cách mạng", sửa cái sai hiện có.)

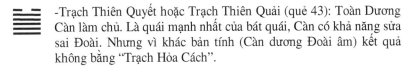 -Trạch Thiên Quyết hoặc Trạch Thiên Quải (quẻ 43): Toàn Dương Càn làm chủ. Là quái mạnh nhất của bát quái, Càn có khả năng sửa sai Đoài. Nhưng vì khác bản tính (Càn dương Đoài âm) kết quả không bằng "Trạch Hỏa Cách".

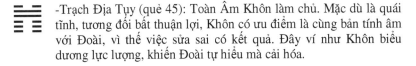 -Trạch Địa Tụy (quẻ 45): Toàn Âm Khôn làm chủ. Mặc dù là quái tĩnh, tương đối bất thuận lợi, Khôn có ưu điểm là cùng bản tính âm với Đoài, vì thế việc sửa sai có kết quả. Đây ví như Khôn biểu dương lực lượng, khiến Đoài tự hiểu mà cải hóa.

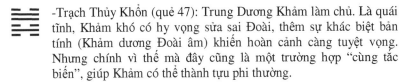 -Trạch Thủy Khổn (quẻ 47): Trung Dương Khảm làm chủ. Là quái tĩnh, Khảm khó có hy vọng sửa sai Đoài, thêm sự khác biệt bản tính (Khảm dương Đoài âm) khiến hoàn cảnh càng tuyệt vọng. Nhưng chính vì thế mà đây cũng là một trường hợp "cùng tắc biến", giúp Khảm có thể thành tựu phi thường.

Trường hợp 6: Quái ngoại làm chủ quái trung làm khách (12 quẻ)

Quái ngoại gọi là làm chủ, thực ra là hoàn cảnh lệ thuộc, vì uy lực nằm ở khách (quái trung). Trong cảnh lệ thuộc, kẻ gần có lợi hơn kẻ xa, kế đến kẻ tích cực có lợi hơn kẻ thiếu tích cực. Thứ tự của chủ quái do đó là: Tiểu Âm Đoài (có lợi nhất vì động ở vị trí 3 cạnh khách), Tiểu Dương Cấn (tĩnh, nhưng ở vị trí 3 cạnh khách), Trưởng Dương Chấn (động, nhưng ở vị trí 1 quá xa khách), Trưởng Âm Tốn (bất lợi nhất, vì tĩnh lại ở vị trí 1 quá xa khách).

Khi một quái ngoại làm chủ một quái trung, xác xuất thành công tăng gia nếu hai bên khác bản chất âm dương, giảm thiểu nếu cùng bản chất. Độc giả có thể kiểm chứng để thấy rằng đây chính là quy luật chung của cuộc đời.

TIỂU ÂM ĐOÀI LÀM CHỦ (động, gần khách)

-Thiên Trạch Lý (quẻ 10): Khách là Toàn Dương Càn. Mặc dù Càn là quái đáng sợ nhất của nhóm trung, Đoài vô sự nhờ được ở gần và khác bản tính (Đoài âm Càn dương) nên biết cách xoay xở.

-Thủy Trạch Tiết (quẻ 60): Trung Dương Khảm làm khách. Nhờ ở gần và khác bản tính (Đoài âm Khảm dương) mà Đoài biết cách đối xử hợp lý với Khảm. Vì Khảm tĩnh, Đoài phải chiết giảm tính động của mình.

-Địa Trạch Lâm (quẻ 19): Toàn Âm Khôn làm khách. Mặc dù có ưu điểm là động ở gần khách, Đoài vẫn ở thế bấp bênh vì bản chất âm giống khách. Đây ví như Đoài tìm đến cầu thân với Khôn. Qua giai đoạn dễ dàng ban đầu sẽ đến lúc khó khăn.

-Hỏa Trạch Khuể hoặc Hỏa Trạch Khuê (quẻ 38): Trung Âm Li làm khách. Mặc dù có ưu điểm là động ở gần khách, Đoài vẫn ở thế bấp bênh vì bản chất âm giống khách. Đây ví như hai chị em vì có cách đối xử khác nhau mà vào cảnh bất hòa.

TIỂU DƯƠNG CẤN LÀM CHỦ (gần khách nhưng tĩnh)

-Thiên Sơn Độn (quẻ 33): Toàn Dương Càn làm khách. Mặc dù kế cận khách, Cấn ở cảnh bất thuận lợi vì tĩnh lại mang cùng bản tính dương như khách. Vì khách động, Cấn phải thối lui tránh né.

-Thủy Sơn Kiển (quẻ 39): Trung Dương Khảm làm khách. Mặc dù kế cận khách, Cấn ở cảnh bất thuận lợi vì tĩnh lại mang cùng bản tính dương như khách. Vì khách tĩnh, Cấn nhìn khách như lực cản trở mình.

-Địa Sơn Khiêm (quẻ 15): Toàn Âm Khôn làm khách. Trường hợp này thuận lợi nhờ chủ khách bản tính khác nhau (Cấn dương Khôn âm). Đây ví như Cấn được Khôn dung dưỡng, cho cơ hội, nhưng biết mình yếu kém, nên đối xử khiêm cung.

-Hỏa Sơn Lữ (quẻ 56): Trung Âm Li làm khách. Vì hào chính ở vị 5, Li không thân cận Cấn như Khôn, nên mặc dù được lợi ở điểm bản tính khác nhau (Cấn dương Li âm), hoàn cảnh của Cấn vẫn không toàn hảo. Vì Cấn tượng sự tĩnh lặng, đây ví như kẻ mất vị trí, phải phiêu bạt lang thang.

TRƯỞNG DƯƠNG CHẤN LÀM CHỦ
(động nhưng xa khách)

 -Thiên Lôi Vô Vọng (quẻ 25): Toàn Dương Càn làm khách. Càn là quái mạnh nhất của bát quái, chủ khách lại cùng bản chất dương (và cùng động) nên Chấn hoàn toàn chẳng có hy vọng làm nên chuyện, chỉ còn trông cậy vào số mệnh mà thôi.

 -Thủy Lôi Truân (quẻ 3): Trung Dương Khảm làm khách. Chủ khách cùng bản chất dương, Chấn lại quá xa khách nên mặc dù có khả năng mang cái động của mình bổ khuyết cho cái tĩnh của khách, việc ấy còn phải chờ đợi thời gian.

 -Địa Lôi Phục (quẻ 24): Toàn Âm Khôn làm khách. Mặc dù ở quá xa khách, Chấn nhờ khác bản tính với khách (Chấn dương Khôn âm) và có thể lấy cái động của mình bổ khuyết cho cái tĩnh của khách mà vẫn có cơ hội.

 -Hỏa Lôi Phệ Hạp (quẻ 21): Trung Âm Li làm khách. Mặc dù được ưu điểm là khác bản tính với khách (Chấn dương Li âm), cái động (ở quá xa khách) của Chấn sẽ bị Li (cũng động) coi là sai lầm. Hoàn cảnh của Chấn do đó không hoàn hảo. Vì Chấn tượng sự cực động, đây ví như kẻ phải chịu cùm gông (hầu giảm cái động quá độ đi) mà cải tiến hoàn cảnh của mình.

TRƯỞNG ÂM TỐN LÀM CHỦ (đã tĩnh lại xa khách): Hoàn cảnh tuyệt vọng. Nhưng chính vì thế mà được cảnh "cùng tắc biến". Xem trường hợp 1 ở trên.

Vậy là xong phần giải thích ý nghĩa của 64 quẻ bằng lô gích âm dương. Nhờ lô gích này ta hiểu thấu căn nguyên của từng quẻ một, không còn sợ mối nguy tam sao thất bản hoặc lệ thuộc vào suy nghĩ chủ quan của các soạn giả khi đọc các sách cổ nữa.

Bắt đầu viết tháng 5, 2002
Viết xong tháng 7, 2002 tại Minneapolis
ấn bản này San Jose 13 tháng 5, 2005
©Đằng Sơn

275

Phần 2

VÀI ĐỀ TÀI ĐẶC BIỆT

Vài vấn nạn liên hệ đến mệnh lý và bói toán

Tử Bình dưới mắt khoa học

So sánh Tử Vi và Tử Bình

Chương 25

Một số vấn nạn
mệnh lý và bói toán 1

Bài này ghi lại đáp án của soạn giả cho một số vấn nạn đã ám ảnh các khoa mệnh lý từ trước đến nay. Là ý kiến thô thiển của một người tất nhiên thiếu sót, mong được các bậc cao minh không hà tiện lời chỉ giáo.

Khoa Tử Vi

Tử vi có lẽ là ứng dụng mệnh lý quen thuộc nhất với người Việt ta. Vì khoa này quen thuộc nhất, nó cũng có nhiều vấn nạn nhất. Nên xin giải đáp vài vấn nạn quan trọng liên hệ đến Tử Vi trước.

VẤN NẠN 1: Trên thế giới hiện nay có trên 6 tỷ người, tính đổ đồng ra thì mỗi lá số ứng với 12,000 người. Hiển nhiên đời của 12 ngàn người này không giống nhau. Khoa tử vi giải thích vấn đề này như thế nào?

Trả lời: Vấn đề này khởi từ một niềm tin sai lầm về khoa tử vi. Nhiều người, trong đó có cả những người nghiên cứu tử vi lâu năm, cho rằng tất cả mọi diễn biến trong đời người đều đã an bài trên lá số. Soạn giả xin thưa ngay rằng niềm tin này hoàn toàn phản khoa học. Xin đưa vài thí dụ.

Thứ nhất, nhờ y khoa và hoàn cảnh sống tiến bộ, tuổi thọ trung bình của người đời nay đã hơn người xưa đến mấy mươi năm; và đây là một sự thật hiển hiện qua các bảng thống kê, không thể nào chối cãi được. Tập hợp các lá số tử vi thì dĩ nhiên không đổi với thời gian. Từ đó ta biết ngay là không thể chỉ dùng lá số tử vi để đoán tuổi thọ của con người.

Thứ hai, ngày xưa dưới kinh tế nông nghiệp, chuyện một cặp vợ chồng sinh 5, 7 con là chuyện rất thường. Nhưng bây giờ, tối thiểu ở các nước tiền tiến, một đến 3 con là quy luật; nên ta biết ngay là không thể chỉ dùng lá số tử vi để đoán số con cái.

Và còn nhiều thí dụ khác nữa…

Thế nên, thế giới có trên 12,000 người có lá số y hệt đương kim tổng thống Hoa Kỳ George W. Bush không hề có nghĩa rằng 12,000 người kia cũng đều phải là ông lớn. Cường điệu hơn, soạn giả còn dám tin rằng trong số 12,000 người có lá số giống ông W. Bush rất có thể có người khổ rách áo ôm.

Tại sao dám nói thế? Xin thưa vì lá số Tử Vi quả có chứa một số tín hiệu giá trị, nhưng nó không thể chứa tất cả mọi tín hiệu liên hệ đến đời sống con người.

Bằng ngôn ngữ toán học, ta có thể biểu diễn đời sống của con người như một hàm số S lệ thuộc vào rất nhiều biến số (a, b, c, d, e, f, g,...), lá số Tử Vi như hàm số S' lệ thuộc vào 4 yếu tố là năm tháng ngày giờ sinh mà ta gọi là (a,b,c,d) cho giản dị.

Đời sống = S(a,b,c,d,e,f,g,...)

Lá số Tử Vi = S'(a,b,c,d)

Cho S là tập hợp của mọi hoàn cảnh của tất cả những người từ cổ chí kim -và đến cả tương lai vô tận- có cùng lá số tử vi S'. Vì S' bao hàm trong S, hiển nhiên mỗi một hoàn cảnh của S đều có một hoàn cảnh tương ứng trong S'; ngược lại mỗi hoàn cảnh {a} trong S' sẽ tương ứng với rất nhiều hoàn cảnh {a1, a2, a3, a4, v.v...} trong S (xem hình 1).

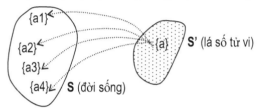

Hình 1: Mỗi hoàn cảnh trên lá số tương ứng với
nhiều hoàn cảnh khác nhau trong đời sống thật.

Nói theo ngôn ngữ toán học, có một phép tương ứng giữa lá số tử vi S và những diễn biến trong đời sống của những người có cùng lá số này. Nhưng đây không phải là phép tương ứng 1-1. Nói cách khác, Tử Vi là một mô hình của đời sống, nhưng là một mô hình thiếu sót từ căn bản. Xem tử vi ta chỉ biết được một góc cạnh của đời sống, mà không thể biết tất cả mọi diễn biến của đời sống.

VẤN NẠN 2: Nếu không thể dùng Tử Vi để xác quyết những gì sẽ xảy ra trong đời sống thì học Tử Vi làm gì?

Trả lời: Mặc dù như trên đã nói, khoa Tử Vi chỉ cho ta biết được một góc cạnh của đời sống, nên muốn là một học thuyết có giá trị cái góc cạnh mà khoa Tử Vi khảo sát được phải là một góc cạnh quan trọng, và -trong đa số trường hợp- có tính quyết định.

Theo giả thuyết của khoa tử vi, tập hợp {a1, a2, a3, a4, v.v...}, tức tập hợp các hoàn cảnh tương ứng của hoàn cảnh {a} đều có chung một "lý tính", nghĩa là mặc dù trên mặt hiện tượng chúng có thể hiện khác nhau, nhưng trong bản chất đều có chung tính {a}. Hãy lấy thí dụ giản dị tính {a} là "khả năng kiếm ra tiền". Nếu theo lá số Tử Vi ta thấy tín hiệu là "mười năm tới sẽ kiếm ra nhiều tiền hơn hiện tại". Tín hiệu này có thể biểu diễn bằng đồ thị như trong hình 2.

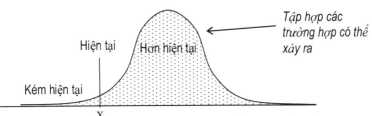

Hình 2: Khi Tử Vi bảo ta mười năm tới sẽ kiếm ra nhiều tiền hơn hiện tại, lời đoán này phải hiểu theo nghĩa xác suất. Xem mỗi điểm trong hình chuông lật úp ở trên là một hoàn cảnh có thể xảy ra. Vì số hoàn cảnh ứng với "nhiều tiền hơn hiện tại" áp đảo số hoàn cảnh "ít tiền hơn hiện tại", nên xác suất "kiếm nhiều tiền hơn" trong mười năm tới rất cao. Thế nhưng vẫn có xác suất nhỏ là "kiếm ít tiền hơn".

Như có thể thấy từ hình 2, lời đoán của Tử Vi phải được hiểu theo nghĩa xác suất. Vì số hoàn cảnh ứng với "kiếm nhiều tiền hơn hiện tại" trong hình 2 áp đảo số hoàn cảnh ứng với "kiếm ít tiền hơn hiện tại", ta khá chắc chắn người được xem số sẽ kiếm nhiều tiền hơn. Đây chỉ là một lời đoán với xác suất cao, ví như chơi bài cào mở ra thấy 9 chút thì coi như ăn chắc, nhưng vẫn có thể bị thua trong trường hợp hiếm hoi là đối thủ có 3 tây. Thế nhưng tương lai vốn dĩ chẳng ai hay, nên cái biết của Tử Vi –dù là cái biết xác suất- vẫn hơn xa không biết gì cả.

Hiển nhiên, vì có ý nghĩa xác suất, ta không thể mong đợi khoa Tử Vi đoán đâu trúng đó. Giá trị của khoa Tử Vi vì vậy lệ thuộc vào số phần trăm lần đoán đúng. Giả như Tử Vi chỉ đoán đúng được khoảng 50, 51% trường hợp thì nó chẳng hơn gì cách đoán mò. Ngược lại, giả như Tử Vi đoán đúng 60% trường hợp trở lên thì hẳn các độc giả sẽ đồng ý rằng nó có giá trị thực tế không phủ nhận được.

Soạn giả tin rằng độ chính xác của khoa tử vi có thể đạt mức 70%, tức là tính đổ đồng 100 lời đoán của các cao thủ có 70 lời trúng. Thiết nghĩ bấy nhiêu quá đủ là lý do để khuyến khích ta học tử vi.

(Điểm đáng tiếc là cho đến nay chưa ai thực hiện một công trình kiểm chứng khoa tử vi bằng phương pháp khoa học, nên niềm tin của soạn giả chỉ là dựa theo kinh nghiệm cá nhân hạn hẹp mà thôi, chưa thể coi là một lời phát biểu có đầy đủ khoa học tính. Hy vọng hoàn cảnh này sẽ thay đổi trong tương lai, khi khoa Tử Vi trở thành một ngành khoa học nhân văn.)

VẤN NẠN 3: Tính giới hạn của Tử Vi -như đã trình bày ở trên- phải chăng có nghĩa rằng đời này không có số mệnh tuyệt đối?

Trả lời: Đại khái lá số Tử Vi chỉ là cái nhìn từ một góc cạnh của cuộc đời mà thôi nên không dính líu gì đến chuyện có số mệnh tuyệt đối hay không. Có số mệnh tuyệt đối đi nữa vẫn chẳng có nghĩa khoa tử vi sai, chẳng qua là nó vốn đã thiếu sót mà những cái thiếu sót có khi nhìn rất giống cái sai lầm. Không có số mệnh tuyệt đối cũng chẳng làm Tử Vi hoàn hảo, bởi nó vẫn thiếu sót. *(Riêng soạn giả tin rằng chỉ có số mệnh tương đối, không có số mệnh tuyệt đối. Nhưng đây chỉ là một niềm tin cá nhân, không dính líu gì đến khoa học).*

Lại nhìn lần nữa theo toán học, cuộc đời như một hàm số có n biến số (n có lẽ là một con số rất lớn), trong khi tử vi chỉ có 5 biến số mà thôi (Can năm sinh, chi năm sinh, tháng sinh, ngày sinh, giờ sinh); nên dĩ nhiên thiếu sót. Điểm lý thú là hình như 5 biến số này vẫn cho ta một hình ảnh đại khái về con người.

Nay hãy nói chuyện đại khái. Nhìn từ xa thì con người và con khỉ đại khái giống nhau. Thế nên cùng lá số có thể phản ảnh CÙNG ĐÚNG hai đời sống khác nhau một trời một vực cũng chẳng phải là chuyện đáng ngạc nhiên.

Nói theo ngôn ngữ hội họa, Tử Vi chỉ cho ta một hình ảnh chấm phá. Muốn vẽ ra hình ảnh đúng của cá nhân cần phải phối hợp thêm nhiều dữ kiện khác nữa.

Tử Vi và Tử Bình

Khoa Tử Bình tương đối lạ với nhiều người Việt Nam nên xin giải thích thoáng qua bằng cách so sánh với khoa Tử Vi:

Tử Vi: Dựa trên Âm Lịch. Định số bằng 5 yếu tố độc lập là can và chi năm sinh, tháng sinh (1 đến 12), ngày (1 đến 30), giờ sinh.

Tử Bình: Định số bằng 8 yếu tố là can chi năm sinh, can chi tháng sinh, can chi ngày sinh, can chi giờ sinh. Trong 8 yếu tố này, thực ra chỉ có 6 yếu tố độc lập vì can tháng có thể tính từ can năm, can giờ có thể tính từ can ngày.

Cách định tháng của Tử Bình không dựa trên âm lịch mà theo tiết khí, như ngày đầu của tiết lập xuân tính là đầu tháng Giêng, của tiết Thanh Minh là tháng 3 v.v…

Nền tảng chính của Tử Bình là lẽ sinh khắc của ngũ hành. Thuyết âm dương cũng có mặt nhưng vị trí tương đối khiêm nhượng. Tử Vi thì khác hẳn, vì chỗ đứng của ngũ hành trong khoa này hiện vẫn còn là đề tài bàn tán sôi nổi (Chú thích tại chỗ: Có trường phái cho rằng phải bỏ hẳn ngũ hành khi xem tử vi.)

Điểm đáng chú ý là xét trên nền tảng khoa học thì Tử Bình và Tử Vi xử dụng dữ kiện y hệt nhau (năm tháng ngày giờ sinh) để lập số. Từ đó nảy ra một số vấn nạn khi ta so sánh Tử Vi và Tử Bình.

VẤN NẠN 4: Vì cách định tháng khác nhau, cách xem cũng khác nhau; có thể nào lời đoán của Tử Vi và Tử Bình mâu thuẫn nhau trong một số trường hợp hay chăng?

<u>Trả lời</u>: Soạn giả chưa nghiên cứu vấn đề này một cách hoàn chỉnh, nhưng chỉ xét trên lý thì những trường hợp Tử Vi và Tử Bình cho lời đoán mâu thuẫn nhau thật khó mà tránh được.

Xin đưa thí dụ của một nhân vật lịch sử nổi tiếng là ông Tôn Dật Tiên. Năm và ngày sinh của ông trước đây là đề tài bàn cãi, nhưng bây giờ, nhờ một tư liệu mới (đã phát hiện từ năm 1952 nhưng mới tiết lộ gần đây) người ta biết chắc ông sinh ngày 6 tháng 10 âm lịch năm Bính Dần (1866), giờ Dần.

Nếu ta lấy số tử vi của ông thì dữ liệu là: Năm Bính Dần, tháng 10, ngày 6, giờ Dần.

Nếu ta lấy số tử bình của ông thì dữ liệu là: Năm Bính Dần, tháng Kỷ Hợi, ngày Tân Mão, giờ Canh Dần.

Nay ta giữ ngày tháng giờ sinh, nhưng dời năm đi một bội số của 60. Dữ liệu Tử Vi dĩ nhiên không đổi (vẫn là năm Bính Dần, tháng 10, ngày 6, giờ Dần), nhưng dữ liệu Tử Bình lại đổi thành như sau:

Năm 1746: Năm Bính Dần, tháng Kỷ Hợi, ngày Mậu Thìn, giờ Giáp Dần.

Năm 1806: Năm Bính Dần, tháng Kỷ Hợi, ngày Kỷ Mão, giờ Bính Dần.

Năm 1866: Năm Bính Dần, tháng Kỷ Hợi, ngày Tân Mão, giờ Canh Dần (nguyên thủy để so sánh).

Năm 1926: Năm Bính Dần, tháng Kỷ Hợi, ngày Ất Mão, giờ Mậu Dần.

Năm 1986: Năm Bính Dần, tháng Kỷ Hợi, ngày Quý Mão, giờ Giáp Dần.

Năm 2046: Năm Bính Dần, tháng Mậu Tuất, ngày Bính Dần, giờ Canh Dần.

Tổng cộng ở trên có 6 trường hợp, một là nguyên thủy và 5 thêm vào. Cả 5 trường hợp thêm vào can ngày đều đổi, trong đó 4 trường hợp can giờ bị đổi theo. Riêng trường hợp năm 2046, thì tháng đổi cả can lẫn chi thành Mậu Tuất.

Không cần vào chi tiết cũng có thể đoán được rằng các số (tử bình) trên đây không thể nào luận giống hệt nhau được, nhưng theo Tử Vi lại y hệt nhau vì cùng chung một lá số!

Kế đó ta thử giữ các dữ kiện của Tử Bình, nhưng dời năm đi một bội số của 60 xem ngày tháng biến đổi ra sao. Kết quả là:

Năm 1746: Không có ngày tháng sinh thỏa dữ kiện tử bình đã cho.

Năm 1806: Ngày 18 tháng 10 âm lịch năm Bính Dần.

Năm 1866: (Dữ liệu gốc, không cần nhắc lại)

Năm 1926: Không có ngày tháng sinh thỏa dữ kiện tử bình đã cho.

Năm 1986: Không có ngày tháng sinh thỏa dữ kiện tử bình đã cho.

Năm 2046: Ngày 1 tháng 11 âm lịch năm Bính Dần.

Tổng cộng 6 trường hợp gồm trường hợp gốc và 5 trường hợp thêm vào. Trong 5 trường hợp thêm vào, 3 trường hợp không có ngày giờ nào thỏa dữ kiện tử bình đã cho, nhưng có 2 trường hợp thỏa. Tóm lại chỉ xét trong thời gian từ 1746 đến 2046, cùng số tử bình với ông Tôn Dật Tiên có ba lá số Tử Vi khác nhau là:

Năm 1806: Năm Bính Dần, ngày 18 tháng 10, giờ Dần (mệnh cư Dậu, hỏa lục cục, Tử Tướng cư Thìn).

Năm 1866 (số thật): Năm Bính Dần, ngày 6 tháng 10, giờ Dần (mệnh cư Dậu, hỏa lục cục, Tử Phủ cư Dần).

Năm 2046: Năm Bính Dần, ngày 1 tháng 11, giờ Dần (mệnh cư Tuất, mộc tam cục, Tử Tướng cư Thìn).

Hiển nhiên ba lá số Tử Vi trên đây phải luận khác nhau; nhưng theo Tử Bình ba lá số này lại y hệt nhau vì bát tự y hệt như nhau!

Từ thí dụ này, ta thấy rõ ràng rằng cả Tử Vi và Tử Bình đều không thể là những khoa học hoàn chỉnh. Nói cách khác, cả Tử Vi và Tử Bình đều thiếu sót. Ta có thể ví Tử Vi và Tử Bình như hai ống kính hướng về cùng một vật thể (người được xem bói) từ hai góc khác nhau. Cái nhìn từ hai góc khác nhau thường cho ta kết quả tương tự, thế nhưng vẫn có những trường hợp hai góc nhìn cho hai kết quả khác nhau, hoặc trong trường hợp cực đoan thì mâu thuẫn nhau nữa.

Thí dụ về hai cái nhìn mâu thuẫn có thể lấy ngay từ ngoài đời. Nói chung chung, khi ta thấy một người tốt, hỏi ý kiến những người khác cũng nghe họ nói tốt. Khi ta thấy một người xấu, hỏi ý kiến những người khác cũng nghe họ nói xấu. Thế nhưng có một số nhân vật đặc biệt, ta thấy tốt người khác thấy xấu, hoặc ngược lại. Cái nhìn của ta và của người khác sở dĩ mâu thuẫn vì khởi từ hai góc cạnh khác nhau. Điều đó ám chỉ thêm rằng cái nhìn của cả hai bên đều phiến diện cả.

Một phương pháp của khoa học là ráp nối nhiều cái nhìn phiến diện thành một cái nhìn tổng quát. Ráp nối dĩ nhiên là một việc làm khó khăn, nhưng là cách duy nhất để có thể nhìn sự vật chính xác hơn.

Trở lại vấn đề Tử Vi và Tử Bình. Đã công nhận rằng hai khoa này đều thiếu sót, cách giải quyết ổn thỏa nhất là phối hợp cả hai lại để luận số.

VẤN NẠN 5: Trong trường hợp lời giải của Tử Vi và Tử Bình mâu thuẫn nhau thì Tử Vi đúng hay Tử Bình đúng?

Trả lời: Khi có mâu thuẫn về vấn đề A chẳng hạn thì phải dựa vào các phương pháp khác để chọn xem nên theo Tử Vi hoặc Tử Bình. Phương pháp khác đây thường thường là kinh nghiệm. Thí dụ như ta đã xem nhiều số bằng cả Tử Vi và Tử Bình và có kết luận rằng khi xem hôn nhân Tử Vi chính xác hơn. Khi ta gặp một trường hợp Tử Vi bảo hôn nhân tốt, Tử Bình bảo hôn nhân xấu, tất ta phải theo kinh nghiệm mà thiên về Tử Vi để luận đoán.

VẤN NẠN 5: Nếu Tử Vi và Tử Bình đều thiếu sót như đã trình bày ở thì tại sao tôi lại nghe đồn có những trường hợp vài ông thầy Tử Vi (hoặc Tử Bình) bói cực kỳ chính xác, như biết người xem bói có mấy anh em, con cái mấy người, cha mẹ chết năm nào, thậm chí người xem bói vừa thua lỗ bao nhiêu tiền v.v... Phải chăng đây chỉ là các trò bịp bợm, và những người bị bịp không biết lại đồn tiếng tốt ra để các thầy lừa thêm người nữa?

Trả lời: Như mọi ngành nghề khác trên đời này, trường hợp bịp bợm dĩ nhiên có, nếu không muốn nói là dẫy đầy trong ngành bói toán. Tuy nhiên, không nhất thiết mọi lời đồn về các ông thầy "bói trúng như thần" đều là sai lạc. Chi tiết hơn, mặc dù Tử Vi và Tử Bình -cũng như mọi ứng dụng bói toán khác- đều là các khoa thiếu sót, việc xem bói còn có yếu tố "nhân", đại khái bao gồm người xem bói, người được xem bói, và sự liên hệ của họ.

Như đã trình bày ở trên, một hiện tượng {a} trong lá số tử vi có thể ứng với trăm ngàn loại hiện tượng cùng có tính {a} trên đời này, cho nên, mặc dù có cùng trình độ khoa học để cùng nhìn ra hiện tượng phải là {a} từ lá số, ông thầy thứ nhất có thể cho rằng hiện tượng tương ứng ngoài đời là {a1}, ông thứ nhì {a2}, ông thứ ba {a3} v.v... Giả như hiện tượng {a2} đúng thì ông thầy thứ nhì sẽ được mang danh là "đoán đúng như thần" vì đã đoán ra nó.

Trên lý bình thường, ta nói ông thầy thứ nhì này trúng là vì cầu âu theo xác xuất. Theo lý luận này thì nếu có lần ông bói trúng sẽ có lần ông bói sai. Song vấn đề không giản dị như thế. Theo kinh nghiệm của soạn giả, có những người luận lá số rất có hệ thống (tức là nhìn ra hiện tượng phải thuộc loại {a}), nhưng khi đoán vào thực tế (tức là phải chọn giữa {a1}, {a2}, {a3} v.v...) thì họ lại chọn sai nhiều hơn đúng. Trái lại có những người kiến thức tử vi chỉ ở mức căn bản, nhưng khi phải chọn giữa các hiện tượng cùng loại {a} có thể xảy ra trong thực tế thì xác xuất chọn đúng của họ lại rất cao.

Danh từ thích hợp duy nhất để giải thích hiện tượng này có lẽ là "cảm ứng"! Vì "cảm ứng" là một phần của bói toán, ta cần phải phân biệt mệnh lý và bói toán để khỏi lầm lẫn:

Mệnh lý: Hệ lý luận nối kết những yếu tố dính líu đến đời sống con người. Có khả năng tiên đoán, nhưng là khả năng tiên đoán giới hạn.

Bói toán: Dựa trên mệnh lý, nhưng tùy "cảm ứng" mà đạt độ chính xác khác nhau.

Vì mục tiêu của loạt bài này là khảo sát mệnh lý, phần cảm ứng hoàn toàn ở ngoài đề nên chỉ xin nhìn nhận sự hiện hữu của nó mà không lạm bàn thêm nữa.

Bói Dịch

Khoa bói dịch dựa trên 6 lằn liền hoặc đứt (gọi là 6 hào) đã có từ lâu lắm. Như kinh Dịch chẳng hạn, đến giờ vẫn được nhiều học giả tin là một quyển sách bói. Đến đời Hán ông Kinh Phòng cũng vẫn dựa trên 6 hào nhưng đặt ra một phương pháp đưa can và chi vào, lại thêm ngày tháng lúc gieo quẻ, biến thành cách bói "nạp giáp". Cách bói nguyên thủy (như trong kinh Dịch) và cách bói nạp giáp hiển nhiên khác nhau, nhưng đều được gọi chung là "bói dịch", thành thử dễ gây hiểu lầm, và dĩ nhiên sinh ra vài vấn nạn.

VẤN NẠN 6: Tôi đọc các sách bói thấy nói rằng "người bói dịch học đến nơi đến chốn thì đoán bách phát bách trúng", sự thật có phải thế không?
    Trả lời: Trở lại vấn đề "cảm ứng". Vì cảm ứng là một phần của bói toán, rất có thể có những trường hợp "bách phát bách trúng". Thế nhưng, cũng vì cảm ứng là một phần của bói toán, ta không thể nhất luật nói rằng người bói dịch khi đủ trình độ thì đoán "bách phát bách trúng".
    Nhớ rằng muốn bói dịch thì phải gieo quẻ (thời nay là thảy 3 đồng tiền một lúc, tổng cộng 6 lần để lập ra 6 hào). Bói dịch giả sử rằng hiện tượng mà ta muốn biết đã có tín hiệu đâu đó ở trong vũ trụ, khi gieo quẻ ta sẽ bắt được tín hiệu đó. Hãy cứ cho là giả sử này đúng. Vẫn còn một vấn đề là việc gieo quẻ. Ta có thể ví người gieo quẻ như một chiếc máy nhận tín hiệu của vũ trụ. Nếu máy không hoạt động hoàn hảo thì đã chắc gì ghi nhận đúng tín hiệu, hoặc ghi nhận tín hiệu chính xác? Thế nên, từ căn bản khoa học, ta phải giả sử rằng việc gieo quẻ là phần quyết định của bói dịch. Nó chính là lý do khiến ta không nên cho rằng người học bói dịch đến nơi đến chốn thì đoán bách phát bách trúng.
    Tóm lại, mức chính xác của bói dịch phải được hiểu theo nghĩa thống kê. Phần trăm đúng cao thì gọi là chính xác. Dĩ nhiên, vì "cảm ứng" là một yếu tố của bói toán ta không thể nói "bách phát bách trúng" không thể xảy ra được. Nhưng ta có thể nói nó không phải là quy luật.

VẤN NẠN 7: Nếu bói dịch không chắc đúng, có cách gì để tăng xác xuất chính xác được không?
    Trả lời: Lại ví con người như máy nhận tín hiệu, ta hiểu tại sao các sách đều dạy người ta phải tĩnh tâm. Tĩnh tâm có thể ví như một chiếc máy trong hoàn cảnh tốt, nên tăng xác xuất chính xác.
    Nhưng vì rất khó biết thế nào là "tĩnh tâm" hoặc "chưa đủ tĩnh tâm" soạn giả xin đề nghị một phương pháp nữa. Vì độ chính xác của bói dịch có tính thống kê, khi có việc quan trọng cần bói ta nên bói nhiều lần (đề nghị 5 lần trở lên) rồi lấy trung bình. Dĩ nhiên mỗi lần bói ta cũng phải tĩnh tâm, tập trung tư tưởng v.v… để tăng xác xuất chính xác.

VẤN NẠN 8: Ở trên có nói bói dịch có hai cách chính là cách bói nguyên thủy và cách bói nạp giáp. Giả như cùng một quẻ mà cách bói nguyên thủy và cách bói nạp giáp cho kết quả mâu thuẫn nhau thì theo kết quả nào mới hợp lý?
    Trả lời: Cũng như trường hợp Tử Vi và Tử Bình nói trên, nhưng bói dịch có ưu điểm là ta có thể bói lại. Thế nên khi nào có mâu thuẫn chỉ việc bói lại là giải được vấn đề.

Ở trên chỉ mới nói đến các khoa Tử Vi, Tử Bình, bói dịch; nhưng sang các khoa khác (như Tử Vi tây phương phong thủy, nhâm độn) nguyên lý vẫn thế. Một khi đã công nhận rằng mỗi khoa chỉ cho ta một cái nhìn phiến diện về cuộc đời, ta sẽ thấy ngay cách giải quyết các vấn nạn để vận dụng mệnh lý phục vụ cho đời sống con người.

San Jose ngày 13 tháng 1, 2005
Đằng Sơn

Chương 26

Tử Bình dưới mắt khoa học 1

Điểm rất đặc biệt của mệnh lý Á đông là nó có khá nhiều khoa bói toán cùng dựa trên năm, tháng, ngày giờ sinh để luận họa phúc; trong đó hai khoa được chú ý nhiều nhất phải nói là Tử Vi và Tử Bình.

Theo chỗ nghiên cứu của soạn giả thì trước thập niên 80, ở các địa phương ngoài Việt Nam (Hoa lục, Hồng Kông, Đài Loan, Nhật Bản, Đại Hàn) khoa Tử Bình được nhiều người biết tới hơn là Tử Vi. Nhưng bắt đầu từ thập niên 80 đột nhiên ở Đài Loan và Hồng Kông có nhiều nhân tài mệnh lý cùng lúc chuyển trọng tâm nghiên cứu sang Tử Vi *(chú 1)*, gây thành một cảnh "trăm hoa đua nở" kéo dài đến giữa thập niên 90's. Nhờ cảnh trăm hoa đua nở ấy, khi bài này được viết khoa Tử Vi đã có vị trí ngang hàng với - nếu không muốn nói là lấn áp- khoa Tử Bình ở Đài Loan và Hồng Kông.

Ngược lại ở Việt Nam khoa Tử Vi vốn là tiêu chuẩn từ xưa. Đến những năm gần đây, một phần nhờ các sách dịch từ nguyên bản hán văn của hai soạn giả Thiệu Vĩ Hoa và Trần Viên *(chú 2)*, khoa Tử Bình đã bắt đầu được khá nhiều người chú ý tới.

Thế nhưng với người Việt khoa Tử Bình vẫn còn mới lắm. Cái gì mới cũng gây thắc mắc. Một số độc giả ắt tò mò muốn biết Tử Bình có đặc điểm gì? Hay dở ra sao?

Bài này cốt trả lời đại lược những câu hỏi đó.

Nguồn gốc của ba tên gọi Tử Bình, Bát Tự, và Tứ Trụ

"Tử Bình", "bát tự", và "tứ trụ" *(chú 3)* chỉ là ba tên gọi khác nhau của cùng một khoa mệnh lý. Cần nói ngay như thế để phòng trường hợp độc giả bị lúng túng về sau khi gặp các tên gọi này.

Tại sao gọi là "Tử Bình"?

Nguyên từ đời Đường đã có ông Lý Hư Trung đặt ra phép xem vận mệnh con người dựa trên can và chi của năm, tháng, ngày sinh. Phép này xem năm sinh là chính, tức là năm sinh đại biểu người được xem số *(chú thích tại chỗ: Trong loạt bài này người xem số có khi được gọi là "ta" cho ngắn gọn)*.

Khi những giòng này được viết, khoa tử bình dựa trên can chi của năm tháng ngày giờ sinh và lấy ngày sinh là đại biểu của "ta". Như vậy so với khoa học nguyên thủy của ông Lý Hư Trung thì khoa Tử Bình có hai cải cách chính:

1. Thêm can và chi của giờ.
2. Coi ngày là đại biểu ta (thay vì năm đại biểu ta như ông Lý Hư Trung).

288

Theo tài liệu thì hai cải cách này đều là công lao của ông Từ Tử Bình, một nhân vật có thật thời ngũ đại, và theo truyền thuyết là bạn của ông Hi Di Trần Đoàn *(chú 4)*. Hẳn nhiên đây là lý do mà khoa này có tên "Tử Bình".

Vậy là xong nguồn gốc của hai chữ Tử Bình. Về nguyên ủy của hai tên gọi "bát tự" và "tứ trụ" cách giản dị nhất là xét một thí dụ.

Thí dụ: Muốn xem số cho bé trai sinh ngày 14 tháng 6 năm 2005, lúc 8:25 sáng ở Hà Nội.

Xem lịch thấy năm là Ất Dậu. Xem tiết khí thấy tháng là Nhâm Ngọ. Lại xem lịch thấy ngày là Kỷ Tỵ. Vì 8:25 sáng là giờ Thìn, suy từ ngày Kỷ Tỵ ra giờ Mậu Thìn.

Để xem số, ta lấy các dữ kiện trên viết thành 8 chữ như sau *(chú 5)*:

Ất   Nhâm   Kỷ   Mậu
Dậu   Ngọ   Tỵ   Thìn

kế đó cứ dựa vào những liên hệ âm dương ngũ hành giữa 8 chữ này mà luận mệnh.

Vì thủ tục đại để như thế, nên danh từ "8 chữ" tạo thành ấn tượng mạnh, cho ta cái tên "bát tự" (nghĩa là "8 chữ").

Lại nhìn một cách khác thì đây là cách luận mệnh dựa trên bốn đơn vị "cột trụ" của thời gian là năm tháng ngày giờ sinh. Cách nhìn này dẫn đến tên gọi thứ hai, tức là "tứ trụ" (nghĩa là "bốn cột trụ").

Tóm lại "Tử Bình", "tứ trụ", "bát tự" là ba tên gọi khác nhau của cùng một khoa đoán mệnh dựa trên năm tháng ngày giờ sinh. Theo kinh nghiệm giới hạn của soạn giả thì "bát tự" là tên gọi thông dụng nhất, rồi đến "Tử Bình". Còn tên "Tứ Trụ" thì hơi chuyên môn, ngoài giới nghiên cứu ra ít người biết đến.

Chúng ta sẽ xử dụng cả hai tên Tử Bình và Bát Tự, tên "tứ trụ" thì chỉ nhắc đến khi có nhu cầu mà thôi.

Cách xem bát tự và vấn nạn dụng thần

Mặc dù đây không phải là một bài viết về cách xem bát tự, để dễ theo dõi các phần lý luận liên hệ thiết tưởng cũng cần nói sơ qua cách luận mệnh của khoa này.

Kiến thức cơ bản:

Thập thiên can phân ngũ hành: Giáp Ất mộc, Bính Đinh hỏa, Mậu Kỷ thổ, Canh Tân kim, Nhâm Quý thủy.

Thập nhị địa chi phân ngũ hành: Dần Mão mộc, Bính Đinh hỏa, Thìn Tuất Sửu Mùi thổ, Thân Dậu kim, Hợi Tý thủy.

Ngũ hành tương sinh: Theo thứ tự là thổ kim thủy mộc hỏa (thổ sinh kim, kim sinh thủy v.v...)

Ngũ hành tương khắc: Theo thứ tự là thổ thủy hỏa kim mộc (thổ khắc thủy, thủy khắc hỏa v.v...)

Thập can hợp hóa: Giáp Kỷ hợp hóa thổ, Ất Canh hóa kim, Bính Tân hóa thủy, Đinh Nhâm hóa mộc, Mậu Quý hóa hỏa.

Thập nhị chi hợp hóa: Tý Sửu hợp hóa thổ, Dần Hợi hóa mộc, Mão Tuất hóa hỏa, Thìn Dậu hóa kim, Tỵ Thân hóa thủy, Ngọ Mùi hóa thổ.

Thập nhị địa chi lại có luật tam hình, nhị hợp, lục hại v.v... nói chung là các đặc tính tiêu chuẩn của ngũ hành.

Đại khái việc xem họa phúc bằng Tử Bình gồm các bước:

1. Can của ngày được coi là chủ thể, đại biểu "ta". Thường được gọi là "nhật chủ", cũng có khi gọi là "mệnh", "mệnh chủ", "thân", "mệnh thân". Các độc giả -nhất là các độc giả có nghiên cứu tử vi- cần biết rằng trong Tử Bình các tên gọi trên đây đều là một cả.

2. Dùng các luật của ngũ hành (sinh khắc hình hại hợp v.v...) để xét xem can ngày mạnh yếu ra sao. Quy tắc phối hợp các luật của ngũ hành rất phức tạp nên không trình bày ở đây.

3. Tùy độ mạnh yếu của can ngày đã định ở bước 2 trên đây mà định hành nào tốt cho ta, hành nào hại cho ta, hành nào trung tính. Hành có lợi cho ta lại phân thành dụng thần, hỉ thần. Từ tên rõ nghĩa, "dụng thần" là hành mà ta xử dụng được, rõ ràng có lợi, "hỉ thần" là hành ta thích, cũng tốt. Hành có hại cho ta gọi là kị thần.

4. Số mệnh phân ra thành "mệnh" và "vận" (bởi thế mới có danh từ "mệnh vận"). "Mệnh" (còn gọi là "cục" hoặc "mệnh cục") là đặc tính tổng quát cả đời như số giàu, số nghèo, số sang, số hèn, số thọ, số yểu, số hạnh phúc, số đau khổ, số nhiều con, ít con v.v... "Vận" là khi nào gặp may, khi nào bị xui, khi nào lấy vợ gả chồng, khi nào sinh con v.v... Xem mệnh cục thì dựa vào bát tự nguyên thủy (trọng điểm là can ngày). Xem vận thì lại phân thành đại vận và lưu niên (còn gọi là Thái Tuế). Mỗi đại vận gồm 10 năm cũng được đại biểu bằng một can một chi (thí dụ: đại vận Giáp Tý). Nói chung đại vận gặp dụng, hỉ thần thì tốt, kị thần thì xấu, không gặp dụng hỉ kị thần thì trung bình. Nhưng vì lý hợp hóa mà có khi can chi của đại hạn hợp với can chi của bát tự khiến cái xấu biến thành cái tốt, cái tốt thành cái xấu, hoặc cả tốt xấu đều không thể hiện ra được. Cách xem tiểu hạn thì mỗi nhà một khác, có người dùng phương pháp tương tự đại vận, có người bảo như vậy là sai; vẫn còn trong vòng bàn cãi; nhưng căn bản vẫn không ra khỏi việc phối hợp dụng hỉ kị thần với các lý hình xung khắc sinh hợp hóa của ngũ hành.

5. Cách đoán "lục thân", tức là cha mẹ, anh em, chồng vợ, con cái, bạn bè v.v... sẽ không trình bày ở đây, nhưng cũng vẫn không ra ngoài cái lý của dụng, hỉ, kị thần và ngũ hành sinh khắc chế hóa.

"Chọn dụng thần": Vấn đề lớn của khoa bát tự

Có thể thấy từ cách luận bát tự được trình bày đại lược ở trên rằng việc định dụng, hỉ, kị thần (thường được gọi là "định dụng thần" hoặc "chọn dụng thần" cho ngắn gọn) là bước đầu bắt buộc trong việc luận bát tự. Chưa định xong dụng thần thì chưa xem được gì cả *(tuy nhiên, xem thêm ngoại lệ trong chú 6)*.

Điểm oái oăm của khoa bát tự là việc định dụng thần chẳng phải dễ làm, nếu không muốn nói là hết sức khó khăn. Nhiều người đã học vừa sách vừa thầy mười mấy năm vẫn không biết phải làm sao để định dụng thần cho đúng. Nếu nói rằng một số người đã học bát tự cả đời vẫn chưa nắm vững yếu quyết chọn dụng thần thiết nghĩ cũng chẳng phải là quá đáng. Việc các bậc thầy tử bình bất đồng quan điểm khi chọn dụng thần cho cùng một lá số cũng xảy ra khá thường.

Đây là vấn nạn "dụng thần" của khoa bát tự. Ta sẽ trở lại vấn nạn này sau để khỏi làm loãng đề tài hiện tại.

Về lập luận cho rằng Bát Tự khoa học hơn Tử Vi

Bát tự dựa trên năm tháng ngày giờ sinh, Tử Vi cũng dựa trên năm tháng ngày giờ sinh; cả hai khoa lại cùng chung mục đích là đoán số mệnh, nên câu hỏi tự nhiên của ta là "môn nào chính xác hơn?" Nhưng muốn trả lời câu hỏi này thì phải dựa trên kết quả thực nghiệm, có nghĩa là phải làm thống kê nhiều lá số dựa trên các cuộc đời có thật đã biết, rồi xem phần trăm đúng sai của khoa nào hơn khoa nào mà kết luận. Tiếc là công cuộc này chưa có ai thực hiện đến nơi đến chốn; thành thử câu trả lời phải coi là "chưa biết".

Câu hỏi thực tế hơn là "môn nào khoa học hơn?" vì có thể trả lời bằng cách dựa trên lý luận.

Một số người cho rằng bát tự "khoa học" hơn Tử Vi, đại khái lập luận của họ là: "Tử Bình dựa trên lý sinh khắc, hợp, hóa, hình của ngũ hành. Các lý này tương đối mạch lạc; trong khi tử vi có lúc dụng ngũ hành có lúc không, nên thiếu mạch lạc."

Lập luận này nghe thoáng qua có vẻ đúng, nhưng nghĩ kỹ lại thấy là hàm hồ. Hãy lấy một thí dụ ngay từ khoa vật lý. Ta có thể nói mà không sợ sai lầm rằng "vật lý Newton" dễ hiểu hơn và "mạch lạc" hơn "vật lý tương đối" của Einstein. Bằng cớ hiển nhiên là mọi người có cùng trình độ cao cấp về vật lý (cùng có bằng tiến sĩ vật lý do các đại học khả tín cung cấp chẳng hạn) đều có thể đồng ý với nhau khi luận các vấn đề liên quan đến vật lý Newton, nhưng họ lại có nhiều bất đồng khi luận các vấn đề liên quan đến thuyết tương đối của Einstein. Vậy ta có thể nói vật lý Newton "khoa học" hơn vật lý Einstein hay chăng? Sự thật, như chúng ta đều biết, là trái lại. Các chuyên gia hiểu vật lý Newton như nhau không phải vì vật lý Newton khoa học hơn vật lý Einstein mà vì vật lý Newton dựa trên những lập luận giản dị hơn, nên dễ dẫn đến sự đồng thuận hơn. Nhưng càng ngày càng có nhiều kết quả thực nghiệm cho thấy rằng vật lý Einstein chính xác hơn vật lý Newton. Rõ ràng hơn, vật lý Newton chỉ là một trường hợp đặc biệt của vật lý Einstein, nên độ chính xác của vật lý Newton giảm hẳn khi ra ngoài cái phạm trù "đặc biệt" của nó.

Tóm lại, không thể kết luận Bát Tự khoa học hơn Tử Vi vì lập luận của Bát Tự có vẻ mạch lạc hơn.

Về lập luận đả kích khoa bát tự

Đã có lập luận khen bát tự "khoa học" hơn tử vi như trên thì cũng có lập luận chê khoa bát tự là thiếu khoa học tính. Để giảm thiểu sự hiểu lầm do tam sao thất bổn gây ra, soạn giả đã dịch một bài từ nguyên tác chữ Hán, như sau:

Phê phán hai khoa Tử Vi và Tử Bình
Nguyên tác: "Đẩu số, Tử Bình đại phê phán"
Trích chương 3, trang 32-36
Sách "Tử Vi đẩu số trưng nghiệm"
Soạn giả: Nhật Nguyệt Đạo Nhân
Nhà xuất bản Vương Gia, Đài Bắc 1991
Đằng Sơn phỏng dịch, 2005

(bỏ đoạn đầu vì chỉ là lời khai mào)
…

"Khoa chiêm tinh 'thất chính tứ dư' theo Phật giáo từ Tây Vực truyền vào Trung Quốc, cùng với cái học truyền thống "phương vị thần sát" dung hợp thành khoa "quả lão tinh tông" từ đời Đường (chú a); rồi Tử Bình và Tử Vi cùng lấy "quả lão tinh tông" làm chủ thể mà phát triển ra.

"Theo chỗ nghiên cứu của tệ nhân (chú b) thì cả hai khoa Tử Vi và Tử Bình khi mới sáng lập đều có những khuyết điểm trầm trọng. Riêng việc khoa Tử Bình vì chuyên dùng ngũ hành tương sinh tương khắc luận cát hung mà phải bỏ cái tính quan trọng của phương vị thần sát là một khuyết điểm không thể tha thứ được (chú c).

"Tại sao từ lúc sáng lập khoa Tử Bình đã không trọng phương vị thần sát? Lời đáp cho câu hỏi này rất giản dị: Tử Bình chỉ có bốn trụ, chỉ có 8 loại can chi; kết cấu quá thô sơ nên không thể nào kết nạp phương vị thần sát vào mà xử dụng được.

"Đưa thử một thí dụ quý vị sẽ thấy ngay.

"Trong quyết yếu an thần sát, khi thái tuế là năm Giáp Tý thì niên can sát tinh Dương Nhận được an ở Mão. Chữ 'Mão' này đại biểu phương chính đông của tinh bàn, hoàn toàn chẳng phải như khoa Tử Bình nói là 'trong bát tự có chi Mão thì có Dương Nhận'. Quan điểm này (về Dương Nhận của khoa Bát Tự) hoàn toàn méo lệch so với nghĩa nguyên thủy của thần sát. Lại nữa, khi ta nói Dương Nhận của Giáp ở Mão, chữ 'Giáp' này

không phải là thiên can của tháng, ngày, hoặc giờ, mà là thiên can của Thái Tuế. Sách cổ viết 'Thái Tuế là chủ tể của các thần sát', lại có nói 'Thái Tuế đuổi theo các sát'. (Từ đó có thể nói) cách an thần sát có liên hệ mật thiết với chuyển động của địa cầu.

Khoa Tử Bình cho đủ loại thần sát phát xuất từ can ngày; những thần sát hư cấu này phải áp dụng thế nào vào việc đoán mệnh vận? Cho nên, sau nhiều thế kỷ thử nghiệm, cuối cùng khoa Tử Bình đã bỏ việc dùng thần sát để hỗ trợ việc đoán vận. Các thầy Tử Bình có đề cập (đến thần sát) cũng chỉ là nói cho qua vậy thôi.

"Khuyết điểm thứ hai về kết cấu của khoa Tử Bình là nó dùng can ngày làm nguyên thần, và coi đó là trọng điểm khi luận mệnh. Quý học giả có chút cơ sở dịch lý đều hiểu rõ, trong bát tự thì can chi của tháng và giờ đều có thể định vị bằng luật 'thái cực luân hồi'. Như người sinh gần tiết Hạ Chí là lúc nguyệt lệnh có khí dương cực vượng, tất nguyệt chi phải là 'Ngọ' không sai. Giờ cũng vậy, sinh đâu đó gần lúc nửa đêm thì chi giờ tất phải là một chữ 'Tý'. Can chi của năm thì có thể kiểm nghiệm bằng cách xét vận hành của các thần sát xem chính xác ra sao.

"Còn ngày? Chúng ta không tìm ra phương pháp nào để kiểm chứng cả. Như ngày có can và chi thủy rất vượng là 'Quý Hợi' chẳng nhất định là có mưa như trút nước. Ngày Bính Ngọ cũng chưa chắc thấy mặt trời hoặc có khí hỏa vượng. Lịch vạn niên mà chúng ta đang xử dụng, can chi của ngày trong đó tạm được coi là chuẩn xác; (nhưng) theo ý tệ nhân phải tuyệt đối giữ thái độ hồ nghi. Thử nghĩ, can và chi của ngày đã trải qua mấy ngàn năm, trên triệu lần tuần hoàn, trong đó chỉ cần một lần ghi sai thì khoa Tử Bình coi như phải bỏ hay sao???

"Việc ông Từ Tử Bình khởi từ phép 'lấy năm là trọng' của ông Lý Hư phát triển thành phép 'lấy ngày làm chủ' thì cũng giống như hiện nay Tử Bình gia Ngô Tuấn Dân chủ trương can chi của lưu niên phải đổi vào ngày đông chí (chú d). Ông Từ Tử Bình chỉ là một người nghiên cứu mệnh lý của thời xưa, cái lý luận rất mới mà ông sáng lập chỉ là cái suy nghĩ tâm đắc của một người. Việc ông lấy nhật chủ làm nguyên thần trong phép luận bát tự chẳng phải là ngón tay thần không thể đi ngược lại. Ông Từ Tử Bình đã làm người sau sai trật cả nghìn năm, giờ đã đến lúc ta phải kiểm nghiệm xem có phải là chân lý hay không.

"Xét lý tiên thiên thì cách luận mệnh của khoa bát tự cũng có chỗ thiếu sót. Chúng ta biết tính tuần hoàn của thời gian và không gian và sự biến đổi của âm dương theo phút theo giây mà tiệm tiến. Đây cũng là một định luật của học thuyết 'thái cực', tư tưởng trung tâm của ngũ thuật Trung Hoa. Nhưng khoa Tử Bình bát tự lấy phù hiệu can chi của lục thập hoa giáp chặt thành từng khúc một, việc này rõ ràng ngược lại cái lý cơ bản của thái cực (chú e). Chúng ta có dám ước vọng loại học thuyết như vậy phát triển thành một ngành mệnh lý thỏa khoa học tính hay chăng?

...

293

(Bỏ một đoạn ngắn viết về Tử Vi vì không nằm trong chủ đề hiện tại. Đại khái soạn giả nói Tử Vi có tính khoa học còn Tử Bình thì không).

…

"Nhật Nguyệt đạo nhân ta học tập và nghiên cứu mệnh lý Trung Quốc nhiều năm. Đầu tiên nhập môn với bát tự, sau cùng đổi sang chuyên luyện Tử Vi. Tệ nhân đối với Tử Vi và Tử Bình hoàn toàn chẳng phân môn hộ, hôm nay phê bình khoa Tử Bình như vậy hoàn toàn chỉ là công khai cái nghiên cứu tâm đắc của mình. Như có vị tiền bối, bậc thầy nào thấy bài luận văn này có chỗ trái lẽ xin đừng hà tiện lời chỉ giáo./"

NHẬT NGUYỆT ĐẠO NHÂN

Tử Bình có khoa học tính hay không?

Vậy là có hai lập luận, một lập luận dựa trên tính mạch lạc của thuyết ngũ hành kết luận rằng Tử Bình khoa học hơn Tử Vi. Soạn giả đã phê bình là lập luận này hàm hồ. Theo lập luận thứ hai ở trên của ông Nhật Nguyệt đạo nhân thì Tử Bình khó lòng thỏa tiêu chuẩn khoa học. Lập luận này tương đối có tính thuyết phục.

Vậy thì phải chăng Tử Bình thiếu khoa học tính? Soạn giả sẽ trở lại vấn đề này trong bài tới.

San José 17 tháng 6, 2005
Đằng Sơn

CHI CHÚ

1. Thiết tưởng cũng nên liệt kê vài nhân tài Tử Vi đáng chú ý trong giai đoạn trăm hoa đua nở này. Ông Chính Huyền Sơn Nhân (Đài Loan) sáng lập phái huyền không tứ hóa, soạn bộ "Thiên Địa Nhân Tử Vi đẩu số" gồm 12 quyển, ông Liễu Vô Cư Sĩ (Đài Loan) chủ trương loại bỏ ngũ hành khi luận tử vi, tác giả bộ trường thiên "Hiện đại tử vi" (Tử Vi hiện đại) gồm 7 quyển và nhiều tập sách khác để xiển dương chủ trương của ông. Ông Phan Tử Ngư (Đài Loan) xưng là truyền nhân của một nhà sư thuộc phái "đăng hạ thuật", luận mệnh nhiều điểm khác người, viết nhiều bộ sách nghiên khảo trong đó có "Đẩu số luận tứ hóa" (2 tập), "Tử Vi đẩu số thâm áo" (2 tập), "Tử Vi đẩu số tâm đắc", "tử vi đẩu số khán bệnh", "Tử Vi đẩu số mệnh liệt phân tích" v.v…. Hồng Kông thì có ông Vương Đình Chi xưng là truyền nhân "trung châu phái", viết bộ "Đẩu số tứ thư" gồm 4 quyển, "Vương Đình Chi đàm tinh" (Vương Đình Chi luận sao). Ông Vương cũng bình chú quyển "Tử Vi đẩu số giải nghĩa" của Lục Bân Triệu, viết thành tập sách 3 quyển. Đó là chỉ kể vài soạn giả vừa viết nhiều sách vừa có tiếng vang rộng, và ngay cả với tiêu chuẩn này danh sách trên đây vẫn thiếu sót rất nhiều.

2. Theo tài liệu thì Trần Viên là môn sinh của Thiệu Vĩ Hoa. Cần chú thích thêm rằng cách xem bát tự của họ Thiệu không phải là tiêu chuẩn ở các địa phương ngoài Việt Nam. Và trái với những lời quảng cáo, các sách của họ Thiệu không được các nhà nghiên cứu mệnh lý ngoài Việt Nam đánh giá cao, thậm chí còn bị chê trách là

"thiếu căn bản" nữa. (Thí dụ, xem "Mệnh lý trân bảo", Đoàn Kiến Nghiệp, 2004, nxb Trung Quốc triết học văn hóa hiệp tiến hội, Hồng Kông 2003 hoặc "Mệnh lý nhập môn: Dụng Thần tinh vi", Bạch Ngọc Thạch Cư Sĩ, HK, ấn bản Đài Loan nxb Vũ Lăng, Đài Bắc, Đài Loan 2001).

3. Trong thập niên 90 hai ông Chính Huyền Sơn Nhân và Phan Tử Ngư của Đài Loan đề nghị cải cách khoa "tứ trụ" thành "ngũ trụ" để cạnh tranh hữu hiệu với khoa Tử Vi (đang lên như diều lúc ấy). Chẳng rõ đề nghị này sau đi về đâu, nhưng xét từ hiện trạng khoa bát tự ở Đài Loan, Hồng Kông, cũng như Hoa Lục soạn giả cho rằng đề nghị này đã bị chìm vào thinh không, chẳng ai để ý đến.

4. Trần Đoàn, một dịch lý gia sống trong thời ngũ đại (chuyển tiếp giữa nhà Đường và nhà Tống), được nhiều người tin là ông tổ khoa tử vi. Lại có thuyết cho rằng khoa Tử Vi đã có từ trước, và ông là người có nhiều phát kiến nhất trong lịch sử của khoa này. Ông cũng được tin là người phát minh ra khoa bát tự Hà Lạc.

5. Cách viết trong bài theo quy ước thông thường trong các sách Việt Nam, theo đó thứ tự năm tháng ngày giờ sinh đi từ trái sang phải, hàng trên là can, hàng dưới là chi.

(SÁCH CHỮ VIỆT)

Ất	Nhâm	Kỷ	Mậu
Dậu	Ngọ	Tỵ	Thìn

Nhưng các sách chữ Hán thì đa số viết ngược lại, trái thành phải, phải thành trái, như sau:

(đa số SÁCH CHỮ HÁN)

Mậu	Kỷ	Nhâm	Ất
Thìn	Tỵ	Ngọ	Dậu

Vì năm tháng ngày giờ được hiểu ngầm trong đa số trường hợp, quý độc giả nghiên cứu cả sách Việt lẫn sách chữ Hán cần chú ý sự khác biệt giữa hai thứ tự trên đây để khỏi lúng túng.

6. *(Thêm vào năm 2011)* Mới chỉ thấy có một ngoại lệ là cách xem của manh phái, tức phái của các thầy mù, mà ông Đoàn Kiến Nghiệp người Hoa lục và các đệ tử là đại biểu. Theo lời ông Đoàn kể thì nhờ một kỳ duyên mà ông, mặc dù sáng mắt, được chân truyền của một vị thầy mù đã đạt trình độ xem bát tự xuất quỷ nhập thần là cụ Hác Kim Dương. Ông Đoàn nói rõ rằng manh phái hoàn toàn không luận mệnh chủ cường nhược, cũng chẳng xét hỉ kị thần. Lại cần lưu ý rằng trước đó ông Đoàn đã là chuyên gia Tử Bình truyền thống, nên các sách đã dẫn trong ghi chú 2 ở trên (có lẽ vì được viết trong giai đoạn chuyển tiếp từ truyền thống sang manh phái) vẫn nói đến sự cường nhược của nhật chủ và vẫn xét hỉ kị thần.

Chú thích bài "Đẩu Số Tử Bình đại phê phán"

a- (của Nhật Nguyệt Đạo Nhân): Xin đọc "Tử Vi đẩu số tầm căn" -Tạm dịch: 'Thử đi tìm cái gốc của Tử Vi đẩu số'- nxb Vương Gia, Dân Quốc năm 75 (tức 1986).

b- (của soạn giả Đằng Sơn): Chữ "tệ nhân" đây là lời ông Nhật Nguyệt đạo nhân tự xưng.

c- (của Nhật Nguyệt Đạo Nhân): Trong giới bát tự có một quan niệm sai lầm cho rằng các thần sát khởi từ khoa bát tự mà ra. Kỳ thật trước khi khoa bát tự ra đời, các phương vị cát hung thần sát (các sao cát hung an theo phương vị) đã được phát minh và xử dụng rộng rãi.

d- (của soạn giả Đằng Sơn): Theo cách xem Tử Bình truyền thống, ngày đầu tiên của tiết lập xuân là lúc Thái Tuế đổi can chi. Cứ theo bài này thì ông Ngô Tuấn Dân đề nghị đổi can chi của Thái Tuế vào ngày đầu của tiết Đông Chí, tức là khoảng tháng 11 ta. Vậy là một cảnh "mèo lại hoàn mèo" vì tháng 11 ta xưa có lúc được coi là tháng 1 (nên mới có danh từ "một chạp" để chỉ tháng 11 và tháng 12 ta).

e- (của Nhật Nguyệt đạo nhân): Tính luân hồi của thái cực, tính giao đổi của âm dương cũng như thời gian phút giây tiệm tiến, đầu đuôi gặp nhau mà trở về nguyên thủy. Lấy tính luân hồi của thái cực diễn dịch ra thì học thuyết "ngũ hành mệnh lý" cũng không thể thoát ngoài lý ấy. (Xin đọc thêm "Tử Vi đẩu số tầm căn", chương 4).

Chương 27

Tử Bình dưới mắt khoa học 2
Giá trị và giới hạn của Tử Bình

Trong bài trước soạn giả đã giới thiệu hai quan điểm về khoa bát tự.

Quan điểm thứ nhất -của khá nhiều người nghiên cứu cả hai khoa bát tự và tử vi- cho rằng bát tự có khoa học tính cao hơn khoa tử vi.

Quan điểm thứ hai của cá nhân ông Nhật Nguyệt Đạo Nhân (chú thích 1) cho rằng khoa tử bình tự kết cấu đã thiếu tính hợp lý.

Vì "hợp lý" là đòi hỏi tiên quyết của khoa học tính, rõ ràng quan điểm thứ 2 (của ông Nhật Nguyệt đạo nhân) đi ngược lại quan điểm thứ nhất. Nói thẳng hơn, ông Nhật Nguyệt đạo nhân cho rằng Tử Bình thiếu khoa học tính.

Vì đây là loạt bài "mệnh lý hoàn toàn khoa học", nếu tử bình đã thiếu khoa học tính –như quan điểm của ông Nhật Nguyệt đạo nhân- thì chẳng cần so sánh nó với Tử Vi làm gì, mà nên gạt bỏ nó sang một bên rồi đi tiếp. Bởi thế trước hết ta phải xem lời phê bình của ông Nhật Nguyệt đạo nhân có đúng không, rồi mới bàn tiếp được.

Tóm lược lời chê khoa Tử Bình của ông Nhật Nguyệt đạo nhân

Đại khái ông Nhật Nguyệt đạo nhân cho rằng khoa Tử Bình có hai khuyết điểm lớn:

1. Các "thần sát" (sẽ định nghĩa trong phần ý kiến của soạn giả, đề mục kế tiếp) lẽ ra phải ứng với yếu tố năm, nhưng khoa Tử Bình lại dùng lý tương tự như năm để tạo ra một số thần sát cho yếu tố ngày. Những thần sát "hư cấu" này (chữ "hư cấu" là của ông Nhật Nguyệt đạo nhân) không có chỗ đứng hợp lý. Đây là lý do tại sao bây giờ thần sát gần như không còn vai trò gì trong khoa bát tự nữa, các thầy bà có nói đến thần sát là chỉ nói cho qua mà thôi.

2. Theo ông Nhật Nguyệt đạo nhân khuyết điểm lớn hơn nữa của Tử Bình là nó lấy đơn vị ngày làm chính (đại biểu cái "ta" của người được xem số). Trong 4 yếu tố năm tháng ngày giờ thì tháng và giờ đều có tương ứng trực tiếp với hoàn cảnh tương đối giữa trái đất và mặt trời (tháng phản ảnh vị trí của trái đất trên quỹ đạo của nó quanh mặt trời, giờ phản ảnh tính tự quay của trái đất), năm là đơn vị dài nên cũng có thể kiểm chứng bằng ảnh hưởng của các thần sát, riêng ngày thì không có tương ứng tự nhiên (ngày Quý Hợi thủy cực vượng có thể là một ngày nắng to), và lại không ứng với thần sát nên không có cách gì kiểm chứng là đúng hay sai. Ông Nhật Nguyệt

đạo nhân chủ trương giữ thái độ hồ nghi về độ chính xác của can và chi ngày trong các quyển vạn niên lịch.

Ngoài ra ông Nhật Nguyệt đạo nhân cũng chỉ trích phương pháp mà ông gọi là "chặt can chi ra từng khúc" của khoa Tử Bình (ám chỉ việc khoa Tử Bình coi mỗi chữ trong bát tự là một đơn vị riêng biệt). Theo ông, làm vậy là phản lại cái tính tuần hoàn liên tục của lục thập hoa giáp.

Sau đây là ý kiến phản biện của soạn giả về các quan điểm kể trên của ông Nhật Nguyệt đạo nhân.

Về việc thần sát trong Tử Bình khác với thần sát nguyên thủy

Trước hết cần hiểu hai chữ "thần sát" có nghĩa gì.

Nghĩa đen thì "thần" là "sao tốt" (trên trời), nghĩa bóng là tín hiệu tốt đẹp (cát thần). Chữ "sát" nghĩa đen cũng là sao, nhưng ứng với tai họa nên nghĩa bóng là ảnh hưởng xấu (hung thần).

Việc đoán mệnh cũng như tìm lời giải cho một bài toán kỹ thuật, bước đầu là dùng các dữ kiện đã biết (trong trường hợp khoa Tử Bình là can và chi của năm tháng ngày giờ sinh) để xác định tính chất của các tín hiệu. Bước kế là phối hợp các tín hiệu xấu và tốt riêng lẻ lại thành một tín hiệu tổng hợp.

Phân các tín hiệu riêng lẻ thành xấu và tốt ngay ở bước đầu là một việc tốn công và thiếu hữu hiệu, vì có khi tín hiệu xấu gặp điều kiện phù hợp, khi tổng hợp lại chuyển thành tốt và ngược lại. Người xưa dùng cả hai chữ "thần sát" để gọi chung các tín hiệu riêng lẻ, có lẽ muốn ám chỉ rằng đây chỉ là tín hiệu riêng lẻ, đừng vội kết luận ngay là thần (cát) hay sát (hung).

Vài ví dụ về cách an Thần Sát:

An Thái Tuế: Sinh năm nào thì Thái Tuế là chi của năm đó. Thí dụ: Sinh năm Giáp Tý, tất Thái Tuế là "Tý".

An Thiên Lộc (Lộc Tồn): Sinh năm Giáp an Lộc ở Dần, năm Ất ở Mão, Bính Mậu ở Tỵ, Đinh Kỷ ở Ngọ, Canh ở Thân, Tân ở Dậu, Nhâm ở Hợi, Quý ở Tý.

v.v...

Muốn thấy cái lý của các thần sát kể trên ta phải trở lại cái lý của địa bàn. Cái lý này đã được bàn trong các bài trước nên ở đây chỉ tóm lược. Đại khái 12 cung địa bàn đại biểu 12 phương vị, các phương vị này vừa có liên hệ hợp xung (tính ra bằng phép tính âm dương), vừa đại biểu các vị trí mạnh yếu của của các hành kim mộc thủy hỏa thổ (tính ra bằng phép tính ngũ hành). Như đã trình bày từ một bài trước, ngũ hành chỉ là một cách tính gần đúng của âm dương, nên việc cả ngũ hành và âm dương cùng được xử dụng trong các phép tính thần sát cũng hợp lý như khi ta giải các bài toán kỹ thuật, có khi dùng công thức nguyên thủy, có khi dùng công thức gần đúng. Tóm lại, không có gì để đặt thành vấn đề.

Ý nghĩa nguyên thủy của địa bàn là mô phỏng 12 phương hướng trên mặt đất nên hai đơn vị tương ứng tự nhiên của nó là tháng và giờ. Nhưng nhờ tính tuần hoàn biểu kiến của các thiên thể của 5 đại hành tinh Kim Mộc Thủy Hỏa Thổ trong thái dương hệ mà địa bàn cũng ứng hợp hoàn toàn với yếu tố năm.

Ta đã bàn về Thái Tuế trong chùm bài "Yếu tố thiên văn trong mệnh lý Á đông". Nhắc lại Thái Tuế có liên hệ mật thiết với tính tuần hoàn của Mộc Tinh (Jupiter) nên có chu kỳ 12 năm, và vì Mộc Tinh là hành tinh lớn nhất thái dương hệ nó có ảnh hưởng rõ rệt. Cả hai tính chất này được thỏa bằng cách an Thái Tuế vào cung ứng với chi của năm, như sinh năm Tý thì Thái Tuế ở cung Tý, sinh năm Sửu ở cung Sửu v.v... Đây là cái lý của "thần sát" Thái Tuế.

Nhưng năm có hai yếu tố là can và chi. Chi đã giữ vai trò quan trọng thì dĩ nhiên can cũng chẳng thể coi nhẹ được. Và vì thiên can là sản phẩm thuần lý của thuyết âm dương ngũ hành, ta phải dùng lý tương ứng âm dương để định các vị trí của những ảnh hưởng khác nhau của thiên can. Thiên Lộc là vị trí vượng của thiên can, nên Giáp Ất là mộc tất phải vượng ở Dần Mão vì Dần Mão thuộc mộc, Bính Đinh hỏa vượng ở Tỵ Ngọ vì Tỵ Ngọ thuộc hỏa, Canh Tân kim vượng ở Thân Dậu vì Thân Dậu thuộc kim, Nhâm Quý thủy vượng ở Hợi Tý vì Hợi Tý thuộc thủy; riêng Mậu Kỷ ứng trung ương nên phải an nhờ vào hai cung Tỵ Ngọ thuộc hỏa (là kết quả của một phép tính gần đúng).

Từ cách an hai thần sát này (Thái Tuế và Thiên Lộc) suy rộng ra các trường hợp khác, ta phải đồng ý với ông Nhật Nguyệt đạo nhân rằng cái lý nguyên thủy của phép tính thần sát quả là ứng với yếu tố năm. Thứ nữa, ta đồng ý với ông rằng mỗi thần sát ám chỉ một phương vị trên địa bàn (như khi ta nói Dương Nhận của Giáp là Mão, ý ta nói phương vị Mão trên địa bàn có tính "Dương Nhận").

Ngắn gọn, ông Nhật Nguyệt đạo nhân có lý khi chỉ trích cách đặt thần sát dựa theo can ngày của khoa bát tự. Cái lý của ông cũng giải thích được lý do tại sao sau nhiều thế kỷ thử nghiệm và thấy không chính xác, khoa bát tự như ta biết ngày nay đã phải bỏ gần hết thần sát không dùng đến nữa.

(Thực tế: Đa số các sách Tử Bình hiện đại trong phần lý thuyết chỉ nhắc đến từ 10 đến 20 thần sát. Đây là một con số rất nhỏ so với con số trên 100 thần sát của vài thế kỷ trước đây.)

Lý do tại sao vài thần sát đặc thù của bát tự vẫn có cơ sở khoa học

Ở trên ta đã nói "Dương Nhận của Giáp ở Mão" có nghĩa nguyên thủy là "trong thời của Giáp thì vị trí Mão có tính Dương Nhận" (để khỏi rườm ra, ta không cần biết tính "dương nhận" là gì, cứ coi nó như một tính X của toán học.)

Thử xét bát tự sau đây

Năm	tháng	ngày	giờ
Quý	Đinh	Giáp	Đinh
Sửu	Tỵ	Dần	Mão

Ta hãy cứ tạm theo khoa bát tự, coi can của ngày là chủ thể, tức là "ta", rồi luận cái lý sai đúng của phương pháp này sau. Chấp nhận vậy rồi thì với Giáp (can ngày) là chủ, tất Dương Nhận là Mão.

Phương pháp của bát tự là coi chi của giờ (Mão) là Dương Nhận. Cách này đã bị ông Nhật Nguyệt đạo nhân đả kích với lý do chữ "Mão" của giờ không phải là một phương vị trên địa bàn ứng với yếu tố năm.

Soạn giả có kiến giải khác.

Ta đã biết vòng lục thập hoa giáp là lời giải thuần lý để phù hợp với con số 12 của địa chi (do đòi hỏi phương vị) và con số 10 (do đòi hỏi phối hợp của âm dương ngũ hành). Trên nền tảng này, cho cả bốn đơn vị thời gian đều tuần hoàn theo vòng lục thập hoa giáp là một kết quả hợp lý. Mà đã cùng theo cái lý của lục thập hoa giáp, thì chữ "Mão" chẳng hạn phải có một ý nghĩa đặc thù nào đó, bất luận nó đại biểu năm, tháng, ngày, hoặc giờ. Rõ ràng hơn, hễ đã cùng là "Mão" thì phải có một số đặc tính giống nhau.

Áp dụng vào vấn đề hiện tại, nếu một thần sát X nào đó có phương vị "Mão", thì nếu bát tự có chữ "Mão" chữ "Mão" này phải mang ít nhiều tính chất của thần sát X, mặc dù tính chất này không chắc rõ nét bằng phương vị "Mão".

Lập luận này có thể tóm lược như sau:

1. Đã cùng là "Mão" thì phải có chung một số đặc tính nào đó.
2. Giả như một thần sát X có phương vị "Mão" trên địa bàn, nếu trong bát tự có "Mão" thì chữ Mão này cũng phải mang tính chất của thần sát X.
3. Vì phương vị trên địa bàn mới là chính ứng của thần sát X, tính chất thần sát X của chi "Mão" trong bát tự có thể ví như một tín hiệu đồng loại với tín hiệu chính, tương tự nhưng có thể không rõ nét.

Tóm lại, khoa Tử Bình cho các can chi trong bát tự tương ứng với các thần sát cùng tên là một việc có thể chấp nhận được trên mặt lý luận, miễn là ta hiểu rằng các thần sát của khoa bát tự không y hệt mà chỉ tương đồng với các thần sát nguyên thủy. Ta sẽ gọi các thần sát được xử dụng trong khoa bát tự là "bát tự thần sát" để phân biệt với "phương vị thần sát" là ý nghĩa nguyên thủy của thần sát.

Vì không y hệt mà chỉ tương đồng, ta không thể nhất luật xử dụng luật nguyên thủy của thần sát nguyên thủy vào bát tự mà phải xét lại vấn đề cường độ của thần sát trong bối cảnh của bát tự. Các nhà mệnh lý tiền phong đã làm công việc này. Nhờ công lao mấy trăm năm của họ, giờ ta biết đa số các thần sát nguyên thủy đều không có ý nghĩa gì trong khoa bát tự, thế nhưng một số nhỏ thần sát như Lộc (Thiên Lộc), Nhận (Dương Nhận), Thiên Mã, Đào Hoa, Tuần không, Thiên Ất Quý Nhân, Văn Xương quý nhân v.v... vẫn có tín hiệu rất mạnh, nếu bỏ qua thì phần luận đoán sẽ thiếu sót.

Về việc Tử Bình chọn can ngày làm chủ thể

Như ông Nhật Nguyệt Đạo Nhân đã đề cập, việc chọn can ngày làm chủ như khoa Bát Tự ngày nay là sáng kiến của cá nhân của ông Từ Tử Bình (thời ngũ đại). Ông Nhật Nguyệt đạo nhân tỏ ý hồ nghi giá trị khoa học của sự chọn lựa này vì:

1. Ngày không có tương ứng trong các hiện tượng thiên nhiên, nên không cách nào kiểm chứng can chi là đúng hay sai, cũng không có lý do gì để (ngày) được chọn làm yếu tố chính.

2. Việc ghi chép can và chi của ngày đã bắt đầu mấy nghìn năm trước, lục thập hoa giáp đã trải qua hàng triệu chu kỳ tuần hoàn. Trong khoảng thời gian mấy nghìn năm này làm sao chắc là không có lần ghi sai. Mà chỉ cần một lần ghi sai thôi là can ngày trên bát tự bị sai, và nếu can ngày trên bát tự bị sai tất nhiên việc luận bát tự cũng sai luôn.

Đó là ý kiến chống đối khoa bát tự của ông Nhật Nguyệt đạo nhân. Sau đây soạn giả xin biện hộ cho khoa bát tự.

Nhắc lại rằng khi được ông Lý Hư Trung (thời Đường) phát minh ra, khoa xem mệnh thời ấy chỉ là "lục tự" (can chi của năm tháng ngày), trong đó năm sinh được coi là chủ yếu. Việc ông Từ Tử Bình (thời ngũ đại, sau thời Đường) thêm can chi giờ vào cho thành "bát tự" rồi chuyển trọng tâm từ năm vào ngày ta có thể nhìn giản dị như một cuộc thí nghiệm mệnh lý.

Tiêu chuẩn để định giá mọi cuộc thí nghiệm, mệnh lý cũng như khoa học, muôn đời vẫn là kết quả. Sự thật là mặc dù bị Tử Vi cạnh tranh kịch liệt, sau hơn ngàn năm khoa bát tự vẫn tiếp tục tồn tại đến ngày nay và được coi là có độ chính xác tương đối cao (Thậm chí có người cho rằng nó chính xác hơn Tử Vi). Như vậy phải nói thí nghiệm của ông Từ Tử Bình đã thành công rực rỡ.

Sự thành công này có thể giải thích bằng khoa học không? Soạn giả tin là được.

Khi chọn can và chi của năm tháng ngày giờ làm nền tảng cho việc luận số mệnh, khoa bát tự đã giả sử tiềm ẩn rằng lục thập hoa giáp là quy luật tuần hoàn của mọi đơn vị thời gian. Giả sử này rõ ràng không tương ứng với một số dữ kiện thiên văn (như vận trình của mặt trăng chẳng hạn). Nếu đời là cõi lý tưởng thì khuyết điểm này đủ cho ta khai tử khoa tử bình.

Nhưng đời dĩ nhiên không phải là cõi lý tưởng, nên muốn định giá một lý thuyết ta phải cân nhắc các ưu khuyết điểm của nó. Thực tế là, mặc dù phải trả cái giá khá đắt là không tương ứng với một số dữ kiện thiên văn, nhờ áp dụng lục thập hoa giáp đồng loạt cho cả 4 đơn vị thời gian khoa bát tự lại có ưu điểm là đạt lý nhất quán nội tại. Cái lý nhất quán nội tại này không thể xem thường được, bởi nó là một dạng đặc biệt của luật "vạn vật đồng nhất thể" vốn là nền tảng cao nhất của triết lý Á đông, như đã trình bày trong một bài trước đây.

San qua bù lại, xét ra việc khoa bát tự lấy can chi của năm tháng ngày giờ làm căn bản luận số chẳng phải là không có cơ sở khoa học.

Một khi đã quyết định chọn can chi của năm tháng ngày giờ làm nền tảng của bài tính số mệnh rồi thì tất phải đi đến các lý luận sau đây:

1. Chủ thể phải có tính chủ động. Xét trên nền tảng toán học thì can tháng lệ thuộc can năm, can giờ lệ thuộc can ngày. Nghĩa là can tháng và can giờ có tính "lệ thuộc", nên không thể là chủ thể. Bốn chi thì vốn không có liên hệ toán học với nhau nên bỏ qua không xét. Bằng cách loại suy, chủ thể chỉ có thể là can năm hoặc can ngày.

2. Vì bốn đơn vị thời gian đều theo cùng một lý (là lý tuần hoàn của lục thập hoa giáp), liên hệ rõ nét kế tiếp của chúng là độ lâu. Xếp theo độ lâu thì thứ tự là năm (lâu nhất), tháng (lâu nhì), ngày (lâu 3), giờ (ngắn nhất). Giả như chủ thể là can năm thì con người ứng với đơn vị thời gian lâu nhất, nhưng nếu thế thì đơn vị ngày (lâu 3) ứng với thực thể có thật nào? Câu hỏi thật khó trả lời. Trái lại, cho con người ứng với ngày (lâu 3) thì có thể nói đơn vị năm (lâu nhất) ứng với tổ tiên, dòng tộc v.v…, và vẫn còn đơn vị giờ (ngắn nhất) để ứng với con cái, hậu duệ.

Tóm lại, giữa hai đơn vị là can ngày và can năm thì chọn can ngày làm chủ thể hợp lý hơn. Đây dĩ nhiên là cách chọn của khoa bát tự!

Đồng ý việc chọn can ngày là có cơ sở rồi vẫn phải trả lời vấn nạn mà ông Nhật Nguyệt đạo nhân đặt ra, là ta không có tiêu chuẩn gì để biết can chi của ngày trong các vạn niên lịch hiện tại là sai hay đúng.

Theo soạn giả, câu trả lời là lý "đã rồi", một cái lý lạ lùng thỉnh thoảng được xử dụng trong khoa vũ trụ học. Ở thời rất xưa con người dùng lý gì để định ngày Giáp Tý đầu tiên dĩ nhiên sẽ vĩnh viễn là một bí mật. Nhưng thiết nghĩ bí mật này là gì chẳng quan trọng mấy. Điểm chính là sau khi vòng tuần hoàn của ngày đã thành lệ rồi con người (khởi từ ông Từ Tử Bình) mới mượn nó làm chủ thể trong việc luận mệnh; và như chúng ta đã biết, sự chọn lựa của ông cho kết quả đủ mức chính xác, giúp cho khoa Tử Bình tồn tại đến ngày nay. Vì lục thập Giáp Tý có 60 đơn vị, tính đổ đồng thì xác xuất chọn đúng can chi cho ngày đầu tiên (của cái chuỗi tuần hoàn bất tận kéo dài đến hiện tại) là 1/60. Con số 1/60 khá nhỏ nên ta có thể nói rằng nếu người xưa chọn đúng cho khoa bát tự thì phải là một trùng hợp lạ kỳ. Lý "đã rồi" nhìn vấn đề khác hẳn, bởi giả như người xưa chọn không đúng thì đã chẳng có khoa bát tự để cho chúng ta phải bàn cãi ngày hôm nay.

(Nếu quý độc giả vẫn chưa thấy rõ lý "đã rồi", xin mượn một thí dụ thực tế hơn. Xác xuất trúng xổ số ở California tính ra nhỏ hơn 1 phần 14 triệu. Nhưng cứ vài ba tuần lại có người trúng số. Gặp mặt người trúng số mà than thở về cái xác xuất thấp của việc trúng số là than thở lộn chỗ, vì chuyện "đã rồi" là người ấy trúng số, xác xuất trúng số cực nhỏ chẳng có ý nghĩa gì cả với người đã trúng số. Can chi ngày cũng thế, xác xuất sai có đấy, nhưng chẳng có ý nghĩa gì cả, bởi đúng sai phải được xác định bằng khả năng đoán mệnh; và nhiều người tin rằng bát tự có khả năng đoán mệnh rất chính xác.)

Về việc Tử Bình chặt can chi ra từng khúc rời

Ông Nhật Nguyệt đạo nhân cho rằng việc Tử Bình chặt can chi ra từng khúc rời khi luận số là đi ngược lại cái lý liên tục của lục thập hoa giáp. Để phản biện soạn giả xin mượn thí dụ của khoa học tây phương.

Ai cũng biết mỗi hiện tượng là một thực thể phức tạp, thường có liên hệ chồng chéo với các hiện tượng khác. Thế nhưng phương pháp cơ bản của khoa học tây phương lại là tách cái toàn bộ ra làm nhiều phần, khảo sát từng phần một rồi ráp lại thành hình ảnh tổng hợp. Phương pháp này dĩ nhiên không toàn mỹ, nhưng sự thành công của khoa học tây phương là bằng cớ hùng hồn cho thấy việc cắt rời phân tích rồi ráp nối lại chẳng phải là phản khoa học; miễn là ta hiểu rõ cái uy lực cũng như giới hạn của nó.

Đến đây, hy vọng các độc giả thấy rằng mặc dù phương pháp có đi ngược lại truyền thống, khoa bát tự vẫn có cơ sở khoa học của riêng nó.

Bát tự vẫn chỉ là một khoa học phôi thai!

Cuối cùng, soạn giả xin phản biện quan điểm ở đầu cực đoan kia, tức quan điểm cho rằng bát tự không những có khoa học tính mà còn là một khoa học "cao" hơn Tử Vi.

Khi xem bát tự, việc đầu tiên là phải dùng một phương pháp X nào đó (gọi là X vì mỗi người theo một phép khác nhau) để định dụng hỉ kị thần. Phải qua bước này rồi mới vào đến bước đoán số. Trái lại, khi xem tử vi, ta đi thẳng vào việc xem sao đoán số, không cần qua phép X nào cả.

Tại sao có sự khác biệt này?

Xin thưa vì ông tổ Tử Vi -bằng trực khải hoặc phương pháp nào đó- đã sáng chế ra 14 chính tinh tứ hóa Xương Khúc Tả Hữu Hình Riêu Không Kiếp. Giả như không có phát minh này thì người xem tử vi cũng sẽ phải tự mình áp dụng một phương pháp X nào đó để quân bằng chế hóa âm dương ngũ hành mà luận các cung.

Bằng phép tỷ giảo có thể thấy rằng 14 chính tinh tứ hóa XKTHHRKK chẳng qua là phương pháp X đã được ông tổ tử vi hệ thống hóa thành công thức. Tức là ông đã thành công trong việc thống nhất phương pháp X, tìm dùm dụng hỉ kị thần cho khoa Tử Vi, nhờ đó khi luận tử vi ta không phải điên đầu về các vấn đề này.

(Có lẽ bởi vậy mà làng tử vi Đài Loan có 2 câu phú "Đẩu số dụng thần vi tứ hóa, tinh phùng tứ hóa hiện cát hung", nghĩa là trong khoa tử vi dụng thần là tứ hóa, sao gặp tứ hóa thì cát hung hiện ra.

Còn khoa Tử Bình, mỗi người dụng một phương pháp X khác nhau, hiển nhiên phương pháp X chưa được hệ thống hóa.

Cho nên, theo thiển ý, dựa vào việc mỗi người phải áp dụng một phương pháp X nào đó để tự tìm dụng hỉ kị thần cho bát tự mà cho rằng Tử Bình "cao" hơn Tử Vi là đã nhìn lầm vấn đề. Thiết nghĩ nên nói rằng (vì tử bình chưa có một phương pháp X nhất quán) người xem tử bình tài nghệ phải "cao" mới mong tính ra nổi hỉ kị dụng thần. Khoa tử vi thì hỉ kị dụng thần đã được công thức hóa, người mới học cũng định được.

Ngoài việc ấy ra, bằng cách so sánh ta thấy ngay cái gì Tử Bình làm được thì trên lý thuyết tử vi cũng phải làm được (sau khi coi một nhóm sao Alpha nào đó là hỉ kị dụng thần rồi thì tùy phương vị mà tha hồ khuyên người ta đổi tên, chọn màu áo, hướng nhà v.v...).

Thành thử, người viết cho rằng khen Tử Bình "cao" hơn Tử Vi cũng như khen xe có số tay và vô lăng thường "cao" hơn xe được trang bị số tự động và vô lăng tự động (vì lái xe số tay vô lăng thường khó hơn lái xe số tự động vô lăng tự động). Thực tế ai cũng biết số tự động và vô lăng tự động là những phát minh lớn của kỹ nghệ xe hơi, nhờ đó bây giờ một phụ nữ mảnh mai có thể lái xe vận tải, một việc mà trước đây ai cũng nghĩ là không tưởng.

Tóm lại, trái với hình ảnh "cao siêu" mà người ta thỉnh thoảng vẽ cho nó, Tử Bình chỉ giản dị là một khoa mệnh lý còn ở trong tình trạng phôi thai, chưa hệ thống hóa được phương pháp X (tức chưa có công thức tương đương với cách an chính tinh tứ hóa THXKHRKK của Tử Vi).

Đây là một cơ hội lớn cho các vị nghiên cứu Tử Bình; vì vị nào hệ thống hóa được phương pháp X, tức là công thức hóa được việc định hỉ kị dụng thần cho Tử Bình, vị ấy sẽ được hậu thế tôn xưng như ông Trần Đoàn của khoa Tử Vi vậy.

Và dĩ nhiên vị ấy có thể là một người Việt Nam.

San José 24 tháng 6, 2005
Đằng Sơn

---

* Xem bài trước, chương 26, sách "Tử Vi đầu số trưng nghiệm", trang 32-36, soạn giả: Nhật Nguyệt Đạo Nhân, nhà xuất bản Vương Gia, Đài Bắc 1991 (Đằng Sơn phỏng dịch).

Chương 28

Vài vấn nạn liên hệ đến Tử Vi và Tử Bình

HỎI: Có bao nhiêu lá số Tử Vi, bao nhiêu lá số Tử Bình?

ĐÁP: Các biến số của Tử Vi là niên can (can năm sinh), niên chi (chi năm sinh), tháng, ngày, giờ, và phái tính. Can chi hợp lại có 60 trường hợp (lục thập hoa giáp), tháng có 12, ngày có 30, giờ có 12, phái tính có 2. Làm con tính đơn giản ta được tổng số lá số tử vi là:

60×12×30×12×2 =518.400 lá số

Nhưng trong trường hợp thủy nhị cục (hành cung mệnh là nạp âm thủy), những ngày sau đây lá số y hệt nhau:

Mệnh cư Sửu, ngày 1 giống ngày 25; mệnh cư Dần, ngày 2 giống ngày 26, ngày 3 giống ngày 27; mệnh cư Mão ngày 4 giống ngày 28, ngày 5 giống ngày 29; mệnh cư Thìn ngày 6 giống ngày 30.

Thìn **6, 30**		
4, 5, **28, 29**		
2, 3, **26, 27**	**Sửu** **1, 25**	

Hình 1: Thủy nhị cục có 6 trường hợp khác ngày mà lá số Tử Vi y hệt nhau, gồm mệnh cư Sửu ngày (1,25), cư Dần ngày (2, 3, 26, 27), cư Mão ngày (4, 5, 28, 29), và cư Thìn ngày (6, 30).

Sáu trường hợp trên đây, mỗi trường hợp phải bỏ đi một lá trong bài tính tổng số. Vì năm cục có số trường hợp như nhau, thủy nhị cục chiếm 1/5 tổng số trường hợp. Tính cung Sửu trước. Mệnh cư Sửu chiếm 1/12 trường hợp của các cung. Bỏ ngày 1 hoặc 25 tức là bỏ 1/29.53 trường hợp vì trung bình mỗi tháng có 29.53 ngày. Mệnh cư Dần, Mão cũng tính như thế. Mệnh cư Thìn hơi phức tạp hơn vì ngày 30 chỉ xảy trên 53% tổng số các tháng. Các độc giả thích tò mò có thể kiểm chứng rằng tổng thành các lá số Tử Vi khác nhau là:

518.400×(1-(1/5)(1/12)(5×(1/29.53)+0.53/29.53))

=516.860 lá số Tử Vi

Tức là tổng cộng có trên nửa triệu lá số Tử Vi khác nhau. Thế giới hiện có trên 6 tỷ người, nên tính đổ đồng thì mỗi lá số Tử Vi ứng với 12.000 người. (Nhìn từ quan điểm cá nhân, có khoảng 12 ngàn người trên thế giới có cùng lá số tử vi với ta.)

305

Nay tính sang Tử Bình. Năm có 60 trường hợp (lục thập hoa giáp), tháng 12, ngày 60 (lục thập hoa giáp), giờ 12, phái tính 2. Chú ý rằng can tháng và can giờ không có ảnh hưởng trong bài toán vì can tháng lệ thuộc can năm, can giờ lệ thuộc can ngày. Tính ra tổng thành số trường hợp Tử Bình khác nhau là:

60×12×60×12×2=1.036.800 lá số Tử Bình

Đại khái lá số Tử Bình nhiều gấp đôi lá số Tử Vi, nên đổ đồng mỗi số Tử Bình ứng với khoảng 6.000 người trên thế giới (tức là có khoảng 6.000 người trên thế giới có cùng số Tử Bình với ta).

Vì chỉ dựa trên năm tháng ngày giờ sinh âm lịch, cứ 60 năm thì các số Tử Vi lập lại (trừ trường hợp sinh ngày 30, có khi phải chờ lâu hơn). Lá số Tử Bình nhiều gấp đôi nên tính trung bình thì 120 năm lập lại. Cần nhấn mạnh chữ "trung bình"; vì có khi 60 năm đã lập lại, có khi 120 năm (đúng trung bình), có khi 180 năm.

Thí dụ trường hợp ông Tôn Dật Tiên. Ông sinh năm Bính Dần 1866, tháng 10, ngày 6, giờ Dần. Năm Bính Dần nào cũng có tháng 10, ngày 6, giờ Dần nên lá số Tử Vi của ông cứ 60 năm thì lập lại.

Số Tử Bình của ông là: Năm Bính Dần, tháng Kỷ Hợi, ngày Tân Mão, giờ Canh Dần. Xét khoảng thời gian 1746 (Bính Dần) đến 2046 (Bính Dần), ta có kết quả sau:

Năm 1746: Không có lá số Tử Bình y hệt ông Tôn Dật Tiên.
Năm 1806: Tử Bình y hệt ông Tôn Dật Tiên ngày 18 tháng 10 âm lịch.
Năm 1866: Lá số thật của ông Tôn Dật Tiên ngày 6 tháng 10 âm lịch.
Năm 1926: Không có lá số Tử Bình y hệt ông Tôn Dật Tiên.
Năm 1986: Không có lá số Tử Bình y hệt ông Tôn Dật Tiên.
Năm 2046: Tử Bình y hệt ông Tôn Dật Tiên ngày 1 tháng 11 âm lịch.

Tức là trong 6 năm Bính Dần liên tiếp nhau từ 1746 đến 2046, kể cả lá số thật thì có 3 lá số Tử Bình y hệt ông Tôn Dật Tiên; Tử Vi dĩ nhiên có 6 lá số.

HỎI: Như trên đã trình bày thì Tử Bình nhiều lá số gấp đôi Tử Vi. Như vậy phải chăng Tử Bình chính xác hơn Tử Vi?

ĐÁP: Trong bài toán tiên đoán tương lai, nhiều hơn không có nghĩa là chính xác hơn. Ta có thể lấy một thí dụ khá tương đồng với Tử Vi và Tử Bình là khoa chiêm tinh tây phương. Khoa này dựa hoàn toàn trên vị trí các thiên thể có thật khi con người ra đời. Và các vị trí đó được ghi lại chính xác không chỉ từng độ, mà còn từng phút, từng giây. Như thế, tối thiểu trên lý thuyết, lượng "lá số" của khoa chiêm tinh có thể coi là nhiều vô tận. Nhưng -theo kinh nghiệm bản thân của soạn giả và có lẽ nhiều người khác- khoa chiêm tinh thua xa các khoa Tử Vi và Tử Bình về khả năng dự đoán tương lai.

Hẳn có độc giả thắc mắc: "Tại sao khoa chiêm tinh thua xa Tử Vi và Tử Bình về khả năng dự đoán tương lai?" Như soạn giả đã trình bày trong bài "những tương tự và bất đồng kỳ diệu giữa hai ngành lý số đông tây", nền tảng khoa chiêm tinh là thuyết tứ nguyên tố (cũng có thể gọi là "tứ nguyên" cho gọn). Thuyết tứ nguyên tố chỉ có thể khảo sát và phân tích các liên hệ hai chiều.

Một thí dụ của tương quan hai chiều là "A và B đánh nhau". "Đánh nhau" là tương quan 2 chiều, vì "A và B đánh nhau" có thể phân tích ra thành "A đánh B" và "B đánh A". Câu hỏi quan trọng là trong hiện tượng "đánh nhau" này, ai thắng ai thua? Nhưng "thắng" và "thua" là liên hệ một chiều, ngoài khả năng phân tích của khoa chiêm tinh!

Kết quả là khoa chiêm tinh phải võ đoán, cứ thấy hoàn cảnh có tín hiệu "tương đồng" thì đoán là tốt, có tín hiệu "mâu thuẫn" thì đoán là xấu. Lối võ đoán này thỉnh thoảng đúng, nhưng vì cuộc đời vốn dẫy đầy mâu thuẫn, và mâu thuẫn rất nhiều khi là cơ hội ngàn vàng cho kẻ đúng thời cơ, nên khoa chiêm tinh đoán tương lai sai nhiều hơn đúng (nhưng dĩ nhiên vẫn có giá trị riêng của nó, xin xem lại bài "những tương tự và bất đồng kỳ diệu giữa hai ngành lý số đông tây").

Từ đó ta thấy rằng yếu tố quyết định độ chính xác trong bài toán số mệnh không phải là số dữ kiện nhiều hay ít, mà là khả năng nối kết các dữ kiện đó.

HỎI: Vậy thì dựa trên khả năng nối kết dữ kiện, hai khoa Tử Vi và Tử Bình khoa nào chính xác hơn?

ĐÁP: Tử Vi và Tử Bình mỗi khoa nối kết dữ kiện bằng một lý khác nhau.

Hãy nói Tử Bình trước. Khoa này hoàn toàn dựa trên cái lý tuần hoàn của vòng lục thập hoa giáp (Tức thứ tự Giáp Tý, Ất Sửu, Bính Dần, Đinh Mão… Nhâm Tuất, Quý Hợi). Vòng này là một kết hợp thuần lý của thập nhị chi và thuyết ngũ hành (chia chẵn cho 12 và 5), và được đồng nhất áp dụng cho 4 đơn vị thời gian là năm, tháng, ngày, giờ.

Tử Vi cũng dựa trên lý tuần hoàn, nhưng là lý tuần hoàn của các hiện tượng tự nhiên, tức cái lý tuần hoàn của cuộc sống con người trên trái đất. Bởi vậy nó dựa trên bản đồ thập nhị chi, chính là biểu tượng của các phương nhìn từ chuẩn điểm là vị trí con người trên mặt đất. Cũng bởi vậy, nó phải coi chu kỳ của mặt trăng là một nền tảng quan trọng, vì mặt trăng rõ ràng là một thiên thể quan trọng trong đời sống của con người.

Tóm lại, hai bên đều có lý cả.

Thế nhưng cả hai đều có vấn đề, vì chọn lý này thì phải bỏ lý kia. Tử Bình đã chọn vòng lục thập hoa giáp làm nền tảng nên không thể xử dụng tính tuần hoàn của mặt trăng, vì vòng lục thập hoa giáp tuần hoàn mỗi 60 ngày, trong khi vòng tuần hoàn của mặt trăng đổ đồng là 29.53 ngày. Nếu mặt trăng quả quan trọng thì Tử Bình đương nhiên thiếu sót từ căn bản. Sự thành công –dù giới hạn- của khoa Tử Vi chứng minh rằng mặt trăng quả đóng một vai trò quan trọng trong bài toán mệnh lý. Cho nên, vì bỏ ảnh hưởng của mặt trăng, Tử Bình hiển nhiên thiếu sót.

Ngược lại, khoa Tử Vi vì chọn chu kỳ của mặt trăng nên không thể xử dụng cái lý lục thập hoa giáp khi tính ngày và giờ. Nếu vòng lục thập hoa giáp quả có tương ứng với ngày và giờ thì Tử Vi đương nhiên thiếu sót từ căn bản. Sự thành công –dù giới hạn- của khoa Tử Bình chứng minh rằng lục thập hoa giáp quả có tương ứng với ngày và giờ. Cho nên, vì không áp dụng lục thập hoa giáp vào ngày và giờ, Tử Vi hiển nhiên thiếu sót.

Tóm lại, ta biết rằng Tử Vi và Tử Bình đều thiếu sót; và vì đây là những thiếu sót nằm ngay trong cơ sở lý luận nên rất khó bổ khuyết. Nhìn một cách triết lý hơn, rất có thể cái thiếu sót của Tử Vi và Tử Bình chỉ là chuyện tất nhiên, bởi rốt ráo chúng vẫn chỉ là sáng tạo của con người, mà con người vốn không hoàn hảo.

HỎI: Có người nói Tử Vi không chính xác bằng Tử Bình vì âm lịch (dùng cho Tử Vi) không chính xác bằng lịch tiết khí (dùng cho Tử Bình), lập luận này có cơ sở hay không?

ĐÁP: Hiện nay người ta biết đích xác vị trí của trái đất đến phần trăm phần ngàn của một giây (và hơn nữa nếu muốn) nên việc làm lịch muốn chính xác chẳng phải là chuyện khó khăn. Nhưng theo thiển ý, độ chính xác của lịch không phải là mấu chốt vấn đề ở đây.

Đầu tiên hãy nói đến "lịch" Tử Bình, dựa trên tiết khí. Ta có thể nói đại khái khi trái đất "ở vị trí X" thì bắt đầu tháng giêng (tiết lập xuân), nhưng nếu ai bảo "lúc 13 giờ 12 phút 15+1/100 giây mới bắt đầu tháng giêng, cô này sinh lúc 13 giờ 12 phút 00 giây nên chắc chắn là tháng Chạp năm trước" bản thân soạn giả sẽ chẳng tin, vẫn thử lấy thêm lá số tháng giêng năm sau, rồi so sánh hai lá, tính sau. Bởi thiết nghĩ cả hai bài toán Tử Vi và Tử Bình đã chứa sẵn sai số, nếu cho rằng lịch chính xác hơn thì bói chính xác hơn chẳng khác nào nói rằng một người già run tay sẽ đo đạc chính xác hơn nếu dùng một cái thước kẻ phân rõ từng phần trăm milimét; hiển nhiên là chẳng phải thế!

Còn âm lịch (tức lịch ngày 1 đến 29 hoặc 30, dùng cho Tử Vi) thì dựa trên điều kiện ban đầu là ngày mà ba thiên thể mặt trời, mặt trăng, trái đất gần trên một đường thẳng nhất là ngày mùng một; nên rất dễ chính xác. Việc dùng tháng nhuận thì bắt buộc, bởi như vậy mới thỏa luật tuần hoàn, vốn là nền tảng (thất truyền?) của Tử Vi. Chỉ có vấn đề duy nhất là quy luật hiện tại "tháng 11 phải có tiết đông chí" có vẻ tùy hứng. Giả như ta đổi thành "tháng 10 phải có tiết tiểu tuyết" chẳng hạn, lịch chắc chắn sẽ đổi; nhưng chưa có lý do gì để tin là đổi xong lá số tử vi sẽ chính xác hơn hoặc kém chính xác hơn.

Tóm lại, trong việc định ngày làm lịch, chính xác đến một mức thì cần; nhưng quá mức ấy cũng chưa chắc làm việc tiên đoán chính xác hơn. Nên nói rằng Tử Bình chính xác hơn Tử Vi vì lịch Tử Bình chính xác hơn e là không có căn cứ.

HỎI: Nhưng nghe nói Tử Vi có vấn đề trong việc định ngày. Như vạn niên lịch của Trung Hoa và lịch Việt Nam thỉnh thoảng có khác nhau một ngày, có khi cả tháng. Như vậy là sai nhau quá nhiều. Trong khi đó lịch Tử Bình của hai bên dĩ nhiên cùng ngày cả, chẳng có vấn đề gì. Vậy sao có thể nói rằng lịch pháp không phải là vấn đề lớn của Tử Vi?

ĐÁP: Thực ra, theo chỗ nghiên cứu của soạn giả, trên căn bản của việc làm lịch, cái khó của Tử Vi có thể giải quyết, cái khó của Tử Bình mới là hóc búa.

Trước hết bàn lịch Tử Vi (tức lịch ngày 1-29 hoặc 1-30, thường gọi là âm lịch, nhưng đúng hơn phải gọi là âm dương lịch) dùng cho Tử Vi. Xét trên lý tuần hoàn lịch này rất dễ chính xác vì ngày nào 3 thiên thể gần trên một đường thẳng nhất là ngày mùng một. Tử Vi dựa trên lý tuần hoàn của vũ trụ, nên hoàn toàn tương ứng phương pháp định ngày đầu tháng như vậy.

Hình 2: *Quy luật chính của âm lịch là bắt đầu tháng khi mặt trời, mặt trăng, và trái đất ở trên cùng một đường thẳng (hoặc gần như vậy hơn những ngày còn lại). Vì các thiên thể chuyển động không ngừng, các nơi khác nhau trên thế giới có thể bắt đầu ngày mùng một khác nhau; nên trên lý thuyết mỗi nơi phải theo một âm lịch riêng. Vấn đề có vẻ phức tạp, nhưng với kỹ thuật tân tiến ngày nay thì không còn khó khăn nữa.*

Âm lịch có vẻ lộn xộn là vì điều kiện trên đây (ngày nào 3 thiên thể gần trên một đường thẳng nhất là ngày mùng một) được thỏa ở mỗi nơi vào một thời điểm khác nhau. Đó là lý do tại sao thỉnh thoảng lịch Trung Hoa và lịch Việt Nam có bất đồng. Đúng lý thuyết thì mỗi điểm trên trái đất có một âm dương lịch riêng. Chuyện này ngày xưa thiếu phương tiện khó làm, nhưng thời nay thì quá dễ dàng. Như software của ông Hồ Ngọc Đức (trên mạng internet) là một thí dụ điển hình. Chỉ cần cho biết kinh tuyến, software này sẽ tính ra ngay âm lịch hôm ấy mùng mấy. (Cùng lúc trên mặt đất, các nơi có thể cùng ngày, hoặc sai nhau một ngày trước hoặc sau).

Giờ xin trình bày vấn đề lớn của lịch tiết khí (thuần dương lịch, dùng cho Tử Bình). Từ một điểm trên mặt đất (ở xích đạo đi cho dễ), cứ mỗi 15 đông kính tuyến thì tăng lên một giờ (giờ trái đất, không phải giờ trên đồng hồ), đi hết 360 kinh tuyến thì về chỗ cũ, đồng thời là 24 giờ sau (12 giờ sau, theo thập nhị chi). Thế nên nơi phát xuất là hôm nay nhưng vì nó cũng là nơi đến nên đồng thời cũng là ngày hôm sau!!??? Hiển nhiên là một nghịch lý.

Thế giới đã giải quyết nghịch lý này bằng cách định một lằn cong quẹo giữa biển Thái Bình Dương, gọi là lằn ranh ngày. Nếu ta đi theo chiều từ đông sang tây, qua khỏi lằn này ngày được (tùy tiện) tăng lên 1; nếu ta theo chiều từ tây sang đông, qua khỏi lằn này ngày bị giảm xuống 1. Cách giải quyết này chỉ là quy ước tùy tiện mà thôi, chẳng thể coi là lời giải đúng cho mệnh lý (vì có thể chọn lằn này đi xuyên qua Saigon, Hà Nội, Bắc Kinh v.v... cũng được).

Giới nghiên cứu Tử Bình hình như không để ý đến vấn đề trên, nhưng thực ra nó có ảnh hưởng nghiêm trọng đến phép luận số Tử Bình. Xin đưa thí dụ. Giả như ở Sài Gòn là ngày Giáp Tý giờ Ngọ. Thử cùng lúc đó định ngày giờ cho một điểm cách Saigon 5 giờ (địa chi) về phía đông. Có hai lời giải đều hợp lý:

1. Giảm đi 5 giờ.
2. Cộng thêm 7 giờ.

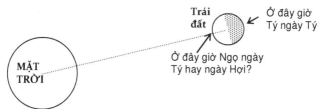

Hình 3: Lấy địa điểm giờ Tý ngày Tý trên mặt đất làm chuẩn. Ta biết địa điểm đối nghịch là giờ Ngọ, nhưng vì địa cầu là một mặt cầu, đi hết 24 giờ lại về chỗ cũ nên ngày ở nơi giờ Ngọ có thể là ngày Tý (cùng ngày) hoặc ngày Hợi (ngày hôm trước). Vậy ngày nào đúng? Đây là vấn đề hóc búa của khoa Tử Bình, hiện vẫn chưa có lời giải.

Ấy bởi vì lùi 5 giờ (đi về hướng đông 10 múi giờ) và tăng 7 giờ (đi về hướng tây 14 múi giờ) cho ta cùng vị trí.

Trường hợp thứ nhất cho ngày Giáp Tý giờ Sửu. Trường hợp thứ 2 cho ngày Ất Sửu giờ Sửu.

Vậy lời giải nào đúng??? Đây quả là một vấn nạn hóc búa. Soạn giả suy nghĩ đã lâu mà vẫn chưa tìm ra đáp số.

(Cách tính ngày cho Bắc Kinh, Hà Nội, Saigon v.v… hiện không có vấn đề, nhưng đó là kết quả thực nghiệm lâu năm thôi, cũng chẳng có nền tảng khoa học. Ta có thể chọn Saigon làm chuẩn, vạch một lằn dọc ở vùng giữa Bắc Kinh và Saigon gọi là lằn ranh ngày; rồi khi ở Saigon giờ Tý ta nói Bắc Kinh là giờ Sửu cùng ngày hoặc giờ Sửu ngày hôm qua mà chẳng ai dùng lý khoa học bắt bẻ được. Ngược lại anh bạn ta ở Bắc Kinh có thể nói Saigon giờ Tý cùng ngày với Bắc Kinh, hoặc giờ Tý ngày hôm sau.)

<u>HỎI</u>: *Đã biết Tử Vi và Tử Bình cùng thiếu sót, người học một trong hai khoa này phải làm gì để tăng mức độ chính xác lên?*

ĐÁP: Mặc dù mệnh lý (Tử Vi, Tử Bình) là các ngành học thiếu sót, nhưng theo thiển ý nền tảng của cả hai đều hoàn toàn phù hợp khoa học hiện đại; tức là đều có căn bản khoa học, chẳng phải là những trò chơi vô bổ. Khoa học hiện tại tự nó cũng chắc chắn thiếu sót, giới khoa học vốn đã công nhận như vậy. Thế nên việc Tử Vi, Tử Bình thiếu sót chẳng có gì đáng cho ta la hoảng, mặc dù có thể gây một thoáng thất vọng trong lòng những người vốn tin Tử Vi hoặc Tử Bình "đúng như đinh đóng cột".

Như soạn giả đã trình bày trong số trước, một cách để tăng độ chính xác của hai khoa Tử Vi và Tử Bình là phối hợp cả hai trong việc luận đoán. Hãy lấy thí dụ trường hợp ông Tôn Dật Tiên. Ông sinh ngày 6 tháng 10 âm lịch năm Bính Dần (1866), giờ Dần. Đây là các yếu tố dùng cho lá số Tử Vi. Cũng năm tháng ngày giờ trên đây, các yếu tố dùng cho Tử Bình là: Giờ Canh Dần, ngày Tân Mão, tháng Kỷ Hợi, Năm Bính Dần. Muốn tăng độ chính xác trong việc đoán số cho ông Tôn bằng năm tháng ngày giờ sinh, thay vì chỉ xem hoặc Tử Vi hoặc Tử Bình, ta xem cả Tử Vi lẫn Tử Bình rồi phối hợp lại. (Ghi chú: Số ông Tôn là một bài toán rất hóc búa cho cả hai trường hợp Tử Vi và Tử Bình).

Ưu điểm của cách xem phối hợp này rất dễ thấy. Như trường hợp ông Tôn Dật Tiên một câu hỏi lớn của Tử Vi là: "Thế người cũng sinh ngày 6 tháng 10 năm Bính Dần, giờ Dần nhưng 60 năm trước hoặc 60 năm sau chẳng hạn thì có cùng lá số với ông Tôn không?", Tử Bình dĩ nhiên cũng có câu hỏi tương tự.

Ta có thể trả lời như sau:

Giả như hỏi: "Ông X sinh ngày 6 tháng 10 âm lịch năm Bính Dần 1986 số có y hệt ông Tôn Dật Tiên không?" Ta sẽ đáp "Không. Vì ông Tôn sinh ngày Tân Mão giờ Canh Dần, trong khi ông X sinh ngày Quý Mão, giờ Giáp Dần, số Tử Bình không giống hệt".

Giả như hỏi: "Ông X sinh năm 1806, bát tự y hệt ông Tôn Dật Tiên, vậy dựa theo năm tháng ngày giờ sinh phải chăng số ông X y hệt ông Tôn?" Ta sẽ đáp: "Không! Vì bát tự y hệt ông Tôn mà sinh năm 1806 tất ứng với ngày 18 tháng 10 âm lịch, khác với ngày sinh của ông Tôn là 6 tháng 10 âm lịch, số Tử Vi không giống hệt."

Đó là nói về mặt lý thuyết. Sang thực tế, khi xem số Tử Vi hoặc Tử Bình để đoán tương lai, ta đã làm việc "bói toán", tức phần thực hành của mệnh lý. Lý thuyết và thực hành mặc dù liên hệ nhưng có khác nhau. Soạn giả cho rằng khả năng bói toán (tức độ chính xác của bói toán) là tổng hợp của kiến thức mệnh lý và cảm ứng cá nhân. Có thể dùng phương trình để diễn đạt như sau:

Kết quả (độ chính xác) của bói toán gọi là T

Căn bản mệnh lý gọi là ML

Cảm ứng cá nhân gọi là CU

Thì phương trình đại khái là:

T=ML+CU

Theo phương trình trên, giả như cảm ứng của ta không có đi nữa (CU=0) thì vẫn còn:

T=ML

Câu hỏi là ML có giá trị bao nhiêu, bởi nếu giá trị của nó thấp quá thì chẳng bõ công cho ta học, thà bói hoàn toàn bằng cảm ứng còn hơn.

Khi ta nói Tử Vi và Tử Bình thiếu sót, ta chỉ nói giá trị hai khoa này không phải 100%; không có nghĩa ta cho rằng giá trị ML của hai khoa này thấp. Riêng theo ước lượng chủ quan của soạn giả thì giá trị ML của hai khoa này có thể đạt đến 70, 80%.

Phần 20%, 30% còn lại thì lệ thuộc vào cảm ứng. Soạn giả gọi đây là 20, 30% sau cùng. Dĩ nhiên, cũng như mọi vấn đề khác trên cuộc đời này, cái 20% hoặc 30% sau cùng này thường chẳng nằm trong sự điều khiển của chúng ta. (Phải chăng vì thế mà những vị tiên tri lừng danh lịch sử đều dính líu không nhiều thì ít đến cảnh thanh tịnh tu hành? Thân tâm của họ hợp nhất, hòa đồng với vạn vật nên độ cảm ứng cực cao?)

Nhưng mà, hãy giả sử chúng ta học mệnh lý đến nơi đến chốn, ngay cả cảm ứng kém đi nữa (CU=0) vẫn đoán đúng 70%, 80% trường hợp. Khoa học hiện tại cho rằng bói toán chẳng gì khác hơn là đoán mò, tức xác xuất chỉ mấp mé 50%; nên nếu quả đúng 70%, 80% thì đã là quá hay rồi!

San Jose ngày 21 tháng 1, 2005
Đằng Sơn

BÀI ĐỌC THÊM:
Những phát triển gần đây của hai khoa Tử Vi và Tử Bình ở Á châu

Trong quá khứ, Tử Vi chỉ thông dụng ở Việt Nam, trong khi Tử Bình đóng vai trọng yếu ở Trung Hoa và các lãnh thổ liên hệ; nhưng gần đây Tử Vi càng ngày càng phổ biến ở hai lãnh thổ tương đối tự do nhưng có liên hệ mật thiết đến Hoa Lục là Đài Loan và Hồng Kông.

Từ đầu thập niên 80, Đài Loan và Hồng Kông trải qua một giai đoạn trăm hoa đua nở. Sách Tử Vi mới tràn ngập, nhân tài Tử Vi xuất hiện khắp nơi, khiến Tử Bình bị đẩy vào thế yếu. Ngay cả các danh gia Tử Bình của Đài Loan như ông Liễu Vô cư sĩ cũng nhảy sang Tử Vi (và lại thành danh gia). Những bài luận số các nhân vật thời đại trong thập niên 90 ở Đài Loan (các ông Lý Đăng Huy, Liên Chiến, Trần Thủy Biển, Mã Anh Cửu v.v..) đều dùng Tử Vi cả. Ngay cả tự điển điện tử ANH-HOA-ANH cầm tay VÔ ĐỊCH (dịch tiếng Tàu sang tiếng Anh và ngược lại) cũng có công năng an số và đoán Tử Vi, chẳng thấy cho an bát tự. Soạn giả có mua một cái năm 1996.

Trong một quyển sách Tử Vi in đầu thập niên 90 ông Phan Tử Ngư, một mệnh lý gia nổi tiếng của Đài Loan, thẳng thừng tuyên bố "thập niên 80 bát tự đã 'lạc một', Tử Vi thăng thiên". Ông tiên đoán thêm rằng thập niên 90 sẽ là thời của khoa Thất Chính Tứ Dư. Nhưng lời tiên đoán này đã không thành sự thật vì khoa Tử Vi càng thêm thông dụng.

Gần đây có vài nhân tài mới rất trẻ ở Hoa lục (không phải Thiệu Vĩ Hoa) đưa ra vài ý kiến lạ, mong cải tiến khoa Tử Bình để dành lại chỗ đứng. (Ở Đài Loan hai ông Chính Huyền Sơn Nhân và Phan Tử Ngư đề nghị cải tứ trụ thành "ngũ trụ", chẳng rõ thuyết này đã đi về đâu, chưa thấy tiếng vang gì cả.)

Về phần hoa Lục, theo chỗ hiểu biết của soạn giả, bây giờ người ta có thể ra sách Tử Bình, Bói dịch, lục nhâm v.v... (Nhưng hình như Tử Vi vẫn bị cấm, mới lạ. Phải chăng vì khoa này quá "duy tâm"?)

Vài thí dụ: Mệnh lý chỉ yếu (bát tự, Đoàn Kiến Nghiệp), Mệnh lý trân bảo (bát tự, Đoàn Kiến Nghiệp), Lục hào thật liệt thuyết chân (Vương Hổ Ứng), lục hào dự trắc tật bệnh tân thám (Vương Hổ Ứng) v.v... đều xuất bản ngay ở Hoa Lục và người Hoa lục có thể mua thẳng qua internet.

Theo lời giới thiệu thì ông Đoàn Kiến Nghiệp sinh năm 1967, ra sách Mệnh Lý Chỉ Yếu năm 1997, lúc mới 31 tuổi ta. Là một nhân tài trẻ tuổi của bát tự, ông vốn đã có kiến giải khác người xưa. Sau khi đã tung hoành thiên hạ một thời gian ông quỳ gối xin theo học một ông thầy già mù và được nhận làm đệ tử, nhờ đó biết thêm nhiều điều hết sức lạ lùng. Tiếc là ông chỉ tiết lộ vài điều lạ lùng đó trong sách mà không tiết lộ hết, nói là còn phải kiểm chứng.

(Người trẻ giỏi giang lại sớm có tiếng tăm, văn khí cao ngạo, tưởng chẳng coi ai ra gì, vậy mà biết cúi đầu học cái hay của thế hệ trước, như ông Đoàn này thật hiếm có).

Bạn thân của ông Đoàn là ông Vương Hổ Ứng cũng là một nhân tài lạ lùng, có nhiều phát kiến về khoa bói lục hào nạp giáp (mà ta hay quen miệng gọi là bói dịch). Nếu được dùng danh từ võ hiệp soạn giả sẽ gọi hai ông này là Thái Nguyên Song Hổ (họ cùng ở tỉnh Thái Nguyên, Hoa Lục, và tên của một ông có chữ Hổ).

Còn ông Thiệu Vĩ Hoa, dĩ nhiên có tài, nhưng nếu phải luận nhân tài soạn giả xin gọi ông là "nhân tài công nghệ", vì nhà nước lăng xê ông có quá đáng. Soạn giả có mua sách bát tự của cả hai ông Thiệu và Đoàn, đọc (loáng thoáng) ông Thiệu rồi đổi qua ông Đoàn thấy như một vực một trời. So sánh sách bói quẻ của ông Thiệu và ông Vương, cảm giác cũng từa tựa như thế.

Trong quyển "Mệnh lý chỉ yếu", ông Đoàn chính thức chê tài học của ông Thiệu, và luận số của ông nữa, nhưng riêng trong bài luận số thì không nhắc đến tên.

(Ghi ngày 21 tháng 1, 2005)

Made in the USA
Middletown, DE
13 April 2019